சுழலும் தமிழ் உலகம்

சுழலும் தமிழ் உலகம்

சந்திரலேகா வாமதேவா

ஈழத்தில் ஏழாலையைப் பிறப்பிடமாகக்கொண்ட இவர், உடுவில் மகளிர் கல்லூரியில் பயின்று, பின்னர் பேராதனைப் பல்கலைக்கழகத்தில் தமிழைச் சிறப்புப் பாடமாகவும், சமஸ்கிருதத்தைத் துணைப் பாடமாகவும் கொண்டு சிறப்புக் கலைமாணிப் (B.A. Honours) பட்டத்தைப் பெற்றார். பேராதனைப் பல்கலைக்கழகத்திலும், யாழ்ப்பாணப் பல்கலைக்கழகத்திலும் விரிவுரையாளராகப் பதினைந்து ஆண்டுகள் கடமையாற்றினார்.

திருஞானசம்பந்தர் தேவாரத்தில் காணப்படும் சமயத் தத்துவக் கருத்துக்கள்பற்றி ஆய்வுசெய்து, முதுமாணிப் (M.A.) பட்டத்தைப் பெற்றார். பின்னர், சுவீடனில் உள்ள உப்சாலாப் பல்கலைக்கழகத்தில் The Concept of Violent Love in Tamil Saivism with Special Reference to the Periyapuranam என்ற தலைப்பில் ஆய்வுசெய்து, கலாநிதிப் (Ph.D.) பட்டத்தைப் பெற்றுக்கொண்டார்.

பின்னர், நியூசிலாந்தில் வாழ்ந்த காலத்தில், வெலிங்டன் தமிழ்ச் சங்கத்தில் பத்திராதிபராகப் பணியாற்றித் 'தமிழ்த் தென்றல்' என்ற சஞ்சிகையை ஐந்து ஆண்டுகள் வெளியிட்டார். அத்துடன், நியூசிலாந்தில் தமிழ்ச் சிறார்களுக்குத் தமிழ் கற்பிக்கும் பணியையும் செய்தார். தற்போது அவுஸ்திரேலியா - சிட்னியில் வசிக்கும் இவர், அவுஸ்திரேலியத் தமிழ் ஒலிபரப்புக் கூட்டுத்தாபனத்திலும், தேசிய வானொலியான SBSஇலும் நிகழ்ச்சிகளை வழங்கிவருகிறார்.

ஈழத்துச் சிறுகதை வரலாற்றில் இலங்கையர்கோனாக விளங்கிய ந. சிவஞானசுந்தரத்தின் மகள், இவர் என்பதும் குறிப்பிடத்தக்கது.

தமிழியல்
TAMILIYAL

சந்திரலேகா வாமதேவா

சுழலும் தமிழ் உலகம்

காலச்சுவடு பதிப்பகம்

விலை 250 ரூபாய்

சுழலும் தமிழ் உலகம் ♦ கட்டுரைகள் ♦ ஆசிரியர் : சந்திரலேகா வாமதேவா ♦ © சந்திரலேகா வாமதேவா ♦ முதல் பதிப்பு: செப்ரெம்பர் 2008 ♦ இரண்டாவது பதிப்பு: மே 2009 ♦ இணைந்து வெளியிடுவோர்: தமிழியல், லண்டன்; காலச்சுவடு பதிப்பகம், 669 கே. பி. சாலை, நாகர்கோவில் 629 001 ♦ தொலைபேசி: 91-4652-278525 ♦ தொலைநகல்: 91-4652-231160 ♦ மின்னஞ்சல்: kalachuvadu@sancharnet.in ♦ அச்சுக்கோப்பு: சுவடி, சென்னை 600 005, தொலைபேசி: 91-44 -28441672 ♦ அட்டை வடிவமைப்பு: கந்தையா இரமணிதரன் ♦ அச்சாக்கம்: சென்னை மைக்ரோ பிரிண்ட் (பி) லிமிடெட், சென்னை 600 029.

காலச்சுவடு பதிப்பக வெளியீடு: 261

Culalum Tamil Ulakam ♦ *Articles* ♦ *Author :* *Chandraleka Vamadeva* ♦ *© Chandraleka Vamadeva* ♦ *Language: Tamil* ♦ *First Edition: September 2008* ♦ *Second Edition: May 2009* ♦ *Size: Demy 1 × 8* ♦ *Paper: 24 kg maplitho* ♦ *Pages: 312* ♦ *Copies: 500* ♦ *Jointly Published by Tamiliyal, 27-B High Street, Plaistow, London E13 0AD, UK, Phone: 020 8472 8323, email: info@ tamiliyal.org.uk and Kalachuvadu Pathippagam, 669 K.P. Road, Nagercoil 629 001, India. Phone: 91-4652-278525, Fax: 91-4652-231160, e-mail: kalachuvadu@sancharnet.in* ♦ *Typesetting: Chuvadi, Chennai 600 005, Phone: 91-44-28441672* ♦ *Cover Design: Kandiah Ramanitharan* ♦ *Printed at Chennai Micro Print (P) Ltd, Chennai 600 029* ♦ *Price: Rs. 250.*

Selling Rights: *Sudarsan Book Processors and Distributors, 669 K.P. Road, Nagercoil 629 001, Phone: 91-4652 - 278525, Fax: 91-4652 - 231160, E-mail: sbpd669@gmail.com*

ISBN 978-81-89945-48-0

5/2009/S.No. 261, kcp 458, 24 (2) 500

இலங்கையர்கோனுக்கு...

பொருளடக்கம்

முன்னுரை	15
முகவுரை	21

தமிழின் பெருமை

1. தமிழ் மணி	31
2. தமிழ் எங்கள் சமூகத்தின் விளைவுக்கு நீர்...	37
3. எமது சுய அடையாளத்தில் தமிழ்மொழி அறிவின் அவசியம்	43

பிறப்பிலிருந்து திருமணம்வரை

4. என்ன பெயர் வைக்கலாம்? எப்படி அழைக்கலாம்?	51
5. குழந்தைகளின் உலகம்	59
6. சொல்லவா, கதை சொல்லவா...?	63
7. வளரிளமை அல்லது புதுமலர்ச்சிப் பருவம்	71
8. நட்பு	80
9. காதல்	88
10. புலம்பெயர்ந்த வாழ்வில் இனக்கலப்பு	96
11. திருமணமாம் திருமணம்	111

தமிழ்ச் சமூகத்தில் பெண்கள்

12. பெண்ணென்று பூமிதனில் பிறந்துவிட்டால்...	125
13. பெரியபுராணம் காட்டும் பெண்கள்	140
14. பொட்டு	149
15. சேலைகட்டும் பெண்ணுக்கு...	156

அன்னையும் பிதாவும்...

16. தாய்க்கு ஒரு நாள்	171
17. தந்தைமை	181

ஆரோக்கியமாக வாழ...

18. இரவின் மடியில் ஆனந்தமாய் உறங்க...	195

19. ஆறுவது சினம்	199
20. இசை கேட்டு...	206

பண்டிகை தினங்கள்

21. தைப்பொங்கல் - தமிழர் திருநாள்	215
22. ஈஸ்ரர் தினம்: அதன் வரலாறும் முக்கியத்துவமும்	223
23. புதுவருடக் கொண்டாட்டங்களும் அவற்றின் முக்கியத்துவமும்	234
24. நவராத்திரி	244
25. தீபாவளி	253
26. கிறிஸ்மஸ் கொண்டாட்ட மரபுகளின் வரலாறு	262

பொது

27. அவுஸ்திரேலியாவில் தமிழரது வாழ்க்கைமுறை	281
28. அழகென்ற சொல்லுக்கு...	289
29. வண்ணங்கள் சொல்வதென்ன?	296
30. எம்மைச் சூழவுள்ள வண்ண ஒளி கூறுவதென்ன?	304

பதிப்புரை

நிலைபெயர்தலுடன் வாழ்வுசார் பார்வைகள் மாறுகின்றன. பழையனவற்றிலே ஒவ்வாதவற்றைத் தூக்கியெறியவும் புதியனவற்றிலே ஒப்பியதைச் சேர்த்துக்கொள்ளவும் செய்கின்றன. இந்நிலை மாறுதல், இடம் சார்ந்தோ, நேரம் சார்ந்தோ, இரண்டும் கலந்த சூழலிலோ, சீரான படிமுறை மாற்றங்களாக நிகழும்போது, செழுமையடைகின்றது. ஒரு சமுதாயத்தின் இருப்பும் தொடர்ச்சியும் இத்தகு கூர்மையடையும் பார்வையிலேயே தகித்திருக்கின்றன. ஆனால், ஈழத்தமிழர்களுக்குக் கடந்த கால்நூற்றாண்டாக நிகழும் நிலைபெயர்தலோ, இத்தகு சீரான மாறுதலைக் கொண்டதல்ல. திணிக்கப்பட்ட இத்தகவிலா இடம்பெயர்தலிலே, பெருமளவிலே குழம்பிப்போகின்றவர்கள் இளையவர்களே. தம்மை யாரென்று அடையாளம் கண்டுகொள்வதும் அடையாளப்படுத்திக்கொள்வதும் இவர்களுக்குக் குழப்பம் நிறைந்ததாகவும், சமயங்களிலே தம் சமுதாயம்சார் வெறுப்பினைத் தூண்டுவதாகவும் அமைந்திருக்கின்றன. இவ்வாறான சூழலிலே, புலம்பெயர் இளம் சமுதாயத்துக்கு, அதன் வேர்களை - நல்லன, அல்லாதன உட்பட - மண்ணுருவி வெளிக்காட்ட, மரபின் அறிவும் புதிதின் பரிச்சயமும், சொல்வன தெளிந்து, சொல் வகை சிறக்கச் சொல்பவர்களின் தேவை மிகவும் முக்கியமாகின்றது.

இவ்வகையிலே, சந்திரலேகா அவர்களின் இந்நூல் ஒரு பங்களிப்பாகிச் சிறப்படைகின்றது. மொழி, சமயம் குறித்த கல்வியறிவும், கற்பிப்புப் பட்டறிவும் ஒருங்கே வாய்த்திருக்கும் அவர் பொருத்தமாக, இளையோர் மட்டுமன்றி, அறிந்த பெரியவர்களும் தம்மறிவினை விரித்துக்கொள்ளும் முகமாகத்

தேர்ந்தெடுத்த தலைப்புகளின் கீழே அவுஸ்திரேலியத் தமிழ் வானொலியிலே 'சுழலும் தமிழ் உலகம்' என்ற நிகழ்ச்சியிலே வழங்கிய உரைகளின் தொகுப்பே இந்நூல். மொழி, வாழ்க்கை, பெண்கள், குடும்பம், பண்டிகை, பொதுவான கருக்கள் ஆகிய வற்றை மையங்களாக்கி முப்பது கட்டுரைகள், பொருட்செறி வோடும் சொற்சிக்கனத்தோடும் வரையப்பட்டிருக்கின்றன.

தேவைக்கேற்பக் கவனமாகத் தேர்ந்தெடுக்கப்பட்ட இப்பேசு கருக்கள் கட்டுரைகளாக அமைக்கப்பட்டு, அடுக்கப்பட்ட விதம் ஆசிரியரின் அணுகுமுறையையும் நேர்த்தியான திட்டமிடுதலை யும் காட்டுகின்றது. முதலாவது பகுதி, (தமிழ்)மொழியின் முதன் மையையும் அம்மொழி சார்ந்த பண்பாட்டின் செழுமையையும் பரவலையும் விரித்து உணர்த்தி, புலம்பெயர் வாழ்விலே தன்ன டையாளத்தினைக் கண்டுகொள்தலை உணர்த்துகின்றது. அடுத்த பகுதி, தமிழ்ச் சமுதாயத்தில் பிறப்பிலிருந்து மணம் செய்து கொள்ளுதல்வரையான நிகழ்வுகளின் அமைப்பினைப் படிப்படியா கப் புலம்பெயர் சூழலினையும் இணைத்துப் பேசுகின்றது. அடுத்த பகுதி, தமிழ்ச் சமுதாயத்திலே பெண்கள்பற்றிய ஆசிரியரின் பார்வையினைத் தருகின்றது. அதைத் தொடரும் பகுதியில், குடும் பம் என்ற அமைப்புக்குள்ளே தாய் -தந்தை என்ற பாத்திரங்கள் மீதான கட்டுரைகள் இரண்டு. இதன் பின்னான பகுதி, புறத்திலி ருந்து தனியாள் ஒருவரின் வாழ்வை மேம்படுத்துவது குறித்துத் திரும்பி, உளநலத்திற்கு ஆலோசனை கூறுவதாக அமைகின்றது. பண்டிகைகள் என்ற அடுத்துவரும் பகுதி தனியாள், தான் வாழ் சமுதாயத்தின் ஓரங்கம் என்பதை உணர்த்திக்காட்டும் பண்டிகை கள் குறித்த கொண்டாட்டங்களைத் தமிழ்ப் பார்வையிலே விளக் குகின்றது. கடைசிப் பகுதி, மேற்கூறிய வகைப்பாடுகளிலே அடங் காத கருப்பொருள்களில் வாழ்புலத்திலே தமிழர்கள் நிலை, வண்ணங்கள் போன்ற தேர்ந்தெடுக்கப்பட்ட தனித் தலைப்புக ளிலே அமைந்திருக்கின்றன. மொத்தமாகப் படிக்கும் வேளை யிலே, புலம்பெயர் பதின்ம வயதினருக்கு, தம் சமுதாய அடை யாளத்தைக் காண, கைபிடித்து வழிகாட்டிச் செல்லும், கைவிளக் கோடு தாம் நடப்பவராக ஆசிரியர் தன்னைக் கண்டுகொண்டு, இக்கட்டுரைகளை உருவாக்கியிருக்கின்றார் என்ற தோற்றம் எழுகின்றது.

நெடுங்காலமாக மக்களுக்குத் தகவல்களைத் தருவதும், அதன்வழி மக்களின் கருத்துகளை உருவாக்குவதுமாக அச்சூட கங்கள், வானொலி, தொலைக்காட்சி என்பன விளங்கின. ஆனால், இவற்றின் முக்கிய குறையாகக் காணப்பட்ட கூறு, அவற்றின் ஒரு திசைப்பாயமான - 'கருத்துவழங்கிகளிடமிருந்து மக்களுக்கு' என்ற - தன்மை. மக்களின் கருத்துகளோ, எதிர் வினைகளோ பேசுகின்றவரை அணுகிக் கலந்துரையாடல் செய்ய வும், புரிதலை விரிக்கவுமான சூழல் அமைய, இப்படியான

நிலைநாட்டிக்கொண்ட ஊடகங்கள் பெரும் பயனாகவிருக்கவில்லை. ஆனால், கடந்த பத்தாண்டுகளிலே இணையம் என்பது வையம் விரிந்த வலையாகி, பேசுகின்றவர்களுக்கும் கேட்பவர்களுக்குமிடையேயான இடைத்தரகர்களை நீக்கியும், இருபுறத்தினரையும் சொல்வார்-கேட்பார் என்ற இருபடித் தளமிருந்து இயங்கும் நிலையை உடைத்தெறிந்து, அடுத்தடுத்திருந்து சமநிலையிலே கலந்துபேசிப் புரிந்துகொள்ளும் நிலையை வளர்த்திருக்கின்றது. அதிலும், வையவிரி வலையின் வலைப்பதிவுகள் என்ற ஒருவரின் கருத்துகளைப் பதிந்துகொள்ளும்-வாசிப்பவர் கருத்துத் தெரிவிக்கும் அமைப்புமுறை, சமுதாயத்தின் அனைத்துத் தளங்களிலும் பெரும் மாற்றங்களைச் செய்ய வழிவகுத்துக்கொண்டிருக்கின்றது. இதன் பயன்பாட்டினை, இக்கட்டுரையாசிரியர் சந்திரலேகாவும், அவருக்கு வலைப்பதிவுகள் அறிமுகத்தைத் தந்து, வலையேற்றி அவற்றினை வையம்விரிந்த வாசகர் வட்டத்திலே செல்ல வழிசெய்த மதி கந்தசாமியும் மிகவும் நுட்பமாகப் புரிந்துகொண்டு செயலாற்றியிருக்கின்றனர். இப்படியாக, இளையோர் மிகவும் இலகுவாகப் புரிந்துகொள்ளும் வகையிலே செவிப்புலனைச் சிறப்பித்த வானொலித் தொடராகவும், வையம் விரிந்த வலைப்பதிவு இடுகைகளாகவும் வந்த இக்கட்டுரைத் தொகுப்பை, இப்போது, மூன்றாம் களமான அச்சுப்பதிவாக நூல் வடிவிலே, தமிழறிந்த எவரும், உலகின் எப்பாகத்திருந்தும் வாசித்துப் பயன்பெறும் வண்ணம் வெளியிடுவதிலே பேருவகை அடைகின்றோம்.

29.09.2007 *கந்தையா இரமணிதரன்*
தமிழியல் சார்பாக

முன்னுரை

இணையமெனும் தொழில்நுட்பம் புதிய, புதிய சாத்தியங்களை உருவாக்கியவண்ணம் உள்ளது. இருபதாம் நூற்றாண்டின் ஆகச்சிறந்த கண்டுபிடிப்பு, கணினிகள் ஒன்றுடன் ஒன்று பேசிக்கொள்ளும் இணையத் தொழில்நுட்பம்.

தொண்ணூறுகளின் ஆரம்பத்தில்தான் தமிழ், இணையத்துள் புகுந்தது. இணையத்துள் தமிழில் எழுதும் சாத்தியங்களை உருவாக்கித் தந்தவர்கள் நேரடியாக இந்தத் தொழில்நுட்பம் சார்ந்தவர்கள் இல்லை. ஆனால், இத்தொழில்நுட்பத்தை எளிதில் உள்வாங்கிக்கொள்ளும் திறன்பெற்ற பொறியியலாளர்கள், அறிவியலாளர்கள். அவர்களுக்கு இத்தொழில் நுட்பத்தையும்விடத் தமிழின் மீது ஒரு தீராக்காதல் இருந்தது. இவர்கள் கிழக்கிலும் மேற்கிலும் ஒரேசமயத்தில் இத்தொழில்நுட்பத்தைத் தமிழுக்கு ஆற்றுப் படுத்தினர். அக்காலகட்டத்தில் மேற்குலகில் இருந்த எனக்கு முதலில் அறிமுகமானது ஸ்ரீநிவாசன் (கனடா) உருவாக்கிய ‘ஆதமி’ எனும் தமிழ்ச் செயலி (சொப்ட்வெயர்). ஆங்கில விசைப் பலகையை வைத்துத் தமிழில் எழுதும் வசதியை இது தந்தது. தொழில்முறை எஞ்சினியரான இவர் ‘ஆதமி’யை உருவாக்கி, இலவசமாகத் தமிழர்களுக்கு அளித்தார். ஆனால், இதே காலகட்டத்தில் தமிழ்நாட்டிலும் தமிழ், கணினிக்குள் புகுந்துவிட்டது. ஆனால், அதைச் சாத்தியப்படுத்தியவர்கள் வியாபாரிகள். எனவே, ஏறக்குறைய ஒரு தசாப்தத்திற்கும் மேல் அங்கு தமிழ்க்கணினி என்பது கண்கட்டி வித்தையாக இருந்தது. சிங்கப்பூரைச் சேர்ந்த நா. கோவிந்தசாமி எனும் பேராசிரியர், ஒரு சீன சகாவுடன் சேர்ந்து, ‘ஆதமி’ போன்ற ஒரு செய

லியை உருவாக்கியிருந்தார். அதற்கு, 'கணியன்' என, கணியன் பூங்குன்றன் எனும் கணித, தமிழ்ப் புலவரின் பெயரை வைத்திருந்தார். இந்தத் தொழில் அடிப்படையை மேம்பாடுசெய்து, முத்து நெடுமாறன் அவர்கள், தனது 'முரசு அஞ்சலை' உருவாக்கி, வியாபாரத்தில் இறங்கியிருந்தார். 'மக்கிண்டொஷ்' கணினியில் மிக்க ஆர்வமுள்ள சுவிஸ் கு. கல்யாணசுந்தரம், 'மயிலை' எனும் எழுத்துருவை உருவாக்கித் தமிழ் இணையத்தில் வேகமாகப் பரவும் வகை செய்தார். ஒரு நிலையில் இவரும், 'ஆதமி' ஸ்ரீநிவாசனும் இணைந்து பல எழுத்துருக்களை இலவசமாக வழங்கினர். போட்டிபோட்டுக்கொண்டு வளரும் இத்தொழில்நுட்பத்தின் திறன்கண்டு, தமிழர் இணையச் சந்தையை உருவாக்க வேண்டுமென்று முத்து நெடுமாறனும் பாலாபிள்ளையும் (மலேசியர்கள்) தமிழின் முதல் தமிழ் மடலாடற்குழுவை உருவாக்கி, தமிழிலேயே உலகத் தமிழர் ஒருவருடன் ஒருவர் மின்னஞ்சல் பரிமாறிக்கொள்ளும் நிலையை உருவாக்கினர். இதன் பின் ஏவுகணை வேகத்தில் தமிழ், இணையத்தில் வளரத்தொடங்கியது. இன்று 'இணையம்' எனும் சொல், ஆங்கிலச் சொல்லான 'இன்டர்நெட்' என்பதற்கு இணையான சொல்லாக எல்லோராலும் ஏற்றுக்கொள்ளப்பட்டதற்கு மலேசிய முன்னிருத்தலே காரணம். இதுசமயம், இலங்கை போர்ச்சூழலில் இருந்ததால், இந்த இணையப் புரட்சியில் நேரடியாக இறங்க முடியவில்லை. ஆயினும், தமிழ் இணைய மாநாடுகள் உருவானபோது, இலங்கைத் தமிழர்கள் பிற தமிழரோடு தோள்சேர்ந்துவிட்டனர். இன்றைய இணைய வளர்ச்சியில் அவர்கள் சம பங்கு அளிக்கின்றனர்.

இப்படித்தான், இணையத்தில் தமிழ் நுழைந்தது. இதன் அபரிமித வளர்ச்சியில் இன்று முன்னணியில் நிற்கும் பலர் தமிழ்.வலை எனும் மடலாடற்குழுவில் பரிச்சயமானவர்களே. அவர்களே, இன்று 'உத்தமம்' எனும் ஒரு சர்வதேச அமைப்பை உருவாக்கி, நடத்திவருகின்றனர். அவர்களே, இன்று இத்தொழில்நுட்பத்தை அரசுசாரா இயக்கமாக்கி, உலகமயமாக்கி வருகின்றனர். முழுக்க முழுக்கத் தமிழரின் தன்னார்வம் கொண்டே இத்தொழில் வளர்ந்துவருகிறது. இதற்கு வித்திட்டவர்கள் ஸ்ரீநிவாசன், கல்யாணசுந்தரம், கோவிந்தசாமி, முத்து நெடுமாறன் போன்றோர். இது, கணிசமாக இணையம் சார்ந்த வியாபாரம் பெருகவும் வழி செய்திருக்கிறது. இன்று, ஆயிரக்கணக்கான தமிழ் வலைத்தளங்கள் உள்ளன. பல்லாயிரம் படைப்புகள் இலவசமாகத் தமிழர் வாசிப்பிற்குக் கிடைக்கின்றன. இதன் முழு விகிதாசாரம் இன்னும் சரியாகப் புரிபடாமலே, பல்வேறு வணிக இதழ்களும் இலவசமாகத் தங்கள் பத்திரிகைகளை இணையத்தில் வைத்துள்ளன. ஆக, 'நெல்லுக்குப் பாயும் நீர் புல்லுக்கும் ஆங்கே பொசிவதுபோல்', தனிமனிதத் தொடர்பிற்காக உருவாக்கப்பட்ட இலவச இணையத்தமிழ் வாசிப்பு இன்று பரவ

லாக்கப்பட்டு, தினசரிகள், வாராந்திரிகள், மாதப் பத்திரிகைக ளென்று எல்லாமே இலவச வாசிப்பிற்கு இன்று தமிழனுக்குக் கிடைக்கின்றன. இறுக்கமான, சாதீய, பண்ணைப் பண்பாட்டிலி ருந்து எழுந்துள்ள தமிழ்ச் சமுதாயத்தில் இலவச சேதிப் பரிமாற் றம் என்பது ஒரு யுகப்புரட்சியே! சின்னச் சின்னத் தகவலுக்குக் கூடக் கையூட்டைக் கொடுக்கும் வழக்கம், இரண்டு தசாப்தங்க ளுக்கு முன்கூட, இருந்ததுதானே இலங்கையிலும் இந்தியாவிலும். இன்று, இது அடியோடு மாறிவருகிறது. இலத்திரன் ஆளுகை *(electronic governing)* என்று பேசுகிறார்கள், 'முழு வெளிக்காட் டுகை' *(total transparency)* என்று சொல்கிறார்கள். நம்பத்தான் முடியவில்லை! ஜனநாயக அமைப்பிற்குக் கிடைத்திருக்கும் சமீபத்திய அஸ்திரம் இந்த இணையம்.

இணையத்தின் பாரிய சமூகப் பலன்கள் இத்துடன் நின்று விடவில்லை. அது தமிழ்ப் பரவலையும் தமிழ்க் கல்வியையும் மேம்படுத்தியுள்ளது. தமிழ் அஞ்சற்றொடர்பு என்பது வாயுவேகம், மனோவேகத்தில் இணையத்தில் பரிமாற்றப்பட்டபோது, கற்றல் என்பதும் அதேவேகத்தில் நடைபெற்றது. பல்வேறு அரிய கருத் துகள் இணையத்தில் இலவசமாக உலாவரும்போது, தாகமு டைய அனைவரும் அதை அள்ளிப்பருகி ஆனந்தித்தனர். தமிழ் இலக்கியத்திற்கு ஒரு புதிய திணை கிடைத்தது. இணையம், தமிழின் ஆறாம் திணையாக ஆகிப்போனது.

இணையம் என்பது பத்திரிகைத்துறையின் தலைவிதியையே மாற்றி அமைத்ததைச் சொன்னேன். அதற்கும் மேல் ஒரு படி போய் வாசகனே எழுத்தாளன், பத்திரிகையாளனாக மாறும் ஒரு புதிய சாத்தியத்தையும் இணையம் கொண்டுவந்துள்ளது. இதற்குப் பெயர் வலைப்பதிவு *(weblogging)*. அதாவது, வலையகம் அமைக் கும் தொழில்நுட்பத்தை எளிமைப்படுத்தி, நொடியில் நாமே ஒரு வலையகம் அமைத்து, அதில் தினம் நமது படைப்புகளை வெளி யிட முடியும். சரி, இப்படி வெளிவரும் பட்டாம்பூச்சிப் பதிவுகளை நாம் எப்படிக் கண்டுகொள்வது? ஒன்று, யாகூ, கூகிள் போன்ற தேடு யந்திரங்களின் மூலமாக சாவிச்சொல் *(keyword)* கொடுத் துத் தேடலாம் அல்லது இந்த வலைப்பதிவுகளை *(webblogs - blogs)* இயங்குமுறை இணைப்பில் *(syndication)* ஒருங்கிணைக்க லாம். இந்தத் தொழில்நுட்பத்தையும் தமிழர்கள் அறிமுகப்படுத் தியுள்ளனர். பிற இந்திய மொழிகள் பலவற்றில் இன்னும் காணக்கிடைக்காத இந்த வாய்ப்பைக் கோவையைச் சேர்ந்த காசி ஆறுமுகம் என்பவர் தனி ஒருவராக உருவாக்கித் தமிழுக்கு இலவசமாக அளித்துள்ளார். 'தமிழ்மணம்' எனும் மையம் ஆரம்பத்தில் இதை எழுதும்போது 400 வலைப்பதிவுகளை இணைத் தது. தற்போது இரண்டாயிரத்தை எட்டுகிறது. ஒவ்வொரு பதிவி லும் எழும் எழுத்தை இருபது நிமிடங்களுக்கொருமுறை தேடித் தருகிறது. ஒவ்வொரு பதிவிலும் விழும் பின்னூட்டங்களின்

(feedback) எண்ணிக்கையைக் காட்டுகிறது. யாருடைய பதிவு சுடச்சுட விஷயதானம் செய்துகொண்டிருக்கிறது என்பதைத் தெரிவிக்கிறது. அதற்குமேலும், வாசக இன்பத்தைப் பெருக்க, ஒருவர் வாசித்து ரசித்த பதிவை, மற்றவருக்குப் பரிந்துரைக்கும் வசதியையும் இது கொண்டுள்ளது.

அப்படியெனில், இஃதோர் இயங்கு நூலகம் என்பது புரியும். ஒவ்வொரு வலைப்பதிவும் ஒவ்வொரு விதம். சேதிகளுக்குச் சில முதலிடம் தருகின்றன, கவிதைக்குச் சில, கட்டுரைகளுக்குச் சில, புனைவிற்குச் சில, சினிமாவிற்குச் சில, புகைப்படக்கலைக் குச் சில என்று, அவரவர் ஆசைக்கு ஏற்றவாறு முதலிடம் அளித்து, வெளிவருகின்றன. நாலுபேர் வந்துபோகும் இடமெனும் போதே, அதன் தரம்பற்றிய பிரக்ஞையும் கூடவே வளருவது இயற்கை. அதுதான், இப்போது நடந்துகொண்டு இருக்கிறது. முதல்முறையாக, தமிழ் வாசகனுக்கு புஷ்டியான வாசகக் கருவூ லம் கிடைத்துள்ளது. முதல்முறையாக, வாசகன் எழுத்தாளனாக வும் எழுத்தாளன் நல்ல வாசகனாகவும் மாறியிருக்கின்றனர். முன் னெப்போதும் இல்லாத அளவு எழுத்தின் தாக்கம் உடனுக்குடன் உணரப்படுகிறது. இது, வாசகானுபவத்தை மெருகேற்றுவதுடன், எழுத்தின் நேர்த்தியையும் மேம்படுத்துகிறது.

இவ்வளவும் சொன்னால்தான், சந்திரலேகா வாமதேவாவின் ‘சுழலும் தமிழ் உலகம்’ பற்றிப் பேசமுடியும். ஏனெனில், அவ ரது இந்தக் காகிதப் புத்தகம் முதலில் சூட்சும உலகான இணை யத்தில் இலத்திரனாக *(electrons)* இருந்தது. அவரது முப்பது கட்டுரைகளும் இணைய வாசிப்பிற்காக எழுதப்பட்டவை. இக் கட்டுரைகள் வாசகனுக்குள் ஏற்படுத்திய தாக்கங்கள் உடனுக்கு டன் இலத்திரன் வடிவிலேயே பதிவும் பெற்றுவிட்டன. இப்போது, இப்பலன் இன்னும் கணினி பாவிக்காத வாசகர்களுக்கும், கணினி பாவித்தாலும் அவரது கட்டுரைகள் முழுவதையும் வாசித்திராத வாசகர்களுக்கும், கணினி இருந்தாலும் புத்தகம் வாசிக்கும் பழக் கமுள்ள வாசகர்களுக்காவும் பிரத்தியேகமாகத் தயாரிக்கப்பட் டுள்ளது. அந்த வகையில் நீங்கள் கொஞ்சம் ‘விஷேடம்’.

சந்திரலேகாவின் பின்புலத்தை, அழகாகத் தன் முகவுரையில் கொடுத்துள்ளார். சக வலைப்பதிவாளராகத்தான் எனக்குத் தெரி யுமே ஒழிய, அவரது எழுத்தின் நீண்ட பின்புலம் இப்புத்தக ஆக் கத்தின் மூலமாகவே எனக்குக் கிடைத்துள்ளது. அதிலிருந்து தெரிகிறது, இக்கட்டுரைகள் இலத்திரன் வடிவிற்கு வருவதற்கு முன்பே ஒலி அலைகளாகத் தவழ்ந்திருக்கின்றன என்று. எனவே, இவரது எழுத்துக்கள் ஒரு வடிவில் என்று இராது பல வடிவங்கள் கொண்டிருக்கின்றன. பல்வேறு வகையான வாசகத் தளங்களை அவை தொடுகின்றன. நம்மில் சிலருக்குத்தான் இம்மாதிரியான வாய்ப்புகள் கிடைக்கும். இத்தனை வாசகத் தளங்களில் அவை

உலவுவதால், இக்கட்டுரைகளின் தரம் மிக உயர்வாக இருக்கிறது. சந்திரலேகா ஒரு கட்டுரை எழுதுவதற்கு முன் நிறைய வாசிக்கிறார், அந்த வாசிப்பைத் தன் மனத்தில் போடுகிறார், பின், கிளிகொத்திய மாங்கனிபோல் தன் கட்டுரைகளைப் படைக்கிறார். அதுவே, இக்கட்டுரைகளின் இனிப்பிற்குக் காரணம்!

இவரது முப்பது கட்டுரைகளுக்குமான எனது விமர்சனத்தை இங்களித்தால், அதுவே இன்னொரு புத்தகமாகிவிடும். எனவே, அதைத் தவிர்க்கிறேன். புத்தகத்தைப் பற்றி எழுதாமல், இப் புத்தகம் வந்த பின்னணிக் கதையை இவ்வளவு சொல்ல வேண்டுமா எனச் சிலர் கேட்கலாம். புத்தகம் எப்படியும் உங்களுக்குச் சுவைக்கத்தான்போகிறது. அவரின் வாசகப் பரப்பு, சொல்லும் திறன், எளிமை, கட்டமைப்பு, விஷய கனம், சுவாரசியமான தலைப்புத் தேர்வு இப்படிப் பல விஷயங்கள் உங்கள் உள்ளத்தைக் கொள்ளைகொள்ளும் எனத் தெரியும். அதனால்தான், இக்கட்டுரைகளில் இல்லாத சேதியை என் முன்னுரையில் சொன்னேன். மேலும், தமிழின் இணைய வளர்ச்சியில் ஆரம்பகாலம் தொட்டு இருந்துவருவதால், அதன் சரித்திரத்தைச் சொல்லி வைப்பது என் கடமை என்றும் தோன்றியது. அந்தக் காலத்தில் ஹரிகதா காலட்சேபங்களை ஆரம்பிக்கும்போது, "ஆதௌவ்! கீர்த்தனாரம்பத்திலே" என்று நீட்டிமுழக்கிப் பின்புலம் சொல்லுவார்கள். அதுபோல்தான் என் முன்னுரையும். அத்தகவல் நீங்கள் தெரிந்துகொள்ள வேண்டிய ஒன்றே - இப்புத்தகம்போல்!

சந்திரலேகாவின் இக்கட்டுரைகளில் சில அவை வந்தபோதே வாசித்துப் பதிலும் அளித்திருக்கிறேன்.

யாம் பெற்ற இன்பம் பெறுக நீங்களும்!

தென் கொரியா **நா. கண்ணன்**
சக வலைஞன்

முகவுரை

2002ஆம் ஆண்டு மே மாதத்தில் சிட்னி, அவுஸ்திரேலியாவில் ஒரு சமூக வானொலி ஆரம்பிக்கப்பட்டது. நாம் சிட்னிக்குக் குடிபெயர்ந்து ஐந்து மாதங்களே ஆகிய நிலையில் எவரும் அப்போது பழக்கமாகி இருக்கவில்லை. தனிமையைப் போக்க ஒரு தமிழ் வானொலி இருந்தால் நல்லது என நாம் நினைத்து, அவுஸ்திரேலியத் தமிழ் ஒலிபரப்புக் கூட்டுத்தாபனம் (ATBC) என அழைக்கப்படும் அந்தச் சமூக வானொலி நிலையத்துடன் தொடர்பு கொண்டோம். அந்தத் தொடர்பு, நான் வாரத்திற்கு இரண்டு மணிநேரம் அந்த வானொலியில் நிகழ்ச்சி செய்வதாக ஒத்துக்கொள்வதில் முடிந்தது. ஆனால், அந்த நிகழ்ச்சிக்கு என்ன பெயரிடப்போகிறேன், அவற்றில் என்ன கூறப்போகிறேன் என்று எனக்கு எந்தவித கருத்தும் அப்போது இருக்கவில்லை. இரண்டு நாட்களில் நிகழ்ச்சியின் பெயரைத் தருவதாகக் கூறியிருந்தபோதும் நான் என்ன எழுதப்போகிறேன் என்று தெரியாத நிலையில், நிகழ்ச்சிக்கு என்ன பெயரிடப்போகிறேன் என்று எனக்கு ஒரே குழப்பமாக இருந்தது. இரவு நித்திரையே வரவில்லை. புரண்டு, புரண்டு பின் சிறிது கண் அயர்ந்த நிலையில், திடீரென்று 'சுழலும் தமிழ் உலகம்' என்னும் பெயர் எனது மனத்தில் வந்தது. அந்தத் தலைப்புப் பற்றித் தொடர்ந்து சிந்தித்தபோது, புலம்பெயர்ந்த தமிழர் எதிர்நோக்கும் சில பிரச்சினைகள்பற்றி அதில் எழுதலாம் என்று தோன்றியது.

என்னுள் தோன்றிய அத்தலைப்புக்கு நான் தர்க்க ரீதியாக ஒரு காரணம் கற்பித்துக்கொண்டேன். ஏறக்குறைய இருபத்தைந்து ஆண்டுகளுக்கு முன்னர், இலங்கைத் தமிழர் அனைவருக்கும் ஒரே நேரத்தில் சூரியன்

உதித்து, ஒரே நேரத்தில் மறைந்தது. அவர்கள் இயங்குகின்ற நேரமும் உறங்குகின்ற நேரமும் ஒன்று. அதாவது, மிகப் பெரும்பான்மையோர் இலங்கையிலேயே வசித்துவந்தனர். அதனால், அவர்கள் அனைவருக்கும் தனிப்பட்ட பிரச்சினைகள் வேறாயினும், பொதுவான வாழ்வு ஒன்றாகவே இருந்தது. ஆனால், இன்றோ நிலைமை வேறு. தமிழர் உலகெங்கும் பரந்து வாழ்வதால் பூமியின் சுழற்சியில், ஒவ்வொரு நாட்டில் வசிப்பவர்களுக்கும் ஒவ்வொரு நேரத்தில் சூரியன் உதிக்கிறது, மறைகிறது. இங்கு அவுஸ்திரேலியாவில் எமக்குச் சூரியன் உதிக்கும்போது, ஐரோப்பாவில் இருக்கும் தமிழருக்குச் சூரியன் மறைகிறது. இதனால், இந்தச் சுழலும் உலகில் தமிழர் எப்போதும், எங்கோ ஒரு பகுதியில் விழித்திருக்கின்றனர், இயங்குகின்றனர், இலக்கியம் படைக்கின்றனர். தமிழ்ச் சங்கம் அமைக்கின்றனர். கலை நிகழ்ச்சிகளை நடத்துகின்றனர். தமிழ் வானொலி, தொலைக்காட்சிகளை நடத்துகின்றனர். கோயில் கட்டுகின்றனர். தமிழரின் விடிவுக்காக உழைக்கின்றனர். ஒருகாலத்தில், சூரியன் அஸ்தமிக்காத பிரித்தானிய சாம்ராஜ்யம் என்று பிரித்தானியர் பெருமைப்பட்டதுபோல, இன்று, சூரியன் அஸ்தமிக்காத தமிழ் உலகம்பற்றி நாம் பெருமைப்படலாமோ என்பது எனக்குத் தெரியவில்லை. ஆயினும், இதனால் ஒரு நன்மை விளைந்துள்ளது. பூமியின் சுழற்சியின்போது, எப்போதும் உலகின் ஏதோ ஒரு பகுதியில், தமிழரில் ஒரு பகுதியினர் தமிழினத்தின் விடிவிற்காக உழைத்துக்கொண்டிருக்கின்றனர். அந்த வகையில் நாம் பெருமைப்படலாம்போலத் தோன்றுகிறது.

இலங்கையில் ஒன்றாக வாழ்ந்த தமிழர், இன்று உலகம் முழுவதும் சிதறுண்டு, நியூசிலாந்திலிருந்து கனடா வரை பெரும்பாலான முக்கிய நாடுகளில் வாழ்கிறார்கள். இதற்கு, இலங்கை அரசியல் நிலை அடிப்படைக் காரணமாயினும், வேறு, வேறு தனிப்பட்ட காரணங்களும் இல்லாமல் இல்லை. பலர், உண்மையான விருப்பமின்றி இலங்கையைவிட்டு வெளியேறி, அந்நிய நாடுகளில் வாழ நேர்ந்தது. இவ்வாறு விரும்பியோ, விரும்பாமலோ வெளியேறிய தமிழர், இலங்கையில் தாம் விட்டுவந்த பிரச்சினைகளுக்கு மாறாகத் தாம் குடியேறிய நாடுகளில் புதிய பிரச்சினைகளை எதிர்நோக்க வேண்டிவந்தது. அவர்கள் முன்னர் அனுபவித்தறியாத குளிர், அகதிகளாக வர நேர்ந்த துயரம், நிறம்பற்றிய உணர்வின் தாக்கம், இனவெறி, முன்னர் அறிந்திராத மொழி, வேற்றுப் பண்பாட்டினர் மத்தியில் வாழ நேர்ந்தமை போன்ற பல பிரச்சினைகளைச் சமாளிக்க வேண்டி நேர்ந்தது. ஆயினும், காலகதியில் தாம் இலங்கையில் விட்டுவந்த வாழ்வின் அம்சங்களைத் தாம் வாழப் புகுந்த நாடுகளில் சிறிது சிறிதாக ஏற்படுத்திக்கொண்டார்கள். கோவில்கள் எழுந்தன. தமிழ்ச் சங்கங்கள் தாபிக்கப்பட்டன. நாம் இலங்கையில் விரும்பி உண்ட உணவை உண்பதற்குவேண்டிய பொருட்களை விற்கும் *spice* கடைகள் உருவாகின. தமிழ்ப்பட

நாடாக்களை வாடகைக்கு வழங்கும் கடைகள் தோன்றின. பாடல் குறுந்தகடுகளை விற்கும் கடைகளும் கூடவே முளைத்தன. தமிழ் வானொலி, தொலைக்காட்சி என்று அது மேலும் விரிவடைந்தது. அத்துடன், திரைப்படம் திரையிடும் உரிமையை, தமிழ் நாட்டில் இருந்து வாங்கித் தாம் வாழும் நாடுகளில் திரையிடும் முயற்சியும் தொடர்ந்தது. தாம் தமது தாய்நாட்டில் கொண்டாடிய பொங்கல் தொடக்கம் கிறிஸ்மஸ்வரை ஒன்றையும் விடாது, தாம் குடிபுகுந்த நாடுகளில் கொண்டாடியும் வருகின்றனர். அதே நேரம் தாம் விட்டுவந்த தாய்நாட்டில் போரால் நலிந்து துயருறும் மக்களுக்கு, தமிழர் நீதியுடன்கூடிய சமாதானத்தைப் பெற்று வாழ்வதற்கு ஒரு பகுதியினர் உழைத்தும் வருகின்றனர். இவ்வாறு, சுழலும் பூமிப்பந்தின் எதிரெதிர்ப் பக்கங்களில் வாழும் தமிழர், இலங்கையில் தாம் வாழ முடியாததை ஈடுசெய்யும் வகையில், தமது வாழ்க்கை முறையைத் தாம் வாழவந்த நாட்டில் சிருஷ்டித்து வாழ்கின்றனர்.

அவர்கள் இவ்வாறு வாழ முற்படுகையில், அவர்களது வாரிசுகள் இரண்டு பண்பாடுகளில் வாழ நேர்ந்தது. அதனால், புதிய சவால் கள் எழுந்தன. பிள்ளைகள் தமிழ்மொழியை இழக்க ஆரம்பித்தார் கள். அதனோடு, தமிழ்ப் பண்பாட்டின் அம்சங்களும் அவர்களது வாழ்விலிருந்து கரைய ஆரம்பித்தன. வளர்ந்த பிள்ளைகளுக்குச் சரியான இணையைத் தேட முடியாத ஆதங்கம், அதே நேரம் அவர்கள் வேற்றினப் பெண்களையோ, ஆண்களையோ காதலிக்கும் போது ஏற்படும் ஏமாற்றம், விவாகரத்துகள் நேரும்போது ஏற்படும் மனச்சஞ்சலம் என்று சவால்களும் சஞ்சலங்களும் தொடர்ந்தன. சுருக்கமாகச் சொல்வதானால், முதலாவது சந்ததியினர் தாபித்த யாழ்ப்பாணச் சூழலில், பிள்ளைகளுக்கு அக்கறை குறைவுற்றது. தம்மோடு கொண்டுவந்த கல்விபற்றிய கோட்பாடுகளைப் பிள்ளை களுக்குத் திணிக்க முற்பட்டபோது, முரண்பாடுகள் எழுந்தன. இரண்டு சந்ததிகளுக்கும் இடையில் உள்ள தலைமுறை இடைவெளி அதிகரித்தது.

எனவே, **சுழலும் தமிழ் உலகம்** என்ற நிகழ்ச்சியில் எழுதுவதற்கும், பின் ஒலிபரப்புவதற்கும் நிறையவே விஷயங்கள் உள்ளதை அறிந்து கொண்டேன். சுழலும் இந்தத் தமிழ் உலகில் ஏற்பட்ட வாழ்க்கை மாற்றங்களினூடே நாம் எதிர்நோக்கிய, இன்னும் எதிர்நோக்கும் பிரச்சினைகள், வெளிவந்த பல நல்ல விஷயங்கள், இலக்கிய முயற்சிகள், நாம் இழந்துகொண்டிருக்கும் பண்பாட்டுக் கூறுகள் ஆகியவற்றுடன் நாம் வாழப்புகுந்த நாட்டில் தினமும் கற்றுக் கொண்டிருக்கும் விஷயங்கள்பற்றிய கருத்துக்களை, இந்த நிகழ்ச்சியில் சேர்த்துக்கொள்ளலாம் என எண்ணினேன். நிகழ்ச்சியை நடத்த ஆரம்பித்த பின்னர், எனது பார்வை மேலும் விசாலித்தது. புதிய நாட்டில் வாழ்க்கையைக் கொண்டுசெல்வதில் உள்ள கஷ்டங்கள், பிள்ளைகளை அந்நியக் கலாசாரத்தின் மத்தியில் வளர்த்தெடுப் பதில் உள்ள சிக்கல்கள், சிரமங்கள், அவர்களுக்கு நாம் கொடுக்க

வேண்டிய எமது பண்பாட்டின் முக்கிய அம்சங்கள், அவர்களுக்கு எமது மொழியைக் கற்றுக்கொடுக்க வேண்டியதன் அவசியம், அவர்களது திருமணம் சம்பந்தமாக எதிர்நோக்கும் பிரச்சினைகள், பெண்களது வாழ்க்கையில் ஏற்பட்டுள்ள மாற்றங்கள், அவர்கள் எதிர்நோக்கும் பிரச்சினைகள், அத்துடன், அவர்கள் அணியும் பொட்டு, சேலை ஆகியன பற்றிய மிக விரிவான தகவல்கள், நாம் மற்றவர்களது பண்பாட்டிலிருந்து ஏற்றுக்கொள்ள வேண்டிய விஷயங்கள், அந்நிய நாட்டில் எமது முதியோரது வாழ்வு, பொதுவாக, அனைவரும் புலம்பெயர்ந்த பின்னர் எதிர்நோக்கும் பிரச்சினைகள் என, நிறைய விஷயங்களை இந்தத் தலைப்பின் கீழ் எழுதி வானொலி நிகழ்ச்சியாக வழங்கிவந்தேன். அத்துடன், மேலும் பல விஷயங்கள் சேர்ந்துகொண்டன. சமயம்பற்றிய எமது கருத்துப்போக்கில் ஏற்பட வேண்டிய மாற்றங்களுடன், இந்துக்களும் கிறிஸ்தவர்களும் கொண்டாடும் பொங்கல், ஈஸ்டர், புது வருடம், நவராத்திரி, தீபாவளி, நத்தார் ஆகியவற்றின் வரலாறு, இடத்துக்கிடம் நாட்டுக்கு நாடு கொண்டாடப்படும் முறைகளில் உள்ள வேறுபாடுகள், கொண்டாட்டங்களின் உண்மை யான தாற்பரியம், நாம் அவற்றிலிருந்து பெற்றுக்கொள்ள வேண்டிய முக்கிய செய்திகள் என்று, இவைபற்றிச் சற்று விரிவாகவே எழுதவேண்டியிருந்தது. அத்துடன், நாம் வாழும் நாடுகளில் ஆரவாரத்துடன் கொண்டாடப்படும் காதலர் தினம், தாய்க்குரிய நாள், தந்தைக்குரிய நாள் ஆகியவற்றின் வரலாறு, முக்கியத்துவம் ஆகியன பற்றியும், வானொலி கேட்கும் நேயர்கள் பயன்பெறு வதற்காக எனது நிகழ்ச்சிகளில் சேர்த்துவந்தேன். நாளுக்கு நாள் வளர்ந்துவரும் விஞ்ஞானத்தின் வளர்ச்சியில் நாம் கவனத்தில் கொள்ள வேண்டிய விஷயங்களும் இந்த நிகழ்ச்சியில் இடம்பெற ஆரம்பமாகின. இவ்வாறு, **சுழலும் தமிழ் உலகம்** பல்வேறு அம்சங்களை உள்ளடக்கி ஒலிபரப்பாகி வந்தது. நான் இவற்றை எல்லாம் எழுதினாலும், அவை வானொலியில் ஒலிபரப்பாகிக் கேட்போரைக் கவர்வதற்கு, அதற்குரிய அம்சங்களுடன் இணைய வேண்டும். நிகழ்ச்சியில் வரும் விஷயத்திற்கு ஏற்பப் பாடல்களைத் தெரிவுசெய்து இணைத்ததுடன், அதற்கேற்பப் பின்னணி இசையை யும் சேர்த்துக்கொண்டேன். அத்துடன், அவற்றையெல்லாம் உரிய முறையில் இணைத்து, நிகழ்ச்சியை அழகாகவும் கவர்ச்சி யாகவும் ஒலிப்பதிவுசெய்து ஒலிபரப்புவதற்கு, ஆரம்பம் முதல் இன்றுவரை ஏறக்குறைய இரண்டரை வருடங்கள், குன்றாத விருப்பத்துடனும் ஆர்வத்துடனும் உதவிசெய்து வருபவர், ரோனி செபரத்தினம். அவருக்கு, இந்த இடத்தில் நான் நன்றி தெரிவித்தாக வேண்டும். வானொலி ஆரம்பித்த காலத்தில் இருந்த ஈடுபாடு, காலப்போக்கில் பலருக்குக் குறைந்துபோய்விட்டது. தொடர்ந்து ஆர்வத்துடனும் பொறுப்புணர்வுடனும் நிகழ்ச்சி செய்துவருபவர்கள் மிகச் சிலரே. எனது ஆர்வம் குன்றாது இருப்பதற்கு ரோனி

ஒருவகையில் காரணம். சனிக்கிழமை, ரோனி ஒலிப்பதிவுக்கு வருவாரே என்று, நான் அந்த வாரத்து நிகழ்ச்சிக்குரிய பிரதியை எழுதுவேன். இதனால், வாரந்தோறும் நான் குறைந்தது பத்துப் பக்கங்கள் கொண்ட நிகழ்ச்சியைத் தயார்செய்து வந்தேன்; இன்னும் வருகிறேன்.

அவுஸ்திரேலியத் தமிழ் ஒலிபரப்புக் கூட்டுத்தாபனத்தில் கடந்த இரண்டரை வருடங்களாக நான் **சுழலும் தமிழ் உலகம்** என்ற நிகழ்ச்சியை நடத்திவருகிறேன். அவர்கள் எந்த விதத்திலும் எனது சுதந்திரத்தில் தலையிடவில்லை. நான் விரும்பிய விஷயங் களை, விரும்பிய வகையில் கூறுவதற்குப் பூரண சுதந்திரத்தை அளித்துள்ளார்கள். இந்த நிகழ்ச்சியைத் தமது வானொலியில் ஒலிபரப்புவதற்கு அவர்கள் எனக்குச் சந்தர்ப்பம் வழங்கியிருக்கா விடின், இந்த நூலில் இடம்பெற்றுள்ள பெரும்பான்மையான கட்டுரைகளை நான் எழுதுவதற்கு வாய்ப்பிருந்திருக்காது. எனவே, தமது வானொலியில் எனது நிகழ்ச்சிகளை வழங்குவதற்குச் சந் தர்ப்பம் வழங்கிய அவுஸ்திரேலியத் தமிழ் ஒலிபரப்புக் கூட்டுத் தாபனத்துக்கு, சிறப்பாக அதன் தாபகர்களில் ஒருவரான திரு. குணசிங்கம் அவர்களுக்கு, எனது மனப்பூர்வமான நன்றியைத் தெரிவித்துக்கொள்கிறேன்.

இவ்வாறு, நான் வானொலி நிகழ்ச்சிக்காக எழுதிவந்த விஷயங் கள் என்னிடம் நிறையவே இருந்தன. அந்த நேரத்தில், செல்வி சந்திரமதி கந்தசாமி போன்ற பெண்கள் சிலரின் முயற்சியால், **தோழியர்** என்ற பெயரில் ஓர் இணையதளம் உருவாகியது. எழுதக்கூடிய பெண்கள் **தோழியரில்** எழுதவேண்டும் என்றும், அதே நேரத்தில் அவர்கள் தமக்கெனப் புதிய இணையதளங்களை உருவாக்க வேண்டும் என்றும் விருப்பம்கொண்ட செல்வி சந்திரமதி கந்தசாமி, தனக்குத் தெரிந்தவர்கள் மூலம், பல பெண்களை இந்த நல்ல முயற்சியில் ஈடுபடுத்த முனைந்தார். இவ்வாறு, அவர் கேட்டுக்கொண்டவரில் ஒருவர் பத்மநாப ஐயர். ஐயர், செல்வி சந்திரமதி கந்தசாமியை எனக்கு அறிமுகம் செய்துவைத் ததுடன், இருவரிடையேயும் தொடர்பை ஏற்படுத்தி வைத்தார். செல்வி சந்திரமதி எனக்கு ஓர் இணையதளத்தை உருவாக்கித் தந்தது மட்டுமல்ல, ஆரம்பத்தில் நான் அவருக்கு அனுப்பிய எனது கட்டுரைகளை *Unicode* முறைக்கு மாற்றி, அந்த இணைய தளத்தில் பிரசுரித்தும் வந்தார். பின்னர், அதில் வாரந்தோறும் கட்டுரைகளைப் பதியும் முறையை எனக்குச் சொல்லியும் தந்தார். இவ்வாறு உதவிய சந்திரமதிக்கு, இவ்விடத்தில் நான் எனது மனப் பூர்வமான நன்றியைத் தெரிவித்துக்கொள்கிறேன்.

இவ்வாறு மதியின் உதவியுடன் ஆரம்பித்த எனது இணைய தளத்திற்குப் **புத்துயிர்ப்பு** *(www.uyirppu.yarl.net)* எனப் பெயர் சூட்டினேன். அதில் கட்டுரைகள் வலைப்பதிவு செய்யப்படப்

பலர் வந்து அவற்றைப் படித்தனர். அவை பற்றிய தமது கருத்துக்களையும் சிலர் கூறினர். கருத்துக் கூறிய அனைவருக்கும் எனது நன்றி. பெண்களுக்கு உதவக்கூடிய சில கட்டுரைகளைத் தோழியரில் வலைப்பதிவு செய்தேன். அனைவரும் படிக்கக்கூடிய சில கட்டுரைகளைத் **திண்ணை** இணையதளத்தில் வலைப்பதிவு செய்தேன். எனது கட்டுரைகளுக்கு இடமளித்த இந்த இரு இணையதளங்களுக்கும் எனது உளப்பூர்வமான நன்றி. புத்துயிர்ப்பில் இடம் பெற்றுள்ள சில கட்டுரைகள் வேறு இணையதளங்களில் மறுபதிவு செய்யப்பட்டுள்ளன. **திசைகள்** இணையதளம், எனது அனுமதியுடன் 'தமிழ் மணி' என்ற கட்டுரையை மறுபதிவு செய்தது. **வெப்தமிழன்** என்ற இணையதளம், புத்துயிர்ப்பில் இடம்பெற்றுள்ள சில கட்டுரைகளை மறுபதிவு செய்துள்ளது. இலங்கையில் இருந்து வெளிவரும் பத்திரிகையான **தினக்குரல்**, எனக்குத் தெரிந்தவரையில், புத்துயிர்ப்பில் இடம்பெற்றுள்ள இரு கட்டுரைகளைப் பிரசுரம் செய்துள்ளது.

பத்மநாப ஐயருக்கு நான் நிறையவே நன்றிக்கடன் பட்டிருக்கிறேன். ஆரம்பத்தில், நான் எனது வானொலி நிகழ்ச்சிகளில், புலம்பெயர்ந்த தமிழரின் கவிதைகளையும், சிறுகதைகளின் போக்கைச் சொல்லி, அவற்றின் முக்கிய பகுதிகளையும் ஒலிபரப்பி வந்தேன். அதற்கான விஷயங்களை நான் பெறுவதற்காக, எனக்கு ஏராளமான நூல்களை அனுப்பி உதவியதுடன், நான் தெரிவுசெய்யும் கவிஞர், சிறுகதை எழுத்தாளர்பற்றிய விபரங்களையும் தந்து உதவினார். ஐயர் இவ்வாறெல்லாம் உதவிகள் செய்தது மட்டுமன்றி, நான் விஷயங்களை இணையத்தில் பதிவு செய்வதற்கு, அடிக்கடி என்னை ஊக்கப்படுத்தியும் வந்தார். அத்துடன், இவற்றையெல்லாம் தொகுத்து ஒரு புத்தகமாக்கலாம் என்று அவர் கூறியபோது, அது சாத்தியமான காரியமேயல்ல என்றே முதலில் நினைத்தேன். ஆனால், இன்று இந்த நூல் வெளிவருகிறது என்றால், அதற்கு 100 வீதம் காரணகர்த்தாவாக இருந்தவர் பத்மநாப ஐயர்தான். நான், எனது கட்டுரைகளை மின்னஞ்சல் மூலம் அவருக்கு அனுப்பும் வேலையை மட்டுமே செய்தேன். மிகுதி அனைத்தையும் செய்தவர் அவரே. நூலை வெளியிடுவதற்குக் கட்டுரைகளில் பிழைகளைப் பார்த்துத் திருத்தங்கள் *(proof-reading)* செய்வதுமுதல், முன்னுரை எழுதுவதற்கு கலாநிதி நா. கண்ணனைக் கேட்டது, பின் அவரிடமிருந்து அதனைப் பெற்று இணைப்பதுவரை என்று, இந்த **சுழலும் தமிழ் உலகம்** நூலுருப் பெறுவதற்கு அனைத்து விதங்களிலும் காரியமாற்றியவர் பத்மநாப ஐயர். அவர் செய்த உதவிகளுக்கு ஈடாக, நான் இந்தப் பிறவியில் கைமாறு செய்ய முடியும் என்று எனக்குத் தோன்றவில்லை. அந்தளவிற்கு நான் அவருக்கு நன்றிக்கடன் பட்டுள்ளேன்.

எனது இந்த நூலுக்கு முன்னுரை எழுத மனவிருப்புடன் ஒத்துக்கொண்ட நா.கண்ணன் அவர்களுக்கு எனது மனம் நிறைந்த நன்றியைத் தெரிவித்துக்கொள்கிறேன்.

எனது கணவரின் பூரண ஆதரவு இன்றி, நான் இந்தக் கட்டுரைகளை எழுதவும், வானொலியில் ஒலிபரப்பவும் முடியாதுபோயிருக்கும். பெண்கள், தங்கள் ஆக்க சக்தியை வீணடிக்காது பயன்படுத்தவேண்டும் என்ற கொள்கையுடைய அவர், எப்போதும் எனக்கு முழுமையான ஆதரவு தந்துவருபவர். அவருக்கு நான் எப்போதும் நன்றிக்கடன்பட்டவளாவேன்.

இந்நூலைப் பதிப்பித்த **தமிழியல்** பதிப்பகத்தினருக்கு எனது மனப்பூர்வமான நன்றி.

சிட்னி   **சந்திரலேகா வாமதேவா**
அவுஸ்திரேலியா
01.01.2007

தமிழின் பெருமை

தமிழ் மணி

மணி என்றதும் எமக்கு முதலில் நினைவுக்கு வருவது கோயில் அல்லது தேவாலய மணிதான். பாடசாலையில் பாட முடிவை அறிவிக்கும் மணியையும் நாம் மறப்பதில்லை. நான் படித்த கிறிஸ்தவப் பாடசாலையில் மதிய இடைவேளை ஆரம்பிப்பதைக் குறிக்கப் பாடசாலையில் உள்ள பெரிய மணி ஒலிக்கும். அதைத் தொடர்ந்து *chapel*லில் உள்ள மணி ஒலிக்கும். இந்த இரண்டு மணிகளும் ஒலிக்கும்போது, மாணவிகள் எழுந்து நின்று மனதுக்குள் பிரார்த்தனை செய்ய வேண்டும் என்பது விதிமுறை. யாழ்ப்பாணத்தில் வாழும் போது தினமும் காலையிலும் மாலையிலும் பலவிதமான மணிகள் ஒலிப்பதைக் கேட்டிருக்கிறோம். தேவாலயத்தில் ஒலிக்கும் மணி, நேரத்தை அறிவதற்கும் உதவும். கோயிலில் ஒலிக்கும் கண்டாமணி, அங்கு பூசை நடக்கிறது அல்லது நடக்கப் போகிறது என்பதை அறிவிக்கும். தேவாலயத்தில் விட்டுவிட்டு நெடுநேரம் ஒலிக்கும் மணி, ஒரு துக்க நிகழ்ச்சி நடந்துவிட்டதை அறிவிக்கும். யாழ்ப்பாணத்தில் மணி ஓசை எமது நாளாந்த வாழ்வோடு கலந்திருந்தது. அதனைக் கேட்கும்போது மனத்தில் ஒருவித மகிழ்ச்சி ஏற்படும். புலம்பெயர்ந்து வந்ததும் இந்த மணி ஓசை கேட்பதென்பது அருமையாகி விட்டது. கோயிலுக்குப் போகிறவர்கள் பூசை நேரத்தில் அங்கு ஒலிக்கும் சிறிய மணி ஓசையைக் கேட்பார்கள். இலங்கையைப் போலன்றி இங்கு அபூர்வமாக ஒலிக்கும் தேவாலாய மணிகள் ஓர் இசை போல முக்கியமான சந்தர்ப்பங்களில் ஒலிப்பன. மணிக் கோபுரத்தில் கட்டப்பட்டுள்ள பல்வேறு மணிகளை ஒலிப்பதற்குப் பயிற்சிபெற வேண்டும். வாரநாட்களில் மாலையில் *SBS* தொலைக் காட்சியில் ஒளிபரப்பப்படும் *Global Village* என்ற

The Tamil Bell

Tamils have long been seafarers and traders. It is believed that they reached northern Australia by the 14th century, and there is a suggestion that they may have got as far as New Zealand. In 1836 the missionary explorer William Colenso found this bell, which had been used by Ma-ori as a cooking vessel for generations. Inscribed on it in Tamil are the words 'Mohoyideen Buk's ship's bell'. The bell is now held at the national museum, Te Papa. Theories abound, but the precise origins of the bell and how it got to New Zealand remain a mystery.

நிகழ்ச்சியில், பல்வேறு நாடுகளில் இந்த மணிகள் எவ்வாறு ஒலிக்கின்றன, அவற்றை ஒலிப்பதற்கான பயிற்சி எவ்வாறு வழங்கப்படுகிறது போன்ற விபரங்களைத் தரும் சில நிகழ்ச்சிகளைக் காண முடிந்தது. இந்தக் கட்டுரை கூறவுள்ளது, கோவில் மணிபற்றி அல்ல, கப்பல் மணி, அதுவும் தமிழ் மணிபற்றி.

நியூசிலாந்தின் தலைநகரான வெலிங்டனில் உள்ள **நூதன**சாலையில் வெண்கலத்தால் ஆன ஒரு மணி உள்ளது. அது, William Colenso என்பவரால், 1836இல் நியூசிலாந்தின் Northland இல் கண்டெடுக்கப்பட்டது. சில Maori கிராமப் பெண்கள் விநோதமான ஒரு பாத்திரத்தில் உருளைக்கிழங்கு அவித்துக்கொண்டிருப்பதை அவர் கண்டார். அந்தப் பாத்திரத்தை அவர் ஆராய்ந்து பார்த்தபோது, அது உலோகத்தால் ஆக்கப்பட்டிருப்பதைக் கண்டுகொண்டார். அதனை ஒரு பட்ட மரத்தின் உள்ளே கண்டு எடுத்ததாகவும், அது சந்ததி சந்ததியாக அந்த tribeக்குச் சொந்தமாக இருந்து வந்ததாகவும் அந்தப் பெண்கள் அவருக்குக் கூறினர். அவர்களுக்குச் சமையல் செய்வதற்குப் பானை ஒன்றைக் கொடுத்துவிட்டு, அதனை வாங்கிக்கொண்டார் அவர். அது, உலோகத்தால் ஆன ஒரு மணி. அந்த மணி 1890ஆம் ஆண்டுமுதல் இந்த நூதனசாலையில் இருந்துவருகிறது.

அந்த மணி பற்றிச் செய்யப்பட்ட ஆய்வுகள் பல முக்கியமான வரலாற்று உண்மைகளை வெளிக்கொண்டு வந்தன. அந்த மணியில் 23 எழுத்துக்கள் பொறிக்கப்பட்டுள்ளன. அவை, அந்த மணியின் அடியில் சுற்றிவர அமைக்கப்பட்டுள்ளன. முக்கியமான விஷயம் என்னவெனில், அதில் பொறிக்கப்பட்டுள்ள எழுத்துக்கள் தமிழாக இருப்பதுதான். ஆம், அது ஒரு தமிழ் மணி. முகைய்யதின் வகுசுவின் கப்பல் மணி என்ற கருத்தில் அதில் உள்ள வார்த்தைகள் அமைந்துள்ளன. அந்த எழுத்துக்கள்பற்றிப் பலவகையான கருத்துகள் கூறப்படுகின்றன. உதாரணமாக, இவ்வெழுத்துக்கள் கிபி 200இலிருந்து இன்றுவரை எக்காலத்தைச் சேர்ந்ததாகவும் இருக்கலாம் என்று Archaelogical Survey of India கருதுகிறது. முகைய்யதின் என்ற பெயர் இஸ்லாமியச் செல்வாக்கைக் குறிக்கிறது என்று கொண்டு, இந்த மணி ஏறக்குறைய கிபி 1500 தொடக்கம் 1600 வரை உள்ள காலப்பகுதியைச் சேர்ந்தது என்பது இன்னொரு கருத்து.

இன்னொரு கருத்தின்படி, இம்மணி கிபி 850ஆம் ஆண்டு தொடக்கம் தமிழ்நாட்டை ஆண்ட சோழர் காலத்தைச் சேர்ந்தது என்று கூறப்படுகிறது. சோழர் காலத்தில் வெண்கலத்தில் சிற்பங்கள் செய்வது மிகச் சிறப்புப் பெற்றது என்பது எங்கள் அனைவருக்கும் தெரியும். இந்த மணியும் வெண்கலத்தால் ஆனது என்பது குறிப்பிடத்தக்கது. நியூசிலாந்தில் உள்ள ஒக்லண்டில் வசிப்பவரும், சர்வதேசத் தமிழ்ப் பண்பாட்டு இயக்கத்தைச் சேர்ந்தவருமான Doctor ராசநாதன் என்பவர், இந்த மணி சோழர் காலத்தை

மட்டுமே சேர்ந்தது என்றும் அவர்களே இதனை நியூசிலாந்துக்குக் கொண்டுவந்திருக்க வேண்டும் என்றும் 1994இல் கூறியுள்ளார். அவர் மேலும் கூறுகையில், சோழர் மட்டுமே தென்கிழக்கு ஆசியா வரை தமது அரச அதிகாரத்தையும் வியாபாரத்தையும் பரப்பியவர்கள் என்றும், அவர்களுக்கு மட்டுமே இந்த எல்லைவரை கப்பல் ஓட்டும் சக்தியும் வலிமையும் இருந்தன என்றும் குறிப்பிட்டுள்ளார்.

சோழர்களது முக்கியமான துறைமுகமாக நாகப்பட்டினம் விளங்கியது என்றும், இந்த இடத்திலேயே இந்த மணி வார்க்கப்பட்டு உருவாக்கப்பட்டிருக்க வேண்டும் என்றும், அங்கிருந்தே முகைய்யதின் தனது தென்கிழக்கு நோக்கிய கடற் பயணத்தை 1170களில் ஆரம்பித்திருக்க வேண்டும் என்றும் கருதப்படுகிறது. அவன் நாகப்பட்டினத்தை விட்டு மரத்தால் கட்டப்பட்ட, முக்கோண வடிவப் பாய் கொண்ட கப்பலில் புறப்பட்ட காலத்தில் சோழர் தமது உச்ச நிலையில் இருந்திருக்க வேண்டும். அவன் மரபார்ந்த வர்த்தக நீர்வழிப் பாதையில் வங்காள விரிகுடாவிற்கூடாக சுமாத்திரா சென்று, பின் இந்தோனேஷிய நீருக்குள் சென்றிருக்க வேண்டும் என்றும் கருதப்படுகிறது. பின்னர் ஜாவாவிலிருந்து *Cape York* இற்கும், பின் கீழே சென்று அவுஸ்திரேலியாவின் நியூ சவுத் வேல்ஸ்க்கு வருவது நேரான பாதையாக இருந்திருக்கும். பாதையைச் சற்று மாற்றி அதிகம் கிழக்காகச் சென்றமை, அவனை நியூசிலாந்துக்குக் கொண்டுவந்து சேர்த்திருக்க வேண்டும். அவன் *Waikato*வுக்கும் *Awakino Rivers*இற்கும் இடையில் தரையிறங்கியிருக்க வேண்டும்.

முகைய்யதின், உலகப்படம் வரைந்தவர்களுள் முக்கியமானவராக விளங்கிய *Al-Idrisi* என்பவரின் சமகாலத்தவன் என்று கருதப்படுகிறது. இந்த *Al-Idrisi*தான் அதிகளவு சரியான பூகோளத்தை முதலில் வரைந்தவர் என்று நம்பப்படுகிறது. கிபி 790இல் அராபியர் நியூசிலாந்தைக் கண்டுபிடித்தமைபற்றி இவர் விவரித்துள்ளார். முகைய்யதினுடன் வியாபாரம் செய்ததன்மூலம் இவருக்கு முஸ்லிம்களின் தொடர்பு ஏற்பட்டிருக்கலாம் என்றும், முகைய்யதின் இவரின் மூலமே நியூசிலாந்துபற்றி அறிந்திருக்கலாம் என்றும் கருதப்படுகிறது.

12ஆம் நூற்றாண்டில் முகைய்யதினும் அவனது சகாக்களும் நியூசிலாந்துக்கு வந்தமைக்கு ஒரு *genetic* ஆதாரமும் உள்ளது. நியூசிலாந்து முழுவதும் உள்ள *Maori*களைவிட, *Auckland* இல் நிலக்கூறுகளை இணைக்கும் ஒரு நில இடுக்கில் வாழும் *Maori*கள் அதிகம் கருமையான தோல் நிறம் உள்ளவர்கள். ஓர் இடத்தைக் கண்டுபிடிப்பவர்கள், அங்கு ஏற்கெனவே வசிக்கும் மனிதர்களுடன் கலந்து பழகுதலும், உறவுகளை ஏற்படுத்திக்கொள்ளுதலும் புதுமையான விஷயங்கள் அல்ல. *Auckland*இன் அந்த நில இடுக்கில் 1500களில் ஏற்பட்ட சனப் பெருக்கத்தின் விளைவாக, அங்கிருந்தவர்கள்

தெற்கு நோக்கி இடம்பெயர்ந்தனர். இவ்வாறு குடிபெயர்ந்து *Opotiki* என்ற இடத்திற்கு அருகில் உள்ள இடத்தில் பல காலமாக வாழ்பவர்கள், கறுப்புத் தோல் நிறம் கொண்ட தமது பூர்விகக் குடிகளது வம்சாவழியை 1280ஆம் ஆண்டுகளுடன் தொடர்புபடுத்து கின்றனர். அவர்களிடையே, இந்தியாவில் உள்ளது போல, இறந்த பின் உடலைத் தகனம் செய்யும் முறை காணப்பட்டது. இந்த மரபு *Lake Taupo*வின் வடபகுதிக் கரைகளிலும் காணப்பட்டது.

பிற்காலத்தில் வந்த வியாபாரிகளிடம் ஆணிகள் போன்றவற்றை விரும்பி வாங்கிய *Maori* இனத்தவர், உலோகத்தில் மிகுந்த விருப்பம் உள்ளவர்கள். இவர்கள் முகைய்யதினிடமிருந்து இந்த உலோக மணியை வாங்கியிருக்கலாம் அல்லது அவன் அவர்களுக்கு இதனைப் பரிசளித்திருக்கலாம். அன்று முதல், அதனைப் பெற்ற *tribe*ஐச் சேர்ந்தவர்கள், இதனை மிகப் பெறுமதி வாய்ந்த பொருளா கப் பேணி வந்திருக்க வேண்டும் அல்லது முகைய்யதின் திரும்பும் வழியில் அஹங்கரேய் *(Ahangarei)* என்ற இடத்தில் நின்று, தனது நீண்ட பயணத்திற்காகக் கப்பலில் பொருட்களை நிரப்பித் தயார் செய்திருக்கலாம். அதற்கான உதவிக்காகக் கப்பல் மணியை *Maori*களுக்கு வழங்கியிருக்கலாம். இந்த மணி முறிந்துபோன ஒரு மரத்தின் உட்புறத்தில் காணப்பட்டமை சுவாரஸ்யமானது. *Puriri* மரங்கள் 700 வருடங்கள் வளரக்கூடியன. பின்னர், உள்ளே உக்கிப் பின் முறிந்துபோவன. அந்த *tribe*ஐச் சேர்ந்தவர்கள் மணியை ஒழித்துவைக்க விரும்பியிருந்தால், இந்த மரப் பொந்துகள் மிகப் பாதுகாப்பானவை என்பதில் சந்தேகமில்லை. மரம் முறிந்ததும் உள்ளே உள்ள உக்கிய பகுதியை அகற்றிவிட்டு, அடியில் மணியை மறைவாக வைத்திருக்கலாம். அப்படியாயின், அதனை அவர்கள் ஏன் மீண்டும் எடுக்கவில்லை? அதை அங்கே வைத்தவர்கள் பின்னர் மறந்துபோயிருக்கலாம். அல்லது கொல்லப்பட்டோ, அடிமைப்படுத்தப்பட்டோ இருக்கலாம். ஆனால், ஒன்று மட்டும் உறுதியாகத் தெரிகிறது. இந்தத் தமிழ் மணி பெரும்பாலும் 500 வருடங்கள் புதையுண்டு இருந்திருக்கிறது. முகைய்யதினும் நாடு திரும்பியிருக்கலாம். பின்னர், போத்துக்கேயர் நியூசிலாந்து வந்தபோது, யாரை வழிகாட்டிகளாகக் கொண்டுவந்தனர் தெரியுமா? தமிழரை.

கடந்த வாரங்களில் நியூசிலாந்திற்குச் சென்றிருந்தபோது, அந்தத் தமிழ் மணியை நேரில் காணும் விருப்பத்துடன் *Te Papa* எனப்படும் வெலிங்டனில் உள்ள நூதனசாலைக்குப் போனேன். அங்கு வேலை செய்பவர்களை விசாரித்தபோது, பலருக்கு இந்த மணிபற்றி எதுவும் தெரியவில்லை. ஆயினும், இதுபற்றி விசாரிக்கக்கூடிய ஒருவருடன் எம்மைத் தொடர்பு படுத்திவிட்டார்கள். அவர், இந்த மணி இப்போது பார்வைக்கு வைக்கப்படவில்லை என்றும், நூதனசாலையில் இலட்சத்திற்கு மேற்பட்ட பொருள்கள் உள்ளதால், அனைத்தையும் ஒரே தடவை

யில் பார்வைக்கு வைப்பது சாத்தியமில்லை என்பதால், மாறி மாறித்தான் பொருள்களை வைப்போம் என்றார். தமிழ் மணியைப் பார்க்கமுடியாமல்போனது ஏமாற்றத்தைத் தந்தபோதும், அந்த அதிகாரி, மணியின் படங்களைப் பார்க்கக்கூடிய ஒரு பகுதிக்கு எம்மை நெறிப்படுத்தினார். அங்கே, பல்வேறு கோணங்களில் எடுக்கப்பட்டு, விரிவு *(enlarge)* செய்யப்பட்ட பல படங்கள் இருந்தன. மணியில் எழுத்துக்கள் பொறித்திருந்த பகுதியே எனக்கு முக்கியமாகத் தெரிந்தபடியால், அதனதும், மணியின் முழுத் தோற்றத்தினதும் *photo* பிரதிகள் எடுத்து வந்தேன். மணியில் முகைய்யதின் என்று பெயர் தெளிவாக உள்ளது. எனவே, இப் பெயருக்குரியவர் முஸ்லிம் என்பதில் சந்தேகமில்லை. மணியில் பின்வருமாறு எழுதப்பட்டுள்ளது. முகைய்யதின் வகுசு உடைய கபல் உடைய மணி. கப்பல் என்ற சொல்லுக்குரிய 'ப்' அதில் எழுதப்படவில்லை. தற்போது எழுதப்படுவதுபோல, உடைமைப் பொருளைக் குறிக்கும் ஆறாம் வேற்றுமை விகுதியான 'உடைய' என்பது பெயர்ச்சொல்லுடன் இணைத்து எழுதப்படாது, இரண்டு இடங்களிலும் தனியாக எழுதப்பட்டுள்ளது. இது மிகப் பண்டைய தமிழ் அல்ல என்பதும், நவீன தமிழும் அல்ல என்பதும் பார்த்த உடனேயே தெரிகிறது. உரைநடை தமிழுக்கு வந்த காலத்தில் எழுதப்பட்ட எழுத்தைப்போலவே தெரிகிறது. சோழர்காலக் கல்வெட்டுகளில் தமிழ், மலையாளம், கிரந்தம் ஆகிய எழுத்துக்கள் கலந்த தமிழே காணப்பட்டது. எனவே, பெரும்பாலும் அந்தக் காலத்துக்குப் பிந்தியதாகவே இந்த எழுத்துக்கள் காணப்படுகின்றன. அறிஞர்கள் சிலர் கருதுவதுபோல, இந்த மணி 1500ஆம் ஆண்டு களையோ, அதை ஒட்டிய காலத்தைச் சேர்ந்ததாகவோ இருக்கலாம். ஆயினும், இந்த மணியை ஆராய்ந்த *Michael Fitzgerald* என்ற வரலாறு கற்ற *curator* கூறுவதுபோல, இந்த மணியின் தோற்றமும், அது நியூசிலாந்து வந்த விதமும் தொடர்ந்தும் ஊகத்துக்குரிய விஷயங்களாகவே உள்ளன. எதிர்கால ஆய்வுகள் சிலவேளைகளில் தமிழ் மணி பற்றிய திட்டவட்டமான முடிவுகளைப் பெற உதவலாம்.

•

தமிழ் எங்கள் சமூகத்தின் விளைவுக்கு நீர்...

இந்தியா, பிரித்தானிய ஆட்சியை எதிர்த்துப் போராடிய காலத்தில், தமிழ்நாட்டுக் கவிஞர்கள் தமிழ்மொழியின் பெருமையைத் திரும்பத் திரும்பப் பாடி மகிழ்ந்துள்ளார்கள். அவர்கள் தமது தாய் மொழியின் பெருமையை எடுத்துக் கூறியது மட்டு மன்றி, தமிழ் எங்கள் உரிமைச் செம்பயிருக்கு வேர்... என்று பாரதிதாசன் குறிப்பிட்டதுபோல, தமிழ்மொழி யைத் தமிழினத்தின் உரிமைப் போராட்டத்துக்கு அடிப்படையாகப் பயன்படுத்தினர். தமிழின் பெருமை யைக் கவிஞர்கள் கவிதை என்ற வடிவத்தின் இயல் புக்கு ஏற்பச் சிறிது மிகைப்படுத்திக் கூறியிருந்த போதும், திராவிடமொழிக் குடும்பத்தில் மிகப் பழமை வாய்ந்ததும், இலக்கியச் செழிப்பு அதிகம் கொண்டதுமான தமிழ்மொழி, அம்மொழியைப் பேசுபவர்களாகிய நாம் பெருமைகொள்ளுமளவிற்குப் பலவகைகளில் சிறப்பும் பெருமையும் கொண்டது.

ஏறக்குறைய இருபத்தியொரு நூற்றாண்டுகால நீண்ட வரலாற்றைக் கொண்ட தமிழ்மொழியில் சொல்லப்படாத விஷயங்களே இல்லை என்னுமள விற்குக் காதல், வீரம், அறம், பக்தி, தத்துவம், அங்கதம், நாட்டுப்புறப் பாடல்கள், தாலாட்டு, சுதந்திரம் என்று பலதரப்பட்ட விஷயங்களிலும் ஏராளமான இலக்கி யங்கள் எழுந்துள்ளன. பக்திக்குத் தமிழ் என்று சிறப்பித்துக் கூறக்கூடிய வகையில், நெஞ்சை உருக்கும் பக்திப் பாடல்கள் காலம் காலமாகத் தமிழில் தோன்றியிருக்கின்றன. இவற்றுள், தமது இலக்கியச் சிறப்பாலும், சொல்லப்பட்ட விஷயத்தாலும் தனித்து வத்துடன் விளங்கிய நூல்கள் ஆங்கிலம் முதலிய

பல மொழிகளிலும் மொழிபெயர்க்கப்பட்டுள்ளன. தமிழின் ஈடில்லாச் சிறப்பால் கவரப்பட்ட பல மேல்நாட்டு அறிஞர்கள் அதனைப் படித்து இன்புற்றனர். இன்றும் இன்புற்று வருகின்றனர். வட அமெரிக்காவில் பல்வேறு பல்கலைக்கழகங்களில் தமிழ் ஒரு பாடமாகப் போதிக்கப்படுவதுடன், அதுபற்றிய விரிவான ஆய்வுகளும் நடைபெற்று வருகின்றன.

இவ்வாறு பல சிறப்புக்களைக் கொண்ட தமிழ்மொழி இன்று தமிழர்களாலேயே பேசப்படாத ஒரு துயரமிகு நிலையை நோக்கிச் சென்றுகொண்டிருப்பதைப் பிறநாடுகளில் வாழும் பல தமிழர் மிகுந்த விசனத்துடன் அவதானித்து வருகின்றனர். அந்த நிலையை மாற்றுவதற்காகத் தாம் வாழும் நாடுகளில் தமிழ்ச் சங்கங்களையும் தமிழ்ப் பாடசாலைகளையும் அமைத்துத் தம்மால் முடிந்த அளவிற்கு அடுத்த தலைமுறைக்குத் தமிழ்மொழியையும் தமிழ்ப் பண்பாட்டையும் வழங்குவதற்கு முயற்சி செய்துவருகின்றனர். இது, எந்தளவில் வெற்றிபெறும் என்பதற்குக் காலம்தான் பதில் சொல்ல வேண்டும்.

பிறநாடுகளில், உதாரணமாக அவுஸ்திரேலியாவில் பிறந்து வளருகின்ற தமிழ்ப் பிள்ளைகளுக்கு ஆங்கிலம் பேசுவது கஷ்ட மான காரியமில்லை. ஆங்கிலேயப் பிள்ளைகளோடு பாடசாலை களில் அதிக நேரம் பழகுவதால், தாங்கள் வேற்று இனத்தவர் என்பதை அவர்களில் பலர் மறந்து, அவர்களைப்போலவே தம்மையும் எண்ணி நடந்துகொள்கிறார்கள். அதனால், தமிழை வீட்டில் பேசுவது அவர்களுக்கு விருப்பமான விஷயமாக இல்லை. எனவே, பெற்றோர் தமிழில் கேட்கும் கேள்விகளுக்கு ஆங்கிலத்தி லேயே பதிலளிக்கிறார்கள். நாளடைவில், அவர்களது நா ஆங்கில மொழி பேசுவதற்கு முற்றாகப் பழகிவிடவே, வயதுவந்த பின்னர் தமிழைப் பேச விரும்பினும், அதனைத் தமிழரைப்போல உச்சரிக்க முடியாதுபோவதுடன், புதிய ஒரு மொழியை ஆரம்பத்திலிருந்து படிப்பதுபோல அதனைப் படிக்க நேரிடுகிறது. எந்த மொழியாயி னும் அதிகம் பயன்படுத்தாதுவிடின், அதை விரைவில் மறந்துபோக வாய்ப்புள்ளது. எனவே, முதல்மொழியாகிய தாய்மொழியிலேயே ஆரம்பத்திலிருந்து பேசி வராதுவிடின், பின்னர் மிகவும் மனம் வருந்த நேரிடும்.

அண்மையில் சிட்னியில் தமிழ் இளைய சமுதாயத்தினரால் நடத்தப்பட்ட ஒரு நிகழ்ச்சிக்குப் போக நேர்ந்தபோது, ஒன்றை மனவருத்தத்துடன் அவதானிக்க முடிந்தது. அங்கு உணவு வேளை யின்போது எவரும் தமிழில் உரையாடவில்லை. அது குறித்து நான் எமது நண்பரின் 16 வயது மகளுடன் கதைத்தபோது, அவள் கூறிய விஷயம் எனக்கு வியப்பளித்தது. யாராவது தமிழில் கதைத்தால், மற்றவர்கள் அவர் இப்போதுதான் கப்பலால் இறங்கியவர் என்று கேலி செய்வார்களாம். அதனால், யாரும் தமிழில் பேச விரும்புவதில்லையாம். தமிழ்பேசும் அந்தப் பெண்

கூறிய இன்னொரு விஷயம், பலர் தமது மொழிபற்றி எவ்வளவு அறியாமையுடன் இருக்கிறார்கள் என்பதைப் புலப்படுத்தியது. தான் இன்னொருவருடன் தமிழில் கதைப்பதை அவதானித்த தனது அவுஸ்திரேலிய ஆங்கிலச் சினேகிதி தனக்குக் கூறியதாவது, ஆகா, எவ்வளவு அற்புதம், உங்களுக்கு இரு மொழிகள் தெரிந்திருக்கிறது. எனக்கு ஒரு மொழிதான் தெரியும். ஆங்கிலத்துடன் உங்கள் தாய்மொழியையும் நீங்கள் அறிந்திருப்பது உங்களுக்கு எவ்வளவு பலத்தை அளிக்கிறது தெரியுமா? தாய்மொழி அறிவு பிள்ளைகளின் பல்வேறு விதமான வளர்ச்சிகளுக்கும், அவர்களது உளவியல் நிலைக்கும் பலமாக அமையும் என்பதால், பல ஐரோப்பிய நாடுகளில் தாய்மொழியை அறிந்திருப்பதன் அவசியத்தை வலியுறுத்தி வருகின்றனர்.

நாம் எமது மொழியை இழப்பதால் எவ்வெவற்றை இழக்கப் போகிறோம் என்பதைச் சற்று நினைத்துப் பார்ப்பது பயனுள்ளது என்று நினைக்கிறேன். ஆங்கிலத்தில் இதுபற்றிப் பல கட்டுரைகள் வந்துள்ளன. அவற்றை எழுதியவர்கள் தமிழர் அல்லர்; ஆங்கிலேயர்கள். உங்கள் தாய்மொழியை இழந்துவிடாதீர்கள். அதனால், நீங்கள் நாளடைவில் உங்கள் பண்பாட்டையே இழந்துவிடுவீர்கள். பின்னர் நீங்கள் யார் என்பதையே அறியாத நிலையில் இருண்ட வாழ்வு வாழ நேரிடும் என்று அவர்கள் இக்கட்டுரைகளில் எச்சரித்துள்ளனர். இவை, தம் நாடுகளில் வாழவந்த பல்வேறு இனத்தவர்களை மனதில் கொண்டு எழுதப்பட்ட கட்டுரைகள். அவர்கள் எதிர்பார்ப்பது வேறுபாடுகளின் மத்தியில் ஏற்படும் ஒருமைப்பாட்டையே. அதாவது, அவுஸ்திரேலியாவில் வாழும் பல்வேறு இனத்தவர்கள் அவுஸ்திரேலியப் பிரஜைகள் என்ற ஒருமைப்பாட்டின் கீழ், ஒவ்வொரு இனமும் ஏனையவரைப் பாதிக்காத முறையில், தத்தமது பண்பாடுகளுடன், தத்தமக்குரிய தனித்துவத்துடன் வாழ வேண்டும் என்பதே. அப்போதுதான், ஓர் ஆரோக்கியமான சமுதாயம் உருவாக முடியும். தங்கள் பண்பாட்டினை இழந்து, வேற்று இனத்துக்குரிய உடலுடன், தாம் வாழும் நாட்டின் வாழ்க்கைமுறையைப் பின்பற்றி வாழும் தனித்துவமற்ற மனிதர்களைக் கொண்ட ஒரு சமுதாயத்தை எவரும் விரும்பமாட்டார்கள்.

எனவே, தமிழர்களாகிய நாம் எமது சுய அடையாளத்தை உணர்ந்துகொள்வது மிக மிக அவசியம். சுய அடையாளம் என்றால் என்ன? நான் யார்? என்ற கேள்விக்கு ஒருவர் நெஞ்சை நிமிர்த்தித் திடமான பதில் சொல்ல முடியுமென்றால், அவர் யார் என்ற அடையாளம் அவருக்குப் புரிந்திருக்கிறது எனலாம். இங்கே, நான் யார் என்பது ஆத்மீகரீதியில் விடை காண்பதற்குரிய கேள்வியல்ல. சமூக அடிப்படையில் பதில் தேடுவதற்கான ஒரு வினா.

நாம் யார்? இக்கேள்விக்கு நாம் இலங்கைத் தமிழர் என்று பதிலளிக்கும்போது, எந்த அடிப்படையில் அவ்வாறு கூறுகிறோம்.

இலங்கையைச் சேர்ந்த தமிழ்ப் பெற்றோருக்குப் பிறந்த ஒரே காரணத்தால் நாம் தமிழராகி விடுவோமா? அல்லது தமிழகராதி, தமிழர் என்ற சொல்லுக்கு வரைவிலக்கணம் கூறுவதுபோல, தமிழ்மொழியைப் பேசுவதால் நாம் தமிழராகிறோமா? அப்படியானால், தமிழை நன்றாகப் பேசும் ஒருவர் முற்றாக வேற்றுப் பண்பாட்டைக் கடைப்பிடிப்பாரானால், அவர் தமிழரா? அல்லது தமிழ்க் கலாசாரத்தை முற்றாகக் கடைபிடிக்கும் ஒருவர் தமிழ் மொழியை அறியாதிருந்தால், அவரைத் தமிழர் எனலாமா? தமிழரது அடையாளம் என்ன என்பதை நாம் புரிந்துகொண்டால்தான், வெளிநாட்டில் வாழும் எமக்கு அது எவ்வளவு முக்கியம் என்பதை விளங்கிக்கொள்ள முடியும்.

சொந்த நாட்டில் நாம் எமது இனத்தவரோடு கூடிவாழும்போது, நான் யார்? என்ற கேள்வியை ஆத்மீக அடிப்படையில் எழுப்புவதற்குச் சந்தர்ப்பம் உள்ளதே தவிர, சமூகரீதியாக அதை எழுப்புவதற்கான தேவை ஏற்படுவது இல்லை. ஆனால், வேறு ஒரு நாட்டில், வேறு மொழி பேசி, நமது கலாசாரத்திலிருந்து வேறுபட்ட கலாசாரம் உடையவர்களோடு கூடிவாழ நேரும்போது, நாம் யார்? எமது பண்பாடு என்ன? என்று அறியவேண்டிய அவசியம் ஏற்படுகிறது. உலக நாடுகளின் வரலாற்றைப் பார்க்கும்போது, ஆள்பவரால் ஆளப்படுகிற இனத்துக்கு ஆபத்து வந்த சந்தர்ப்பங்களில் எல்லாம், ஆளப்படுகிற இனத்தவர் மத்தியில் தமது மொழி, பண்பாடு, வரலாறு, மதம் பற்றிய விழிப்புணர்வும் அபிமானமும் ஏற்பட்டுள்ளதை அவதானிக்கலாம். ஆனால், ஓர் இனம் வேறு ஒரு நாட்டில் வாழவேண்டிய சந்தர்ப்பம் ஏற்படும்போது இவ்வாறான விழிப்புணர்வைப் பெறுவதில்லை. இதற்குக் காரணம் அவர்கள் தமது மொழிக்கும் பண்பாட்டுக்கும் ஆபத்து வந்துவிட்டதாக உணர வேண்டிய தேவை ஏற்படாமையே. ஆயினும், பல சந்ததிகளாக ஓர் இனம் வெளிநாடுகளில் வாழும் போது, ஏதோ ஒரு கட்டத்தில் இனவெறியால் பாதிக்கப்படலாம். அப்போது, அவர்கள் தாம் யார் என்பதை உணராதிருப்பின், அவர்களால் அப்பாதிப்பிலிருந்து மீள முடியாது போகும். தாம் ஆங்கிலேயரைப் போல ஆங்கிலம் பேசினாலும், அவர்களைப் போலவே வாழ்ந்தாலும் அவர்கள் தமது இனத்தவராக இவர்களைக் கொள்ளவில்லை என்ற உண்மையும் அப்போதுதான் புலனாகும். அத்துடன், தாம் வேரற்ற மரங்களாக வாழ்கின்ற அவலநிலையும் புரியும். இது, வெளிநாடுகளில் தமது பண்பாட்டை மறந்து வாழ்கின்ற எந்த இனத்துக்கும் நேரக்கூடிய நிலைமையாகும். எனவே, எமது சந்ததியினருக்கு அந்த நிலை வராது தடுப்பதற்கான முழு முயற்சியையும் எடுக்கவேண்டியது எமது தலையாய கடமை யாகும்.

மொழி, பண்பாட்டின் ஓர் அம்சமாக விளங்குவதால், அதனை இழக்கும்போது பண்பாட்டையும், அதனால் சுய அடையாளத்

தையும் இழக்க நேரிடுகிறது. இது, ஒரு மனிதனுக்கு ஏற்படும் மிகப் பெரிய இழப்பு என்பதைப் பலர் இப்போது புரிந்துகொள்ள இயலாத நிலையில் இருக்கின்றனர். ஒருவர் நாற்பது வயதை அடையும்போது, அவருக்குத் தனது தாய்மொழி, பண்பாடு ஆகியவற்றில் பற்று ஏற்படுகிறது என்றும், அப்போது அதுபற்றிய அறிவின்றியிருப்பின், அவற்றைத் தமக்குப் புகட்டாத பெற்றோரின் மேலேயே அவர் வருத்தம் கொள்வார் என்று ஓர் ஆய்வு தெரிவிக்கிறது.

இங்கு வாழும் பிள்ளைகளுக்குத் தமிழ் எதற்கு என்று கூறும் பெற்றோர் பலரை நான் சந்தித்திருக்கிறேன். படிப்பதற்கும் வேலை செய்வதற்குமே மொழி தேவை, அதற்குத் தமிழ் உதவாது என்பதால், அது தேவையில்லை என்பது அவர்களது வாதம். அவர்கள் தூரநோக்கு அற்றவர்கள் என்பது சொல்லாமலே புரியும். இரண்டு, மூன்று சந்ததிகளுக்குப் பின்னர் இங்கு வாழ்ப்போகிறவர்களைப் பற்றி நாம் எண்ணிப்பார்க்க வேண்டும். வாழ்க்கை என்பது படிப்பும் வேலையும் மட்டுமல்ல. நாம் நாமாக இருக்க வேண்டும். அது, வாழ்வில் மிக முக்கியமான விஷயம். நாம் நாமாக இருப்பது நமக்கு ஆத்ம பலமளிக்கும் விஷயம். அதற்கு, எமக்குத் தாய்மொழி அறிவும், தமிழர் வரலாறு பற்றிய அறிவும் அவசியமாகிறது. நாம் எப்படிப்பட்ட இனத்தி லிருந்து வந்திருக்கிறோம், எமது மூதாதையர் எத்தனை சாதனை களை நிகழ்த்தியுள்ளனர், எத்தகைய கஷ்டங்களை மனோபலத் துடன் கடந்துவந்துள்ளனர், எத்தகைய உயரிய பெறுமதிகளுக்கு முக்கியத்துவம் கொடுத்துள்ளனர் என்பன போன்ற விஷயங்கள் எமக்குப் பெருமிதமளிக்கும்; எம்மை உத்வேகப்படுத்தும். நாம் இவ்வாறான வல்லமையுள்ள இனத்தில் பிறந்திருக்கிறோம் என்ற எண்ணம் எமது இருப்புக்கு அர்த்தம் வழங்கும். அத்துடன், நாம் ஒரு தொடர்ச்சியின் பகுதியாக இருக்கிறோம் என்பது எமக்கு மனோபலமும் ஆத்ம திருப்தியும் அளிக்கும். இல்லாவிடின், வேரற்றவர்களாக, அனாதைகளாக நாம் உணர்வதை எம்மால் தவிர்க்க இயலாதுபோகும்.

பண்பாடு என்றால் என்ன என்று வரையறுப்பது மிகவும் கடினமானது. சுருக்கமாகக் கூறுவதானால், அது ஒரு வாழும்முறை. நாம் உண்பது, உடுப்பது, பேசுவது, நமது பெறுமதிகள், நாம் நடக்கும்முறை, எண்ணும் விதம் என்று பல்வேறு விஷயங்கள் அதனுள் அடங்கும். அவை அனைத்தும் காலத்தின் போக்கிற் கேற்பவும், நாம் வாழும் நாட்டின் பண்பாட்டிற்கேற்பவும் மாறும். அவ்வாறு மாறுவதே ஆரோக்கியமானதும்கூட. ஆனால், அதன் உயிர்நாடி அல்லது ஆத்மா ஒருபோதும் மாறாது; மாறவும்கூடாது. ஆடை மாறலாம். ஆனால், காலங்காலமாக எமது இனத்தால் பேணப்பட்டு வந்த பெறுமதிகளை நாம் மாறவிடலாகாது. நாம் இலங்கைத் தமிழர் என்று சொல்கிறோம் என்றால், அதற்கு

உயிர்நாடியாக உள்ள பண்புகளை நாம் எப்போதும் கொண்டிருக்க வேண்டும். எமது உயர் பண்புகளை மற்றைய இனத்தைச் சேர்ந்த வர்கள் மதிக்கும்படியாகவும் பாராட்டும்படியாகவும் நாம் நடந்து கொள்ளுதல் மிகவும் அவசியம். அதே நேரம், எமது பண்பாட்டில் காலமாற்றத்திற்கு ஒவ்வாதன அல்லது வேண்டத்தகாதன இருப்பின் அவற்றைக் களைவதும், ஏனைய பண்பாடுகளில் உள்ள நல்லன வற்றை ஏற்பதும் ஆரோக்கியமான வளர்ச்சிக்கு உதவும்.

எனவே, தாய்மொழியும் எமது பண்பாடும், இன வரலாறும் நாம் நாமாக இருப்பதற்குப் பெரிதும் உதவுவன. எமது எதிர்காலச் சந்ததி தமது சுய அடையாளத்தைப் பேணுவதற்கும், தாம் தமிழர் என்று துணிவுடனும் நம்பிக்கையுடனும் தலை நிமிர்ந்து சொல்வதற்கும் வாழ்வதற்கும் ஏற்ற வழிவகைகளைச் செய்வது எம் அனைவரின் தார்மீகப் பொறுப்பாகும்.

எமது சுய அடையாளத்தில் தமிழ்மொழி அறிவின் அவசியம்

எமது அடுத்தடுத்த சந்ததியினர் இந்த நாட்டில் எவ்வாறு தமது சுய அடையாளத்துடன் தலை நிமிர்ந்து வாழமுடியும் என்பதுபற்றிப் பலரும் பல விதமான கருத்துக்களைக் கூறிவருகிறார்கள். இந்த சுய அடையாளத்திற்குத் தாய்மொழி அறிவு அவசியம் என்பதால், அதனை எவ்வாறு பயிற்றுவிக்கலாம் என்றும் பலர் கூடிக்கூடி ஆராய்கிறார்கள். இந்த விஷயம் குறித்து நாம் அதிகம் சிந்திக்க வேண்டியுள்ளது. புதிது புதிதாக வரும் தொடர்புச் சாதனங்களால் உலகம் சிறிதாகிக் கொண்டு வருகிறது. இதன் காரணமாக, இந்த உலகம் முழுவதும் ஒரு நாடு, இங்கு வாழும் மனிதரெல்லாம் ஒரே இனம் என்ற நிலை வருமாயின், நாம் எமது எதிர்காலச் சந்ததியினரையிட்டு எந்தவிதக் கவலையும் அடைய வேண்டிய அவசியமில்லை. ஆனால், இந்த உலகம் போகும் போக்கு அவ்வாறான நிலை உருவாகுவதற்கான சாத்தியங்களைக் காட்டி எமக்கு நம்பிக்கையூட்டவில்லை.

மற்றைய இனங்களில் காழ்ப்புணர்ச்சி காட்டுவது என்பது மனித இனத்துக்குப் பொதுவாகக் காணப்படும் பண்பாயினும், ஒரு நாட்டில் பெரும்பான்மை இனமாக வாழ்வோர் இந்த இயல்பை அதிக வெளிப்படையாகக் காட்டுகின்றனர். அதுவும் வேற்று நாட்டு மக்கள் தங்கள் சொந்த இடங்களை விட்டு வெளியேறி, வேறு நாடுகளில் குடியேறிவரும் இந்தக் காலத்தில், அந்தந்த நாட்டுப் பெரும்பான்மையினர் இன்னும் அதிகமாக இந்த இயல்பைக் காட்டுகின்றனர். வரலாறுகள், பல்வேறு இனமனிதர்கள் முரண்பாடின்றி ஒன்றாக வாழ்ந்ததற்கு அதிக ஆதாரங்கள் தரவில்லை.

உதாரணமாக, இலங்கையில் இரண்டு இனங்கள் முரண்படாது வாழவில்லை. இந்தியாவில் அப்படி. ஜேர்மனியில் யூதர்களுக்கு நடந்தது எம் அனைவருக்கும் தெரியும். 2001ஆம் ஆண்டு செப்ரெம்பர் 11ஆம் தேதி சம்பவத்துடன் தொடர்பாக, அவுஸ்திரேலியாவில் இஸ்லாமியருக்கு எதிராக எம் கண்முன்னே என்ன நடந்தது என்றும் எமக்குத் தெரியும். தமது அடிமனத்திற்குள் இனவெறி ஒழிந்திருப்பதைச் சில அவுஸ்திரேலியர் வெளிப்படையாகவே ஒத்துக்கொண்டுள்ளனர். நம்மோடு இப்போது வாழ்கின்றவர்களை விட எதிர்காலத்தில் வாழப்போகிறவர்கள் எவ்வளவு சகிப்புத்தன்மை குறைந்தவர்கள் என்பதை நாம் இப்போதே அறியமுடிகிறது. அண்மையில் எடுத்த ஒரு கருத்துக் கணிப்பு ஒன்றில், வேற்றுமொழி பேசுபவர்களைப் பிடிக்கவில்லை என்று பல அவுஸ்திரேலியச் சிறுவர்கள் கூறியுள்ளனர். இப்படிப்பட்டவர்களுடன்தான் எமது எதிர்காலச் சந்ததியினர் வாழப்போகிறார்கள் என்பது எமக்குப் பெரிதும் அச்சமூட்டும் விஷயம். இனத்துவேஷம் என்பது எந்த நாட்டிலும், எந்த நேரத்திலும் ஏற்படலாம். அது, பெரிய இனக் கலவரமாக வெடிக்கத் தேவையில்லை. உள்ளிருந்து சிறிது சிறிதாக அரிப்பதே பெருமளவில் நடக்கக்கூடியது. அப்போது, தம்மைக் காப்பாற்றிக்கொள்ளத் தாம் யார் என்று அறிந்துகொள்வது அவசியமாகிறது. இந்த, தம்மைப் பற்றிய அறிவில், தாம் ஒரு வேரிழந்த இனம் என்பதைவிட, ஒரு வரலாற்றின் தொடர்ச்சி என்பதும், தாம் சிறப்பு மிக்க பண்பாட்டையும் மொழியையும் கொண்டிருக்கிறோம் என்பதும் அவர்களுக்கு அதிக பலத்தைத் தரும் என்று நான் நினைக்கிறேன்.

இன அடையாளம் எமக்கு எவ்வளவு முக்கியம் என்பதை ஓர் உதாரணம் மூலம் பார்ப்போம். வாத்துகளின் இடத்தில் கோழிகளும் வான்கோழிகளும் வாழுகின்றன என்று வைத்துக் கொள்வோம். அவற்றுக்கு உணவு தாராளமாகக் கிடைக்கும் வரையில் அவற்றிடையே பிரச்சினைகள் எழ வாய்ப்பில்லை. என்று உணவுக்குப் பஞ்சம் ஏற்படத் தொடங்குகிறதோ, அன்று அவற்றிடையே முரண்பாடுகள் எழ ஆரம்பிக்கும். வாத்துகள் தமது இடத்திலிருந்து கோழிகளையும் வான்கோழிகளையும் கொத்திக் கலைக்க ஆரம்பிக்கும். அப்போது, கோழி தன்னை வாத்து என்று போலியாக எண்ணாமல், தான் கோழிதான் என்றும் தனக்குரிய இயல்புகள் என்னென்ன என்றும், தனது தாய்க்கோழி எவ்வாறு தன்னைப் பாதுகாத்து வாழ்ந்திருந்தது என்றும் தெரிந்திருந்தால், அது அங்கு தனக்குரிய இடத்தை எடுத்துக்கொள்ளும். இது தெரியாவிடின், அது வாத்துகளால் துரத்தப்பட்டு, அனாதையாகப் போக்கிடமின்றித் தவித்தலையும். இது மனிதருக்கும் பொருந்தும் என்று நினைக்கிறேன்.

இந்த உலகம் முழுவதும் நாடு விட்டு நாடு சென்று வேரற்றுப் போன இனங்கள் பல உண்டு. அவர்கள் தமக்கென எந்தவித

பெருமையுமின்றி, மற்றைய இனங்களால் மதிக்கப்படாது வாழ்கிறார் கள். சில வாரங்களின் முன் அவுஸ்திரேலியாவில் உள்ள SBS தொலைக்காட்சியில், ஸ்லோவாக்கியாவில் (Slovakia) ரோமா எனப்படும் ஜிப்சி இனத்தினர் எவ்வாறு இனவெறிக்கு உட்படுகிறார் கள் என்று ஒரு விவரணப் படம் காட்டினார்கள். அவர்கள் அதிகம் பிள்ளைகளைப் பெறுவதால், ஒருகாலத்தில் தமது சனத் தொகையை மிஞ்சிடுவார்கள் என்ற அச்சத்தால், அவர்களை Sterilize செய்யும் முயற்சியில் அரசு இறங்கியிருப்பதாக ஜிப்சிகள் குற்றம் சாட்டுவதை அந்த நிகழ்ச்சியில் அவதானிக்க முடிந்தது. அத்துடன், அரச வைத்தியசாலைகளில் அவர்கள் பாரபட்சத்துடன் நடத்தப்படும் முறையையும் காணமுடிந்தது. ஜிப்சிகள் தமக்கென இன, மொழி அடையாளங்களைப் பேணாதுவிட்டதன் விளைவே இது.

புலம்பெயர்ந்து வாழும் சூழலில் இன, மொழி அடையாளங் கள் ஓர் இனம் தலைநிமிர்ந்து வாழ்வதற்கு எவ்வளவு அவசியம் என்பது இதிலிருந்து தெரிகிறது. மொழியைப் பற்றி இங்கு பார்ப் போம். தமிழ்மொழி மிக நீண்ட வரலாற்றையும் பெருமையையும் கொண்டிருந்தபோதும், அது தோன்றிய இடத்தைவிட இலங்கையில் தான் அது தனது தூய்மையுடன் இன்று வாழ்கிறது என்பது பற்றி நாம் பெருமையடையலாம். புலம்பெயர்ந்த தமிழர், தாம் ஒருகாலத்தில் நினைத்தேயிராத நாடுகளில் இன்று குடியேறியுள்ள னர். தமிழர்கள் ஒருகாலத்தில் பேசுவார்கள் என்று தாம் கற்பனை பண்ணியிராத மொழிகளை இன்று அவர்கள் பேசுகிறார்கள். ஜேர்மன், பிரெஞ்சு மொழிகள் மட்டுமல்ல, ரஷ்ய, சுவீடிஷ், நோர்வேஜிய, டனிஷ், போத்துக்கேய, டச்சு மொழிகள் என்று சொல்லப்பட்ட முக்கிய மொழிகள் பேசும் தமிழர்கள் அந்தந்த நாடுகளில் வாழ்கிறார்கள். இவர்கள் அனைவரும் ஒருவரோடு ஒருவர் பேசுவதற்கு இன்று உதவும் மொழி தமிழ். அடுத்தடுத்த சந்ததியினர் தமிழை மறந்தால், இவ்வாறு பல நாடுகளில் வாழ்பவர் ஒருவரோடு ஒருவர் என்ன மொழியில் பேச முடியும்?

அது ஒருபுறமிருக்க, மொழி என்பது ஒருவருக்கு எத்தனை அவசியம் என்பதுபற்றி மொழியியல் வல்லுநர்கள் வற்புறுத்தி வருகின்றனர். If you lose your language, it is easy to lose your culture, too. அதாவது, நீங்கள் மொழியை இழந்தால், பின்னர் உங்கள் பண்பாட்டை இலகுவாக இழந்துபோய்விடுவீர்கள் என்று கூறும் அவர்கள், Take time to speak to your children in your first language, அதாவது, பிள்ளைகளுடன் உங்கள் மொழியில் பேசுவதற்கு நேரம் ஒதுக்குங்கள் என்று பெற்றோருக்கு அறிவுறுத்துகிறார்கள். அத்துடன், ஒரு மொழியை அதிகம் பயன்படுத்தாது விட்டால், அது விரைவில் மறந்துபோய்விடும் என்றும் பிற்காலத்தில் அது அவர்களைக் கவலையில் ஆழ்த்தும் என்றும் அவர்கள் கூறுகிறார் கள். ஆங்கிலத்தில் கல்வி கற்கும் பிள்ளைகளுக்குத் தமது தாய்

மொழியை அறிந்திருப்பது என்பது மேலதிகமாகச் சிந்திக்கும் ஆற்றலை வளர்க்குமே தவிர, சில பெற்றோர் அஞ்சுவதுபோல எந்தவிதக் குழப்பத்தையும் ஏற்படுத்தாது. இங்கு வாழும் தமிழ்ப் பிள்ளைகள் தமது பாரம்பரியத்தில் ஆங்கிலம், தமிழ் ஆகிய மொழிகளையும் அவுஸ்திரேலிய, தமிழ்ப் பண்பாடுகளையும் கொண்டிருப்பதே ஆரோக்கியமானது. தாய்மொழி என்பது நாம் நினைப்பதைவிட அதிக பெறுமதி வாய்ந்தது. அதனை நாம் பணப் பெறுமதியுடன் இணைத்துப் பார்ப்பது சரியல்ல. தாய்மொழியைப் பிள்ளைகள் அறியச் செய்வது பெற்றோரின் முக்கிய கடமைகளில் ஒன்று.

ஓர் ஆங்கிலப் பெண்ணை மணந்த ஒரு தமிழர், ஓர் ஒன்று கூடலில் பல தமிழரின் முன்னிலையில், தனது பிள்ளைகளுக்குத் தமிழ் தேவையில்லை என்றும், இந்த நாட்டில் வாழவுள்ள அவர்களுக்கு ஆங்கிலமே போதுமானது என்றும் கூறியபோது, அவரது ஆங்கில மனைவி குறுக்கிட்டு, நான் உங்களது இந்தக் கூற்றையிட்டு மிகவும் அவமானம் அடைகிறேன். தந்தையின் தாய்மொழியைப் பிள்ளைகள் அறிய மறுப்பதற்கு எமக்கு எந்தவித உரிமையும் கிடையாது. அவர்களுக்குத் தெரிவுகளை அளித்து, தமிழ்மொழியை அறியச் செய்யும் வழியைக் காண்பிக்கவேண்டியது பெற்றோரின் தலையாய கடமை என்று கூறியது மட்டுமல்ல, பிள்ளைகளைத் தமிழ்ப் பாடசாலைக்குத் தமிழ் கற்பிப்பதற்கு அனுப்பியும் வந்தார். இதேபோல, மலேஷியத் தமிழரை மணந்த ஒரு சீனப் பெண், தனது பிள்ளைகள் இருவருக்கும் மிகச் சிறிய வயதுமுதலே மிகத் தொலைதூரங்களுக்கு அழைத்துச் சென்று, தமிழ் கற்பித்து வந்ததை நானறிவேன். ஒருவரின் அடையாளத்தில் மொழி என்பது முக்கியமானது என்பதை நாம் மறக்கவோ, மறைக்கவோ முடியாது.

புலம்பெயர்ந்த தமிழர் தமிழைப் பேணுவதன் முக்கியத்துவம் பற்றிப் பலர் பலவிதமாகக் கூறிவருகிறார்கள். கவிஞர் அம்பி தனது கருத்தைக் கவிதையிலே் அழகாகக் கூறுகிறார். அம்பி சிறந்த கல்விமானும், இலக்கிய உலகம் நன்கறிந்த கவிஞருமாவார். அவர் அவுஸ்திரேலியாவில் வாழும் தமிழ்ப் பிள்ளைகள் தாய் மொழியைக் கற்றுப் பரீட்சைகளுக்குத் தோற்றுவதற்கேற்ற கல்வித் திட்டங்களை உருவாக்க ஆலோசனை கூறியவர். தமிழை மறக் கக்கூடாது என்பதுபற்றி **ஓடிடும் தமிழா** என்ற தலைப்பில் அவர் எழுதிய கவிதை ஒன்றைத் தருகிறேன். இந்தக் கவிதை, கவிஞர் அம்பி உட்படப் பல துறைகளில் சிறப்புப் பெற்றவர்களை நேர்கண்டு, **சந்திப்பு** என்ற தலைப்பில் லே. முருகபூபதி வெளி யிட்டுள்ள நூலில் இடம்பெற்றுள்ளது.

இதோ அந்தக் கவிதை . . .

ஓடிடும் தமிழா நில் நீ
ஒரு கணம் மனதைத் தட்டு
வீடுநின் ஊர் உன் சொந்தம்
விளைநிலம் நாடு விட்டாய்
தேடியதெல்லாம் விட்டுத்
திசைபல செல்லும் வேளை
பாடிய தமிழை மட்டும் பாதையில் விட்டிடாதே.

ஓர்தலை முறையின் பின்னே
உன்னடி உறவென் றேதும்
ஊரிலே அறியாப் பிள்ளை
உலகரங்கினில் யாரோ?
தாரணி மீதில் நானோர்
தமிழனென் றுறுதி செய்யின்
ஊர்பெயர் உடைகள் அல்ல
ஒண்டமிழ் மொழியே சாட்சி.

சாட்சியாய் அமையுஞ் சொந்தச்
செந்தமிழ் மொழியே முன்னோர்
ஈட்டிய செல்வம் எங்கள்
இனவழிச் சீட்டாம், எந்த
நாட்டிலே வாழ்ந்த போதும்
நடைமுறை வாழ்வில் என்றும்
வீட்டிலே தமிழைப் பேணும்
விதிசெயல் கடமை ஐயா.

வீட்டிலே தமிழைப் பேசும்
விதிசெயல் கடமை ஆமாம்
பாட்டனாய் வந்து பேரன்
பரம்பரை திரிதல் கண்டே
ஈட்டிய செல்வம் போச்சே என்று
வாட்டுநெஞ் சுணர்வை வெல்ல
வழி பிறிதொன்று மில்லை.

●

சந்திரலேகா வாமதேவா

பிறப்பிலிருந்து திருமணம்வரை

என்ன பெயர் வைக்கலாம்?
எப்படி அழைக்கலாம்?

பிள்ளைகள் பிறந்ததும் பெயர் வைப்பது பலருக்கு மிகப் பெரிய பிரச்சினை ஆகிவிட்டது. என் குழந்தைக்கு என்ன பெயர் வைக்கலாம், பின் தினமும் எப்படி அழைக்கலாம் என்று பலர் தலை யைக் குடைவது வழக்கமாகிவிட்டது. ஆங்கில எழுத் துக்களின் ஒழுங்கில் பெயர்கள் அமைக்கப்பட்ட வலைப்பக்கங்கள் பெருகிவிட்டன. அவை பெயர்களுக் குக் கருத்துக்களும் தருகின்றன. ஆயினும், அவற்றில் உள்ள பெயர்கள் பலருக்கு முழுத் திருப்தியைத் தருவதில்லை. இதனால், புதிய பல பெயர்கள் உருவாக்கப்படுகின்றன. சிலவற்றுக்குக் கருத்துண்டு. பலவற்றுக்கு இல்லை. தமிழர் எவ்வாறு பெயர் வைக்கிறார்கள் என்பது ஆராய்வதற்குச் சுவாரஸ்ய மான விஷயமாகப்படுகிறது.

வெளிநாடுகளில் வசிக்கும் தமிழருக்குத் தங்கள் பிள்ளைகளுக்கு என்ன பெயர் வைப்பது என்பது மிகப் பெரிய பிரச்சினையாக உள்ளது. பெரிய பெயர் வைப்பதா? அப்படி வைத்தால், பிறமொழி பேசுபவர் களுக்கு அதனை உச்சரிப்பது இலகுவாக இருக்குமா? அல்லது அதில் ஒரு பகுதியைப் பிரித்தெடுத்து அழைக் கக்கூடிய வகையிலாவது அப்பெயரை அமைக்க வேண்டுமா? அல்லது சிறிய பெயராக, அவர்களது வாயில் நுழையக்கூடிய வகையில் வைக்கலாமா? அல்லது சுலபமாக எந்த நாட்டில் வாழ்கிறார்களோ, அந்தப் பெரும்பான்மை இனத்துக்குரிய பெயரை வைக்கலாமா? அல்லது குறைந்தது பெரும்பான்மை யோரது பெயரைப்போல ஒலிக்கக்கூடிய ஏதாவது அர்த்தமில்லாத பெயர்களை வைக்கலாமா? வெளி நாட்டில் உள்ள தமிழர் தங்கள் பிள்ளைகளுக்கு வைத்துள்ள பெயர்களைப் பற்றி ஆய்வு செய்தால்,

இத்தனை விஷயங்களும் அவர்களை ஆட்டிப்படைத்துள்ளமை புலனாகும்.

யாழ்ப்பாணத்தில் காலத்திற்குக் காலம் பெயர்கள் மாற்றம் பெற்று வந்துள்ளமை யாவரும் அறிந்ததே. நல்லார், பூதத்தம்பி, பொன்னம்மா, தாயம்மா போன்ற நல்ல தமிழ்ப் பெயர்கள் வைத்த காலம் போய், வடமொழிப் பெயர்களைப் பிள்ளைகளுக்கு வைக்கும் காலம் வந்தது. அந்தக்காலம் தொடக்கம் வடமொழிப் பெயர்கள் யாழ்ப்பாணத் தமிழரின் வாழ்வில் ஆட்சிபுரியத் தொடங்கியது. சண்முகம், சிவஞானம், சசிகலா, சிவனேஸ்வரி, புவனேஸ்வரி தொடக்கம் அரவிந்தநாதன், தவகுமார், நளினி, பத்மினி ஊடாக நரேஷ், சுரேஷ், ப்ரியா, மாதுர்யா வரை கட்டங்கட்டமாகக் காலமாற்றத்திற்கேற்ப பெயர்கள் மாறத் தொடங்கின. இவற்றில் பல பெயர்கள் தமிழ் வடிவமாக்கப்பட்ட வட மொழிப் பெயர்கள். சில பெயர்கள் நேரடியான வடமொழிப் பெயர்கள். தமிழரது பெயர்களில் சமஸ்கிருதச் செல்வாக்கு ஒருபோதும் மாறவேயில்லை. நல்ல தமிழ்ப் பெயர்கள் தமிழர் வாழ்விலிருந்து ஓரளவு முற்றாக நீங்கிவிட்டதுபோலவே தெரிகிறது.

தமிழில், வடமொழியான சமஸ்கிருதத்தின் செல்வாக்கு மிக நெடுங்காலத்திற்கு முன்னரே ஆரம்பித்துவிட்டது. சங்க காலத்தில் காணப்பட்ட பாரி, நன்மார்பனார், சாத்தனார், அதியமான், நெடுமான் இளந்திரையன், இளங்கிள்ளி, ஔவையார் போன்ற தமிழ்ப் பெயர்கள் காலப்போக்கில் மறைய, வடமொழிப் பெயர்கள் பல தமிழ்நாட்டில் அறிமுகமாயின. ஞானசம்பந்தன், சுந்தரர், அருந்ததி, ராஜமாதேவி போன்ற வடமொழிப் பெயர்கள் இடம் பிடிக்கலாயின. ஆயினும், மங்கையர்க்கரசி, மருள்நீங்கியார் போன்ற தமிழ்ப் பெயர்களும் இடம்பெறாது போய்விடவில்லை. எனினும், பெருமளவு பெயர்கள் தமிழ் வடிவமாக்கப்பட்ட வடமொழிப் பெயர்களே.

இவ்வாறான வடமொழியின் ஆதிக்கத்தால், தமிழ்நாட்டில் இருபதாம் நூற்றாண்டின் நடுப்பகுதிகளில் வடமொழி எதிர்ப்பு இயக்கம் தோன்றியது. இந்த எதிர்ப்பு இயக்கத்தின் செல்வாக்குக்கு உட்பட்ட வடமொழிப் பெயர்களைக் கொண்ட பலர், அவற்றைத் தமிழ்ப்படுத்தும் முயற்சியில் இறங்கினர். இந்த முன்னேற்றத்தில், சூரியநாராயண சாஸ்திரி பரிதிமாற் கலைஞரானார். வேதாசலம் மறைமலை அடிகளானார். மு. வரதராசனாரின் படைப்புகளில் வந்த கதாபாத்திரங்கள் அனைத்தும் கயல்விழி, பாமொழி போன்ற சுத்தத் தமிழ்ப் பெயர்கள் கொண்டமைந்ததை எம்மில் பலர் அறிவோம். அவ்வாறான தாக்கம் யாழ்ப்பாணத்தில் பெருமளவில் ஏற்படாதபோதும், தமிழ் படித்த அல்லது தமிழில் ஆர்வம் கொண்ட சிலர் தமது பிள்ளைகளுக்குத் தமிழ்ப் பெயர்கள் வைக்கவேண்டும் என்று எண்ணங்கொண்டனர். இதன் காரணமாக

வள்ளி, நம்பி, நங்கை, அன்புமலர் போன்ற தமிழ்ப் பெயர்கள் பிள்ளைகளுக்கு வைக்கப்பட்டன. ஆயினும், வடமொழிப் பெயர் களே பெரிதும் செல்வாக்குச் செலுத்திவந்தன. தமிழ்ச் சினிமாவும் பெயர் வைக்கும் விஷயத்தில் அதிக செல்வாக்குச் செலுத்தியது என்றால் அது மிகையல்ல. சினிமா நடிக, நடிகையரின் பெயர்களும், சினிமாக் கதாபாத்திரங்களின் பெயர்களும் யாழ்ப்பாணத்தில் தாராளமாகவே வைக்கப்பட்டன.

பஞ்சாங்கத்தில் ஒவ்வொரு நட்சத்திரத்தில் பிறந்தவர்களுக்கும் கொடுக்கப்பட்டுள்ள எழுத்துக்களை ஆரம்பமாகவைத்துச் சிலர் பெயர் வைத்து வந்தனர். அதுபோல அறுபதுகளின் பின்னர் எண்சாத்திரம் தமிழர்களின் பெயர்களில் செல்வாக்குப் பெறத் தொடங்கியது. சேதுராமனின் எண்சாத்திரத்தைப் படித்த சிலர், தமது பிள்ளைகளின் பெயர் எண்சாத்திரத்திற்கு அமையப் பொருத்தமாக உள்ளதா என்று உறுதிப்படுத்திக்கொண்டனர். இதன் விளைவாக, அதிகப்படியான ஆங்கில எழுத்துக்கள் சில பெயர்களில் புக ஆரம்பித்ததுடன், எண்கள் சரியாக அமைய வேண்டும் என்பதற்காகச் சிலர் மிகப் புதுமையான, அர்த்தமற்ற பெயர்களையும் வைக்க ஆரம்பித்தனர். சிலர் ஏற்கெனவே வைக்கப்பட்ட தமது பெயர்களில் எண்சாத்திரத்திற்கமைய ஆங்கில எழுத்துக்களைச் சேர்த்துக்கொண்டனர் அல்லது முற்றாகப் பெயர்களை மாற்றியமைத்துக்கொண்டனர். பெயர் வைக்கும் விஷயத்தில் எண்சோதிடம் இன்றுவரை பலரைத் தனது செல்வாக் குக்குட்படுத்தி வைத்திருக்கின்றது என்பது குறிப்பிடத்தக்கது.

எண்பதுகளின் பின் இலங்கையிலிருந்து வெளியேறி, வெளிநாடு களில் குடியேறிய பலர் புதியதொரு தாக்கத்துக்குட்பட்டனர். அதிகளவில் உயிர் எழுத்துக்களைக் கொண்டு, நீண்டதாக அமைந்த தமிழ்ப் பெயர்களைப் பிறநாட்டவர் உச்சரிக்கச் சிரமப்பட்டபோது, தங்களது பெயர்களை அவர்கள் உச்சரிக்கக்கூடியவகையில் சுருக்கி யமைத்துக்கொள்ள வேண்டிய அவசியம் பலருக்கும் ஏற்பட்டது. அவ்வாறு சுருக்கும்போது சில கருத்துடன் விளங்கின, சில கருத்திழந்துபோயின. வேறு சில, விபரீத அர்த்தங்களைத் தந்தன. அத்துடன், அநேகமான நாடுகளில் குடும்பப் பெயரைப் பயன் படுத்தும் வழக்கம் இருப்பதால், அது தமிழரது பெயர் மரபில் மேலும் மாற்றங்களை ஏற்படுத்தியது. தமிழ் மரபில், சிறப்பாக இந்துக்களிடையே குடும்பப் பெயர்களைப் பயன்படுத்தும் முறை இல்லாததால், வெளிநாடுகளில் வாழவந்தவர்களின் தகப்பனின் பெயரை முதற்பெயர் என நினைத்து, அந்நாட்டவர் அதனைப் பயன்படுத்த ஆரம்பித்தபோது, அதனைத் தவிர்ப்பதற்காகத் தமது பெயரின் சுருக்கத்தைத் தமது பெயருடன் இணைத்துப் பயன்படுத்த வேண்டிய தேவை பலருக்கு ஏற்பட்டது. இதன் பயனாக, யாழ்ப்பாணத்தில் சிதம்பரநாதன் இராஜசிங்கமாக

இருந்தவர், தான் வாழவந்த நாட்டில் ராஜா ராஜசிங்கமானார். பெண்களைப் பொறுத்த வரையில் பலர் கணவனது பெயரையே பயன்படுத்தி வந்ததால், அவர்கள் அதிகளவு பெயர் மாற்றும் பிரச்சினையை எதிர்கொள்ள வேண்டியிருக்கவில்லை. ஆயினும், தமது பெயரைப் பயன்படுத்தி வந்த பெண்கள் சிலர், வெளிநாடு சென்றதும் ஆண்களைப்போலப் பெயரில் மாற்றஞ்செய்ய வேண்டி நேர்ந்தது.

மேலும், பிறநாடுகளில் வாழவந்த தமிழர், அங்கு பிறந்த தங்கள் குழந்தைகளுக்குத் தாம் வாழும் நாட்டில் உள்ள பெரும் பான்மையினர் உச்சரிக்கத்தக்கவாறு பெயர்களைச் சூட்ட வேண்டிய தேவையும் ஏற்பட்டது. இதனால், தமிழரது பெயர்களில் புதியதொரு மாற்றம் நேர்ந்தது. வடமொழிப் பெயர்கள் பல *Sha, Ja, Ksh, Ha* போன்ற தமிழில் இல்லாத உச்சரிப்புகளைக் கொண்டுள்ளதால், பலர் அப்படிப்பட்ட பெயர்களைத் தெரிவு செய்து தமது பிள்ளைகளுக்குச் சூட்டினர். இவ்வுச்சரிப்பு ஓசைகள் பிறமொழி ஓசைகளுடன் அதிகம் ஒத்ததாகக் காணப்பட்டதே, அவர்கள் இவ்வாறு தெரிவு செய்தமைக்குக் காரணம் எனலாம். வேறு சிலர் தாம் வாழும் நாட்டின் மொழி உச்சரிப்பை ஒத்த ஓசையைத் தமது பிள்ளைகளின் பெயர் கொண்டிருக்க வேண்டும் என்பதால், அர்த்தமற்ற பெயர்களைச் சூட்டினர். இந்நிலை பெரும்பாலும் ஐரோப்பிய, ஸ்கந்திநேவிய நாடுகளில் வாழும் தமிழர் மத்தியில் ஏற்பட்டது. பாரிஸிலிருந்து வரும் **ஈழநாடு** பத்திரிகையைப் படிக்கும் எவரும், தமிழர் மத்தியில் ஏற்பட்டுள்ள இப்புதிய போக்கினை விளங்கிக்கொள்வர். ஓர் உதாரணம் இப்போக்கினை நன்கு விளக்கும். இன்று பிறந்தநாள் கொண்டாடும் லிஷனை, நிலுஷா, மிலிர்ஷா, ஷரெல், மெரல் ஆகியோர்... என்று நீளும் பெயர்ப் பட்டியலில் தமிழ்ப் பெயர்களோ, சமஸ்கிருதப் பெயர்களோ இல்லை என்பதைக் கவனித்திருப்பீர்கள். தமிழ்ப் பிள்ளைகளுக்கு இவ்வாறு அர்த்தமற்ற பெயர்களைச் சூட்டுவது தவறு என்றும், இது தமிழர்கள் என்ற அவர்களது அடையாளத்தை இழக்க வழிகோலிவிடும் என்றும் பலர் கண்டித்தபோதும் இப் போக்கு அதிகம் மாறியதாகத் தெரியவில்லை. இப்போக்கைக் கண்டித்த காசி ஆனந்தன் ஒருதடவை நகைச்சுவையாக ஓர் உதாரணத்தைக் கூறியதாக இணையதளத்தில் ஒருவர் குறிப்பிட் டிருந்தார். அதை இங்கே குறிப்பிடுவது பொருத்தம் என்று நினைக்கிறேன்.

"அண்மையில் ஒரு பெற்றோர் தமது குழந்தைக்குச் சியென் என்று பெயரிட்டிருந்தனர். அவர்கள் இதனை ஒரு நாகரிக மான பெயர் என்று கருதியே தமது பிள்ளைக்குச் சூட்டி யிருந்தனர். குழந்தை வளர்ந்து, பாடசாலைக்குச் செல்லும் போது ஏனைய பிள்ளைகள் அதன் பெயரினைக் கேலிசெய் யும்போதுதான், அப்பெயருக்குப் பிரஞ்சு மொழியில் நாய்

என்று பொருள்படும் என்ற உண்மை பெற்றோருக்கு வெளிக்கும்."

மேலே குறிப்பிட்ட உதாரணம்போல, ஒரு பகுதி தமிழர் பிறநாட்டவர் பெயர்களை அப்படியே தமது பிள்ளைகளுக்குச் சூட்டி வருகின்றனர். பிறநாட்டிலேயே தமது வாழ்நாளைக் கழிக்கப்போகும் பிள்ளைகளுக்குத் தமிழ்மொழியைப்போலத் தமிழ்ப் பெயர்களும் அனாவசியம் என்பது இவர்களது வாதம். இது மிகவும் ஆபத்தான வாதம். மொரிஷியஸ், Trinidad ஆகிய இடங்களில் வாழும் தமிழர் உட்பட்ட இந்தியர் பலர் தமது மொழியை முற்றாக இழந்தபோதும், தமது இந்தியப் பெயர்களால் இன்றும் தமது தாய்நாட்டுத் தொடர்பை உணர்த்தி வருகின்றனர். மொழியையும் பெயரையும் தாய்நாட்டுத் தொடர்பையும் இழந்த பின்னர் ஒருவரின் அடையாளத்தில் என்ன எஞ்சப்போகிறது?

தமிழரிடையே மட்டுமல்ல, பிறநாடுகளில் வாழ வந்துள்ள வேறு இனத்தவர் மத்தியிலும் இப்போக்குக் காணப்படுகிறது. இங்கு சிட்னியில் வாழும் பல முஸ்லிம்கள் அச்சத்தின் காரணமாகத் தமது பெயரை மாற்றி ஆங்கிலப் பெயர்களைக் குறிப்பிடுவது பற்றி அண்மையில் ஒருவர் வானொலியில் பிரஸ்தாபித்திருந்தார். எனக்குத் தெரிந்த ஓர் ஈராக்கியப் பெண்ணுக்குப் பெயர் மித்ரா என்பதாகும். மித்ரா என்பது மித்திரன். அதாவது, நண்பன் என்ற சமஸ்கிருதச் சொல்லின் பெண் வடிவம். வேத காலத்தில் மித்திரன் என்பது சூரியனுக்குள்ள பல பெயர்களில் ஒன்றாகும். மனிதர்களுடன் அவன் கொண்டுள்ள நட்புறவினைப் பிரதிபலிக்கும் வகையில் இப்பெயர் சூரியனுக்கு வழங்கப்பட்டது. இந்தோ ஐரோப்பியர் பேர்ஷியாவினூடாக இந்தியா வரும்போது அங்கு சிறப்புப்பெற்று விளங்கிய இச்சூரிய வழிபாட்டைக் கொண்டு வந்தனர் என்று கருதப்படுகிறது. எனவே, பண்டைய பேர்ஷியப் பண்பாட்டை நினைவுகூரும் வகையில், அவரது பெற்றோர் அவருக்கு மித்ரா என்று பெயரிட்டுள்ளனர் என்று நினைக்கிறேன். அவர்கள் இஸ்லாமியராக இருந்தபோதும் தமது பண்டைய பண்பாட்டை நினைவுகூரும் வகையில் பெயரிட்டதை நினைத்து நான் வியப்பதுண்டு. பின்னர் மித்ராவுக்கு ஓர் ஆண் குழந்தை பிறந்தது. ஆனால், அவர் அக்குழந்தைக்கு டேவிட் என்று பெயரிட்டதும், அதற்கு அவர் கூறிய விளக்கமும் எனக்கு மிகவும் வியப்பூட்டியது. இங்கு வாழப்போகும் பிள்ளைக்கு எங்கள் இனப்பெயரைச் சூட்டினால் இங்குள்ள மக்களுக்கு அவனது பெயரை உச்சரிப்பது கஷ்டம். எனவேதான் இவ்வாறு இங்குள்ள பெயரைச் சூட்டினேன் என்றார் மித்ரா. அவருடைய பெயர், எனது பெயர் உட்பட வெளிநாட்டினர் பலரின் பெயர்களை எமது சுவீடிஷ் மொழி போதித்த ஆசிரியை எவ்வித சிரமமும் இன்றிச் சரியாக உச்சரித்து வந்ததை, அவருக்கு அந்தச் சந்தர்ப்பத்தில் நான் நினைவூட்ட விரும்பவில்லை.

பல நாட்டவரும் தத்தமது பாரம்பரியத்திற்கு ஏற்பவே தமது பிள்ளைகளுக்குப் பெயர்களை வைப்பது வழக்கம். எமது நாட்டில் உள்ள கிறிஸ்தவர்கள் உட்பட உலகத்திலுள்ள கிறிஸ்தவர்கள் அனைவரும், பொதுவாகத் தமது பிள்ளைகளுக்கு உரிய பெயர் களைப் புனித பைபிளில் இருந்து தெரிவு செய்வார்கள். அப்பெயர் களின் பொருளை விளக்கும் நூல்கள் பல வந்துள்ளன. எனவே, பொருளை விளங்கிப் பெயர் சூட்டுவதற்கு இவை உதவுகின்றன. ரென்னிஸ் வீரான *Pat Raffter*, தனது மகனுக்கு *Joshua* என்று பெயரிட்டுள்ளார் என்றும், *Hebrew* மொழிச் சொல்லான அதற்கு, *God is Salvation* என்பது கருத்து என்று பத்திரிகையில் படித்தேன். இப்போது, அவுஸ்திரேலியர்கள் பலர் தமது பிள்ளைகளுக்கு வழமையாக வைக்கும் பெயர்களின் ஆரம்ப எழுத்துக்குப் பதிலாக *Y, Z* போன்ற எழுத்துக்களில் ஆரம்பிக்குமாறு அவற்றை அமைப்பதா கக் கூறப்படுகிறது. சில குறிப்பிட்ட பெயர்களை மாறி, மாறி வைப்பதால், அவற்றின் உச்சரிப்பை மாற்றிச் சிறிதளவு புதுப்பிப்ப தற்காகவே இந்த முயற்சி என்பது தெரிகிறது. இங்கு, பல பெண்கள் திருமணம் முடித்த பின்னரும் பெயரை மாற்ற விரும்பாது, தங்களது பழைய பெயரிலேயே போவது வழக்கம். ஆனால், குடும்ப ஒருமைப்பாட்டுக்காக, அதாவது, அனைவரும் ஒரே பெயரில் இருப்பது நல்லது என்பதால், திருமணமான பெண்கள் தமது கணவனின் குடும்பப் பெயரால் அழைக்கப்படு வதை ஏற்கும் போக்கு அண்மையில் பிரபலம் பெற்றுள்ளது. தந்தை மிகப் பிரபலமானவராயின், தமிழ்ப் பெண்கள் சிலர் திருமணத்தின் பின்னர் தந்தையின் பெயரை நடுப்பெயராகக் கொள்வதுண்டு. சில பண்பாடுகளில் தாயின் பெயரை அல்லது தாயின் தாயின் பெயரை நடுப்பெயராகக் கொள்ளும் மரபு உள்ளது. அவுஸ்திரேலியரிடையேயும் அம்மரபு பரவிவருவதாகக் கூறப்படுகிறது.

சுவீடிஷ் மக்களிடையே ஒரு புதுமையான வழக்கமுண்டு. அவர்களது நாட்காட்டிகளில் (*calendar*) ஒவ்வொரு நாளுக்கும் இரண்டு அல்லது மூன்று ஆண்களதும் பெண்களதும் மரபுவழி வந்த பெயர்கள் உள்ளன. அவர்கள் தமது பிள்ளைகளுக்கு அவற்றில் ஒன்றைச் சூட்டுவார்கள். தமது பெயர் கலண்டரில் வரும் நாளில், அப்பெயரைக் கொண்ட அனைவரும் பிறந்தநாளைக் கொண்டாடுவார்கள். உதாரணமாக, ஏவா என்ற பெயர் மார்கழி 10ஆம் தேதியின் கீழ் இருந்தால், அந்தப் பெயரைக் கொண்ட அனைவரும் அன்று தமது பிறந்தநாளைக் கொண்டாடுவார்கள். இன்னொரு புதுமையான பழக்கமும் அவர்களிடையே உள்ளது. அது, இப்போது பெருவழக்கில் இல்லையெனிலும் சிலரால் பின்பற்றப்பட்டுவருகிறது. அன்டஸ் என்பவரின் மகன் அன்டஸன் எனப்படுவார். எரிக்கின் மகன் எரிக்ஸன் எனப்படுவார். *son*

என்பது (அதனை ஸோன் என்று உச்சரிப்பர்) சுவீடிஷ் மொழியிலும் மகனையே குறிக்கும்.

இவ்வாறான பாரம்பரியங்கள் ஏதாவது தமிழருக்கு உள்ளதா என்று சிந்தித்துப் பார்த்தேன். காலத்திற்குக் காலம் பல்வேறு மாற்றங்களுக்குட்பட்டுவந்த பெயர்கள் பாரம்பரியம் ஒன்றைப் பேணத் தவறிவிட்டன. தமிழ்க் கிறிஸ்தவர்கள் போலக் குடும்பப் பெயர்களைப் பேணும் வழக்கம் தமிழ் இந்துக்களிடம் இல்லை. இதனால், பெயர்களைக் கொண்டு குடும்பத்தை அறிந்துகொள்வ தற்கு வழியில்லை. எனவே, அவர்களது பெயர்களில் தொடர்ச்சி எதுவும் கிடையாது. பெயரளவில் அவர்கள் தனித்தனியாகவே உள்ளனர். இதனால், சீன, கொரிய அல்லது ஏனைய இனத்தவரின் பெயர்களைப் போல நீண்ட வரிசைகளில் இங்குள்ள தொலைபேசி *directory*களில் தமிழ்ப் பெயர்களைக் காண முடியாது. *Smith, Jones* முதலிய நீண்ட வரிசைகளுடன் இன்று சீன, லெபனீஸ் பெயர்களும் நீளமாக இடம்பிடித்துள்ளன. தமிழர்கள் பெரிய தொகையில் வாழ்ந்தாலும் இவ்வாறு நீண்ட வரிசைகளில் அவர் களது பெயர்கள் அமைய வழியில்லை.

கடவுளது பெயர்களை மீண்டும், மீண்டும் கூறுவதால் பெரு மளவு உலகியல், ஆன்மீகப் பயன்கள் கிடைக்குமென்று இந்து சமயம் நம்புகிறது. அவ்வாறு நம்பச் செய்வதற்கான பல கதைகள் வடமொழிப் புராணங்களில் உள்ளன. சில கதைகள் மிக அதீதமாக இதனை வற்புறுத்துகின்றன. வாழ்நாள் முழுவதும் துன்மார்க்கத்தில் வாழ்ந்த ஒருவன், மரணப் படுக்கையில், தனது கடைசி மகனைக் காணும் ஆசையில், நாராயணன் என்ற அவனது பெயரைப் புலம்பிப் புலம்பி மரணமடைந்ததாகவும், இறுதியில் இறைவனின் பெயரைக் கூறிய காரணத்தால், அவன் வீடுபேறு பெற்றதாகக் கூறுமளவிற்கு இறைவனின் பெயர்களை உச்சரிப்பதால் ஏற்படும் பயன்கள் எடுத்துக் கூறப்படுகின்றன. கோயில்களில் சகஸ்ரநாமம் ஓதப்படுவதற்கும், அதனால் பெருமளவு பயன்கள் கிடைக்கும் என்று நம்பப்படுவதே காரணம். இந்த நம்பிக்கையே பிள்ளை களுக்குக் கடவுளின் பெயரைச் சூட்டும் பழக்கத்தை இந்துக் களிடை யே ஏற்படுத்தியிருக்க வேண்டும். இவ்வாறே யாழ்ப்பாணத் தமிழ் இந்துக்களிடையே சமஸ்கிருதப் பெயர்கள் பிரபலம் பெற்றி ருக்க வேண்டும்.

குழந்தை பிறந்ததும் சகஸ்ரநாமத்திலிருந்து பெயர்களைத் தெரிவுசெய்யும் வழக்கம் இன்றுவரை யாழ்ப்பாண இந்துக் களிடையே காணப்படுகிறது. தமிழ்ச் சினிமா இயக்குநர்களும் சகஸ்ரநாமங்களிலுள்ள அழகான பெயர்களை நடிகைகளுக்குத் தெரிவுசெய்வது சிலருக்குச் சங்கடத்தை ஏற்படுத்துவதும் உண்டு. வேறு சிலர் இவ்வாறு கடவுளின் பெயர்களை நடிகைகளுக்கு வைப்பதால், அவற்றின் புனிதம் கெட்டுப்போகிறது என்ற கருத்தைக்

கொண்டுள்ளனர். நடிகைகளுக்கு வைக்கப்பட்ட பெயர்களைத் தமது குழந்தைகளுக்கு வைக்கச் சிலர் விரும்புவதில்லை. ஆகையால், புதிய பெயர்களை உருவாக்க முனைகின்றனர். சிறிய பெயர்களைத் தெரிவுசெய்து, அவற்றை இணைத்துப் புதிய பெயர்களை ஆக்குப வர்களும் உள்ளனர்.

என்ன பெயர் வைத்தாலும் அவற்றை அழைப்பதற்கு இலகு வாகச் சுருக்கும் பழக்கம் எல்லோருக்கும் உண்டு. அவுஸ்திரேலியர் மத்தியில் அது நிறையவே உண்டு. அவர்கள் ஒரே மாதிரியாகவே பெயர்களைச் சுருக்கியுள்ளனர். உதாரணமாக, *David* என்ற பெயருள்ள அனைவரும் *Dave* என்றே அழைக்கப்படுவார்கள். எமது பெயர்களைச் சுருக்கும்போது விபரீதக் கருத்தைத் தராத வகையில் சுருக்குவது நல்லது. இனியவள் என்ற கருத்தைத் தரும் ப்ரியா என்ற சமஸ்கிருதப் பெயரைச் சுருக்கி, **பிரி** என்றழைத் தால், தமிழில் அதற்கு வேறு கருத்து வருகிறது. இதன் காரணமாகச் சிலர் சுருக்க முடியாதபடி மிகச் சிறிய பெயரைப் பிள்ளைகளுக்கு வைக்கின்றனர். சில சமஸ்கிருதப் பெயர்கள் கறுப்பு என்ற அர்த்தத்தைத் தருகிறது. அது 'ஷ' என்ற ஒலியுடன் தொடங்கு வதாலும், லலிதா சகஸ்ரநாமத்தில் வருவதாலும் பிள்ளைகளுக்கு வைக்கின்றனர். ஆனால், கறுப்பு என்று தொடங்கும் எந்தத் தமிழ்ப் பெயரையும் யாரும் வைக்க விரும்பமாட்டார்கள். அதுபோலவே, இரவு என்ற கருத்துள்ள சமஸ்கிருதப் பெயர்கள் வைக்கப்பட்டுள்ளன. தமிழில் அவ்வாறு யாரும் பெயர் வைப்பார் களா? சந்திரனுடன் தொடர்பான பல சமஸ்கிருதப் பெயர்கள் உள்ளன. அதனைத் தமிழ்ப்படுத்தி வெண்ணிலா, நிலா, நிலானி என்று வைக்கும் வழக்கமும் உள்ளது.

இவற்றை எல்லாம் பார்க்கும்போது, சில கேள்விகள் நம்முள் எழுகின்றன. வடமொழிப் பெயர்கள் தமிழ்ப் பெயர்கள் ஆகுமா? தொடர்ந்து சமஸ்கிருதப் பெயர்களை வைப்பது இலங்கைத் தமிழர்களின் தனித்துவத்தை விளக்க உதவுமா? அர்த்தமுள்ள தமிழ்ப் பெயர்களைப் பிள்ளைகளுக்கு வைப்பது அவசியமா? தமிழ்ப் பெயர்களின் அல்லது எமது தமிழ்ப் பண்பாட்டை விளக்கக்கூடிய பெயர்களின் பட்டியல் ஒன்றை நாம் எவ்வாறு தயாரிக்கலாம்? இதுபற்றி நாம் நிறையவே சிந்திக்க வேண்டியுள்ளது.

•

குழந்தைகளின் உலகம்

குழந்தைகளின் உலகம் அற்புதமானது. தொட்டிலில் உள்ளபோதே கேட்க ஆரம்பிக்கும் பாலர் பாடல்கள், அதாவது Nursery Rhymes, அவர்களது கற்பனையைத் தூண்ட ஆரம்பிக்கின்றன. மிகச் சின்னஞ்சிறு குழந்தைப் பருவத்திலேயே, அதாவது சொற்களின் பொருளை உணர்ந்துகொள்ள ஆரம்பிப்பதற்கு மிக அதிக காலத்திற்கு முன்னரே, சொற்களின் ஒலிக்குப் பதில் குறிப்புக் காட்டத் தொடங்குகின்றனர். அதுவும், பாலர் பாடல்கள் அனைத்தும் கொண்டிருப்பதைப்போல ஒலி இயைபும் (rhythm) இசையும் கொண்டுள்ள பாடல்களுக்கு, அவர்கள் இன்னும் அதிகமாகவே பதில் குறிப்புக் காட்டுவார்கள். மீண்டும், மீண்டும் தமக்குப் பரிச்சயமான இப்பாடல்களைக் கேட்கும்போது குழந்தைகள் அந்த ஒலியை அடையாளம் காணத் தொடங்குகின்றனர் என்றும், இதுவே பேச்சு உருவாக்கத்தின் முதற்படி என்றும் ஆய்வாளர்கள் கருதுகின்றனர்.

குழந்தைகள் வளர, வளர இப்பாலர் பாடல்கள் அவர்களது அகவளர்ச்சிக்கு உதவுகின்றன. கைகொட்டிப் பாடும் பாடல்கள், விஷயங்களை ஒன்றுடன் ஒன்று தொடர்புபடுத்தும் திறமையை மகிழ்ச்சிகரமான முறையில் வளர்க்கின்றன. One, Two, Three, Four, Five, once I caught a fish alive போன்ற பாடல்கள் குழந்தைகளுக்கு எண்ணும்முறையை அறிமுகப்படுத்துகின்றன. சில பாடல்கள் குழந்தைகளை அமைதிப்படுத்துவன. சில உற்சாகப்படுத்தித் தூண்டுவன. காலம் காலமாகக் குழந்தைகள், சிறுவர்கள் மென்மையான அமைதிப்படுத்தும் ஒலியைக் கொண்ட Twinkle Twinkle Little Star, Hush-a-Bye Baby போன்ற பாடல்களுடன் தூங்கச் சென்றிருக்கிறார்கள். 'ஆராரோ ஆரி

வரோ' என்று ஆரம்பிக்கும் எங்கள் தமிழ்த் தாலாட்டும் இவ்வாறு குழந்தைகளை அமைதிப்படுத்தித் தூங்கவைக்கும் ஆற்றல் கொண்டவை. மரபுரீதியான பாடல்களோ, தாலாட்டோ இன்றிக் குழந்தைகளுக்குப் படுக்கை நேரம் ஏது?

பாலர் பாடல்களில் உள்ள மனதைக் கவரும் கதைகள், தெளிவான மொழியமைப்பு, வர்ணங்களில் அமைந்த கதாபாத்திரங்கள் இளம் பிள்ளைகளின் உள்ளங்களில் கற்பனைவளத்தைத் தூண்ட உதவுகின்றன. சப்பாத்திலும் பூசணிக்காயிலும் வாழும் மனிதர்கள், சந்திரனை நோக்கிப் பாயும் பசு, மதில் சுவரில் அமர்ந்து பின்னர் கீழே விழும் முட்டை போன்றன முடிவற்ற வகைகள் கொண்ட, மகிழ்ச்சி நிறைந்த இலக்கிய உலகை அற்புதமான வகையில் அறிமுகப்படுத்துகின்றன. குழந்தைப் பருவத்தினர் அனுபவிக்கும் மிக இனிமையான பகுதியைப் பாலர் பாடல்கள் வழங்குகின்றன. பிள்ளைகளும் பெற்றோரும் இவற்றை விரும்புவதால், பல நூற்றாண்டுகாலமாக இவற்றை அழியவிடாது பேணிப் பாதுகாத்து வந்துள்ளனர். பெற்றோர் பிள்ளைகளுக்கு வழங்க, பின் அவர்கள் தங்கள் பிள்ளைகளுக்குச் சொல்லிக்கொடுக்க, இவ்வாறு இவை சந்ததி, சந்ததியாகத் தொடர்ந்து வருகின்றன.

ஆங்கிலத்திலுள்ளதுபோல் இல்லாவிடினும் தமிழிலும் இவ்வாறான சில பாடல்கள் காலங்காலமாகத் தொடர்ந்து வருகின்றன. 'சாய்ந்தாடம்மா சாய்ந்தாடு', 'கைவீசம்மா கை வீசு', 'அம்புலி மாமா வா, வா, வா', 'அம்புலி மாமா எங்க போறாய்', 'சின்னாஞ் சின்னி விரல்' போன்றவை குறிப்பிடக்கூடியன.

கதைகளிலும் பாடல்களிலும் விரியும் கற்பனை உலகில் நம்பிக்கை கொண்டிருக்கும் குழந்தைகளால், இந்த உலகம் அழகு பெறுகிறது. குழந்தைகளின் மன உலகில் இந்த உலகின்மீது அளவற்ற வியப்பும், அதுபற்றிய முடிவற்ற கேள்விகளும் நிறைந்துள்ளன. ராஜா ராணிக் கதைகளாலும் மிருகங்கள், பறவைகள்பற்றிய கதைகளாலும் நிறைந்து மகிழ்ச்சிகரமாக இருந்த அவர்களது கற்பனை உலகைத்தொலைக்காட்சி நிகழ்ச்சிகள் வழங்கும் வன்முறை நிறைந்த காட்சிகள் சின்னாபின்னப்படுத்துகின்றன. கதைகளும் பாடல்களும் வழங்கிய அற்புதமான உலகிலிருந்து அவர்கள் பலவந்தமாக வெளியேற்றப்படுகிறார்கள்.

இங்கு அவுஸ்திரேலியாவில், குடும்பத் தொலைக்காட்சி நிகழ்ச்சிகள், படங்கள் என்று விற்கப்படுபவற்றுள் பல சிறுவர்களை அச்சுறுத்துகின்றன என்று கூறப்படுகிறது. பதினொரு வயதுச் சிறுமி ஒருத்தி, தனது நண்பி வீட்டில் பார்த்த, பேயால் பீடிக்கப்பட்டமை பற்றிய பயங்கரமான, படத்தால் மிகவும் அச்சமுற்றதுடன் தனது படுக்கை அறைக்குள் பேய்கள் நிறைந்திருக்கின்றன எனப் பயந்து, மூன்று மாதங்கள் அதற்குள் நுழைவதற்கு மறுத்த சம்பவத்தைக் குறிப்பிடும் மனோதத்துவ நிபுணர்கள், இத்தகைய

படங்கள் சிறுபிள்ளைகளது மனத்தில் ஏற்படுத்தும் பாதிப்புகள் கண்டு மிகுந்த கரிசனை கொண்டுள்ளனர். இது ஓர் அதீதமான உதாரணமானாலும், பிள்ளைகள் படங்களைப் பார்த்துப் பயப்படும் பல சம்பவங்கள் நாளாந்தம் நடைபெறுகின்றன. பல சந்தர்ப்பங்களில் பெற்றோர், வைத்தியர் அல்லது மனோதத்துவ நிபுணர்களது உதவியை நாடவேண்டியுள்ளது. PG என்று தரப்படுத்தப்பட்ட Harry Potter திரைப்படத்தைப் பார்க்க வந்திருந்த ஓர் ஆறு வயதுச் சிறுமி, படம் ஆரம்பித்து ஐந்து நிமிடங்களின் பின் அதனைப் பார்க்கப் பயந்து, படம் முடியும் வரை திரைக்கு முதுகுகாட்டி நிலத்தில் அமர்ந்திருந்ததாகத் தென் அவுஸ்திரேலியப் பல்கலைக்கழகத்தின் குழந்தை வளர்ச்சித் (Child Development) துறையைச் சேர்ந்த விரிவுரையாளர் ஒருவர் குறிப்பிட்டுள்ளார். அந்தச் சிறுமியைப்போல வேறும் பல இளம் சிறுவர்கள் அப்படத்தில் இடம்பெற்ற சில காட்சிகளைக் கண்டு மிகவும் பயந்ததால், அவற்றைப் பார்ப்பதைத் தவிர்ப்பதற்காக அடிக்கடி toiletக்குப் போய்வந்ததாக அவர் மேலும் குறிப்பிடுகிறார். ஊடகங்கள் எவ்வாறு பிள்ளைகளைப் பாதிக்கின்றன என்பதைப் பரிசீலிக்கும் ஒரு நிறுவனத்தின் நிர்வாக அதிகாரியான Barbara Biggins என்பவர், பெற்றோர் பலர், தமது பிள்ளைகளை அப்படத்திற்கு அழைத்துச் சென்றதால் பாதிப்புக்குள்ளாயினர் என்று குறிப்பிடுகிறார். எட்டு வயதுக்குக் குறைந்த பிள்ளைகள் அப்படத்தைப் பார்த்து மிகவும் பயந்தனர்.

இளம் சிறுவர்கள் தொலைக்காட்சிப் படங்களைப் பார்த்து, உண்மை என நினைத்து அச்சமுறுகின்றனர். தொலைக்காட்சியில் வரும் பல cartoon படங்கள், சிறப்பாக Spider Man, Batman என்பன, இளம் பிள்ளைகளுக்கு ஏற்ற வகையிலின்றி, அதிக வன்முறை கொண்டவையாக உள்ளன என்றும் இவர் கூறுகிறார். அவற்றில் வரும் கவர்ச்சிகரமான உயர் கதாநாயகர்கள் (Super heroes) ஒரு நல்ல காரணத்திற்காக வன்முறையில் ஈடுபடுவதுடன், அதற்காகப் பராட்டப்படுகின்றனரேயன்றி, அவர்கள் செய்த வன்முறைக்காகத் தண்டிக்கப்படுவதில்லை. இது, பிள்ளைகளின் மனோநிலைக்குப் பெரிதும் குந்தகம் விளைவிக்கிறது. இந்தப் படங்களில் உள்ள வன்முறையிலிருந்து இளம் சிறுவர்கள் பாதுகாக்கப்பட வேண்டிய தன் அவசியத்தை, ஆய்வாளர்கள் வலியுறுத்துகின்றனர். பயமூட்டும் உருவங்களைக் கண்டும் அவர்கள் அச்சமுறுகின்றனர். தொலைக்காட்சியில் ஒளிபரப்பப்படும் இத்தகைய வன்முறைப் படங்களைப் பிள்ளைகள் தொடர்ச்சியாகப் பார்த்து வருவார்களானால், அவர்கள் வன்முறை நிறைந்தவர்களாக அல்லது மற்றவர்களில் யாராவது வன்முறையைப் பிரயோகிப்பதைக் காணும்போது அதையிட்டுச் சிறிதும் கவலைப்படாதவர்களாக வளர்வார்கள் என்று ஆய்வுகள் தெரிவிக்கின்றன. மேலும், சிலர் வன்முறை செய்வதில் பெருவிருப்பமுடையோராய் வளர, பலர், இப்படங்களைப் பார்த்து

எல்லாவற்றுக்கும் பயந்தவர்களாக வளர்வார்கள் என்றும் இவ் வாய்வுகள் தெரிவிக்கின்றன. ஆனாலும், இதற்காகப் பிள்ளைகளை முற்றாகத் தொலைக்காட்சி பார்ப்பதைத் தடைசெய்யக்கூடாது என்றும், அப்படிச் செய்யின், அவர்கள் மற்ற பிள்ளைகளுடன் உரையாடும்போது தனிமைப்படுத்தப்பட்டு விடுவார்கள் என்றும் கூறப்படுகிறது. எனவே, பிள்ளைகள் பார்ப்பதன் முன், கார்ட்டூன் களைப் பெற்றோர் பார்த்து, அவை பிள்ளைகள் பார்ப்பதற்கு உகந்தவையா என்று தீர்மானித்த பின், பிள்ளைகளைப் பார்க்க அனுமதிக்க வேண்டும் அல்லது பிள்ளைகளுடன் அமர்ந்து பார்த்து, அதில் என்ன பிழை உள்ளது என்று அவர்களுக்கு விளக்க வேண்டும் என்று கூறுகிறார், குழந்தை வளர்ச்சித்துறைப் பேராசிரியர்.

இதே தவறுகள் தமிழ்ச் சினிமாப் படங்கள் பலவற்றிலும் இடம்பெறுகின்றன. வில்லனைப் பழிவாங்குவது என்பது கதா நாயகனுக்குரிய நல்ல இயல்புகளில் ஒன்றாகவே காட்டப்படுகிறது. அத்துடன், வன்முறைக் காட்சிகள் அளவற்று நிறைந்துள்ளன. இவற்றையெல்லாம் நோக்கும்போது, பிள்ளைகளைச் சிறுவயதி லிருந்தே நல்ல, தரமான கதைப் புத்தகங்களை வாசிக்க உற்சாகப் படுத்துவதும், தரமான படங்களைப் பார்க்க அனுமதிப்பதும் நல்லதுபோலத் தெரிகிறது. அத்துடன், பிள்ளைகளுக்குரிய திறமை களை ஊக்குவித்து, அவற்றை வளர்ப்பதற்கு ஏற்ற சூழலை அமைத்துக் கொடுப்பதும் நல்லது. ஸம்ஹிதா ஆர்ணி என்ற சிறுமி ஆங்கிலத்தில் எழுதிய, ஒரு சிறுபிள்ளையின் நோக்கில் அமைந்த மகாபாரதத்தின் இரண்டாம் பதிப்பு *(The Mahabharatha: A Child's View)* அண்மையில் வெளிவந்துள்ளது. சென்னையில் உள்ள **தாரா வெளியீட்டகத்தால்** இரு பாகங்களாக வெளியிடப்பட்டுள்ள இந்தத் தொகுதி, சிறுவர்கள் வாசிப்பதற்குகந்த நூலாகத் தென்படு கிறது. மிகச் சிறுவயதிலேயே ராஜா ராணிக் கதை கேட்பதில் மிகுந்த ஆர்வம் காட்டிய ஆர்ணி, தாயின் வழிகாட்டலிலும், அவர் கொடுத்த உற்சாகத்தாலும் இதனை எழுதியுள்ளார். 13 வயதில் எழுத ஆரம்பித்து, சில வருடங்களில் எழுதிமுடித்து, இதற்குப் படங்களையும் அவரே வரைந்துள்ளார். தனது நோக்கில், அதாவது சிறுபிள்ளையின் நோக்கில், ஒவ்வொரு கதாபாத்திரத்தை யும் பார்த்திருப்பது இந்த நூலின் மிகப் பெரிய சிறப்பு என நான் கருதுகிறேன். இந்நூலின் பிரதிகளையும், மேலும் கணக்கற்ற நூல்களையும் எனக்கு அனுப்பிய, லண்டனைச் சேர்ந்த பத்மநாப ஐயர் அவர்களுக்கு நான் எப்போதும் மிகவும் நன்றிக்கடன் பட்டுள்ளேன்.

•

சொல்லவா, கதை சொல்லவா...?

கதை கேட்க விரும்பாதவர் இந்த உலகத்தில் யாராவது இருக்கிறார்களா? சிறுவர் முதல் பெரியோர் வரை கதையானால் நின்று கேட்டுவிட்டே செல்வார்கள். சிறுவர்களுக்குக் கதை கேட்பது என்பது மிகவும் விருப்பமான விஷயமாகும். எங்களூரில் பாட்டி கதை சொல்வது போல, இங்கே சிறுவர், சிறுமியர்கள் படுக்கைக்குச் செல்லும்போது தந்தை அல்லது தாய் அருகிருந்து, அழகான வண்ணப்படங்கள் போட்ட புத்தகங்களிலிருந்து கதை வாசிப்பது என்பது ஒரு மரபாகவே வளர்ந்திருக்கிறது. படுக்கைநேரக் கதைகள் என்று, அழகான வண்ணப்படங்கள் நிறைந்த கதைப் புத்தகங்கள் நிறையவே உள்ளன. அக்கதைகள் பிள்ளைகளின் மனங்களில் கற்பனைகளைத் தூண்டி, மிருகங்களும் பறவைகளும் அற்புதமான மனிதர்களும் நிறைந்த மாயா உலகில் அவர்களை மகிழ்ச்சியுடன் சஞ்சரிக்க வைக்கின்றன.

கதை சொல்லுதல் என்பது ஒரு பண்பாட்டுக்கு மட்டும் உரித்தானதன்று. அனைத்துப் பண்பாடுகளும் தத்தமது தேவைகளுக்கேற்ப கதை சொல்லும் மரபை வளர்த்துக்கொண்டுள்ளன. ஆங்கிலத்தில் *fairy tales* என்றழைக்கப்படும் கற்பனைக் கதைகள், மகிழ்ச்சி யூட்டுதலை மட்டும் நோக்கமாகக் கொண்டு பிள்ளைகளுக்குப் பெரியோர் கூற, வாய்வழி மரபாக வளர்ந்து வந்தவை. பிரான்ஸில் *Charles Perrault* என்பவராலும், ஜேர்மனியில் *Grimm* சகோதரர்களாலும், தொடர்ந்து ஸ்கந்திநேவியா உட்பட ஐரோப்பாவில் உள்ள ஏனைய தொகுப்பாளர்களாலும் இவை தொகுக்கப்பட்டுள்ளன. நவீன ஆங்கிலத்தில் இவை *Wonder Tales* (விந்தைக் கதைகள்) என்றும், பிரெஞ் மொழியில் *Contes* என்றும், ஜேர்மன் மொழியில் *Marchen* என்றும் அழைக்கப்படுகின்றன.

ஆங்கிலத்தில் legend எனப்படுபவை வாய்வழியாகச் சொல்லப் பட்டுக் காலம் காலமாகப் பேணப்பட்டு வந்துள்ள இன்னொரு பிரிவுக் கதைகளாகும். கேட்பவரும் சொல்பவரும் தாம் சார்ந்துள்ள சமூகத்தில் பொதுவாக ஏற்றுக்கொள்ளப்பட்டுள்ள நம்பிக்கைகளை யும் கற்பிதங்களையும், அவர்களது நாளாந்த வாழ்வில் கவனத்தில் கொள்ளும் விஷயங்களையும் அடிப்படையாகக்கொண்டமைவது, இந்தக் கதைகளின் அடிப்படை வரைவிலக்கணமாகும். உதாரண மாக, கொலைசெய்யப்பட்ட உயிர்கள் அமைதிகொள்ளாது, பாவிகளைத் தண்டிக்கக் கடவுள் அனர்த்தங்களை ஏற்படுத்துவார் போன்ற நம்பிக்கைகளை இக்கதைகள் கொண்டிருப்பன. சாதாரண மாக, இக்கதைகள் நடந்தவை என்று நம்பும் ஒருவரால், கேட்போர் இவற்றை உண்மையென்று நம்பி, இவற்றால் தெரிவிக்கப்படும் நீதியை ஏற்றுக்கொள்வார்கள் என்ற எதிர்பார்ப்பில் கூறப்படுகிறது. நம்பகமான, அறிவில் மேலோங்கிய ஒருவரால் கூறப்பட்டது அல்லது தனது உறவினருக்கு நடந்தது அல்லது தன்னால் அனுபவிக்கப்பட்டது என்று கூறுவதன் மூலம், கதை கூறுபவர் கதையின் நம்பகத்தன்மையை வலுப்படுத்துவார். தான் கூறும் கதைக்குச் சான்றாக, தேவாலயச் சுவரில் உள்ள ஒரு கறையையோ அல்லது நிலத்தில் உள்ள ஒரு தனித்தன்மையான அமைப்பையோ அவர் குறிப்பிடுவார். ஆயினும், சமூகத்தில் காணப்படும் நம்பிக்கை கள் காலப்போக்கில் மாறுவனவாகையால், ஒருகாலத்தில் உண்மை என்று கூறப்பட்ட கதைகள், பின்னர் தமது நம்பகத்தன்மையை இழக்கின்றன. இதனால், இக்கதைகளைப் பின்னர் கூறும்போது, கதை கூறுபவர் அரை நம்பிக்கையுடன் கூறுவதுபோலக் கதை கேட்பவரைக் கவரும் வகையில் நகைச்சுவை கலந்த குரலில் கூறுவார். உள்ளூர்ப் பின்னணியில் கூறப்படுவதாலும், மிகை எழுச்சியற்ற பண்புகொண்டவையாக இருப்பதாலும், இந்நிலையில் கூட இவை அதிசயக் கதைகளைவிட வேறுபடுபவை. எவ்வாறாயி னும், பெரும்பான்மையான இக்கதைகள் ஒரு சமூகத்தின் நேர்மை யானதும் தீவிரமானதுமான நம்பிக்கைகளைக் குறித்து நிற்பன.

Legend என்ற கதை வகையின் இன்னொரு முக்கிய இயல்பு என்னவெனின், எவ்வளவு சுருக்கமான கதையாயினும் அதில் ஒரு கரு இருக்கும். நிலையான, அடையாளம் கண்டுகொள்ளக் கூடிய வடிவில், மரபுக்கூடாக இக்கதைக் கரு ஒரு கதையில் நிலைநிறுத்தப்படும். இக்கதை வெறும் நம்பிக்கையைப் பிரதிபலிக் கும் கூற்றாகவோ, கதை கூறுபவரின் அனுபவத்தைக் கூறும் வடிவமற்ற குறிப்பாகவோ இல்லாது முழுக்கதை வடிவில் அமைந் திருக்கும். இதன் அடிப்படை அமைப்பு அதிகளவு நினைவுச் சக்தியையும் நாடகத்தன்மையையும் கொண்டிருக்கும் வகையில் வடிவமைக்கப்பட்டிருக்கும். இவ்வாறு அமைக்கப்பட்ட கதைகள், கதை கூறுபவரிடமிருந்து மற்றொரு கதை கூறுபவருக்கு வாய்வழி மரபாகப் பல தலைமுறைகளாக, சிலவேளைகளில் பல நூற்றாண்டு

காலமாகக் கடத்தப்பட்டு வந்திருக்கலாம். இதனால், கதைகூறுபவர் தனக்குரிய வகையில் மாற்றங்களையும் விவரங்களையும் சேர்க்கக் கூடிய வகையில், இவை மிக வலிமையான கட்டமைப்பைக் கொண்டுள்ளன.

Legend கதைகள் அவை கூறப்படும் விஷயங்களைப் பொறுத்து, உப பிரிவுகளாகப் பிரிக்கப்பட்டுள்ளன. முதலாவது முக்கிய பிரிவு, கற்பனையாக உருவாக்கப்பட்ட பழைய கதைகள். அதாவது, *mythical stories.* இப்பிரிவுக் கதைகள் உண்மைபோலக் கூறப்பட்ட போதும் அமானுஷ்ய உயிரினங்கள், இயற்கை மீறிய சம்பவங்கள் ஆகியவற்றைக் கருத்தில்கொண்டிருக்கும். அடுத்த முக்கிய பிரிவு, வரலாற்றுக் கதைகள். இப்பிரிவில் உள்ள கதைகள் நிஜ மனிதர் களையும் அவர்களது வாழ்வில் நடைபெற்ற நிகழ்ச்சிகளையும் கொண்டிருப்பன. இவை, ஒரு நாட்டின் அல்லது சமூகத்தின் பகைப்புலத்தில் கூறப்படுவதால், துரதிர்ஷ்டவசமாக வேறு நாடுக ளைச் சேர்ந்தவர்களால் இவற்றை ரசிக்க முடியாதுள்ளது.

இக்கதைகளை அவற்றின் தொழிற்பாட்டை அடிப்படையாகக் கொண்டு பிரிக்கலாம். ஒரே கதை, ஒரே நேரத்தில் இரண்டோ அதற்கு மேற்பட்ட தொழிற்பாடுகளையோ கொண்டிருக்கும். கதை கூறுபவர்கள் ஒரே கதையை வேறுபட்ட நோக்கங்களுக்காகப் பயன்படுத்துவார்கள். சில கதைகள் சாட்சிக் கதைகளாக இயங்குவன. ஒரு நம்பிக்கையின் உண்மைத்தன்மைக்கு ஆதரவளிப்பது இவற்றின் செயற்பாடு அல்லது நோக்கமாகும். இவை பெரும்பாலும் சூனியக் காரிகள், பேய்கள், தேவதைகள் ஆகியோருடன் ஏற்படும் தொடர்பை விவரிப்பன. சாட்சிக் கதைகளை ஒத்தவை நீதிக் கதைகள். அமானுஷ்ய உயிர்களுடன் தொடர்பேற்படும்போது என்ன செய்ய வேண்டும், என்ன செய்யக்கூடாது என்று கதை கேட்போருக் குப் போதிப்பது இவற்றின் செயற்பாடு. அத்துடன், ஒழுக்கக் கட்டுப்பாட்டை மீறியவர்களுக்கு என்ன நடக்கும் என்பதையும் இக்கதைகள் கூறி எச்சரிப்பன. சில கதைகள் விருப்பத்தை நிறைவேற்றுதல் என்ற தொழிற்பாட்டைச் செய்வதை நோக்கமாகக் கொண்டவை. அவை அதிர்ஷ்டத்தைக் கொண்டு வரும் நல்ல ஆவிகள் பற்றியும், புதைந்துள்ள பொக்கிஷத்தைக் கண்டுபிடிப்ப தைப் பற்றியும் கூறுவதை நோக்கமாகக் கொண்டவை. வேலை செய்யாது பணத்தைப் பெறலாம், மிக அதிஷ்டமுள்ளவர்களுக்கு இந்த பொக்கிஷங்கள் கிடைக்கும் என்ற நம்பிக்கையை இவை கேட்போருக்குக் கொடுக்கின்றன.

பல கதைகள் ஓர் இடத்தின் பெயர் அல்லது ஒரு வழக்கம் அல்லது தடைக்கட்டுப்பாடு எவ்வாறு தோற்றம் பெற்றது எனக் கூறுவதை நோக்கமாகக் கொண்டுள்ளன. சில கதைகள் நாளாந்த வாழ்வில் ஏற்படும் துர்ப்பாக்கியம், ஏற்றுக்கொள்ள முடியாத அனுபவங்கள் ஆகியவற்றை விளக்குவன. மனிதரிலும் மந்தையிலும்

ஏற்படும் நோய்கள், முடமான அல்லது மன வளர்ச்சி குன்றிய பிள்ளைகளின் பிறப்பு, காட்டில் ஒருவர் வழி தப்புதல் ஆகியன தேவதைகள், பேய்கள் அல்லது சூனியக்காரிகளின் வேலைகளாக இவற்றில் கூறப்படும். சில கதைகளின் முக்கிய தொழிற்பாடு கேட்போரை மகிழ்வூட்டுதல். இவ்வாறா்ன கதைகளில் சொல்லப் படும் விஷயங்கள் அதிகமில்லாவிடினும், அவை கேட்போரை மகிழ்ச்சிப்படுத்தி, அவர்களது இதயங்களை லேசாக்குவன. அவை திருமணம் போன்ற மகிழ்ச்சிகரமான நிகழ்ச்சிகள் முடிவுற்றவுடன் அனைவரும் கூடியிருக்கும்போது கூறப்படுபவை.

இவ்வாறான வாய்வழி மரபுக் கதைகளைப்போல ஒவ்வொரு குடும்பத்துக்கும் அவரவர் குடும்பக் கதைகள் உள்ளன. வீடு என்பது கதைகள் கூறப்படுவதற்கான இடமாகும். இது, வீடு என்பதற்கு அகராதியில் கூறப்படாத அடிப்படை வரைவிலக்கணமாகும். ஒரு குடும்பம் தன் கதைகளால் வாழுகிறது. கதைகள் இல்லை யெனில், அதற்குக் கடந்தகாலமும் எதிர்காலமும் மட்டுமின்றி, கற்பனையும் அகத்தோற்றமும் குறிக்கோள்களும் இல்லை. குடும்பக் கதைகள் பல வகையாகும். சில கதைகள் குடும்பத்தின் வரலாற்றை உருவாக்குவன. அல்லது சீர்படுத்திப் பழைய நிலைக்குக் கொண்டு வருவன. சில எதிர்காலத்தில் குடும்பத்தை எப்படிக் கட்டியெழுப்பு வது என்பது பற்றிய கதைகள். அடிக்கடி மெருகேற்றப்பட்ட நகைச்சுவை நிறைந்த அல்லது பரிதாபகரமான அல்லது இழிவான சம்பவங்களைக் கொண்ட கதைகளும் உண்டு. கொள்கைப் பிடிப்புக் கொண்ட அல்லது அறிவுறுத்திச் சொல்கிற கதைகளும் உண்டு. ஆரம்பத்தில் வேறு குடும்பங்களுக்குச் சொந்தமாக இருந்து, பின்னர் இன்னொரு குடும்பத்திற்கு மாற்றப்பட்ட கதைகளும் உள்ளன.

மழைநாட்களில் பிள்ளைகளைக் களிப்பூட்டுவதற்காக உருவாக் கப்படும் கதைகள் உள்ளன. இக்கதைகளைத் திரும்பத் திரும்ப வாரக்கணக்கில், சிலவேளைகளில் மாதக்கணக்கில் கூறுவதனால், கதையை உருவாக்கியவர்களுக்கு அலுப்பேற்பட்டபோதும், அவற் றைக் கேட்கும் பிள்ளைகளுக்குச் சலிப்பேற்படுவது இல்லை. பிள்ளைகள் தங்கள்பாட்டில் உருவாக்கிக்கூறும் கதைகளும் உள்ளன. கடந்தகாலத்தை உருவாக்குவதற்கு, நிகழ்காலத்தை விளக்குவதற்கு, இப்போது, இங்கே என்ற உண்மையைக் கற்பனையால் தாண்டிச் செல்வதற்கு என்று, கதைகள் பல காரணங்களுக்காகக் கூறப்படு கின்றன.

குடும்பத்தின் மூத்த அங்கத்தவரின் நினைவால் குடும்பங்களில் அதிக சந்தோஷம் கொடுக்கப்பட்டும் ஏற்கப்பட்டும் வருகிறது. அம்மா, நான் எப்போது பிறந்தேன் என்பது பற்றிக் கூறுங்கள் என்று சிறுமியும், தாத்தா, பழைய நாட்களில் எப்படியிருந்தது என்று பேரனும் கேட்கிறார்கள். குடும்பக் கதைகள் எங்கள் பிறப்புடன் ஆரம்பிப்பதல்ல. நாம் ஒரு குடும்பப் பாரம்பரியத்தின்

தொடர்ச்சியாக இருக்கிறோம் என்பதை அக்கதைகள் உறுதிப் படுத்துகின்றன. இத்தொடர்ச்சியைப் பேணுவதற்காகக் குடும்பத் தில் தொடர்ந்து கூறப்படும் கதைகள்போல, நாம் ஒரு பண்பாட் டினதும், ஒரு வரலாற்றினதும் தொடர்ச்சியாக இருப்பது எம் அனைவருக்கும் முக்கியமானது.

கதைகளில் ஒரு வகை நீதிக் கதைகள். இனிப்புப் பூசப்பட்ட மாத்திரைகள்போல, பிள்ளைகளுக்குச் சொல்லவேண்டிய அறிவுரை கள் இந்த வகைக் கதைகளில் பொதிந்திருக்கின்றன. நீ பொய் சொல்லக்கூடாது என்பதைவிடப் பொய் கூறாமையால் ஒரு சிறுமியோ, சிறுவனோ அடைந்த சிறப்புக்களைக் கதை வடிவில் கூறும்போது, அது அவர்களது நெஞ்சில் ஆழமாகப் பதிந்துவிடுகிறது. இதனால், ஈசாப் நீதிக் கதைகள், பஞ்சதந்திரக் கதைகள் போன்றன காலத்தைக் கடந்து நிலைத்து வாழ்கின்றன.

சமஸ்கிருதத்தில் பஞ்சதந்திரக் கதைகள் முக்கியமானவை. பேசும் மிருகங்கள், பறவைகளால் விஷ்ணுசர்மன் என்பவர் பிள்ளைகளுக்காக ஒரு கதைக் களஞ்சியத்தை உருவாக்கியுள்ளார். இது ஏறக்குறைய கிபி 1ஆம், 2ஆம் நூற்றாண்டளவில் எழுதப்பட்ட தாகக் கருதப்படுகிறது. இந்த பஞ்சதந்திரக் கதைகளின் செல்வாக்கு மிக அதிகம். மூன்றாம் நூற்றாண்டிலேயே இவற்றின் செல்வாக்கு அரபுமொழிக்குச் சென்றுவிட்டதாகச் சொல்லப்படுகிறது. இன்றைய நிலையில் இக்கதைகள் 50 மொழிகளில் மொழிபெயர்க்கப்பட்டிருக் கின்றன. இக்கதைகளில் 200 வேறுபட்ட *versions* உள்ளதாகவும் கூறப்படுகிறது. *Grimm's Fairy Tales*க்கும் ஈசாப்பு நீதிக் கதைகளுக்கும் பஞ்சதந்திரக் கதைகளே அடிப்படையில் செல்வாக்கு ஏற்படுத்தின என்று நம்பப்படுகிறது.

பஞ்சதந்திரத்துக்கு மூலமாகப் பலரும் அறியாத ஒரு கதை நூல் உள்ளதாக ஒரு கருத்து உள்ளது. இந்த மூலநூலின் ஆசிரியராக வஷுபாகபட்டர் *(Vashubagabhatta)* என்பவர் குறிப்பிடப்படுகிறார். இதற்குத் தெய்வீகமூலம் கற்பிக்கும் நோக்கத்துடன், சிவன் பார்வதிக் குக் கூறிய கதைகளை ஒட்டுக்கேட்ட பஷபதத்தன் என்பவர், பின் பூமியில் பிறந்து, அப்போது ஆண்ட அரசனின் சபையில் அறிஞனாக நியமிக்கப்பட்டார் என்றும், அப்போது அவர் இக்கதை களை **பிருகத்கதம்** *(Ocean of Stories)* என்ற தலைப்பில் தொகுத்ததாக வும் கூறப்படுகிறது. பின்னர் வஷுபாகபட்டர் அவற்றிலிருந்து சில கதைகளை எடுத்து, **பஞ்சதந்திரம்** என்னும் பெயரில் தொகுத்ததாகக் கதை செல்கிறது. இந்த மூல பஞ்சதந்திரம்பற்றி ஜாவா, லாவோஸ், சியாமிய மொழிகளில் மொழிமாற்றம் செய்யப் பட்ட பஞ்சதந்திரங்களிலும், சில இந்திய பஞ்சதந்திரங்களிலும் குறிப்பிடப்பட்டுள்ளது.

விஷ்ணுசர்மன் பஞ்சதந்திரக் கதைகள் எழுதியதே ஒரு கதை யாகச் சொல்லப்படுகிறது. அமரசக்தி என்ற பெயர் கொண்ட

அரசன், தனது மூன்று மைந்தர்களும் அதிகம் அறிவு பெறாதவர்களாக இருப்பதை அறிந்து கவலைகொண்டு, அரச சபையில் தனது புதல்வர்களுக்கு அறிவூட்டும் வழியைக் கூறும்படி கேட்டான். சபையில் இருந்த சுமதி என்ற அறிஞர், இதனைச் செய்ய வல்லவர் விஷ்ணுசர்மனே என்று கூறினார். எனவே, அரசன் அவரை அழைத்து, ஆறு மாதங்களுள் தனது குமாரர்களுக்கு அறிவூட்டும்படி கூறவே, அவரும் ஒப்புக்கொண்டு அவர்களை அழைத்துச் சென்றார். தனது பிள்ளைகள் விஷ்ணுசர்மனின் உதவியுடன் அறிவு பெறுவதை அரசன் நம்பமுடியாத நிலையில் நிதர்சனமாகக் கண்டான். ஒரு கதைக்குள் ஒரு கதையாக நீதிகளையும் அறிவுரைகளையும் இணைத்துப் பின்னி, பஞ்சதந்திரத்தை விஷ்ணுசர்மன் உருவாக்கினார். ஒவ்வொரு சந்தர்ப்பத்துக்கும் தக்க கதைகள் அமைக்கப்பட்டன. இளவரசர்கள் கதைகளினூடே வாழ்க்கையையும் நீதியையும் உணர்ந்துகொண்டனர்.

பஞ்சதந்திரம் என்பதன் கருத்து ஐந்து உபாயங்கள் என்பதாகும். ஐந்து தலைப்புகளின் கீழ் கதைகள் அமைக்கப்பட்டுள்ளன. நிர்வாகம், தனிப்பட்ட வாழ்வு, குள்ளத்தனம் என்று வாழ்வுக்கு அவசியமான விஷயங்கள் இக்கதைகளில் கூறப்பட்டுள்ளன. **மித்திரபேதம்** என்ற முதலாவது அத்தியாயம், நண்பர்கள் எவ்வாறு குள்ளத்தனம் உள்ள மூன்றாவது நபரால் பிரிக்கப்படுகின்றனர் என்பதைக் கூறுகிறது. ஒரு சிங்கம், எருது, இரு நரிகள் பற்றிய கதையுடன் ஆரம்பமாகிறது. அவற்றிற்குப் பெயர்கள் உண்டு. தனியாக வாழ்ந்த எருது ஒன்று, காட்டு மிருகங்களால் வேட்டையாடப்பட்டுவிடுவோமோ என்ற தொடர்ச்சியான அச்சத்துடன் வாழ்ந்துவந்தது. சிங்கம் ஒன்று அதனைக் கண்டபோது, அதன் பெரிய உருவத்தால் கவரப்பட்டு இரண்டும் சிறிது, சிறிதாக நண்பர்களாகிவிட்டன. எருது, காட்டின் சட்டங்களுக்கு மாறாக உள்ள நகர வாழ்க்கைச் சட்டங்கள்பற்றி சிங்கத்துக்கு எடுத்துக் கூறியது. அத்துடன், இன்னும் பல விஷயங்கள்பற்றி அதற்குக் கூறி அறிவூட்டியது. அறிவூட்டப்பட்ட சிங்கம், வேட்டையாடுவது தவறு என்றெண்ணி, அதனை முற்றாகக் கைவிட்டுவிட்டது. இதனால், சிங்கம் வேட்டையாடும், மிருகங்களின் மிகுதியை உண்டு வாழ்ந்துவந்த இரு நரிகளுக்கு உணவு கிடைக்கவில்லை. எனவே, சிங்கத்துக்கும் எருதுக்கும் இடையில் உள்ள நட்பைப் பிரிக்கத் திட்டம் தீட்டின. எருதிடம், சிங்கம் மறுநாள் அதனைக் கொல்ல உத்தேசித்திருப்பதாகக் கூறின. சிங்கத்திடம், அது வேட்டையாடுவதை மறந்துவிட்டது என்றும் அதனால், எருது அதனைக் கொல்லத் திட்டம் தீட்டுகின்றது என்றும் கூறின. நரிகளது திட்டம் பலித்தது. மறுநாள் சிங்கம் எருதைக் கொன்றது. மித்திரபேதம் என்ற தலைப்பில் வந்த இவ்வாறான கதைகள், எவ்வாறு வேறு, வேறு யுத்திகளைக் கையாண்டு எதிரியின்

பலத்தை அழிப்பது என்பதை இளவரசர்களுக்குப் போதித்தன. எதிரி பலம் மிக்கவனாக இருந்தால், அறிவைப் பயன்படுத்த வேண்டும் என்பதைச் சிங்கமும் முயலும் கதை அறிவுறுத்துகிறது. அக்கதை எம் அனைவருக்கும் தெரியும். கிணற்றுக்குள் சிங்கத்தின் நிழலைக் காட்டி, இன்னொரு சிங்கம் அங்குள்ளதாக நம்பவைத்து, அதற்குள் குதிக்கவைத்த முயலின் கதையை நாம் சிறிய வயதில் படித்திருக்கிறோம்.

மித்திர சம்பிரப்தி என்ற பகுதி, நண்பர்கள் ஒருவருக்கொருவர் உதவுவதைக் குறிக்கும் கதைகளைக் கொண்டுள்ளது. வலையில் அகப்பட்ட புறாக்கள் ஒன்றாகப் பறந்துசென்று ஓரிடத்தில் இறங்கியதும், அவற்றின் நண்பனான எலி, வலையைத் தன் கூரிய பற்களால் அறுத்துப் புறாக்களை விடுவித்தது. ஒரு அண்டங் காகமும் எலியும் மானும் ஆமையும் மிகுந்த நட்புக்கொண்டிருந்தன. அவை, எது வந்தாலும் ஒன்றாக இருப்பதாக சபதம் எடுத்திருந்தன. ஒருநாள் மான், வேடன் விரித்த வலையில் சிக்கிக் கொண்டது. காகத்தின் முதுகில் ஏறி அந்த இடத்திற்குப் பறந்து சென்ற எலி, வலையைக் கடித்து மானை விடுவித்து, மூன்றும் அந்த இடத்தை விட்டு ஓட ஆரம்பித்தன. வழியில் தமது நண்பனான ஆமை வருவதைக் கண்டு, நீ இப்படி மெதுவாக வருகிறாயே, இப்போது வேடன் வந்தால் என்ன செய்வது என்று கூறிக்கொண்டிருக்கும் போதே, வேடன் உண்மையில் அங்கு வந்துவிட்டான். அறிவு நிறைந்த காகம், உடனே தனது திட்டத்தைக் கூறியது. அதன்படி, வேடனை அறியாததுபோல, மான் தனது கால் பாதிக்கப்பட்டது போலப் பாசாங்குசெய்து படுத்துக்கொண்டது. ஆமை, அங்கங்களை ஓட்டுக்குள் இழுத்துக் கொண்டது. எலி, ஆமை அருகில் ஓடி வேடனின் கவனத்தை ஆமையின்பால் திருப்பவே, அவன் முதலில் ஆமையைப் பிடித்துக் கட்டிவைத்துவிட்டு, மானின் அருகில் சென்றான். அது, அவன் எதிர்பாராத வகையில் எழுந்து ஓடத் தொடங்கியதும், அவனும் பின்னே ஓடத் தொடங்கினான். அதற்கிடையில் எலி, ஆமையின் கட்டுக்களைப் பற்களால் வெட்டவே, தப்பி ஓடியது. இக்கதைகள் துணிச்சலையும் தந்திரத்தையும் பற்றிப் போதிக்கின்றன. அதிர்ஷ்டம் வந்தாலும் ஒரு கோழையால் அதனைப் பயன்படுத்த முடியாமல் போகும் என்கிறார் விஷ்ணு சர்மன்.

ககலோக்கியம் என்ற பகுதி உலகப் போக்குப் பற்றி விவரிக்கிறது. விஷ்ணுசர்மன், எல்லோரையும் நம்ப வேண்டாம், அதுவும் முன்னர் விரோதிகளாக இருந்து, பின் நண்பரானவரை நம்பவே வேண்டாம் என்கிறார். இக்கதைகள், எமக்கு நம்பிக்கை தரும் வண்ணம் தீமை, நன்மையிடம் அழியும் என்ற முறையில் அமைய வில்லை. சிக்கலான வேறுபாடுகள் நிறைந்த உலகில், ஒருவர் தன் வாழ்வின் சகல அம்சங்களையும் எவ்வாறு நிர்வகிக்கவேண்டும்

என்று கூறுகின்றன. அதில் கூறப்பட்ட நீதிகள், விஷ்ணுசர்மனிடம் படிக்கப்போன இளவரசர்களுக்கு மட்டுமல்ல, மனிதர்கள் அனைவருக்கும் உதவுவன. இக்கதைகளைப் படிப்பவர்களது நாளாந்த வாழ்வில் வரக்கூடிய பல்வேறு நிகழ்ச்சிகளுக்கு அவர்களைத் தயாராக்கித் துணிச்சலுடனும் அவதானத்துடனும் அவற்றை எதிர்கொள்ள வேண்டும் என்ற கருத்தை அவை வெளிப்படுத்து கின்றன.

எம் அனைவருக்கும் தெரிந்த குரங்கும் முதலையும் கதை, மூடத்தனத்தால் கைக்கெட்டும் விஷயம் வாய்க்கெட்டாமல்போவது பற்றிக் கூறுகிறது. பஞ்சதந்திரத்தின் இறுதிப்பகுதியில், ஒரு புது நெருக்கடி வரும்போது எவ்வாறு நடந்துகொள்வது என்பதுபற்றிய நீதி கூறப்படுகிறது. செய்வதன் முன் எப்போதும் சாதகமான, பாதகமான விஷயங்களை ஆராய்தல் வேண்டும். மிக அறிவுள்ள நான்கு நண்பர்கள் ஒருதடவை தாம் பெற்ற அறிவைப் பரிசோதிக்க விரும்பினார்கள். இறந்த சிங்கம் ஒன்றை அவர்கள் மீண்டும் உயிர்ப்பிக்க விரும்பியபோது, அவர்களுள் ஒருவர், அது ஆபத்தானது என்று கூறி மறுத்தார். ஆனால், மற்ற மூவரும் அதைக் கேட்காது சிங்கத்துக்கு உயிர் கொடுக்கவே, உயிர்பெற்ற சிங்கம் அம்மூவரையும் கொன்று தின்றது. புத்தக அறிவு மட்டும் போதாது, ஒரு காரியத்தைச் செய்யும்போது ஏற்படும் நிலமையை நன்கு ஆராய்ந்தே அதைச் செய்ய வேண்டும் என்ற நீதியை அது கூறு கிறது. விஷ்ணுசர்மனின் கதைகள் பொதுவாக அனைவருக்கும் தேவையான நீதிகளைக் கூறுகின்றன. மிருகங்கள், மனிதருக்கு உரிய உணர்ச்சிகளுடனேயே இக்கதைகளில் இயங்குகின்றன. கதைகள் முழுவதும் கவனிப்புகளும் பழமொழிகளும் நீதிகளும் விரவிக் கிடக்கின்றன. உலக ஞானம், புத்திக்கூர்மையின் அவசியம், சுய பாதுகாப்பு, நண்பர்களின் முக்கியத்துவம் போன்ற அரிய போதனைகள் நிறைந்த கதைப் பொக்கிஷமாக பஞ்சதந்திரக் கதைகள் திகழ்கின்றன. இக்கதைகள் பிள்ளைகளையும் பெரியவர் களையும் ஒருங்குசேர முடிவின்றி மகிழ்விப்பதுடன், வாழ்வியல் முறைகளையும் போதிக்கின்றன.

•

வளரிளமை அல்லது புதுமலர்ச்சிப் பருவம்

இளம்பிள்ளைகள் இல்லாத வீடுகள் மிகக் குறைவு. *Adolescent* பருவத்தில், அதாவது, வளரிளமை அல்லது புதுமலர்ச்சிப் பருவத்தில், பிள்ளைகளைச் சமாளித்துச் சரியான வழியில் வளர்ப்பது என்பது பெற்றோருக்கு மிகவும் கடினமான வேலை. எமது நாட்டில் என்றால், பெற்றோரது சொற்களுக்குக் கட்டுப்படாத பிள்ளைகளைத் தகப்பனின் அல்லது தாயின் சகோதரனிடம் அனுப்பி, 'நான் சொன்னா இவன் துப்புரவாய்க் கேட்கிறானில்லை. நீங்கள் எண்டாலும் ஒருக்கா புத்திமதி சொல்லுங்கோவன்' என்று சொல்வதுண்டு. தமது சொல்லைக் கேட்கா விடினும் மாமனின் அல்லது பெரிய அல்லது சிறிய தகப்பனின் சொற்களைப் பிள்ளைகள் கேட்டு நடப்பார்கள் என்று பெற்றோருக்கு நம்பிக்கை. அது, பெருமளவில் உண்மையும்கூட. உறவினரிடையே நெருக்கமான பந்தம் வளர்ந்திருந்ததால், பிள்ளைகள் பெற்றோரின் சகோதரர்களுடன் நெருக்கமானதொடர்பு வைத்திருந்தார்கள். அவர்களுடன் கதைப்பது, பெற்றோருடன் கதைப்பதைவிடப் பிள்ளைகளுக்கு இலகுவாக இருந்தது. சில பெற்றோர், பிள்ளைகளுடன் கடுமையாக நடப்பதும் சிலசமயங்களில் அடிப்பதும் உண்டு. விடலைப் பருவம் என்று தமிழில் அழைக்கப் படும் இந்தப் வளரிளமைப் பருவத்தில் ஒருவரின் உள்ளத்திலும் உடலிலும் ஏற்படும் மாற்றங்கள் அதிகம். அறிவிலும் உடலிலும் பெருமளவில் இந்தப் பருவத்தில்தான் வளர்ச்சி ஏற்படுகிறது. *Peer pressure* எனப்படும் நண்பர்களின் அழுத்தம் அதிகம் இடம் பெறுவதால், பெற்றோர் சொல்வது வேண்டாத விஷயங்களாகவே பெருமளவில் தென்படும். 'என்ன நெடுக *friends*ஓட சுத்திக்கொண்டிருக்கிறாய். சோதினை

வருகுதில்லே. வீட்டில இருந்து ஒழுங்காய்ப் படியன்' என்று பெற்றோர் கூறுவதும், 'சும்மா எந்நேரமும் படி, படி எண்டு சொல்லிறதைத் தவிர இவைக்கு வேறை ஒண்டும் தெரியாது' என்று பிள்ளைகள் வாய்க்குள் முணுமுணுப்பதும் நாளாந்தம் யாழ்ப்பாண வீடுகளில் நடைபெறும் ஒன்றே. இந்தப் பருவத்தில் பிள்ளைகள் நண்பர்களுடன் தம்மை அடையாளம் காணுவதால், அவர்கள் கூறுகிற விஷயங்களே அவர்களுக்கு வேதவாக்காகப்படும்.

புலம்பெயர்ந்த பின்னர், இந்த வளரிளமைப் பருவப் பிள்ளைகளுடன் பழகுவது பெற்றோருக்கு இன்னும் சிக்கல் நிறைந்ததாக ஆகியுள்ளது. இரண்டு கலாசாரத்தில் பிள்ளைகள் வாழ்வதால், அவர்கள் இந்தப் பருவத்தில் பாடசாலையிலும் வெளியிலும் தாம் பழகும் பெரும்பான்மை இனப் பிள்ளைகளுடன் தம்மை இனங்காண முற்படுகின்றனர். இதனால், பிள்ளைகள் தங்களது கலாசாரத்தை விட்டுத் தவறான வழியில் போய்விடுவார்களோ என்ற அச்சம் பெற்றோருக்கு ஏற்படுகிறது. பிள்ளைகளுக்கும், தமது தமிழ்ப் பெற்றோர் கூறும் விஷயங்கள் வேண்டாதவையாகப் படுகின்றன. மொழி, பண்பாடுபற்றிய பெற்றோரின் அறிவுரைகள் அவர்களை எரிச்சலுட்டுகின்றன. எல்லாப் பிள்ளைகளும் இவ்வாறு நடந்துகொள்வார்கள் என்றில்லை. பெற்றோரது மனம் கோணாது, அவர்களது விருப்பப்படி நடக்கும் பிள்ளைகள் சிலர் இருப்பார்கள். பலர் இந்த மாற்றங்களினூடாகச் செல்லும்போது வேறுவிதமாகவே பெரும்பாலும் நடந்துகொள்வார்கள். பிள்ளைகள் சிலர் தமது பெற்றோரை நாகரிகமற்றவராகக் கருதி, அவர்களைத் தமது நண்பர்கள் காணுவதையே விரும்பமாட்டார்கள். இது, பல ஆங்கிலக் குடும்பங்களிலும் நடைபெறுவதுண்டு. இது, இந்த வயதில் பிள்ளைகளுக்கு ஏற்படும் ஓர் உணர்வு. பிள்ளைகள் மாற்றங்களினூடாக வளர்ச்சி அடைகிறார்கள் என்பதை உணர்ந்து, பெற்றோர் அவர்களுடன் பொறுமையாக நடந்துகொள்ள வேண்டும் என்று இத்துறையில் ஆய்வுசெய்த அறிஞர்கள் கூறுகிறார்கள். எனவே, இன்று இந்த வளரிளமைப் பருவத்தில் இடம்பெறும் மாற்றங்கள் என்ன என்று சிறிது விளங்கிக்கொள்வோம்.

வளரிளமை அல்லது புதுமலர்ச்சிப் பருவம், அதாவது *adolescent* பருவம், எல்லோரது வாழ்விலும் வருவதொன்றாகும். இப்பருவம் பற்றி நாம் பூரணமாக அறிந்துகொண்டால்தான், ஒவ்வொருவரும் தத்தமது பிள்ளைகள் இப்பருவத்தைக் கடக்கும்போது, அவர்களது நிலையை நன்குணர்ந்து அவர்களுக்கு உதவமுடியும். *Adolescence* என்ற ஆங்கிலச் சொல், *adolescere* என்ற லத்தீன் சொல்லிலிருந்து உருவாகியதாகும். இந்த லத்தீன் சொல்லின் பொருள், வளர்ச்சி அல்லது முதிர்ச்சி பெறுதல் என்பதாகும். வளரிளமைப் பருவம் என்பது, ஒருவர் பிள்ளை நிலையிலிருந்து வளர்ந்தோர் நிலையை அடையும் மாற்றத்திற்குரிய பருவமாகும். இப்பருவத்திற்குரிய வயதெல்லை 10 தொடக்கம் 20 வயதுவரை என்றும், 12 தொடக்கம்

18 வரை என்றும் இருவேறு கருத்துக்கள் அறிஞரிடையே காணப்படு கின்றன. இப்பருவத்தில் உடலிலும் எண்ணப்போக்கிலும் மாற்றங் கள் ஏற்படுகின்றன. இம்மாற்றங்கள் அனைத்தும் அவரவர் சமூக, குடும்பப் பின்னணிக்கேற்பவே நடைபெறுகின்றன.

இக்காலத்தில் உடலில் விரைவான வளர்ச்சியும் மாற்றங்களும் ஏற்படுகின்றன. பொதுவாகப் பெண்களுக்கு 11 வயதிலும், ஆண் களுக்கு 13 வயதிலும் இம்மாற்றங்கள் இடம்பெற ஆரம்பிக்கும். 12–15 வயதுகளுக்கிடையில் பெண்களின் உயரம் ஏறக்குறைய 5 அங்குலங்களும் எடை 12 கிலோக்களும், ஆண்களின் உயரம் ஏறக்குறைய 9 அங்குலங்களும் எடை 25 கிலோக்களும் அதிகரிக்கும் என்று கருதப்படுகிறது. இந்த மாற்றங்களின் உச்சமாகப் பூப்படைதல் நிகழ்கிறது. இது, பொதுவாகப் பெண்களுக்கு 12 வயதிலும், ஆண்களுக்கு 14 வயதிலும் இடம்பெறும்.

வளரிளம் பருவத்தினரது இந்த உடல் வளர்ச்சியானது அவர் களது சுய கருத்து உருவாக்கத்திற்கு உதவுகிறது. பண்டைக்காலத்தில், உடல்ரீதியான வளர்ச்சியும் பாலுணர்வு வளர்ச்சியும் மட்டுமே இந்த வளரிளம் பருவத்தில் ஏற்படுவதாக நம்பப்பட்டது. ஆனால், இன்றைய ஆய்வுகளின்படி இந்த வளர்ச்சிகள் மட்டுமன்றி, தமக்கென உலகத்தில் ஓர் இடத்தை உருவாக்கிக்கொள்வதற்காகத் தம்மை மதிப்பீடு செய்தலும், ஒன்றைச் சாதிப்பதற்கு உறுதி பூணுதலும் இப்பருவத்தில் இடம்பெறுகின்றன எனக் கூறப்படுகிறது.

இப்பருவத்தில் பிள்ளைகள் பலவித மன இயல்புகளைக் கொண்டிருப்பார்கள். அவையாவன:

1. எளிதில் புண்படக்கூடிய மனநிலை. பெற்றோர் சிறிய விஷயங் களுக்குக் கண்டித்தால், அதைப் பெரிய விஷயமாக எடுத்துத் துன்புறுவார்கள்.
2. தாங்கள் செய்வது சரி என்ற மனப்பான்மை. அதாவது, நண்பர்களுடன் தாம் போக விரும்பும் இடத்திற்குப் போக பெற்றோர் அனுமதிக்காவிடின், தாம் போகவேண்டும் என்றும், அப்படிப் போக விரும்புவது சரி என்றும் வாதாடுவார்கள்.
3. அனைத்தையும் பரீட்சித்துப் பார்க்கும் விருப்பம். உதாரண மாக, நெருப்புச் சுடும் என்று அனுபவப்பட்டவர்கள் கூறினா லும், உண்மையில் சுடும்தானா என்று பரீட்சித்துப் பார்ப்பது, இப்பருவத்திற்குரிய இயல்பாகும்.
4. பெற்றோருக்கும் மற்றோருக்கும் பணியாத தன்மை.
5. செயல்முறைக்கு ஒவ்வாத விஷயங்களைச் செய்ய வேண்டும் என்ற தீவிரம்.
6. வலுவற்ற, அதாவது *fragile* மனம். அதாவது, தெரியாதவர்க ளுக்கு நடைபெறும் துன்பங்கள்கூட மனத்தைப் பாதிக்கும்.

வீட்டில் பெற்றோருடன் ஏற்படும் சிறிய சச்சரவுகளுக்கும் மனமுடைந்துபோவார்கள்.

7. பெற்றோர், ஆசிரியரில் பிழை கண்டுபிடிக்கும் உள்ளப்போக்கு.

8. உலகத்தில் இடம்பெறும் முக்கிய விஷயங்கள்பற்றிய விழிப்புணர்வு. உதாரணமாக, பூமி வெப்பமடைதல், சூழல் மாசடைதல், ஆபிரிக்க நாடுகளில் பஞ்சத்தால் மனிதர் இறத்தல், புதிய விஞ்ஞானக் கண்டுபிடிப்புகள் ஆகியன பற்றி அறிந்து, அதுபற்றித் தீவிரமாகச் சிந்திப்பார்கள்.

9. தான் என்ற தனித்துவ உணர்வு ஏற்படுதல். அதாவது, இதுவரை பெற்றோரின் கவனிப்புக்குக் கீழ் தம்மைப் பற்றிய உணர்வின்றி இருந்தவர்கள், இப்பருவத்தில் தங்களது தனித்துவம்பற்றிச் சிந்திப்பார்கள்.

10. தொடர்பு சாதனங்களின் மூலம் பிரசித்தி பெற்றவர்களிடம் ஒருவித மனப்பதிவு ஏற்படும். சினிமா நடிகர்கள், பிரசித்தி பெற்ற பாடகர்கள், வேறும் பல பிரசித்திபெற்றவர்கள் இப்பருவத்தவர்களது சிந்தனையில் அதிக இடத்தைப் பெற்றுக் கொள்வர்.

11. வீட்டிலும் வெளியிலும் தமக்குள்ள உரிமைகள் எவையென அறிந்து, அவற்றைப் பெற முயற்சிப்பார்கள்.

12. மனநிலை (*mood*) அடிக்கடி மாற்றமடையும். எடுத்ததற்கெல்லாம் கோபம் வரும்.

13. தமது தோற்றம்பற்றிய உணர்ச்சி முனைப்பு உடையவர்களாக இருப்பதுடன், தம்மைக் கவனிக்கும் பார்வையாளர்கள் இருப்பதாக எப்போதும் கற்பனைசெய்வார்கள். தமது சகபாடிகள் உடுப்பது போன்ற ஆடைகளையே அணிய விரும்புவதுடன், அப்படி அணியாவிடின், அவர்கள் கேலி செய்வார்கள் என்று மனத்துக்குள் எண்ணுவார்கள்.

14. நேர்மை உணர்வு உடையவர்களாக இருப்பார்கள். அதாவது, பெற்றோர் பொய்சொல்லக்கூடாது என்று கூறிவிட்டு, ஏதோவொரு சந்தர்ப்பத்தில் பொய்சொல்ல நேர்ந்தால், இப்பருவப் பிள்ளைகள் ஏன் பொய் சொல்கிறீர்கள் என்று அவர்களைக் கண்டிப்பார்கள்.

15. இருவேறுபட்ட நிலைகளில், தான் எதில் இருப்பது என்ற குழப்பம் (*role confusion*) ஏற்படும். அதாவது, தமிழ்ப் பிள்ளையாயின், தான் தமிழரைப்போல இருப்பதா அல்லது அவுஸ்திரேலியர்போல இருப்பதா என்ற குழப்பம் ஏற்படும். அதேபோல தந்தை வைத்தியராயின், அவரைப்போல வைத்தியராவதா அல்லது தனக்கு விருப்பமானதைப் படிப்பதா என்ற குழப்பமும் ஏற்படும்.

16. தம்மால் ஏற்றுக்கொள்ள முடியாதவற்றை அறுதியாக மறுப்பார்கள்.
17. விபத்துப் போன்ற அவல நிகழ்ச்சிகள் அவர்களது மனத்தில் நன்கு பதியும்.
18. பெற்றோரது கருத்துக்களை மறுப்பதுடன், அவர்களைவிடத் தமது சகபாடிகளுடன் அதிக பாதுகாப்பு உணர்வைப் பெறுவார்கள். இதன் காரணமாகவே, சிலர் பெற்றோரைவிட்டு விலகித் தமது சகபாடிகளுடன் வாழ ஆரம்பிக்கிறார்கள்.

இப்பருவகாலத்தில் பல முக்கிய விஷயங்கள் இடம்பெறுகின்றன. சுய அடையாளத்தை உருவாக்குவதற்கு இப்பருவம் மிக முக்கிய காலகட்டமாகும். இப்பருவத்தினரின் பழக்கவழக்கங்களில் பாரிய மாற்றங்கள் ஏற்படுகின்றன. குழந்தைப் பருவம்முதல் பெற்றோரின் விருப்பப்படி, அவர்களது குடும்பப் பழக்கவழக்கங்களைப் பின்பற்றி வந்த பிள்ளைகள், இப்பருவத்தை அடைந்ததும் தமது சமவயதினர் அல்லது சகபாடிகளின் பழக்கவழக்கங்களைப் பின்பற்ற ஆரம்பிக்கின்றனர். பொதுவாகச் சகபாடிகளின் மொழி, இசை, ஆடை போன்றவை இப்பருவத்தினரைத் தமது செல்வாக்குக்கு உட்படுத்தும். உதாரணமாக, ஒரு பிள்ளை சிறுவயதுமுதல் தமிழ்மொழியைப் பேசிவருமாயின், இப்பருவத்தில் அம்மொழியைத் தொடர்ந்து பேச விரும்பாது, தனது சகபாடிகளின் ஆங்கிலமொழியையே எப்போதும் பேச விரும்பும். அதேபோல, ஆங்கில இசையை விரும்பிக் கேட்பதுடன், தனது சகாக்களைப் பின்பற்றித் தலைமயிரை அலங்கரித்து, அவர்கள் அணியும் அதே ஆடை வகைகளை அணிய முற்படும்.

இப்பருவத்தில் கிரகிக்கும் விஷயங்களை அப்படியே ஏற்காது, அதனை ஆராய்ந்து பார்ப்பது அவர்களது இயல்பாகிறது. தங்களுக்கு விருப்பமான பொப் பாடகர்களைப்போலத் தம்மைக் கற்பனை செய்து, அவர்களைப்போல இருக்க முயல்வதும் இப்பருவத்தில் நிகழ்கிறது. அவர்கள் திறமைகளைப் பெற்று, வளர்ந்தோருக்குரிய பங்கை நிலைநிறுத்தும் வேளையிலே, தமக்குரிய எல்லைகளை விரிவுபடுத்துவதற்கும், தாம் யார் என்பதைக் கண்டுபிடிப்பதற்கும் இப்பருவம் உரிய காலமாகிறது. அவர்கள் உணர்வுரீதியாகவும் நடத்தைரீதியாகவும் சுதந்திரமாக இயங்க ஆரம்பிக்கின்றனர். அவர்கள் அத்துடன் ஆண்–பெண் வேறுபாட்டையும் பகுத்துணர்கின்றனர். எதிர்ப்பாலாருடன் பழகுவதற்கான திறமையைப் பெறுகின்றனர். தங்களுக்குரிய வாழ்க்கைத் துணை எவ்வாறு அமைய வேண்டும் என்பதுபற்றிய கருத்துகளை உருவாக்கிக் கொள்கின்றனர். அத்துடன், வளர்ந்தோருக்குரிய பங்கை வகிப்பதற்குத் தேவையான கல்வியையும் அனுபவங்களையும் இப்பருவத்திலேயே பெறுகின்றனர். பெறுமதிகள்பற்றித் தீர்வு காணுவதும் இந்தப் பருவத்திலேயே நடைபெறுகின்றது.

வளரிளம் பருவத்தில் சிலர், பெற்றோர் அல்லது முக்கிய உறவினர் அல்லது குடும்ப நண்பர்கள் அல்லது சகாக்கள் ஆகியோர் அவர்களுக்காகச் செய்யும் முடிவுகளை ஏற்று எவ்வித குழப்பங்களும் இன்றித் தமது இலக்குகளை அடைவார்கள். உதாரணமாக, பெற்றோர் என்ன துறையில் படிக்க வேண்டும் என்று கூறுகிறார்களோ, அதை ஏற்று அதன்படி படிப்பார்கள். ஆயினும், இப்பருவத்தில் அனைவரும் பெற்றோரோ, மற்றோரோ தமக்காக எடுக்கும் முடிவுகளை எளிதாக ஏற்றுவிடுவதில்லை. எதிர்காலத்தில் தாம் எவ்வாறான பங்கை வகிக்கவேண்டும் என்பதில் அவர்கள் மிகுந்த குழப்பமடைகின்றனர். அவர்களுள் சிலர் சரியான முடிவுகளை எடுக்கத் தவறினாலும், பலர் இக்குழப்பங்களினூடே தமது முயற்சியினால் தமது எதிர்காலம் பற்றிய முடிவுகளைப் பின்னர் எடுப்பார்கள். இம்முடிவுகளுள் தமக்கென ஒரு திடமான கருத்தை உருவாக்குதல், தமது தொழில் இலக்கு, சமூகத்தில் தாம் ஆற்றவேண்டிய பங்கு என்பன முக்கிய மானவை. இதுவே, குழப்பத்தை வெற்றிகரமாகக் கடப்பதற்கு வழியாகும். இவ்வாறு, தமது முயற்சியால் குழப்பத்தைக் கடந்தவர் கள், மற்றவர்களிலும் பார்க்கப் பல விஷயங்களில் பிரகாசமான எதிர்காலத்தைக் கொண்டிருப்பார்கள் என்று. கூறப்படுகிறது. உதாரணமாக, கல்வித்துறையில் சாதனைகள் புரிவார்கள். எல்லா வற்றையும் உற்சாகத்துடன் செய்வார்கள். மற்றவர்களுடன் நெருக்க மான தொடர்புகளை வெற்றிகரமாக ஏற்படுத்திக்கொள்வதுடன், அழுத்தங்களின் மத்தியிலும் எதனையும் சாதிக்கக்கூடிய ஆற்றல் உடையவர்களாவார்கள்.

இந்த வளரிளம் பருவத்தில் பிள்ளைகள் தமது சூழலில் உள்ள பல விஷயங்களால் செல்வாக்குறுகின்றனர். பாடசாலை, குடும்பம், சமயம், அரசியல், நண்பர்கள், விளையாட்டுகள், தொடர்பு சாதனங்கள், மது, குழுக்கள், அதாவது *gangs*, நாகரிகம், வரையறையற்ற ஆண், பெண்ணுறவு ஆகியன முக்கியமாக இப் பருவத்தில் செல்வாக்குச் செலுத்துகின்றன. இவற்றுள் பாடசாலை, குடும்பம், சமயம் என்பனவே அடிப்படையில் உள்ளவை. இதனால், பெற்றோரதும் ஆசிரியரதும் பங்களிப்புகள் மிக முக்கியமானவை. இப்பருவத்தில் உள்ள பிள்ளைகளுடன் பெற்றோர் சரியான முறையில் தொடர்பு வைத்திருத்தலின் அவசியம்பற்றி இத்துறையில் நிபுணத்துவம் பெற்றவர்கள் வலியுறுத்திக் கூறுகின்றனர். அந்தத் தொடர்பு எவ்வாறு அமைந்தால் ஆரோக்கியமாக விளங்கும் என்பதுபற்றி அவர்கள் பின்வருமாறு கூறுகிறார்கள்.

1. இரு பகுதியினரும் ஒருவர் சொல்வதை மற்றவர் நன்கு கேட்க வேண்டும்.

2. பிரச்சினைகள் ஏற்படும்போது பெற்றோரும் பிள்ளைகளும் பேசித் தீர்த்தல் மிக முக்கியமானது. சிலவற்றில் பெற்றோரும், சிலவற்றில் பிள்ளைகளும் விட்டுக்கொடுக்க வேண்டும்.

3. பிள்ளைகள் கூறுவதை எப்போதும் நன்கு அவதானித்துப் பெற்றோர் விடையளிக்க வேண்டும்.

4. தமக்குப் பெற்றோரின் ஆதரவு எப்போதும் உண்டு என்ற நம்பிக்கையை அவர்கள், பிள்ளைகளுக்கு அளிக்க வேண்டும்.

5. பெற்றோர் தமது பிள்ளைகளுக்குப் பொதுவான மனிதப் பெறுமதிகளைச் சொல்லிக்கொடுக்க வேண்டும்.

6. தாயும் தந்தையும் பிள்ளைகளுக்கு முன்னுதாரணமாக அமைய வேண்டும். உதாரணமாக, புகைபிடிக்கும் தந்தை தனது மகனுக்கு புகைத்தலால் ஏற்படும் தீமைகள்பற்றிக் கூறும் தகுதியை இழக்கிறார். அதேபோல, சதா சிடுசிடுக்கும் தாய் தனது மகளுக்குச் சாந்தமாக இருப்பதன் அவசியத்தை வலியுறுத்த முடியாது. எப்போதும் பிள்ளைகளின் முன்னால் வாதிடும் பெற்றோர் நல்ல உதாரணமாக விளங்க முடியாது.

இப்பருவத்தில் பல குழப்ப நிலைகள் இடம்பெற்றபோதும் கல்வி கற்றல் என்பது இக்காலத்திலேயே நடைபெறுகிறது. உயர் நிலைக் கல்வி முழுவதும் இக்காலத்திலேயே இடம்பெறுகிறது. எனவே, குழப்பங்களை நீக்கிப் பிள்ளைகள் மன அமைதியுடன் கற்பதற்கான சூழலை அமைத்துக்கொடுப்பது பெற்றோரின் கடமையாகிறது. பெற்றோரின் கவனிப்பையும் ஆதரவையும் இழந்த பிள்ளைகள் படிப்பிலும் பின்தங்குகின்றனர். அவுஸ்திரேலியரிடையே அளவுக்கு அதிகமாக விவாகரத்துகள் இடம்பெறுவதனால், இளம் பிள்ளைகளது மனநிலை பெரிதும் பாதிக்கப்படுகிறது. அவர்கள் தமது விரக்தியையும் இயலாமையையும் தமது கட்டுக் கடங்காத இயல்புகளால் பாடசாலைகளில் காட்டுகிறார்கள். அத்துடன், முந்திய காலத்தில் குடும்பங்களில் தாய் வீட்டிலிருந்ததால், பிள்ளைகளுக்குத் தாயின் அரவணைப்பு முழுமையாகக் கிடைத்துவந்தது. அதனால், அவர்கள் இந்தப் பருவத்தை எளிதாகக் கடந்து நல்ல பிரஜைகளாக உருவானார்கள். இன்றைய பொருளாதார நிலை பெண்கள் வேலைசெய்ய வேண்டிய அவசியத்தை ஏற்படுத்துகிறது. இதனால், வளர்ந்த பிள்ளைகளுடன் அதிக நேரத்தைச் செலவழிக்க அவர்களால் முடிவதில்லை. இவ்வாறான பல காரணங்களால் இங்குள்ள இளம் சந்ததியினரில் ஒரு பகுதியினர் எந்தவித கட்டுப்பாடுகளுக்கும் உட்படாத நிலையில் வளர்ந்து வருகின்றனர்.

தமிழ்க் குடும்பங்கள் பலவற்றில் பெரும்பாலும் குடும்ப உறவு பலமாக இருப்பதனால், பிள்ளைகள் இந்த வளரிளமைப் பருவத்தில் பெற்றோரின் அதிக கவனிப்பையும் ஆதரவையும் பெறுகின்றனர். ஆயினும், இந்தப் பருவத்தில் பிள்ளைகளுக்கு ஏற்படும் பிரச்சினைகளைப் போக்குவதற்கு, எந்த நேரத்திலும் எந்த விஷயத்தையும் பெற்றோருடன் மனம்விட்டுக் கதைக்கலாம் என்ற நம்பிக்கையைப் பிள்ளைகள் மனத்தில் அவர்கள் ஏற்படுத்துதல் முக்கியமானது.

பிள்ளைகள் போதைமருந்து, மதுபானம், புகைத்தல் போன்ற தீய பழக்கங்களுக்கு ஆளாகாது தடுக்க, பெற்றோருடனான இந்தச் சுமுகமான உறவு பெருமளவில் உதவும். பெற்றோர், பிள்ளைகளுடன் தினமும் ஓரளவு நேரத்தைச் செலவழித்தல் நல்லது. அவர்களது தேவைகள், மனக்குறைகள் ஆகியனபற்றி அப்போது மனம் திறந்து உரையாடலாம். தினமும் ஒருநேரச் சாப்பாட்டைக் குடும்பத்தவர் அனைவரும் சேர்ந்து சாப்பிடுவது, குடும்ப ஒருமைப்பாட்டை ஏற்படுத்தும். பெற்றோர் தாம் வாழ்ந்த நாட்டிலிருந்து முற்றாக வேறுபட்ட நாட்டில் வாழ்கிறார்கள், காலம் மாறுகிறது, அதற்கேற்பத் தங்கள் கருத்துகளை மாற்றிக் கொள்ள வேண்டும் என்பதைப் புரிந்துகொள்வதும் அவசியமாகிறது.

இளம் பிள்ளைகள் உள்ள பெற்றோர், பிள்ளைகளின் பயங்களையும் குழப்பங்களையும் புரிந்துகொண்டு, அவர்களுக்கு பெருமிதத்தைச் சொல்லிக்கொடுத்தல் நல்லது. பிள்ளைகள் எவ்வளவு பெறுமதி வாய்ந்தவர்கள் என்பதை அவர்கள் அறியும்படி செய்தல், பிள்ளைகளுக்கும் பெற்றோருக்கும் உள்ள இடைவெளியைக் குறைத்து, அவர்களிடையே சுமூகமான உறவை ஏற்படுத்தும். வாழ்வின் முக்கியமான அம்சம் மகிழ்ச்சி. பிள்ளைகள் உரிய வயதில் அதை அனுபவிக்காவிடின், பின் அவர்களால் அதை ஒருபோதும் பெற முடியாமல் போகும். இரு பகுதியினரிடையேயும் உள்ள சாதகமான தொடர்பு, பிள்ளைகளுக்குள்ள விருப்பங்களையும், பெற்றோர் தமக்குள்ள விருப்பங்களையும் ஆராய்ந்து, நியாயமான முறையில் நடக்க வழிசெய்யும்.

பிள்ளைகளுக்கும் பெற்றோருக்கும் இடையில் நல்ல புரிந்துணர்வு ஏற்பட வேண்டுமானால், இருசாராரிடையேயும் நட்புறவு இருத்தல் நல்லது. பிள்ளைகள் எந்த விஷயத்தையும் பெற்றோருடன் பகிர்ந்துகொள்ளலாம், அவர்களது ஆலோசனையைப் பெறலாம் என்ற நம்பிக்கையை இதனால் பெறுவார்கள். பிள்ளைகளது கருத்துக்கள், இலட்சியங்கள், தனித்துவம் ஆகியவற்றைப் பெற்றோர் மதிப்பதும், எப்போதும் அவர்கள் சொல்வதை முழுமையாகக் கேட்பதும் அவர்களுடன் நல்ல உறவுக்கு வழிவகுக்கும். கல்வியைப் பொறுத்தவரை அவர்களது பரீட்சை முடிவுகள்பற்றி அவர்களுக்கு மன அழுத்தத்தை ஏற்படுத்தாத வகையில், சிறந்த முடிவுகள் எடுத்தால் மனந்திறந்து பாராட்டலாம், குறைவான முடிவுகளாயின் பெற்றோர் தமது ஆதரவையும் அன்பையும் கொடுக்கலாம். அவர்களுக்கு விருப்பமில்லாததைப் படிக்கும்படி வற்புறுத்துதல் பிள்ளைகளது மனத்தில் சலிப்பை ஏற்படுத்தும். அவர்களது பிரச்சினைகளை அவர்களே தீர்க்க உதவுதல் நல்ல விளைவை ஏற்படுத்தும். அவர்கள் தம்மைப் பற்றிய சில முடிவுகளை எடுப்பதற்கு அனுமதிப்பதன் மூலம் அவர்களது சுயநம்பிக்கை பலப்பட உதவலாம். அதேநேரம், அவர்கள் தாம் சரியான முடிவை எடுத்தார்களா,

இல்லையா என்று சந்தேகமுற்றால், பெற்றோர் தமது முழுமையான ஆதரவை அவர்களுக்கு அளிக்கலாம். மேற்படிப்புக்காகத் தம்மால் எவ்வளவு பணம் உதவ முடியும் என்பதைப் பெற்றோர் மனந்திறந்து கூறி, பிள்ளைகள் சிறிய வேலைகள் மூலம் தமக்குத் தேவையான மிகுதிப் பணத்தைப் பெற்றுக்கொள்வதற்குப் பிள்ளைகளை ஊக்குவிக்கலாம். தமது பணத்தை எவ்வாறு நிர்வகிக்க வேண்டுமென்பதையும், தமது கடமைகளைத் தாமே எவ்வாறு செய்ய வேண்டும் என்பதையும் சிறுவயதிலிருந்தே பழக்குதல், பிள்ளைகளின் எதிர்காலத்துக்கு நன்மை பயக்கும். நேரத்தை எவ்வாறு பயனுள்ள முறையில் செலவழித்தல் என்பதைச் சிறியவயதுமுதல் பழக்கிவரின், அவர்கள் அதிக மன அழுத்தத்துக்கு ஆளாகாது, கல்வியையும் பின், வேலையையும் சுமூகமாகச் செய்வார்கள்.

●

நட்பு

எமது வாழ்வில் எமக்கு ஏற்படும் உறவுகள் பல. சில நாம் தெரிந்தெடுப்பவை. சில எமக்குத் தரப்படுபவை. இந்த இரண்டிலும் எல்லாமே வெற்றி கரமான, அன்பு நிறைந்த உறவுகளாக அமைந்துவிடு வதில்லை. மிகச் சிலவே எமது வாழ்வுடன் பின்னிப் பிணைந்து மிக நீண்டகாலத்துக்கு எம்முடன் தொடர்ந்து வருபவை. எமது மகிழ்ச்சியில் பங்கு கொண்டு, எமக்குத் துயரம் வரும்போது ஆறுதல் தந்து, நாம் அழுவதற்குத் தோள் தந்து, எம்மைத் தேற்றி அனைத்திலும் பங்குகொள்பவை மிகச் சிலவே. அவ்வாறான சில உறவுகளில் ஒன்று நட்பு.

நட்பில் எமக்குத் தெரிவுசெய்யும் சுதந்திரம் இருந்த போதும், நாம் நட்புக்கொள்பவர்கள் அனைவரும் எமது மனத்துக்கு உகந்தவர்களாக, எமது வாழ்வுடன் இணைந்தவர்களாக அமைந்துவிடுவதில்லை. ஏனெ னில், மனிதர்கள் பலர் சுயநலமும், காலத்துக்குக்காலம் மாறும் போக்கும் உடையவர்களாகவும் இருக்கிறார் கள். இதனால், இரண்டு பேர் சுயநலத்தைக் கடந்து நட்புக்கொள்வது என்பது மிக அரிதாகவே நிகழ்கிறது. அத்துடன், துரதிர்ஷ்டவசமாகப் பல நட்புகள், நண்பர் கள் பிரிந்து இடம்பெயர்வதுடன் முடிந்துபோகிறது. காலத்தை, இட எல்லையைக் கடந்து என்றும் நிலைத்து நிற்பதும், தேவை வரும்போது ஓடிவந்து உதவிசெய்வ துமே உண்மையான நட்பாகும். 'தோள் கொடுப்பான் தோழன்' என்று கூறுவதற்கேற்ப, என்றும் வாழ்வில் பக்கபலமாக விளங்கும் நட்பு அபூர்வமாகச் சிலருக்கே வாய்க்கின்றது. எந்தவித உறவும் பேணி வளர்க்காது போனால் நன்கு வளராது. அதுபோல, நட்புக்கும் பேணி வளர்த்தல் என்பது அவசியம். ஒருவருடன் ஒருவர் தொடர்பற்றுப்போனால் எந்த நட்பும் காலகதி யில் மங்கிவிடும்.

பல உறவுமுறைகள்போல, அந்நியர் இருவரிடையே ஏற்படும் நட்புக்கும் வரையறை கிடையாது. உலகின் வேறு, வேறு பாகங்களில் உள்ளவர்களுக்கிடையில், ஒருவரை ஒருவர் பார்க்காமலே இது ஏற்படலாம். அருகருகே வசிப்பவர்களிடையில், ஒன்றாக வேலை செய்பவர்கள் மத்தியில் நட்பு ஏற்படுவதுண்டு. ரயில், விமானப் பிரயாணங்களின்போது அருகருகே அமர்ந்து பயணப்படும்போது ஏற்படும் உரையாடல்களினால் சிலருக்கு நட்பு ஏற்படுவதுண்டு. நட்பு ஏற்படுவதற்கு ஒரு காரணம் தேவையில்லை. ஆயினும், காணும் அல்லது பழகும் அல்லது உரையாடும் எல்லோருடனும் நட்பு ஏற்பட்டுவிடுவதுமில்லை. இவை அனைத்துக்கும் மேலாக ஏதோ ஒன்று ஒருவரை ஒருவர் ஈர்க்கிறது. அதுவே, நட்பு ஏற்பட அடிப்படைக் காரணமாகிறது. சிலர் பல வருடங்கள் ஒன்றாகப் பழகினாலும் அவர்களிடையே உண்மையான, ஆழமான நட்புத் தோன்றுவதேயில்லை.

நட்பு இருவரிடையே தோன்றினாலும், அதை ஆழமாக்குவதற்கும் நீடிப்பதற்கும் பல விஷயங்கள் தேவைப்படுகின்றன. இனிமையான இயல்பும், மென்மையான பேச்சும் சிலரை ஈர்க்கின்றன. ஆரவாரமாக, ஓயாது பேசுபவரை அதிகம் பேசாத ஒருவருக்குப் பிடித்துப்போவதுமுண்டு. ஆயினும், ஒருவருக்குக் கஷ்டம் ஏற்படும் போது, அவருக்கு அருகிருந்து, ஆறுதலளித்து உதவுதல், ஒருவருடைய சந்தோஷத்தை மற்றவர் தனது சந்தோஷமாகக் கருதுதல், குறிப்பறிந்து ஒருவருக்கு ஒருவர் உதவுதல், ஒருவரை ஒருவர் உண்மையாக நம்புதல் (trust) போன்றன நட்பை வளர்ப்பதற்கு அடிப்படையில் உதவுவன. பொறாமை, குற்றம் கண்டுபிடித்தல், தன்னலம், ஒருவரில் ஒருவர் பூரண நம்பிக்கையின்மை என்பன நட்பைக் கொல்லும் எதிரிகளாகும்.

நட்பு, சிநேகிதம், தோழமை போன்ற சொற்களால் குறிக்கப்படும் இந்த நட்பானது, அந்நிய மனிதர்களுடன் அன்பு கொள்வதற்குரிய முக்கியமான உறவுப் பாலமாகும். காதலும் முன்பின் அறியாத அந்நியமான ஒருவருடன்தான் வருகிறது என்றாலும் அதற்கு எல்லை உண்டு. அது, ஒரே ஒருவருடன்தான் வரும். ஆனால், நட்புக்கு இந்த வரன்முறை கிடையாது. எத்தனை நண்பர்களையும் நாம் ஏற்படுத்திக்கொள்ளலாம். காதலுக்குப் பொதுவாக வயதெல்லை உள்ளது. நட்பு என்றதும் ஒத்த வயதினரிடையே ஏற்படும் அன்பையே நாம் பொதுவாகக் கருதுகிறோம். ஒரே வயதுள்ளவர்களுக்கு ஒரேவிதமான விருப்பங்கள், ஒரேவிதமான பிரச்சினைகள் இருக்கும். இதனால், அவர்களிடையே நட்பு ஏற்படுவதற்கும் நிலைப்பதற்கும் வாய்ப்புகள் அதிகம். ஆனால், உண்மையில் நட்புக்கு வயதெல்லை கிடையாது. அதிக வயது வித்தியாசம் உள்ள இருவரிடையேயும் ஆழமான நட்பு ஏற்படுவதுண்டு. ஒரு சிறுவனுக்கும் ஒரு வயது முதிர்ந்தவருக்கும் இடையிலோ

அல்லது ஓர் இளைஞனுக்கும் முதியவருக்கும் இடையே நட்பு ஏற்படலாம்.

நட்புக்கு வயதெல்லை இல்லாததுபோலப் பால் வேறுபாடும் கிடையாது. ஓர் ஆணுக்கும் பெண்ணுக்கும் இடையில் நட்பு ஏற்படலாம். ஆயினும், எங்கள் பண்பாட்டில் ஆண்களும் பெண்களும் பழகுவதற்கு வரன்முறை விதிக்கப்பட்டுள்ளது. முந்திய காலத்தில் ஆண்களும் பெண்களும் பழகுவது முற்றாகவே தடை செய்யப்பட்டிருந்தது. ஆனால், இப்போது ஓர் ஆணும் பெண்ணும் நட்புடன் பழகுவதற்கு ஓரளவில் சமூக அனுமதி கிடைத்துள்ள போதும் சிலர் எப்போதும் அதனைச் சந்தேகக் கண்களுடனேயே நோக்குவார்கள். அத்துடன், சமூகம் எமது கண்ணுக்கும் கருத்துக்கும் புலனாகாத ஓர் எல்லைக்கோட்டைக் கிழித்துவைத்திருக்கிறது. அதனைக் கடக்காது நட்பை வளர்ப்பது என்பது மிகக் கடினமானது. இதனால், பல்கலைக்கழகத்தில் படிக்கும்போது ஆண்களும் பெண்களும் மனவிகாரமின்றி நட்புடன் பழகியபோதும் அதனைத் தொடர்ந்து பேணுவது என்பது மிகக் கடினமானதே. சிறப்பாகத் திருமணமாகிய பின்னர் இந்த நட்பைத் தொடர்ந்தாலும் அதைப் பேணி வளர்ப்பது கடினமாகிறது. இதனால், ஆணுக்கும் பெண்ணுக்கும் இடையில் காலத்தைக் கடந்து நட்பு வளர்வதற்கு எமது பண்பாட்டில் அதிக சந்தர்ப்பம் கிடைப்பதில்லை.

ஆணுக்கும் பெண்ணுக்கும் இடையே ஏற்படும் சில நட்புகள் காதலாகப் பின்னர் மலர்ந்துவிடுவதும் உண்டு. அதற்கு இளம் வயதே காரணம். அவ்வாறு ஏற்படாது, தொடர்ந்து நண்பர்களாக இருப்பதே உண்மையான நட்புக்கு இலக்கணம். ஆணுக்கும் பெண்ணுக்கும் ஏற்படக்கூடிய platonic love என்பதும் நட்பு என்ற வரையறையுள் அடங்கும் என்றாலும், அது காதலுக்கும் நட்புக்கும் இடைப்பட்ட ஒன்று. அதற்கும் காதலுக்கும் இடையில் மிக மெல்லிய கோடே உள்ளது. எனவே, அதில் காதலாக மாறக்கூடிய ஆபத்து நிறையவே மறைந்திருக்கிறது. ஓர் ஆணும் பெண்ணும் மனவிகாரமின்றித் தொடர்ந்து காலம் முழுவதும் நண்பர்களாக இருப்பது மிகவும் கடினமானது. அண்மையில், இணையத்தில் ஓர் ஆங்கிலக் கவிதை படித்தேன். அதில் ஒரு பெண் தனது நண்பனிடம் தனக்குக் காதல் ஏற்பட்டுள்ளதைக் கூறுகிறார். ஆயினும், தனது காதலை அவனுக்குக் கூறத் தன்னால் முடியவில்லை என்றும், அதனால், தங்கள் நட்பை, தான் களங்கப் படுத்திவிட்டதாக அவன் நினைக்கக்கூடும் என்றும் அந்தக் கவிதையில் குறிப்பிட்டிருந்தார்.

முன்னர் எப்போதையும்விட இப்போது தமிழ்த் திரைப்படங்களில் ஓர் ஆணுக்கும் பெண்ணுக்கும் இடையில் ஏற்படும் நட்பு அழகாகக் காட்டப்படுகிறது. பல ஆண்டுகளின் முன்னர், சுஹாசினி நடித்து வெளிவந்த **பாலைவனச் சோலை** என்ற படத்தில்,

நான்கு ஆண் நண்பர்களுக்கும் ஒரு பெண்ணுக்கும் இடையில் ஏற்பட்ட நட்புப் பற்றிச் சொல்லப்பட்டபோதும், அந்த நால்வரில் ஒருவருக்கு நட்பைக் கடந்து காதல் ஏற்பட்டுவிட்டது. ஆனால், அண்மையில் வந்த **பிரியமான தோழி, ஆட்டோகிறாப்** ஆகிய படங்களில் ஓர் ஆணுக்கும் ஒரு பெண்ணுக்கும் இடையில் ஏற்பட்ட தூய்மையான நட்பு, எந்தவித மன விகாரங்களுக்கும் இடம் கொடாது, அழகாக நகர்த்திச் செல்லப்பட்டுள்ளது. **பிரியமான தோழி** என்ற படத்தில் மாதவனுக்கும் ஸ்ரீதேவிக்கும் இடையில் உள்ள நட்பு அழகாகக் காட்டப்படுகிறது. அதேபோல, **ஆட்டோகிறாப்** படத்திலும் காதல் தோல்வியால் மனமொடிந்து போன கதாநாயகனுக்கு வழிகாட்டும் இனிய தோழியாக ஒரு பெண் காட்டப்படுகிறார். காதலாக மலரக்கூடிய ஆபத்து இருந்தும் அதை அவ்வாறு காட்டாது, உண்மையான தோழியாகவே காட்டுவது, அந்த படத்தின் வெற்றிக்கு ஒரு வகையில் பங்களித்துள் ளது எனலாம்.

நட்பு என்பது மிகச் சிறுவயதிலேயே ஆரம்பிக்கிறது. வீட்டில் பெற்றோர் சகோதரருடன் வாழ்ந்தகாலம்போய்ப் பாடசாலைக்குச் செல்லும்போதே, முதன்முதல் அந்நியரின் தொடர்பு ஏற்படுகிறது. அப்போது பழகும் சிலரை மனத்துக்கு மிகவும் பிடித்துப்போகிறது. ஆயினும், பாடசாலை நட்பில் அதிகம் ஸ்திரத்தன்மை இருப்ப தில்லை. அதனால்தான், பள்ளிச் சிநேகிதம் படலைவரை என்று கூறப்படுகிறது. அதாவது, அது பாடசாலை எல்லைக்குள்ளேயே நின்றுவிடுகிறது. சிறுவயதில் சில உணர்வுகளை ஆழமாகப் புரிந்துகொள்ள முடியாமையும், நட்பைப் பேணி வளர்க்கக்கூடிய மனப் பக்குவம் இல்லாமையும் இதற்குக் காரணமாயிருக்கலாம். ஆயினும், இதற்கு விதிவிலக்குகள் இல்லாமல் இல்லை. மிக அரிதாகப் பாடசாலை நட்பு, வாழ்வில் மிக நீண்டகாலம் தொடர்வதுண்டு. பொதுவாகப் பாடசாலை வாழ்வில் சிறிய, சிறிய விஷயங்களுக்குக் கோபப்படுவதும், பின்னர் கோபம் நீங்கி நட்புக்கொள்வதும் அடிக்கடி நடைபெறுவதாகும்.

பாடசாலை நட்பு, படலைவரை நின்றபோதும் வயது வந்து பல்கலைக்கழகத்தில் கல்வி பயில ஆரம்பித்த பின்னர் பலருக்கு உண்மையான நட்பு ஏற்படுகிறது. அதற்காக, ஒன்றாக ஒரே அறையில் தங்கி, ஒரே வகுப்பில் படிக்கும் மாணவர்களுக்கிடையில் தான் நட்பு வரும் என்றில்லை. அங்கேயுள்ள பல நூறு மாணவர் களிடையே ஒருசிலரில்தான் ஒருவருக்கு நட்பு முகிழ்கிறது. அது, தனது அறைச் சகாவாக இருக்கலாம் அல்லது ஒரே வகுப்பில் படிப்பவராக இருக்கலாம் அல்லது தனக்கு மேல் வகுப்புகளிலோ, கீழ் வகுப்பிலோ படிப்பவராக இருக்கலாம். சந்தர்ப்பவசத்தால் ஒருவருடன் ஒருவர் உரையாடும்போது இருவரது மனப்போக்கும் ஒத்துப்போனால், அவர்களிடையே நட்பு ஏற்படலாம். பார்க்கப் போனால் காதலைப்போல நட்பும் முற்பிறவித் தொடர்புபோலவே

தோன்றுகிறது. நட்பு இருவரிடையே மட்டும் ஏற்படுகின்ற ஒன் றில்லை. ஒரேமாதிரிச் சிந்திக்கும், செயற்படும் ஒரு குழுவினர் மத்தியில்கூட ஏற்படலாம். பல்கலைக்கழகங்களில் இவ்வாறான குழு நட்பு பரவலாகக் காணப்படும். ஒன்றாக ஒரே இடத்தில் வாழ்ந்து, ஒரே வகுப்பில் கல்வி கற்கும் மாணவர்களிடையே இந்தவிதமான நட்பு ஏற்படுவதுண்டு. அவ்வாறு ஒன்றாக வாழ்ந்த வர்கள், அந்தச் சூழலில் இருந்து பிரிந்து செல்லும்போது பெரும் துயரம் அவர்களது மனத்தை அழுத்துகிறது. இலங்கையில் பேராதனைப் பல்கலைக்கழகத்தில் படித்தவர்களுக்கு இது நன்கு விளங்கும். பேராதனை ஒரு பல்கலைக்கழக மலை நகரம். இலங்கை யின் வடக்கு, கிழக்குப் பகுதிகளில் இருந்து இங்கு படிக்கவரும் தமிழர், பெற்றோர் சகோதரர்களைப் பிரிந்து, இங்கு Hostelகளில் அல்லது மற்றவர்களின் வீடுகளில் தங்கிப் படிப்பார்கள். முதலில் தனிமையில் வாடும் இவர்கள், விரைவில் தம்முடன் படிப்பவர் அல்லது விடுதி அறைகளில் தம்முடன் தங்கியிருப்பவர் அல்லது பக்கத்து அறைகளில் தங்கியிருப்பவர்கள் என்று தமக்குள் பல விடயங்களில் ஒருமைப்பாட்டைக் காணும்போது நட்புக்கொள்வார் கள். நான்கு வருடங்களில் அந்நட்பு நன்கு வேரூன்றி வளர வாய்ப்புள்ளது. இதனால், தொழில், திருமணம் காரணமாக வேறு, வேறு நாடுகளுக்குப் பிரிந்துசெல்ல நேர்ந்தாலும் பல ஆண்டுகளின் பின் சந்திக்கும்போது, பல வேளைகளில் அந்த நட்புப் புதுப்பிக்கப்படுகிறது.

ஆயினும், அனைத்து உறவுகளும் நீடித்து நிலைப்பதற்கு அடிப் படையில் நட்பு என்பது அவசியம். கணவன்-மனைவியிடையே நட்பு ஏற்படாவிடின், 'ஆசை அறுபது நாள், மோகம் முப்பது நாள்' என்ற கதையாய் முடிந்துவிடும். ஒன்றாகக் காரியங்கள் செய்து, மன எண்ணங்களை ஒளிவுமறைவின்றிப் பகிர்ந்து, அடிக்கடி உரையாடி, ஒருவர் கஷ்டத்தையும் வேலைச்சுமையையும் மற்றவர் பகிர்ந்து, நட்புடன் வாழும் இல்லறம் நீண்டகாலம் நிலைக்கிறது. அத்துடன், அவர்கள் என்றும் மனமகிழ்ச்சியுடன் வாழ்வார்கள். கணவன் மனைவியிடையில் நட்பு ஏற்படாவிடின், அவர்களிடையே சுமூகமான உறவு ஏற்படுவது கஷ்டமானது.

அதேபோலத் தந்தைக்கும் மகள் அல்லது மகனுக்கிடையில், தாய்க்கும் பிள்ளைகளுக்கும் இடையில் நட்பு நிலவினாலேயே, அவர்களால் மனந்திறந்து உரையாட முடியும், அனுபவங்களைப் பகிர்ந்துகொள்ள முடியும். 'தோளுக்கு மிஞ்சியவன் தோழன்' என்கிறது ஒரு பழமொழி. அதாவது, மகன் தோளுக்குமேல் வளர்ந்தவுடன், தந்தை அவனுடன் நண்பனாகப் பழக வேண்டும். அவர்களிடையே நட்புறவு வளராவிடின், ஒருவருடன் மற்றவர் மனந்திறந்து உரையாடுவதும், ஒருவருக்கொருவர் உதவுவதும் சாத்தியமற்றுப்போகும். இதேபோலத் தாய் மகளுக்கிடையில் நட்பு ஏற்படாவிடின், அவர்கள் மனம்விட்டு உரையாட முடியாது

போகும். மகளுக்கு இளம் வயதில் ஏற்படும் சந்தேகங்களை, பிரச்சினைகளைத் தீர்ப்பதற்கும் அதுபற்றி உரையாடுவதற்கும் அவர்களுடையே நட்பு அவசியம். எந்தப் பிரச்சினையையும் தாயுடன் மனம்விட்டுக் கதைக்கலாம் என்று மகள் எண்ணுவதற்கு ஏற்றமுறையில், தாய் அவளுடன் மிகுந்த நட்புறவு கொண்டிருக்க வேண்டும். அதுபோலவே, சகோதரர்களிடையேயும் சுமுகமான நீண்ட உறவுக்கு, நட்பு அவசியம்.

நட்பு வளர்வதற்குச் சூழ்நிலையும் காரணமாய் அமைகிறது. அருகில் வாழ்வதும், இன்ப துன்பங்களில் நேரடியாகப் பங்கேற்பதும், வேண்டியநேரத்தில் உதவுவதும் நட்பை வளர்க்க உதவும். என்னதான் இன்றைய *electronic* யுகத்தில் மின்னஞ்சல் மூலமாகவும், தொலைபேசி மூலமாகவும் தொடர்புகொள்ள முடியுமானாலும், அருகிலிருந்து அனைத்திலும் பங்குகொள்வதைப்போல நட்புப் பலம்பெற அவை உதவாது. ஆயினும், வள்ளுவர் 'உடலால் நெருங்கியிருக்க வேண்டியதில்லை, உள்ளங்களின் இணைப்பே நட்புக்குப் போதுமானது' என்கிறார். அதேநேரத்தில் 'ஆடை நெகிழ்ந்ததும் உடனடியாகப்போய்ப் பற்றும் கைபோலத் துன்பம் வரும்போது உடனே வந்துதவுவதே நட்பு' என்கிறார். நட்பைப் பற்றிப் பலர் பலவிதமாகக் கூறியிருக்கிறார்கள். அவற்றில் சில இதோ:

உறவினரைத் தெரிவுசெய்ய முடியாது. ஆனால், நண்பர்களைத் தெரிவுசெய்ய முடியும்.

உண்மையான நண்பர்களைக் கண்டுபிடிப்பது கஷ்டம். அப்படிக் கண்டுபிடித்தால், அவர்களை விட்டகல்வது மிகவும் கஷ்டமானது. மறப்பதென்பது முடியாத காரியம்.

நட்பு என்பது இரு உடல்களில் உறைந்துள்ள ஓர் இதயம் என்கிறார் சோக்கிரட்டீஸ்.

சாதாரண நண்பர்கள், நாம் சொல்வதைக் கேட்பவர்கள். உண்மையான நண்பர்கள், நாம் சொல்லாததையும் கேட்பவர்கள்.

நட்பு என்பது ஒரு மெழுகுதிரி போன்றது. அது இருளான நேரத்தில்தான் பிரகாசமாக எரிகிறது.

உண்மையான நட்பு என்பது பூரண ஆரோக்கியம் போன்றது. அது தொலையும்போதுதான், அதன் அருமை புலனாகிறது. மற்றவர்கள் எம்மைவிட்டு விலகும்போது எம்முடன் நிற்பவனே உண்மையான நண்பன்.

உங்கள் இதயத்தின் பாடலை அறிந்தவனே நண்பன். நீங்கள் அதன் சொற்களை மறக்கும்போது உங்களுக்காக அவன் பாடுவான். நீங்கள் உங்களில் நம்பிக்கை இழக்கும்போது உங்களை நம்புபவன் எவனோ, அவனே உண்மையான நண்பன்.

எனக்கு முன்னால் நடக்க வேண்டாம், நான் உன்னைத் தொடராமல் இருக்கலாம். எனக்குப் பின்னால் நடக்க வேண்டாம், நான் உன்னை வழிநடத்தாமல் இருக்கலாம். எனக்கு அருகாக நட, என் நண்பனாயிரு.

ஓர் அணைப்பு ஆயிரம் சொற்களுக்குச் சமமானது. ஆனால், நண்பனோ அதற்கும் மேலே பெறுமதியானவன்.

உண்மையான நட்பு மலர மிக நீண்டகாலம் செல்லும். உங்கள் நண்பன் உங்களைப் பற்றி முழுவதும் அறிந்தவன். ஆயினும், உங்களை விரும்புபவன்.

இரண்டு பேர் நீண்டகாலம் ஒரே கூரையின் கீழ் பேசிக் கொண்டிருக்க முடியும். ஆனால், அவர்கள் உண்மையில் ஒருவரை ஒருவர் புரிந்துகொள்ளவில்லை. ஆனால், உண்மை யான நண்பனை முதல் பேச்சிலேயே அடையாளம் கண்டு கொள்வீர்கள்.

நான் என் நண்பனனுக்காக உயிரையும் கொடுப்பவனாக இருக்கலாம். ஆனால், அதனைக் கேட்காதவனே உண்மை யான நண்பன்.

சிலசமயங்களில் நாம் நண்பர்களைத் தெரிவு செய்கிறோம். சிலவேளைகளில் அவர்கள் எம்மைத் தெரிவு செய்கிறார்கள்.

நான் எனது நண்பர்களை நம்புகிறேன். என்னை நானே பரிசோதித்துக்கொள்ளவும், நான் வளரவும் தைரியம் கொடுப் பவர்கள் அவர்களே.

நீங்கள் உண்மையில் நட்புக்கொண்டிருந்தால், நட்பு என்பது ஒரு முழுநேர வேலை. நீங்கள் அதிக நண்பர்களைக் கொண்டிருந்தால், அது உண்மையான நட்பல்ல.

உண்மையான நட்பு எமது வாழ்வில் கடந்துசெல்லும்போது ஓர் அடையாளத்தை எம்மில் ஏற்படுத்திவிட்டே செல்லும்.

தமிழ் இலக்கியங்களில் பல உண்மை நண்பர்கள்பற்றி அறிகி றோம். சங்க இலக்கியமான புறநானூறு, அரசருக்கும் புலவருக்கும் இடையே நிலவிய நெருங்கிய நட்புப் பற்றிக் குறிப்பிடுகிறது. ஆதன்நுங்கன் என்ற குறுநில மன்னனில் தனக்குள்ள நட்பை ஆத்திரையனார் என்ற புலவர் பின்வருமாறு குறிப்பிடுகிறார்:

மன்னா, நீ எப்பொழுதும் என் நெஞ்சில் இடம்பெற்றுள்ளாய். என் நெஞ்சை யாராவது திறந்து பார்த்தால், அதனுள் உன்னையே காண்பர். வேறு யாரும் என் நெஞ்சில் இடம் பெறவில்லை. அப்படியிருக்கும்போது நான் உன்னை எப்போ தாயினும் மறப்பேனா? மறத்தற்குரிய காலம் ஒருவேளை ஏற்பட்டால், அது என்னுயிர் எனது உடம்பைவிட்டுப் பிரிந்துபோகும் காலத்திலேயே நேரும்.

இவர்களைவிட கோப்பெருஞ் சோழன் – பிசிராந்தையார், பாரி – கபிலர், அதியமான் – ஔவையார் ஆகியோரிடையே நெருங்கிய நட்புக் காணப்பட்டது. பக்தி இலக்கியம் பாடிய சுந்தரருக்கும் சேரமான் பெருமாள்நாயனாருக்கும் இடையில் நட்பு நிலவியது. இருவரும் ஒன்றாகவே சுவர்க்கம் புகுந்ததாகப் பெரியபுராணம் கூறுகிறது. அத்துடன், சுந்தரர் இறைவனுடன் பெரும் நட்புக்கொண்டிருந்தார். தனக்கு வேண்டிய உலகியல் தேவைகள் எல்லாவற்றையும் இறைவனிடம் வேண்டிப் பெற்றதுடன், அவனைத் தனது மனைவியிடம் தூதுவனாகவும் அனுப்பினார். கம்பருக்குச் சோழ அரசனுடன் நட்பு நிலவியது. இவ்வாறு காலத்துக்குக் காலம் பலர் நல்ல நண்பர்களாக விளங்கியுள்ளனர்.

அண்மையில் எனக்கு மின்னஞ்சல்மூலம் வந்த நட்புப் பற்றிய ஓர் ஆங்கிலக் கவிதையின் தமிழ் வடிவத்துடன் இக்கட்டுரை நிறைவுறுகிறது.

கடவுள் ஏன் எமக்கு நண்பர்களைத் தந்துள்ளார்
மனிதரனைவருக்கும் நட்பு ஒன்று நிச்சயம் தேவை
எப்போதும் எண்ணங்களால் எமக்கு அருகிருக்கும்
ஒருவர் எமக்கு அவசியம் தேவை
இதனைக் கடவுள் அறிந்திருக்கிறார்.

உதவிக்கரம் நீட்டுவதற்கும் எம்மை அன்புடன்
அரவணைப்பதற்கும் முறையாகப் புரிந்துகொள்வதற்கும்
மகிழ்வுடன் நேரத்தை ஒதுக்குதற்கும்
இரக்கமுள்ள ஒருவர் எமக்கு அவசியம்
இதனைக் கடவுள் அறிந்துள்ளார்.

சந்தோஷ நேரங்களைப் பகிர்வதற்கும்
துன்பங்கள் வழியில் குறுக்கிடும்போது
நம்பிக்கையும் தைரியமும் வழங்கும் ஊற்றாவதற்கும்
நண்பன் ஒன்று அவசியம்
இதனைக் கடவுள் அறிந்துள்ளார்.

அருகிலிருந்தாலும் தூரவிருந்தாலும்
எப்போதும் மனத்துள் பொக்கிஷமாகப் போற்றிப்
பேண விரும்பும் ஒருவரின் அன்பு எமக்கு அவசியம்
எமது நம்பிக்கைக்குரிய ஒருவர் எமக்கு அவசியம்
ஆகையினாலே கடவுள் எமக்கு நண்பர்களைத் தந்துள்ளார்.

இன்றும் என்றும் உலகம் முழுவதும் ஆயிரக்கணக்கானோர் இந்த நட்பு என்ற பந்தத்தால் பலம்பெறுகின்றனர். நட்பு இல்லாத வாழ்வில் அர்த்தம் கிடையாது.

•

காதல்

தமிழ்ச் சமுதாயத்திற்குக் காதல் என்பது முன்னரும், ஏன் இன்றும் எளிதில் ஊறுபாடு கொள்ளத்தக்க, அதாவது, மிகவும் *sensitive* ஆன விஷயம். அதனால், மிகுந்த அவதானத்துடனே நான் இந்த விஷயத்தைக் கையாள முயன்றுள்ளேன். காதல் என்று நான் இங்கு கருதுவது அகம் சார்ந்த காதலை. அதாவது, ஓர் ஆணுக்கும் ஒரு பெண்ணுக்கும் இடையில் ஏற்படும் அக ஈர்ப்பு. காலத்துக்குக்காலம் தமிழ்ச் சமுதாயம் காதலை எவ்வாறு நோக்கிவந்துள்ளது என்பது பற்றி, இலக்கிய வரலாற்று நோக்கில் இக்கட்டுரையில் பார்த்துள்ளேன்.

காதல் என்பது மனிதனின் அடிப்படை உணர்வுகளில் மிக முக்கியமான ஒன்று. அது மனித வாழ்வில் மிக நீண்ட காலம் நிலைத்து நிற்கும் ஓர் உணர்வு. நான் அண்மையில் இதுபற்றி வாசித்த கட்டுரை ஒன்று, தமிழர்கள் எப்போதும் கற்பனை செய்வது போல, அதில் தெய்வீகம், புனிதம், அமரத்துவம் என்று சொல்வதற்கு எதுவும் இல்லை என்கிறது. அது உண்மையும்கூட. ஓர் ஆணுக்கும் ஒரு பெண்ணுக்கும் இடையில் ஏற்படும் ஈர்ப்பில் தெய்வீகம் என்று கூறுவதற்கு எதுவும் இருக்க முடியாது. ஆயினும், காதல் வசப்படும் தமிழர் தமது காதலைத் தெய்வீக அல்லது புனிதமான காதல் என்று சொல்வதில் பெருமிதம் அடைகின்றனர்.

காதல் என்ற சொல் எதைக் குறிக்கிறது என்பதை முதலில் பார்ப்போம். காதல் என்பது இருவரிடையே ஏற்படும் அகவுணர்வைக் குறிக்கும் ஒரு திராவிடச் சொல். ‘காம’ என்ற சமஸ்கிருதச் சொல்லின் தமிழ் வடிவமான ‘காமம்’ என்ற சொல்லே, உடல்ரீதியான தொடர்பைக் குறிக்கப் பயன்படுத்தப்பட்டது. குன்றன்

பூதனார் என்ற சங்ககாலப் புலவர் இவையிரண்டையும் புலப்படுத்த 'காதற்காமம்' என்ற சொல்லை உருவாக்கினார். **புறநானூற்றுப் பாடல்** ஒன்று, காதல் இல்லாத உடல் தொடர்பை ஒரு தண்டனையாகவே கருதுகிறது. ஆண், பெண் இருவரிடையே மட்டுமன்றி, ஒரு தாய்க்கு மகளில் ஏற்படும் அன்பும் காதல் என்ற சொல்லால் **அகநானூறு** என்ற நூலில் குறிப்பிடப்படுகிறது. நக்கீரர் **திருமுருகாற்றுப்படையில்**, கடவுளுக்கு பக்தனில் ஏற்படும் அன்பைக் காதல் என்ற சொல்லால் குறிப்பிடுகிறார். பல்லவர் காலத்திலும் பின்னரும் வாழ்ந்த நாயன்மாரும், பக்தி இலக்கியம் செய்தோரும் பக்திக்குச் சமமான ஒரு சொல்லாகக் காதல் என்ற சொல்லைப் பயன்படுத்துகின்றனர். இவற்றிலிருந்து காதல் என்பது, அக ஈர்ப்பை மட்டும் குறிக்கும் ஒரு சொல் என்பது விளங்குகிறது.

எதைப் பற்றிக் கூறினாலும் நாம் சங்ககாலத்தில் இருந்து ஆரம்பிப்பதைப்போலக் காதல்பற்றிய ஆய்வுக்கும் நாம் அங்கேயே போகவேண்டியிருக்கிறது. இயற்கையோடு ஒட்டிய அக்கால மக்கள் வாழ்வில் காதலும் காமமும் மிக இயல்பாகவே காணப்பட்டன. இலக்கியங்களும் அவற்றை மிக இயல்பாகவே விவரிக்கின்றன. சங்ககால இலக்கிய வரலாறு பற்றிப் படித்தவர்களுக்குத் தெரியும். அகமும் புறமும், அதாவது காதலும் போருமே, அக்கால இலக்கியங்களில் கூறப்பட்ட அடிப்படை விஷயங்கள். சுட்டி ஒரு பெயர் சொல்லாத ஓர் ஆணுக்கும் ஒரு பெண்ணுக்கும் இடையில் ஏற்படும் காதல், அகம் என்ற பிரிவுள் அடங்க, மீதி அனைத்தும் புறத்துள் அடங்கும். சுப. மாணிக்கம் என்பவர் *The Concept of Love* என்று 333 பக்கங்கள் கொண்ட ஓர் ஆய்வுநூல் எழுதியுள்ளார். அது, அக்கால இலக்கியங்களில் கூறப்பட்ட காதல்பற்றி விலாவாரியாக விளக்குகிறது. நான் அந்த விளக்கங்கள் எல்லாவற்றையும் கூறி உங்களை அலுப்படையச்செய்ய விரும்பவில்லை. காதல் என்ற, அகத்தில் ஏற்படும் அழகான உணர்வுபற்றி அவை என்ன கூறுகின்றன என்று சில உதாரணங்களை மட்டும் இங்கு பார்ப்போம்.

'யாயும் ஞாயும்' என்று ஆரம்பமாகும் **குறுந்தொகைப்** பாடலை உங்களில் பலர் அறிந்திருப்பீர்கள். அதில், ஓர் ஆணும் ஒரு பெண்ணும் தமக்குள் ஏற்பட்ட அன்பை எண்ணி வியப்படைகிறார்கள். உன்னுடைய அம்மாவும், என்னுடைய அம்மாவும் யார் யாரோ. அதாவது, அவர்கள் ஒருவரை ஒருவர் அறிந்தவர்கள் இல்லை. உன்னுடைய அப்பாவும், என்னுடைய அப்பாவும் உறவினரில்லை. அவர்களுக்கும் ஒருவரையொருவர் தெரியாது. நானும் நீயும் முன்னர் ஒருபோதும் ஒருவரை ஒருவர் அறிந்த வரில்லை. ஆயினும், சிவப்பு மண்ணில் விழுந்து சிவந்த நிறத்தைப் பெற்ற நீர், அச்சிவப்பு நிறத்திலிருந்து பிரிக்க முடியாதபடி கலந்துவிட்டதைப்போல, இன்று எமது நெஞ்சங்கள் அன்பினால் பிரிக்கமுடியாதபடி இரண்டற இணைந்துவிட்டன.

சங்க இலக்கியம்பற்றிப் பேசும் எவரும் குறிப்பிட மறக்காத ஒரு சிறு சம்பவம், கேட்பவர் மனத்தை ஈர்க்கவல்லது. பொதுவாக, ஒரு பெண்ணை விரும்பும் ஆண், அப்பெண்ணின் தோழிமூலம் தனது பெருமைகளை அவளுக்கு எடுத்துக்கூறும்படி கேட்டுக் கொள்வான். தோழி தனது தலைவிக்கு அவற்றைக் கூறும்போது நேரடியாக அவனைப் பற்றிக் கூறுவதில்லை. அவனது நாட்டில் இடம்பெறும் சம்பவங்களைக் கூறுவதன் மூலம் அவனது பெருமைகளைக் கூறுவாள். அப்படி ஒரு சந்தர்ப்பத்திலே அமைந்ததே பின்வரும் கதை. ஓர் ஆண் மானும், ஒரு பெண் மானும் வெய்யில் தகிக்கும் ஒருநாளில் தாகத்தால் தவித்து, எங்கும் நீர் தேடி அலைந்தன. ஓர் இடத்திலும் சிறிதளவு நீரைக்கூட அவற்றால் காணமுடியாதிருந்தது. நெடுந்தூரம் சென்று தேடிய பின்னர், நடக்கவே திராணியற்ற நிலையில் ஓரிடத்தில் அவை மிகச் சிறிதளவு நீரைக் கண்டன. அது, ஒரு மானுக்கே சிறிதளவு தாகத்தை நீக்கப் போதுமானது. ஆண் மான், பெண் மானை அந்நீரை அருந்தும்படி கேட்டுக்கொண்டது. பெண் மானோ, அதை ஆண் மானை அருந்தும்படி சொன்னது. இவ்வாறு, மாறி, மாறி ஒன்று மற்றொன்றை அருந்தும்படி வற்புறுத்தின. இறுதியில், இரண்டும் ஒன்றாக அருந்துவது என்று தீர்மானித்து, ஒரேநேரத்தில் அந்தச் சிறிதளவு நீரில் தம் வாய்களை வைத்தன. ஆனால், ஆண் மான் நீரை அருந்துவதுபோலப் பாவனை செய்ததேயன்றித் தான் சிறிதும் அருந்தாது முழுநீரையும் பெண் மானையே அருந்தவிட்டது. இதனால், ஆண் மான் தாகத்தால் பின்னர் இறந்துபோனது. இந்தச் சம்பவம் நடந்த நாட்டில் வாழும் தலைவனும் உன்மேல் உள்ள காதலினால், உனது நன்மைக்காக உயிரையே விடக்கூடியவன் என்பதே அதில் பொதிந்துள்ள செய்தி.

சங்ககாலத்தில் அகமும் புறமும் அளவுக்கு அதிகமாக இடம் பெற்றதால் ஏற்பட்ட சலிப்பினால் அடுத்துவந்த அந்நியரான களப்பிரர் ஆட்சியில், இவற்றை முற்றாக எதிர்க்கும் சமண, பௌத்த மதங்கள் தமிழ்நாட்டில் பெரிதும் செல்வாக்குப்பெற்றன. துறவே இறுதிவாழ்வுக்கு வழி என்று காட்டிய இவற்றின் செல்வாக்கால் எது சரி, எது பிழை எனக் கூறும் அறநூல்கள் பெரிதும் எழுந்தன. ஆயினும், இவற்றின் உணர்ச்சிகளற்ற போதனைகளால் விரைவில் தமிழ் மக்கள் சலிப்புறவே, அக்காலத்தை ஒட்டி எழுந்த **திருக்குறள்** 'காமத்துப் பால்' என்ற ஒரு பகுதியைச் சேர்த்துக்கொண்டது. அதைவிட மிகச் சில அகத்திணை நூல்களும் இக்காலத்தில் எழுந்தன.

அடுத்த பக்திநெறிக் காலமாகிய பல்லவர் காலத்தில், காதல் புதிய வழியில் இலக்கியத்தில் இடம்பிடித்துக்கொண்டது. சங்ககால உலகியல் காதல், பக்திக் காதலாக உருமாறியது. இதுவரை மனிதரிடையே உருவான காதல் பேசப்பட்டதுபோய், பக்தன்

கடவுளுடன் கொள்ளும் காதல்பற்றிப் பேசும் காலம் வந்தது. சைவ, வைஷ்ணவ பக்திப் பாடல்களில் இந்த அகப்பொருள் ஓரளவு முக்கிய இடத்தைப் பிடித்தது. பக்தி இலக்கியத்தில் அகப்பொருளைப் பயன்படுத்துதல் என்பது கத்திமுனையில் நடப்பதற்கு ஒப்பானது. அகப்பொருளை மிக அவதானமாகக் கையாள வேண்டியிருந்தது. சிறிது தவறினும் விரசம் எனப்பட்டு கத்திமுனையில் வெட்டுப்பட வேண்டி நேரிடும். சைவ நாயன்மார் இதனை மிக அவதானமாகவே பயன்படுத்தினர். இப்பக்திப் பாடல்களில், பாடுபவர் தன்னை எப்போதும் பெண்ணாகவும், அதாவது காதலியாகவும், இறைவனை ஆணாகவும், அதாவது காதலனாகவும், கற்பனை செய்தார். இறைவனில்கொண்ட விருப் பைப் பெண்ணாகி நின்ற நிலையில் நேரடியாகவும், தூதனுப்புவதன் மூலமும் தெரிவித்தார்கள். காதலனாகிய இறைவனைப் பிரிந்த ஏக்கத்தில் தமது உடல் வெளிறி, மெலிவுற்றதாகவும் இதனால் வளையல்கள் கழன்றதாகவும் அவர்கள் இப்பாடல்களில் பாடுகின் றனர்.

பக்தி இலக்கியம் பாடிய ஆண்கள் அனைவரும் தம்மைப் பெண்ணாகக் கற்பனைசெய்ய, ஆண்டாள் ஒருவர் மட்டுமே தன் உணர்வுகளைப் பாவனை எதுவுமின்றி நேரடியாகவே கூறினார். இதனால், அவரது பக்திப் பாடல்களில் சில, காதலின் அதீத எல்லைகளைத் தொடுகின்றன. அகப்பாடல்கள் மனிதருக்குத் தெரிந்த, அவர்களுக்குப் பிடித்த உணர்வின் மூலம் தெரியாத அனுபவமாகிய பேரின்பத்தைச் சொல்ல முற்படுகின்றன என்று சொல்லப்படுகின்றது.

சோழர் காலத்தில் எழுந்த காவியங்களிலும் **கம்பராமாயணத்** திலும், அதைத் தொடர்ந்த காலங்களில் எழுதப்பட்ட **பிரபந்த** வகைகளிலும் காதல் மிக அதீதமான முறையில் சொல்லப்படுகின் றன. இவ்வாறு காலங்காலமாகத் தமிழ் இலக்கியங்கள் காதலைப் பல்வேறுவிதங்களில் பாடி வந்துள்ளன. தமிழ் மக்கள் அதனை ரசித்துவந்த காரணத்தால், அது இலக்கியங்களில் தொடர்ச்சியாக இடம்பெற்று வந்தது எனலாம். இது தமிழருக்கு மட்டும் சிறப்பான இயல்பன்று. மனித இனத்துக்கே பொதுவான இந்த உணர்வு அவர்கள் செய்யும் இலக்கியத்தில் மட்டுமன்று, சிற்பம், ஓவியம், இசை, நடனம் போன்ற அனைத்துக் கலைகளிலும் பிரதிபலித்தது. காதல் இடம்பெறாத சினிமா இல்லையென்றே கூறலாம்.

இவ்வாறு அனைத்திலும் இக்காதல் என்ற உணர்வு இடம்பெற்ற போதும் இலக்கியங்களில், வரலாற்றில் இடம்பெற்ற நிறைவேறாத காதல் கதைகள் மனித மனங்களில் அழியாத இடத்தைப்பெற்றுள் ளன. ரோமியோ–ஜூலியற், லைலா–மஜ்னு, அனார்கலி–சலீம், அம்பிகாபதி–அமராவதி என்று நிறைவேறாத காதல் கதைகள் காலத்தை வென்று நிலைத்து நிற்கின்றன. அக்கதைகளை மீண்டும்,

மீண்டும் வாசிப்பதில், பார்ப்பதில் மனிதருக்குச் சலிப்பேற்படுவதில்லை. நாகேஷ் ஒரு படத்தில் கூறியதுபோல, இவர்களது காதல் நிறைவேறியிருந்தால், இவர்கள் மற்றவர்களைப்போலப் பிள்ளைகளைப் பெற்று நீண்டகாலம் ஒன்றாக வாழ்ந்து இறந்து போயிருப்பார்கள். இவர்களை மனித இனம் என்றோ மறந்திருக்கும். ஆயினும், இதற்கு இன்னொரு விளக்கம் கொடுக்கலாம்போலத் தெரிகிறது. இக்காதலர்கள் சமூகத்தினால் அல்லது குடும்பத்தினால் ஏற்படுத்தப்பட்ட தடைகளினால் இணையமுடியாதுபோயினர் என்று கூறப்பட்டது. காதல் மனித இனத்துக்கு ஒரு முக்கியமான உணர்வு என்பதால், காதலர்களை இணையவிடாது தடுத்தல் கூடாது, அவர்களை இணைந்துவாழ விடவேண்டும் என்ற படிப்பினையை அடிக்கடி நினைவுகூர்வதற்காகவே, இவ்வாறான நிறைவேறாத காதல் கதைகளை உருவாக்கி, மனிதஇனம் அழிய விடாது பேணிவருகிறதுபோலத் தெரிகிறது. அந்தப் படிப்பினையை மறந்துபோகாமல் அடிக்கடி நினைவுபடுத்துவதற்காகவே, இக்கதைகளை அடிப்படையாகக்கொண்டு பல சினிமாப் படங்களும் கதைகளும் காலத்துக்காலம் வருகின்றனபோலும்.

இலக்கியங்களில், நுண்கலைகளில் காதலைக் காலங்காலமாக ரசித்துவந்த தமிழர், தமது வீட்டிற்குள் வரும் காதலைப் பல காலமாகவே எதிர்த்து வந்துள்ளனர். இந்த இயல்பைப் பாரதியார் அழகாகச் சொல்கிறார்.

நாடகத்திற் காவியத்திற் காத லென்றால்
நாட்டினர்தாம் வியப்பெய்தி நன்றா மென்பார்
ஊடகத்தே வீட்டினுள்ளே கிணற்றோ ரத்தே
ஊரினிலே காதலென்றால் உறுமுகின்றார்
பாடை கட்டி யதைக்கொல்ல வழிசெய்கின்றார்
பாரினிலே காதலெனும் பயிரை மாய்க்க
மூடரெலாம் பொறாமையினால் விதிகள் செய்து
முறைதவறி யிடரெய்திக் கெடுகின்றனரே.

காதலித்த குற்றத்துக்காகப் பிள்ளைகளைத் தலைமுழுகிய பெற்றோர் பலரை நாம் கண்டிருக்கிறோம். பொதுவாகத் தமது பிள்ளைகள் காதல் வசப்படுவதைப் பெற்றோர் விரும்புவதில்லை. இதற்கு எமது குடும்ப அமைப்புமுறை காரணமாக இருக்கலாம். பெற்றோருக்குப் பிள்ளைகள் பொதுவாக அடங்கிவாழும் எமது குடும்பமுறையில், பெற்றோர் தாமே தமது பிள்ளைகளுக்குத் தகுதியான கணவனையோ, மனைவியையோ தேடித்தருவதற்கு விரும்புவார்கள். பிள்ளைகள் தாமே தமது துணையைத் தேடிக் கொள்ளும்போது தம்மை அவர்கள் மதிக்கவில்லை என்று எண்ணுவதாலேயே, அவர்களுக்குக் கோபம் ஏற்படுகிறது என்று நான் நினைக்கிறேன். அத்துடன், தமது பிள்ளைகளைவிடத் தமக்கே அவர்களுக்குப் பொருத்தமான துணையைத் தெரிவுசெய்ய முடியும் என்ற எண்ணப்போக்கும் அவர்களுக்கு இருக்கலாம்.

சமூகத்தில் தாம் விரும்பாத இடங்களில் மகனோ, மகளோ காதல்கொள்வதைப் பெற்றோர் பொதுவாக விரும்புவதில்லை. இதற்கு ஒரு காரணம், சமூகத்தில் தமக்குள்ள அந்தஸ்து குறைவு பட்டு, அதனால் மற்றப் பிள்ளைகளுக்குத் திருமணம் செய்வதில் கஷ்டங்கள் ஏற்படலாம் என்பது. மற்றக் காரணம், தாம் வாழ்ந்த சூழலுக்கு மாறுபட்ட இடங்களில் தம் பிள்ளைகள் நீண்டகாலம் சந்தோஷமாக வாழமுடியாது என்பது. எமது சமூகத்தில் திருமணம் என்பது மிகவும் முக்கியமான விஷயம் என்பதாலும், திருமண உறவு நிரந்தரமானதாகவும் சந்தோஷகரமானதாகவும் அமைய வேண்டும் என்பதாலும் அதற்கு அத்தகைய முன்னெச்சரிக்கைகள் எடுக்கப்படுகின்றன. இதனாலேயே, தமது பிள்ளைகளுக்கு மாறுபாடு கொண்ட இடங்களில் ஏற்படும் காதலைப் பெற்றோர் முற்றாக மறுக்கின்றனர். அதை மீறிப் பிள்ளைகள் திருமணம் செய்தால், சில பெற்றோர் அவர்களைத் தமது குடும்பத்திலிருந்து முற்றாக ஒதுக்கிவைப்பதுவும் உண்டு. இவ்வாறு ஒதுக்கிவைத்துத் தமது வாழ்நாள் முழுவதும் அவர்களைக் காண மறுத்த கதைகள் பல எமது சமூகத்தில் நடைபெற்றுள்ளன. சிலகாலத்தின் பின் சிலர் சேர்த்துக்கொள்வதுமுண்டு. இப்போது நிலைமை காலத்தின் போக்கிற்கிணங்க எவ்வளவோ மாற்றத்துக்குட்பட்டுவிட்டது. பரவலாகப் பலர் காதல் திருமணங்களை ஏற்றுக்கொள்கின்றனர்.

தமிழ்ச் சமுகத்தில் காதல்பற்றிய கருத்து எவ்வாறிருந்தபோதும் தமிழ்ச் சினிமாவில் ஏனைய மொழிப் படங்களைப்போலக் காதல் முக்கிய இடத்தைப் பெற்றேவந்துள்ளது. அது காதலை மிக உயர்வுபடுத்திக் காட்டுகிறது என்றும் கூறலாம். அதில் வரும் பாடல்கள் சில காதலின் பெருமையைப் பேசுகின்றன. காலங்காலமாக அதில் இடம்பெறும் காதல் கதைகள் பார்ப்பவரது மனத்தைப் பாதித்துவந்துள்ளன என்பதில் சந்தேகமில்லை. ‘தேவதாஸ்’ என்ற படம் வெளியாகியபோது, அதில் இடம்பெற்ற நிறைவேறாத காதல் அப்படத்தைப் பார்த்த பலரது மனங்களை வெகுவாகப் பாதித்தது. பலர் அந்தப் படம் ஏற்படுத்திய துயரத்தில் இருந்து மீளமுடியாமல் பல நாட்கள் தவித்ததாகச் சொல்லக் கேள்விப்பட்டிருக்கிறேன். அதேபோல ‘கலியாணப் பரிசு’ என்ற படத்தில் இடம்பெற்ற நிறைவேறாத காதல், அக்காலத்தில் அப்படத்தைப் பார்த்த பலரது மனங்களை வருத்தியது. கதாநாயகன் தனது காதலியுடன் திருமணத்தில் இணையும் காட்சியுடன் படம் முடிவது படம் பார்ப்போருக்குப் பெரும் மனத்திருப்தி ஏற்படுத்துவதால், பெரும்பாலான படங்கள் அவ்வாறே முடிவடைகின்றன. சில காரணங்களால் இடையில் இணையமுடியாதிருந்த காதலரை இறுதிக் காட்சியில் இணையவைத்துப் படத்தை முடிப்பதும் இதனாலேயே. ஆயினும், நிறைவேறாத காதலைக் கூறும் படங்கள் நெஞ்சில் நிலைத்து நிற்பதைப்போல ஏனைய படங்கள் நிற்பதில்லை.

துயர முடிவுள்ள காதல் படங்கள் மனத்தில் நிலைத்துநிற்பதைப் போல ஒருதலைக் காதலைச் சொல்லும் படங்களும் மனத்தில் நிற்கின்றன. ஒரு பெண்ணில் காதல்கொண்ட ஒருவன், அவளது காதலைப் பெறமுயன்று, முடியாமற்போன நிலையில் மரணமடைவதாக அமைந்த 'ஒருதலை ராகம்' என்ற படம் பலரின் மனத்தில் இன்றும் நிலைத்துள்ளது. கைக்கிளை என்ற ஒருதலைக் காதலைச் சொல்லும்முறை சங்க இலக்கிய மரபில் ஏற்றுக்கொள்ளப்படவில்லை. பின்னர், பக்திநெறிக்காலத்தில் அகப்பாடல்கள் அனைத்தும் இந்த முறையிலேயே ஒருபக்கக் காதலை, அதாவது, பக்தன் கடவுள்மேல் கொண்ட காதலையே கூறுகின்றன. சினிமாவிலும் ஒருதலைக் காதலைச் சித்திரிக்கும் பாடல்கள் இடம்பெற்றுள்ளன. துயர நினைவுகளைச் சொல்பவையே இனிய பாடல்கள் என்று கூறுவதற்கேற்ப, இவை இனிமையான பாடல்கள்.

யாழ்ப்பாண சமூகத்தில் முன்னர் காதல் முற்றாக ஏற்றுக்கொள்ளப்படாதபோதும் பண்டையகாலம் தொடக்கம் காலத்துக்குக் காலம் காதல் வசப்படாதவர்கள் இல்லை என்றே சொல்லலாம். காதல் வசப்படுபவர் அனைவரது காதலும் திருமணத்தில் முடிவதென்றில்லை. காதல்கொண்டும், உயர் பதவிகள் வகித்தும் திருமணத்தில் இணைய முடியாத பல காதல் கதைகள் சமூகத்தில் உள்ளன. சமூகத்தின் கட்டுப்பாட்டை மீறமுடியாத காரணத்தால், அவர்கள் காலம் முழுவதும் திருமணம் செய்யாதே வாழ நேர்கின்றது. அப்படி மீறமுடியாதவர்கள் தற்கொலைசெய்த கதைகளுக்கும் குறைவில்லை. பெற்றோரையும் சமூகக் கட்டுப்பாடுகளையும் மீறித் திருமணம் செய்து, உதவியின்றித் தனித்து வாழ்ந்தவர்களும் இல்லாமல் இல்லை.

முந்திய காலத்தில் பெண்கள் அதிகம் வீட்டைவிட்டு வெளியே செல்லாததால், ஆணும் பெண்ணும் சந்திப்பதற்கு அதிக சந்தர்ப்பங்கள் வாய்ப்பதில்லை. அப்படியிருந்தும் பக்கத்து வீடுகளில் வாழ்பவரிடையே வேலிக்கு மேலால் கண்டு காதல் தோன்றுவதுண்டு. ஆயினும், பெண்கள் உயர்கல்வி கற்கத் தொடங்கியதும் பல்கலைக்கழகங்களில் பிற ஆண்களைச் சந்திக்க அவர்களுக்கு வாய்ப்பு ஏற்பட்டது. இதனால், பல்கலைக்கழகங்களில் பல்வேறு வகைக் காதல்கள் உருவாகி வளர்ந்தன. இடையில் முறிந்து போயின பல. திருமணத்தில் முடிந்தன சில. நிறைவேறாமலே போயின பல. ஆண்டுதோறும் கதைப்பதற்கு அங்கு காதல் கதைகளுக்குக் குறைவிருக்கவில்லை. பல்கலைக்கழகத்திற்குப் புதிதாகச் செல்பவர்களுக்கு முந்திய, முந்திய ஆண்டுகளில் இடம்பெற்ற காதல் கதைகளை அவர்களது சீனியர் மாணவர்கள் கூறுவது வழக்கம். சில முறிந்துபோன காதல் கதைகள் நீண்ட காலத்துக்கு மாணவர்களிடையே கதைக்கப்படும் அளவிற்கு மிகப் பிரசித்திபெற்றிருந்ததுமுண்டு.

பின்னர், பெண்கள் பெருமளவில் வேலைபார்க்கத் தொடங்கிய தும் வேலைத்தலங்களிலும் வேறு இடங்களிலும் ஆண்களைச் சந்தித்துப் பழக வாய்ப்புகள் கிடைத்தன. இதன் காரணத்தால், பல காதல் திருமணங்கள் நடைபெற்றன. முன்னைய காலத்தைப் போலன்றி இப்போது பெண்கள் சுதந்திரமாக நடமாடுவதால், காதல் வசப்படுவதும், அக்காதல் திருமணத்தில் முடிவதும் பெருமளவில் நடைபெறுகின்றன. வெளிநாடுகளில் தமிழர் வாழத் தொடங்கிய பின்னர், காதல் வீட்டுக்கு வீடு ஏற்றுக்கொள்ளக்கூடிய சொல்லாக வந்துவிட்டது. ஆயினும், தமிழரிடையே இன்னும் குடும்பப் பெறுமதிகள், பண்பாடு என்பன வலுவுடன் இருப்பதால் இன, மத, அந்தஸ்து வேறுபாடுகளுடைய இடங்களில் பொதுவாகத் திருமணம் செய்வதைப் பெற்றோர் விரும்புவதில்லை. அது, எம்மிடையே மட்டுமல்ல, குடும்பப் பெறுமதிகள் உள்ள எந்த இனத்திலும் பண்பாட்டிலும் காணப்படுவதொன்றே.

●

புலம்பெயர்ந்த வாழ்வில் இனக்கலப்பு

60, 70 வருடங்களுக்கு முன்னரைப்போல அவரவர் தாம் பிறந்த, அதாவது தத்தமது தாய்நாடு களில் வாழ்ந்தது என்பது போய்ப் பலர் புலம்பெயர்ந்து பல புதிய, புதிய நாடுகளில் வாழ்கின்றனர். மனிதர்கள் நாடுவிட்டு நாடு போவதற்கு அவரவர் நாடுகளில் ஏற்படும் போர், அராஜகம் என்பனவும், சிறு அளவில் வறுமையும் பொருளீட்டுதலும் காரணங்களாகின்றன. புதிய நாடுகளில் போய் வாழும்போது பல புதிய சூழ்நிலைகள் எழுகின்றன. ஆடை மாற்றம், மொழி மாற்றம் போன்ற புறமாற்றங்களும், புதிய பண்பாட்டு அம்சங்களை உள்வாங்குதல் போன்ற உள்மாற்றங் களும் புலம் பெயர்ந்தவர்களில் இடைவிடாது நிகழ்ந்து கொண்டே இருக்கின்றன. அத்துடன், புதிய சூழலில் வாழும் மற்றைய இனங்களுடனான கலப்புத் திரு மணம் என்பதும் தொடர்ந்து இடம்பெற்றுக்கொண் டிருக்கிறது.

இனங்களிடையே கலப்புத் திருமணம் நடப்பதொன் றும் இலங்கைத் தமிழராகிய எமக்குப் புதுமையான விஷயமில்லை. புற இனங்களுடனான கலப்பு என்பது புலம்பெயர்ந்த நாடுகளில் நடப்பதைப்போல, சொந்த நாடுகளில் இடம்பெற வாய்ப்புகள் மிகமிகக் குறைவா யினும், உள்நாட்டிலே வாழ்கின்ற இனங்கள் கலப்பது என்பது பொதுவாக நடைபெறுவது ஒன்றே. அரசியல் பிரச்சினைகளாலும், அதனால் ஏற்பட்ட போராலும் எமது நாட்டில் வாழும் இரு இனங்களிடையே சுசப் புணர்வு இருந்தபோதும், முன்னரைப் போலல்லாவிடி னும் ஆங்காங்கே கலப்புத் திருமணங்கள் நடைபெற்றே வருகின்றன.

முன்னர் வெளிநாடுகளுக்கு, சிறப்பாக இங்கிலாந் துக்கு, படிக்கவோ அல்லது வேறு காரணங்களுக்கா

கவோ சென்ற தமிழ் ஆண்களுள் சிலர் வெள்ளையினப் பெண் களை மணம் முடித்து, அவர்களுடன் இலங்கை திரும்பி நீண்ட காலம் மகிழ்ச்சியாக வாழ்ந்த சில சம்பவங்கள் நிகழ்ந்துள்ளதை நாம் அறிவோம். கலாயோகி ஆனந்த குமாரசாமியின் தாய் வெள்ளையினத்தைச் சேர்ந்தவர். தந்தை தமிழர். சேர் பொன். இராமநாதனின் இரண்டாவது மனைவி ஓர் ஆங்கிலப் பெண் என்பது பலர் அறிந்த உண்மை. எமக்குத் தற்போது நன்கு தெரிந்த உதாரணம் அவுஸ்திரேலியப் பெண்ணான அடேல் பாலசிங்கம். இவர்கள் அனைவரும் தத்தமது கணவரின் பண் பாட்டை ஏற்றுத் தமிழ்ப் பெண்களாகவே வாழ்ந்தவர்கள்; வாழ்கின்றவர்கள். இதுபோலக் காலங்காலமாகத் தமிழ் ஆண்கள் வேற்றினப் பெண்களைத் திருமணம் செய்வது என்பது நடந்தே வந்திருக்கிறது.

தமிழர் புலம்பெயர்ந்து வாழ ஆரம்பித்த பின்னர் இத்தகைய கலப்புத் திருமணங்கள் அதிகரிப்பதற்கான வாய்ப்புகள் அதிகம் என்பது சொல்லாமலே விளங்கும். புலம்பெயர்ந்து வாழ்வோர் தத்தமது சந்ததியினர் குறித்துப் பல்வேறு வகைகளில் பயப்படுகிறார் கள். அவர்கள் வாழும் நாடுகளில் உள்ள பெரும்பான்மையினரின் செல்வாக்கு அவர்களில் எந்தளவுக்கு வரப்போகிறது என்பதே அவர்கள் அதிகளவு அச்சமுறும் விஷயம். இதில் கலப்பு மணமும் அடங்கும். இனவாதத்தால் தத்தமது சந்ததியினர் பாதிக்கப்படுவார் களோ என்பது அவர்களைப் பயமுறுத்தும் இன்னொரு விஷயம். இவற்றிற்குப் புலம்பெயர்ந்து வாழும் தமிழரும் விதிவிலக்கானவ ரல்லர். இந்தப் பயங்கள் நியாயமானவைதான். ஆனாலும், இதுபற்றி நாம் அதிகம் கவலைப்படுவதில் அர்த்தம் இல்லை என்கின்றன, தற்போது பரவலாகச் செய்யப்படும் ஆய்வுகள். உலகமயமாக்கலால் உலகம் சுருங்கிவரும் நிலையில், எத்தனையெத் தனையோ செல்வாக்குகளும், அதனால் மாற்றங்களும் இடம்பெறப் போகின்றன என்கின்றார்கள் விஞ்ஞானிகள். இனங்களின் கலப்பு என்பது நாம் விரும்பினாலும் விரும்பாவிட்டாலும் காலப்போக்கில் நடைபெறத்தான் போகின்றது. இப்போதே தமிழர் மத்தியில் அது ஓரளவில் ஆரம்பமாகிவிட்டதை நாம் காண்கிறோம். இங்கு அவுஸ்திரேலியாவில், வட இந்தியரை இலங்கைத் தமிழ் இனத்தைச் சேர்ந்த பெண்கள் அல்லது ஆண்கள் திருமணம் செய்வதென்பது ஓரளவில் சாதாரணமாகிவிட்டது. அதைவிட ஆங்கிலேயர், ஏனைய இனத்தவருடனான திருமணங்களும் ஆங் காங்கே நடைபெறுகின்றன. எனவே, காலப்போக்கில் எமது அடுத்தடுத்த சந்ததியினர் எப்படியெப்படித் தோற்றத்தால் மாறுவார்கள் என்பது குறித்து, நாம் இப்போது அதிகம் கூறமுடியா விடினும், பொதுவாக இடம்பெறவுள்ள மாற்றங்கள் குறித்து, அத்துறையில் வல்லுநர்கள் கூறுகின்ற விஷயங்களை நாம் சிறிது சுருக்கமாகப் பார்ப்போம்.

அண்மையில் ஒரு கட்டுரை படித்தேன். Exotic look of the future என்பது அதன் தலைப்பு. அதனை எழுதிய Danielle Teutsch என்பவர், 21ஆம் நூற்றாண்டில் அழகைத் தேடும் முடிவற்ற தேடுதலில், எவ்வளவுக்கு எவ்வளவு இனக்கலப்பு ஏற்படுகிறதோ, அவ்வளவுக்கு அவ்வளவு தோற்றம் அழகுபெறும் என்ற கருத்துப் போக்கு பிரபலியம் பெற்று வருகிறது என்கிறார். பல்லினங்கள் வாழும் அவுஸ்திரேலியாவின் மாறிவரும் முகம்பற்றித் தனது கட்டுரையில் கூறும் அவர், கலப்பினால் அழகு வரும் என்பதே தற்போதைய நியதியாகி உள்ளது என்கிறார்.

கடந்த வருட Australian Idol என்ற பாடகர் போட்டியில் வெற்றிபெற்ற Guy Sebastian என்ற இளைஞரது தோற்றம் பல்லினங் களின் கலப்பைக் காட்டுகிறது. பாதாம் பருப்பு வடிவத்தை ஒத்த கண்களும், ஆபிரிக்க சிகையும் உள்ள அவர் மலேசியாவில் பிறந்தவர். அவரது தோற்றம் அவுஸ்திரேலியாவில் வளர்ந்துவரும் பல்லினக் கலப்பு வடிவம்கொண்ட இளைஞர்களின் ஒரு பிரிவைக் குறிப்பிட்டுக் காட்டுகிறது. 22 வயதான Sebastian நகர்ப்புறங்களில் காணப்படும் இனக்கலப்பினால் உருவாகியுள்ள புதிய சந்ததியைச் சேர்ந்தவர். அவரது தந்தை போத்துக்கேயருக்கும் இலங்கையருக்கும் ஏற்பட்ட கலப்பால் பிறந்த ஒரு பறங்கியர். தாய் ஆங்கிலப் பின்னணியைக் கொண்டவராயினும் இந்தியாவில் வளர்ந்தவர். இந்த 'C' சந்ததியைச் சேர்ந்தவர்களில் பலர், இவ்வாறு பல்லினக் கலப்பு உள்ளவர்களாகக் காணப்படுவதால் யாரும் அவர்களைக் கண்டு இப்போது புருவத்தை உயர்த்துவதில்லை.

முன்னரெல்லாம் ஓர் ஆங்கிலேயரில் ஆசியக் கலப்பு இருக்கு மாயின், அது அவமானத்துக்குரிய ஒன்றாகக் கருதப்பட்டது. ஆனால், இன்று நிலைமை தலைகீழாக மாறிவிட்டது. இப்போதெல் லாம் தனியாகக் கலப்பற்ற வெள்ளையினத்தைச் சேர்ந்தவர் என்று கூறுவது சிறப்பானது அல்லது பெருமைக்குரியது என்று யாரும் கருதுவதில்லை. இனக்கலப்பால் பிறந்தவர்களையே இன்று வர்த்தகத்துறையும், திரைப்படத் துறையும், fashion துறையும் நாடுகின்றன. இப்போது models ஆக இருப்பவர்கள் பலர் Maori, Aboriginal இனங்களுடனான கலப்பாலும், ஐரோப்பிய ஆசிய இனங்களின் கலப்பாலும் பிறந்தவர்களே. இனக்கலப்புத் திருமணங் களின் காரணமாக நாம் இந்தக் கவர்ச்சிகரமான அழகுள்ள பெண்களைப் பெற்றுக்கொள்ளக்கூடியதாக இருக்கிறது என்றும், அவ்வாறான பெண்கள் நிறையவே உள்ளனர் என்றும் Chic Managing Director ஆன Ursula என்பவர் கூறுகிறார். இதே போக்கே விளம்பரத் துறையிலும் காணப்படுவதாக Mojo என்ற விளம்பர ஏஜென்சியின் இயக்குநரான Ted Royer என்பவர் கூறுகிறார். இன்று ஐரோப்பிய ஆசியரே, அதாவது ஆங்கில ஆசியக் கலப்பால் பிறந்தவர்களே, மிகக் கவர்ச்சிகரமானவர்கள். ஒருவர், தான் விளம்பரப்படுத்தும் பொருள் முழு உலகுடனும் தொடர்புடைய

தாக வேண்டுமானால், இவ்வாறு இனக்கலப்பால் பிறந்த பெண்களையே அதன் விளம்பரத்துக்குப் பயன்படுத்தவேண்டும், என்று மேலும் அவர் கூறுகிறார். இவ்வாறான கலப்பின அடையாளம் உள்ளவர்களில் நடிகரான *Keanu Reeves* என்பவருக்கு ஹவாய்-சீன-ஆங்கிலக் கலப்புப் பாரம்பரியம் உள்ளது. அவுஸ்திரேலிய நீச்சல் வீரரான *Geoff Huegill* என்பவரில் தாய்லாந்து இனக்கலப்பு உள்ளது.

இதன் காரணமாகவே, 1970இல் *Whitlam* அரசால் கொண்டுவரப்பட்ட அவுஸ்திரேலியாவின் பல்லினக் கொள்கை குறித்து, இன்றைய அரசியல்வாதிகள் மீள்சிந்தனை செய்ய ஆரம்பித்துள்ளனர். தற்போதைய எதிர்க்கட்சித் தலைவரான *Mark Latham* அண்மையில் பின்வருமாறு கூறியுள்ளார். "பெரும்பான்மையான அவுஸ்திரேலியர் தற்போது தம்மில் உள்ள பல்லினக் கலப்புப் பற்றி நிரூபிக்க வேண்டிய தேவை இல்லை என்று கருதுகின்றனர். உண்மையில், அவர்கள் அதை நடைமுறைப்படுத்துவதில் தீவிரமாக ஈடுபட்டுள்ளதுடன், அதன் நன்மைகளை அனுபவித்தும் வருகின்றனர்." பல்லின சமூகத்தில் வளரப்போகும் அடுத்த சந்ததியினருக்கு இனம் என்பது ஒரு முக்கிய பிரச்சினையாக இருக்கப்போவதில்லை என்கிறார், *Australian Republican Movement* என்ற அமைப்பின் பதில் தலைவரான *Jason Yat-Sen Li* என்பவர். நகரத்தில் பல முக்கிய இடங்களுக்குப் போனால், அங்கு காணப்படுபவர்கள் பல்வேறுபட்ட பின்னணிகளைச் சேர்ந்தவர்களாக இருக்கிறார்கள். தற்போது மனிதர்கள் ஒருவரை ஒருவர் அடையாளம் காண்பதில் இனம் ஒரு முக்கிய இடத்தைப் பெறுவதில்லை என்று மேலும் அவர் கூறுகிறார். கிரேக்கர்கள், இத்தாலியர், வியட்நாமியர் என்று தனித்தனிச் சமூகங்களாகப் பார்க்கும் மரபுரீதியான பார்வை இன்று காலத்திற்கு ஒவ்வாததாகிவிட்டது. இன்று அவுஸ்திரேலியப் பண்பாடு என்பது அனைத்தும் இணைந்த ஒன்று. பண்பாடு என்பது மாறுவது, வளர்ச்சியுறுவது. நாம் அனைவரும் இந்த உத்வேகமான வளர்ச்சியின் பகுதியாக அமைகிறோம். இன்றைய அவுஸ்திரேலிய சனத்தொகையில் 43 சதவீதமானவர்கள் வெளிநாடுகளில் பிறந்தவர்களாகவோ அல்லது குறைந்தது பெற்றோரில் ஒருவர் வெளிநாட்டில் பிறந்தவராகவோ இருக்கிறார்கள். இவ்வாறு கூறும் *Li* சீனப் பின்னணியைக் கொண்டவர். அண்மையில் ஆங்கிலப் பெண் ஒருவரைத் திருமணம் செய்துள்ளார்.

1994இல் செய்யப்பட்ட ஆய்வின்படி, இரண்டாவது சந்ததி அவுஸ்திரேலியரில் நான்கில் மூன்று பகுதியினர் தமது இனத்தைச் சாராத ஒருவரைத் திருமணம் செய்துள்ளனர். *The Australian Bureau of Statistics* என்ற நிறுவனம் இனங்களிடையே நடைபெறும் திருமணங்களின் விகிதாசாரம் பற்றி விரைவில் ஓர் ஆய்வை வெளியிடவுள்ளது. இந்த ஆய்வினைச் செய்பவர் *ANU's Demography* *and Sociology Program*இன் *Senior Fellow, Dr Siew-Ean Khoo* என்பவர். அவர் பின்வருமாறு கூறுகிறார்:

> இதில் வரவுள்ள புதிய தகவல்கள், முதல் தடவையாக அவுஸ்திரேலியரின் பிறந்த இடத்தைக் கருத்தில்கொள்ளாது, அவர்களது பாரம்பரியத்தைக் கருத்தில்கொள்கிறது. வளர்ந்து வரும் இனக்கலப்பு பற்றிய உண்மையான படத்தை இந்த ஆய்வு தரவுள்ளது. மிகப் பல இனங்கள் இங்கு வாழ்வதால், அவுஸ்திரேலியர்கள் உடல்ரீதியாக மாற்றங்களைப் பெறும் அனுபவத்தைப் பெற்றுக்கொண்டிருக்கிறார்கள். கடந்த 30 ஆண்டுகளில் ஆசியா, பசிபிக் தீவுகள், மத்திய கிழக்கு, ஆபிரிக்கா ஆகிய நாடுகளில் இருந்து புதியவர்கள் வந்து அவுஸ்திரேலியாவில் குடியேறியுள்ளனர். பல்வேறு இனத்த வரைக் கொண்டவராக மக்கள் தொகை இருப்பதை அவுஸ்திரேலியாவில் முக்கிய நகரங்களில் கவனிக்கக்கூடிய தாக இருக்கிறது.

The ANU's Centre for Immigration and Multicultural Studies என்ற நிறுவனத்தின் இயக்குநரான *Dr. James Jupp* என்பவர் பின்வருமாறு கூறுகிறார்:

> இனரீதியான காழ்ப்புணர்ச்சி மிகுந்திருந்த 1970களைவிட, இன்று பல்லினம் என்பது அதிகம் முக்கியமில்லாத ஒரு விஷயமாகிவிட்டது. பெரிய நகரங்களிலும், இளம் சமுதாயத்தினர் மத்தியிலும் இனக்காழ்ப்பு என்பது முக்கிய மற்றுப்போய் விட்டது. இன்று பல்லினம் என்பது எதைக் கருதுகிறது என்று கூறுவது கடினம். இனவேறுபாடுகளைவிட, மத வேறுபாடு என்பது இன்று மிகுந்து வருகிறது. முஸ்லிம் களுக்கும் மேற்கத்தைய அரசுகளுக்கும் இடையில் உள்ள முரண்பாடுகள் இதற்கு உதாரணமாகும். நாம் இன்னும் அதனைக் கடந்து வரவில்லை. ஏனெனில், சமயம் என்பது மிகவும் *sensitive* ஆனதும், கஷ்டமானதுமான விஷயமாகும்.

ஆனால், 100 வருடங்களில் மனிதரின் தோற்றங்களில் எவ்வாறான மாற்றங்கள் வரப்போகின்றன என்று நடத்தப்பட்ட ஆய்வில், இனக்கலப்பால் மனிதரின் அழகு போய், மிகச் சாதாரண தோற்றம் வரப்போகிறது என்று தெரிவிக்கப்பட்டுள்ளது. இனக்கலப்பால் அழகான தோற்றம் கொண்டவர்கள் பிறப்பார்கள் என்று முன்னர் கூறப்பட்ட கருத்துக்கு எதிரான கருத்தைத் தெரிவிக்கிறது இந்த ஆய்வு. அது என்ன கூறுகின்றது என்று இங்கு நோக்குவோம்.

உலகமயமாக்கல் என்பது ஏற்கெனவே பல இனங்களைச் சேர்ந்தவர்களின் தோற்றங்களில் மாற்றங்களைக் கொண்டுவந்து விட்டன. *University of Melbourne's Department of Physiology*இன் தலைவரான பேராசிரியர் *Stephen Harrap* என்பவர், இந்த உலகம் மேலும் மேலும் ஒரேமாதிரியான தோற்றங்கொண்ட மனிதரை

உருவாக்கிவருகிறது என்றும், வீதியில் ஏற்கெனவே இதற்கான போக்கைக் காணத் தொடங்கி விட்டோம் என்றும் கூறுகிறார். நாம் எவ்வளவுக்கு எவ்வளவு மற்ற இனங்களுடன் கலக்கிறோமோ, அவ்வளவுக்கு அவ்வளவு எமது தோற்றம், அளவு, நிறம் ஆகியவற்றில் ஒரு மிகச் சாதாரண தரத்தை நோக்கிச் செல்வோம் என்கிறார் அவர். அதாவது, இனங்களுக்கு உரிய தனித்தன்மையான அழகு போய், கலப்புற்ற அனைவரும் மிகச் சாதாரணமான தோற்றத்தையே கொண்டிருப்பர்கள்.

அமெரிக்காவில் வெள்ளை, கறுப்பு இன மக்களிடையிலான கலப்பு மூன்று சந்ததிகள் பழமையானது. 60களில் அங்கு ஒரு பாடல் பிரபலமாக இருந்தது. எமக்குத் தேவையானது ஒரு பெரிய கலக்கும் பாத்திரம். அதனை நூறோ அதற்கு மேற்பட்ட வருடங்களோ தொடர்ந்து கலக்குவோம். அதன் பயனாக வருவது கோப்பி நிற மக்கள் என்பதே அந்தப் பாடலாகும். கறுப்புநிறத் தோல், சிகை, கண் ஆகியன ஜீன்ஸில் முனைப்பாக உள்ளனவாயினும், வெள்ளையினத்துடன் கலக்கும்போது, அது அதிக முனைப்பான நிறமாக இருப்பதில்லை. இதனால், *Collin Powell* போன்ற தோற்றமுடையவர்களையே அதிகம் காண முடியும் என்கிறார், *University College London Genetics* துறையில் கடமை யாற்றும் பேராசிரியர் *Steve Jones*. இந்தக் கலப்பில் முகத்தோற்றம் என்பது ஒரு பகுதியாகும். *Photographic technology* மூலம் செய்யப்பட்ட ஆய்வுகளின்படி, சில முக அம்சங்கள் இனக்கலப்பை மீறி மாறாது இருக்கும் என்றபோதிலும், எதிர்காலத்தில் இக்கலப்பினால் பெரும்பாலும் மனிதரின் முகங்கள் அதீத அழகின்றி, மிகச் சாதாரணமானதாகவே இருக்கும் என்று கூறப்படுகிறது. விரைவில் மாற்றமுறாதவற்றுள் முக்கியமானது சிலவிதமான மூக்குகள். அவை இந்தக் கலப்பினால் விரைவில் மாற்றாமடையாது. ஆசியர், அவுஸ்திரேலியர் இடையிலான கலப்பினால், எதிர்காலத்தில் *olive* நிறமும், ஆசிய முக அம்சங்களும் கொண்ட அவுஸ்திரேலியர் காணப்படுவர் என்றும் இவர் கூறுகிறார்.

இனக்கலப்புப் பற்றியும், அதனால் தோற்றத்தில் விளையும் மாற்றங்கள் பற்றியும் இவ்வாறு ஆய்வுகள் கூறியுள்ளபோதும், இருவேறு இனத்தவர் திருமணஞ்செய்யும்போது, மனத்தளவில் ஏற்படக்கூடிய பிரச்சினைகள்பற்றி அவை எதுவும் கூறவில்லை. ஒரே இனத்தைச் சார்ந்த இருவேறு சமயங்களைச் சேர்ந்தவர்கள் திருமணஞ்செய்யும்போதே, பிள்ளைகளை எந்தச் சமயத்தில் வளர்ப்பது என்ற பிரச்சினை சிலவேளைகளில் உருவாகிறது. அப்படியாயின், இரு இனங்களைச் சேர்ந்தவர்கள் திருமணம் செய்யும்போது மொழி, மதம், பண்பாடு என்று பல்வேறு விஷயங்கள்பற்றி முடிவெடுக்க வேண்டியிருக்கிறது. யாருடைய பண்பாட்டின், எந்தெந்த அம்சங்களை நாளாந்த நடைமுறையில் ஏற்றுக்கொள்வது? பிள்ளைகளை எந்தப் பண்பாட்டில் வளர்ப்பது?

பிள்ளைகள் வீட்டில் தாயின் மொழியைப் பேசுவதா? அல்லது தந்தையின் பண்பாட்டைப் பின்பற்றுவதா? என்பது போன்ற பல கேள்விகள் எழுகின்றன. ஏதோ ஒருவகையில் தம்பதியினர் இருவரும் விட்டுக்கொடுத்து ஒத்துப்போக வேண்டும். இல்லாவிடின், இல்லறம் நரகமாகிவிடும். சிலர் தமது சமயத்தில் விட்டுக்கொடுக்க மாட்டார்கள். வேறு சிலர் நாளாந்த வாழ்வின் அம்சங்களை விட்டுக்கொடுக்கமாட்டார்கள். சிலர் மொழியை விடமாட்டார்கள். இப்படியான திருமணங்கள் வெற்றிகரமாக அமைவதற்கு நிறையவே பொறுமையும், பரஸ்பரம் விட்டுக்கொடுத்தலும் வேண்டியிருக்கிறது.

அண்மையில் *SBS* தொலைக்காட்சியில், *My Mother India* என்றொரு விவரணப் படம் பார்த்தேன். *Canberra*வைச் சேர்ந்த ஓர் அவுஸ்திரேலிய ஆங்கிலப் பெண், பல வருடங்களின் முன் இங்கு படிக்கவந்த ஒரு சீக்கியரைத் திருமணஞ்செய்து, இந்தியா சென்று அங்கே ஓர் இந்தியப் பெண்ணாகவே வாழ்கிறார். அவருடைய கதை இது. பிள்ளைகள் தாயின் வெள்ளைத் தோலைப் பெற்று இந்தியர்களாக வாழ்கிறார்கள். அவர்கள் அவுஸ்திரேலியா வந்து படித்தபோதும், மூத்த மகள் இந்தியா திரும்பி ஒரு சீக்கிய இளைஞனையே திருமணம் செய்கிறார். அவர் தனது தாயின் வாழ்க்கைபற்றி எடுத்த படம் இது. ஒரு பண்பாட்டைப் பின்பற்றுவது என்பது, அவர்கள் எங்கே வாழ்கிறார்கள் என்பதையும், ஒரு பண்பாட்டில் மற்றவருக்கு இருக்கும் ஈடுபாட்டையும் பொறுத்தது. எனக்குத் தெரிந்த ஒரு தமிழ் அன்பர் ஸ்கந்திநேவிய நாடுகளில் ஒன்றைச் சேர்ந்த ஒரு பெண்ணைத் திருமணம் செய்திருந்தார். அந்தப் பெண்ணுக்குத் தமிழ்ப் பெண்களைவிட சேலைகளில் மிக விருப்பம். தனது தமிழ்முறைத் திருமணத்திற்கு அவர் மட்டுமல்ல, அவரது தாயும் சேலை கட்டியிருந்தார். அத்துடன், அவர் பல்கலைக்கழகத்தில் தமிழ் படித்தது மட்டுமன்றி, எமது முறைச் சமையலையும் மிக விருப்பத்துடன் கற்றுக்கொண்டார். இவ்வாறானதோர் அனுபவத்தைக் கூறுகிறார், ஓர் இந்தியரைத் திருமணம் செய்த ஒரு யூதப் பெண். இரு பண்பாடுகள், இரு இனங்களைச் சேர்ந்த இருவர் திருமண பந்தத்தில் இணையும்போது ஏற்படும் சவால்களை, அனுபவங்களை அவர் இதில் கூறுகிறார். அவர் இதனை *Hinduism Today* என்ற இந்துசமயச் சஞ்சிகைக்கு எழுதியிருந்ததை இணையத்தில் படித்தேன். நாம் மேலும் இதுபற்றிச் சிந்திப்பதற்காக அதன் முக்கிய அம்சங்களின் தமிழாக்கத்தை இங்கு தருகிறேன்.

இதோ அவரது அனுபவம்:

நான் முந்தைய சோவியத் ரஷ்யாவைச் சேர்ந்த லிதுவேனியா குடியரசில் ஒரு யூதக் குடும்பத்தில் பிறந்தேன். எனது 21ஆவது வயதில் நானும் எனது குடும்பத்தவரும் அமெரிக்காவுக்குக் குடிபெயர்ந்தோம். கடந்த ஆறு வருடங்களின்

முன், இந்தியாவிலிருந்து வந்து அமெரிக்காவில் வாழ்ந்து கொண்டிருந்த, இந்து சமயத்தைச் சேர்ந்த ஓர் இந்தியரைக் கண்டு, காதல் கொண்டு திருமணம் செய்தேன்.

எனது குடும்பம் சோவியத் ரஷ்யாவில் உள்ள பெரும்பான்மையான யூதர்களைப்போல, சமயத்தையும் மரபுகளையும் கைக்கொள்வதை முற்றாக நிறுத்தவேண்டியிருந்தது. ஏனெனில், இவற்றைக் கடைப்பிடிப்பது என்பது அப்போதைய ரஷ்யாவின் கருத்துப்பாங்குக்கு, அதாவது *ideology*க்கு, எதிரானது. இதனால், அடுத்த சந்ததிக்கு யூத வாழ்க்கை முறையை வழங்குவது என்பது முற்றாக நிறுத்தப்பட்டுவிட்டது. பெரும்பான்மையினரான ரஷ்யரின் மொழியும் பண்பாடும் யூத குடும்பங்களில் பின்பற்றப்பட்டது. நாம் ரஷ்ய மொழியைப் பேசினோம். ரஷ்ய இலக்கியங்களைப் படித்தோம். அவர்களது வானொலியைக் கேட்டோம். எல்லாவற்றிற்கும் மேலாக நாம் ரஷ்ய ஆன்மாவைக் கொண்டிருந்ததாக எம்மைக் கருதிக்கொண்டோம். நாம் கடன்பெற்ற ரஷ்ய மரபுகளன்றி, எமது சொந்தச் சமய, இன மரபுகள் எதுவுமின்றி, அமெரிக்க வாழ்வுமுறையை ஏற்றுக் கலக்கும் வலுடன் எமது குடும்பம் அமெரிக்காவிற்குக் குடிபெயர்ந்தது.

எங்களுடைய பண்பாட்டில், பெற்றோரால் தமது பிள்ளைகளுக்குக் கணவனோ, மனைவியோ தெரிவு செய்யப்படும் முறை ஒருபோதும் அறியப்படாதபோதும், எனது தாய் என்னுடைய வருங்காலக் கணவரை எனக்கு முதலில் அறிமுகம் செய்துவைத்தார். ஆனால், இந்திய மரபில் இதுதான் சாதாரண நடைமுறை என்று நான் பின்னர் அறிந்துகொண்டேன். எமது முதல் தனியான சந்திப்பின் முன்னர், எனக்கு இந்தியா பற்றியும் இந்திய மக்கள் பற்றியும் என்ன தெரியும் என்று நினைத்துப் பார்த்தேன். சோவியத் ரஷ்யாவின் வரலாற்றில், ஒரு கட்டத்தில் *Hindu Russi bhai-bhai*, அதாவது இந்துக்களும் ரஷ்யரும் சகோதரர்கள் என்ற கோஷம் பிரபலமாக இருந்தது எனது நினைவில் இருந்தது. ஆனால், அது எதனைக் குறித்தது என்பது எனக்குத் தெரியாது. நான் சிறுபிள்ளையாக இருந்தபோது, எனது *cousin*உடன் *Sita and Gita* என்றொரு படம் பார்த்தேன். அதில், தனது அன்புக்குரியவனைச் சந்திப்பதற்காகக் கதாநாயகி வெறுங்காலுடன், போத்தில் ஓடுகளுக்கு மேலால் நடந்துசென்றதைக் கண்டு, அதனால் மிகவும் கவரப்பட்டிருந்தேன். தலைநகரான டெல்கி பற்றியும் பம்பாய், கல்கத்தா, சென்னை பற்றியும் அறிந்திருந்தேன். இந்தியாவின் பண்டைய வரலாற்றைப்போல அவை எனக்குக் கவர்ச்சியாக இருந்தன. காமசூத்திரம் பற்றியும், தாஜ்மகால் பற்றியும் அறிந்திருந்தேன். இந்தியா ஒரு பெரிய, வறிய நாடு எனவும் அறிந்திருந்தேன்.

இந்துக்கள் பல தெய்வங்களைத் தமது சமயத்தில் கொண்டிருப்பதுடன், விக்கிரக வழிபாட்டினர் என்று ஏனைய ரஷ்யரைப்போல நானும் நம்பியிருந்தேன்.

நாம் சம்பிரதாயமற்ற முறையில் சந்திக்கும் காலத்தில் திடீரென்று எமது பேச்சுக்கள் திருமணத்தை நோக்கித் தீவிரமாகத் திரும்பின. அத்தகைய ஒருநாளில், ரவி என்னைத் திருமணம் செய்ய விரும்புவதாகக் கூறியதுடன், தன்னைத் திருமணம் செய்வதென்பது, தன்னுடன் ஒரு பண்பாட்டையும் சேர்த்துத் திருமணம் செய்வதாகும் என்று தெரிவித்து, தான் கூறுவதைப் பற்றிக் கவனமாகச் சிந்தித்து முடிவெடுக்கும்படி கேட்டுக்கொண்டார். இந்திய இசையைக் கேளாது, ஹிந்திப் படங்களைப் பாராது, தனது தாய்மொழியாகிய ஹிந்தியில் நண்பருடன் பேசாது, இந்துசமயக் கொண்டாட்டங்களைக் கொண்டாடாது, தான் வளரும்போது உண்ட உணவு வகைகளை உண்ணாது தன்னால் வாழமுடியாது என்று கூறிய ரவி, உன்னால் இந்தியப் பண்பாட்டுடன் இரண்டற இணைந்துள்ள என்னுடன் வாழமுடியுமா என்று, திருமணத்திற்கு முடிவெடுக்கும் முன் நீ கவனமாக ஆராய வேண்டும் என்று மேலும் சொன்னார். முதலில் அவர் என்ன கூறுகிறார் என்று எனக்கு விளங்கவில்லை. ஏனெனில், நான் அவரைச் சந்திக்கும் காலத்தில் மிகக் குறைவாகவே அவரது பண்பாடுபற்றி அறிந்துகொண்டிருந்தேன். இதனால், நான் முதலில் பெரிதும் குழப்பமடைந்தேன்.

மறுபுறத்தில், எமது எதிர்காலம், ஒன்றின் ஆதிக்கம் இன்றி இரண்டு பண்பாடுகளுக்கும் இடைப்பட்ட ஒரு நிலை கொண்டதாக அமையும் என்று நான் நினைத்திருந்தேன். எவ்வாறாயினும், இரண்டு வேறுபட்ட நாடுகளிலிருந்து நாம் இருவரும் அமெரிக்காவில் குடியேறியவர்களே. திருமணத்தின் பின் நாம் வாழப்போகும் எமது வீடு, அமெரிக்க மண்ணில் ஒரு சிறு இந்தியாவாக விளங்கும் என்று நான் நிச்சயமாகக் கற்பனை செய்திருக்கவில்லை. ரவி, திருமணத்தின் பின்னர் தனது பண்பாட்டு மரபைத் தொடர்ந்து பேணுதல் வேண்டும் என்று கூறுவதன் முன்னர், தத்தமது நாடுகளைவிட்டு அமெரிக்காவில் வந்து குடியேறிய அனைவரும், தத்தமது பண்பாடுகளைவிட்டு அமெரிக்கப் பண்பாட்டைத் தமக்குரியதாக ஏற்றுக்கொண்டிருப்பார்கள் என்று நான் தவறாக எண்ணியிருந்தேன். எமது இனத்துக்கும் சமயத்திற்கும் எதிரான கொலைகளுக்கு அஞ்சி, அரசியல் தஞ்சம் கோரிவந்த எமது குடும்பத்தைப் பொறுத்தவரையில் அது சரியானது. அமெரிக்கா எம்மை ஏற்று அமெரிக்கப் பிரஜைகளாகும் சலுகையை அளித்தபோது, நாம் நாடோடி

களாக அல்லாது ஏதோ ஓர் இடத்திற்கு உரியவராக முதன்முதலாக அப்போதுதான் உணர்ந்தோம். அதன் பயனாக, அமெரிக்காவில் வாழ ஆரம்பித்த முதல் சில வருடங்களில் புதிதாகப் பெற்ற நாட்டின் பண்பாட்டை உள்வாங்கிக் கொண்டு, அதன் பகுதியாக இணைந்துகொள்ள நான் ஆசைப்பட்டேன். எனவே, ரவி ஏன் இன்னும் தனது பண்பாட்டைப் பேண விரும்புகிறார் என்று எனக்கு விளங்கிக் கொள்வது கஷ்டமாக இருந்தது.

எவ்வாறாயினும், நானும் அவரை விரும்பியதால், என்னைத் திருமணம்செய்ய விரும்பும் அவரது கோரிக்கையை நான் ஏற்றுக்கொண்டேன். தமது இனத்தையும் பண்பாட்டையும் சாராத என்னை அவர் திருமணம் செய்வதற்கு, ரவியின் குடும்பத்தவர் எவ்வித எதிர்ப்பும் கூறாது ஏற்றுக்கொண் டமை எனக்கு மகிழ்ச்சி நிறைந்த ஆச்சரியத்தை அளித்தது. தனக்கு மகிழ்ச்சி ஏற்படுத்தும்வரையில், இந்தியரல்லாத ஒரு பெண்ணைத் தான் திருமணம் செய்வதில், தனது பெற்றோருக்கும் சகோதரர்களுக்கும் ஆட்சேபனை எதுவும் இல்லை என்று பின்னர் ரவி கூறினார். ரவியின் தந்தை எமது சாதகங்களைப் பார்த்து, இருவருக்கும் பொருத்தம் மிகச் சிறப்பாக இருப்பதாகக் கூறி, எமது திருமணத்திற்கான முகூர்த்தத்தைத் தெரிவுசெய்து தந்தார். எனது குடும்பத்தில் எனது தாயைத் தவிர மற்றவர்களுக்கு இத்திருமணத்தை ஏற்றுக்கொள்வதற்குச் சில காலம் பிடித்தது.

ரவியின் பெற்றோர் இந்தியாவில் இருந்து எமது திருமண நிச்சயதார்த்தத்திற்கு வந்திருந்தனர். அந்த வைபவத்திற்குச் சேலைதான் நான் அணிய வேண்டும் என்பது எனக்குப் புரிந்தது. ஒரு மொழிபெயர்ப்பாளரின் உதவியுடன், ரவியின் தாயிடம் எனக்குச் சேலை அணியத் தெரியாது என்று கூறினேன். அம்மா அதனை எனக்குச் சொல்லித் தருவார் என்று அவர் கூறினார். எல்லாப் பண்பாட்டைச் சேர்ந்த தாய்மாருக்கும் சேலை அணியத் தெரிந்திருக்கும் என்று அவர் எண்ணியிருந்தார். அதனை அவருக்கு விளங்கப்படுத் தினேன். அதன் பின்னர், எனது வருங்கால நாத்தானார்கள் சூழ, ரவியின் அம்மா ஒருவித சிரிப்புடன், மிக உயரமான தனது முதல் மேற்கத்தைய மருமகளான எனக்கு எட்டி எட்டிச் சேலை அணிவித்தார். அவரது சிரிப்பு எனக்கு வெட்கத்தையும் என்னைப் பற்றிய உணர்வையும் ஏற்படுத் தியது. இந்தியத் தரத்திற்கு நான் மிக உயரமும் பருமனும் உள்ளவளோ? அல்லது மகனது திருமணம் அவருக்குச் சந்தோஷத்தை ஏற்படுத்தியதோ? மிகச் சிறப்பானதும் மங்களகரமானதுமான நிச்சயதார்த்த நிகழ்ச்சியை ரவியின் அம்மா மரபுரீதியாக நடத்தினார். மறுநாள் அந்த நிகழ்ச்சி

நகரத்தில் உள்ள ஒரு கோயிலில் வழிபாடுசெய்ததுடன் நிறைவுபெற்றது.

நான் சிறிதும் அறியாததும், நான் வாழத் தெரிந்தெடுத்த நாட்டுடன் எந்த வகையிலும் தொடர்புபடாதுமான ஒரு பண்பாட்டுக்குள் திடீரென்று மூழ்குவதற்காகவா நான் அமெரிக்கா வந்தேன்? எனது திருமண நிச்சயதார்த்தம் எனக்கு மகிழ்ச்சியை ஏற்படுத்தியபோதும், ரவியைத் திரு மணம் செய்வதன்மூலம், நான் எனது தனித்தன்மையையும் பண்பாட்டையும் இழந்துவிடுவேனோ என்ற கேள்வி எனது அடிமனத்தில் குடைந்துகொண்டே இருந்தது. எமது திரு மணம் சிறப்பாக நடைபெற்றது. திருமணத்தின்போது ஹிந்தி, பஞ்சாபி, யூத இசைகள் இசைக்கப்பட்டன. எமது ரஷ்ய, யூத, இந்திய விருந்தினர்கள் விரைவில் வேற்றுமைகளை மறந்து கொண்டாட்ட இசையிலும் நடனங்களிலும் ஒன்று பட்டு மூழ்கினர்.

திருமணத்தின் பின்னரே இந்தியப் பண்பாட்டில் மூழ்குதல் என்பது உண்மையில் ஆரம்பமானது. ஞாயிற்றுக்கிழமைகள், காலையில் இந்துஸ்தானி அல்லது பக்தி இசையுடன் ஆரம்பமாகி, மாலையில் ஒரு ஹிந்திப் படத்துடன் முடிவ டையும். கிழமைநாட்களிலும் ஹிந்திப் பாடல்கள் கணிச மான அளவு ஒலிக்கும். எமது வீட்டில் ஹிந்திப் படங்களுக்கு ஒருநாளும் குறைவிருக்கவில்லை. சராசரி ஒரு கிழமைக்கு இரண்டு படங்கள் பார்த்தோம். நண்பர்கள், உறவினர் வீடுகளுக்குச் செல்லும்போது புதிய படங்கள் வாங்கப்பட்டு, விவாதிக்கப்பட்டுப் பார்க்கப்பட்டன. பழைய பாடல்களும் படங்களும் மறக்கப்படவில்லை. மனநிலை சரியாக இருக்கும் போது *ghazals* ஒலிக்கவைக்கப்பட்டது.

எனது வாழ்வில் ஏற்பட்ட திருப்புமுனை எமது இந்திய விஜயமே. மிகப் பெரிய அதிர்ச்சியும் அதேசமயம் ஆச்சரிய மும் எனக்கு ஏற்பட்டன. டெல்கியின் காட்சிகள், சத்தங்கள், மணங்கள் என்னை அதிரவைத்தன. நான் ஒவ்வொன்றையும் என் கண்களை அகல விரித்து, அதிர்ச்சியுடனும் நம்பிக்கை யீனத்துடனும் பார்த்தேன். வளர்ச்சியடைந்த நாடுகளில் பிறந்து வளர்ந்த ஒருவர் இந்தியாவிற்கு வந்தால், நான் அடைந்ததைவிட இன்னும் வித்தியாசமான உணர்ச்சியை அடைவார். சௌகரிகமாகப் பல வசதிகளுடனும், முழுமை யான பாதுகாப்புடனும் வாழ்பவர்களை இந்தியா அதிர்ச்சி யூட்டும். அத்துடன், உலகில் இவ்வாறு பலர் வறுமையில் வாடுகிறார்கள் என்ற உண்மையும் அவர்களுக்குக் குற்ற உணர்வை ஏற்படுத்தும். நான் இந்தியாவில் உள்ளதைப்போல இல்லாவிட்டாலும் வறுமையை உணர்ந்திருக்கிறேன். எனது

குடும்பம் பல சந்தர்ப்பங்களில் உணவும் ஆடைகளும் வாங்கப் போதிய பணமின்றித் தவித்திருக்கிறது. இந்தியா விற்கு வந்தமை என்னைக் காலத்தால் பின்னோக்கி எடுத்துச் சென்றது. அமெரிக்காவில் வசிக்கும் இந்தியர், இந்தியா விற்குத் தொடர்ந்து வந்துபோய்க்கொண்டிருப்பது அமெரிக்காவின் லௌகீக சௌகரியங்களிலும் பணத்திலும் அனுபவிக்க முடியாததான, நண்பர்களுடனும் உறவினருடனுமான தனித்தன்மையான இனிய உறவை அனுபவிப்பதற்காகவே என்பதை விரைவில் உணர்ந்துகொண்டேன். நான் ரவியின் குடும்பத்துடனும் நண்பர்களுடனும் பழகிய பின்னர், அவர்களது தனித்தன்மையான உறவுமுறையை அறிந்து கொண்டேன். நேரம் தாழ்த்திய இரவுச் சாப்பாடுகளும், நீண்ட உரையாடல்களும், வீட்டுக்கு ஓயாது வந்துகொண் டிருக்கும் உறவினருக்கு உணவு வழங்குவதற்காக ஒருவர் சமையலறையில் எப்போதும் இயங்கிக்கொண்டிருப்பதும், கதையும் சிரிப்புமாகக் கழியும் இரவுகளும், விடியல் பூசைகளும், பின் கோயில் வழிபாடும், சீனவெடிகள் அதிரும் தீபாவளியும், மகிழ்ச்சி நிறைந்த நடனங்களுடன்கூடிய கொண்டாட்டங்களும் தனித்தன்மையானவை என்று கண்டு கொண்டேன். ஆறு வருடங்கள் காணாதபோதும், இப் போதும் ரவியால் நண்பர்களுடன் அனைத்தையும் பகிர்ந்து கொள்ள முடிந்தது. அவருக்கு உதவுவதற்கு அவர்கள் எப்போதும் முழுமனத்துடன் முன்னிற்பதைக் கண்டபோது ரவியின் மேல் எனக்கு பொறாமையாகக்கூட இருந்தது. ரவியுடைய பெரிய குடும்பத்தையும், ஒவ்வொரு சகோதர சகோதரியுடனும் அவர் கொண்டிருக்கும் விசேஷ உறவையும் நான் கவனித்தேன். அவர் மூத்தவர்களை மதிப்புடன் நடத்திய அதேவேளை, இளையவர்களுடன் கேலி பேசி, அவர்களை வேலைகளுக்கு ஏவியபோதும், அவர்களை அன்புடன் கவனித்துக்கொண்டார்.

அந்த வீட்டிலிருந்த அனைவரும் மனப்பூர்வமாகவும் மரியாதையுடனும் என்னை ஏற்றுக்கொண்டதை நான் உணர்ந்து கொண்டேன். ரவியின் அம்மா என்னுடன் மிகவும் வெட்கத் துடன் பழகினார். அவர் என்னை நன்கு புரிந்துகொள்ள விரும்பியதால், ஒரு மொழிபெயர்ப்பாளரின் உதவியுடன் அடிக்கடி நாம் அமர்ந்து பேசினோம். நான் சிறிது *out of place* ஆக உணர்கிறேன் என்பதையும், தூசியும் அழுக்கும் நிறைந்த இடங்களும், தினமும் பரிமாறும் *spicy* உணவும் என்னைச் சிறிது சங்கடப்படுத்துகின்றன என்பதையும், அவர் மௌனமாக உணர்ந்துகொண்டார். நான் அங்கு கழிக்கும் காலத்தை முடிந்தளவு மகிழ்ச்சிகரமானதாக்க வேண்டும் என்று அவர் கருதினார். என்னுடைய வெட்கம்

நிறைந்த அமைதியான சுபாவத்தையும், அங்குள்ளவர்களு டன் மிகவும் மரியாதையுடன் பழகுவதையும் கவனித்த பின்னர், அவருக்கு என்னில் விருப்பம் ஏற்பட்டது. மரபுக ளும் சமயமும் ரவியின் வீட்டில் முக்கிய இடம் பிடித்திருந் தன. நாங்கள் முதலில் வந்ததும், ரவியின் அம்மாவும் சகோதரியும் வீட்டிற்கு எம்மை வரவேற்கும் ஒரு நிகழ்ச்சியை நடத்தினார்கள். குடும்பம் அனுமார் கோயிலுக்குச் செல்லும் போது, நானும் அவர்களுடன் செல்லவேண்டியிருந்தது.

ஒருநாள் காலை ரவியின் அம்மா சித்திரகுப்தன் பூசை நடத்தினார். அப்பூசையின்போது ராமருக்கு ஒரு சிறு குறிப்பெழுதுவது மரபு என்றும், அதனை என்னை எழுதும் படி எனது மாமியார் வேண்டுகிறார் என்றும் எனக்கு விளக்கப்பட்டது. நான் யூத இனத்தில் பிறந்து, அச்சமயத்தை நடைமுறையில் பின்பற்றாதபோதும், யூத சமயமல்லாத ஒன்றில் நான் ஈடுபடுவது முடியாத காரியம் என்று நினைத்தேன். என்னை இந்துசமயத்திற்கு இழுக்க எனது மாமியார் முயலுகிறார் என்று நான் முதலில் சிறிது குழப்பமுற்றேன். இந்துசமயம் யாரையும் அதற்குள் இழுப் பதில்லை, நான்தான் தவறாக நினைத்துவிட்டேன் என்று பின்னர் உணர்ந்துகொண்டேன். எனது மாமியார் இந்து சமயத்தை விடாது இஸ்லாம், கிறிஸ்தவ சமய நிகழ்ச்சிகளில் கலந்துகொண்டதையும் அவதானித்தேன்.

எமது திருமணம் நடந்து நான்கரை வருடங்கள் ஓடிவிட்டன. இத்தனை ஆண்டுகள் என் கணவருடன் வாழ்ந்த பின்னர் இப்போது அவரது பண்பாடு என்னில் ஒரு பகுதியாகி விட்டது. இருவர் அன்புடன் கூடிவாழும்போது இவ்வாறு ஏற்படுவது இயல்பான ஒன்றே. சக இந்தியரைவிட எனக்கு இந்தியப் பண்பாடு பற்றி அதிகம் தெரிந்திருக்கிறது. நான் இந்திய இசை, திரைப்படங்கள் பற்றிய கலந்துரையாடல் களில் கலந்துகொள்கிறேன். மற்றைய இந்தியப் பெண்களைப் போலவே, தற்காலப் பாடகர்கள், நடிகர் பற்றிய விபரங்களும், பொலிவுட் *gossip*களும் எனக்குத் தெரிந்திருக்கின்றன. இந்திய இசையையும் திரைப்படங்களையும் ரசிக்கப் பழகி விட்டேன். புதியதான எதனையும் நீண்டகாலம் கேட்டு வந்தால் அதனை ரசிக்கலாம் என்று உணர்ந்துகொண்டேன். எனது புலன்கள் அனைத்தும் விழித்துக்கொண்டதுடன் இந்திய விஷயங்களையே விரும்புகிறது. நான் *spicy* உணவை உண்ணப் பழகிக்கொண்டதுடன், இப்போது அந்த உண வையே என் நா விரும்புகிறது. ரஷ்யர்களுடனோ அல்லது புதிதாக அமெரிக்கப் பண்பாட்டில் மூழ்கியவர்களுடனோ அன்றி இந்தியருடன் பழகுவது எனக்கு முழுமையான திருப்தியைத் தருகிறது. நான் உறைப்பைக் குறைத்து ரஷ்ய

மயமாக்கிய இந்திய உணவைச் சமைக்கிறேன். என் கணவர் அந்த உணவு தனக்குப் பிடித்திருப்பதாகக் கூறுகிறார்.

சாதாரண இனக்கலப்புத் திருமணங்களைவிட எமது திருமணத்தில் நிறையச் சவால்கள் இருந்தன. ஆனால், நாம் எம்மை மேலும் விருத்தியாக்குவதற்கு முயலுவதுடன் நாளுக்குநாள் ஒருவரை ஒருவர் மதிக்கவும், மேலும் மேலும் அன்பு பாராட்டவும் பழகி வருகிறோம். ஒருவர், மற்றவரது பண்பாடு, குடும்ப உறவு, வாழ்க்கைமுறைபற்றித் தொடர்ச்சியாக அறிந்து வருகிறோம். நாம் இருவரும் ஒருவர் மற்றவரது மொழியைப் படிக்கிறோம். வரலாற்றையும் இலக்கியங்களையும் வாசித்து விவாதிக்கிறோம். ஒருவரது இனத்திலுள்ள இசை, கலைகள் பற்றி மற்றவர் அறிந்துகொள்கிறோம். ஒருவரது ஆங்கில *accent* ஐ மற்றவர் கேலி செய்து சிரித்து மகிழ்கிறோம். ரஷ்ய, ஹிந்தி மொழிகளிலிருந்து *code words* ஐ உருவாக்கி ஆங்கிலத்துடன் கலந்து பேசுகிறோம். இன, புவியியல் வேறுபாடுகளுக்கிடையில் எமது ஆன்மாவும் வாழ்க்கைமுறையும் கருத்துகளும் பின்னணியும் ஒன்று போலவே இருக்கின்றன. எனது கணவருடன் எனக்குள்ள இத்தகைய நெருக்கத்தை அமெரிக்கப் பண்பாட்டில் வளர்ந்த ஒருவருடன் ஒருபோதும் பெற்றிருக்கமாட்டேன் என்று எனக்கு இப்போது நன்கு தெரிகிறது. எனது கணவர், எனது பண்பாட்டுடன் மீண்டும் என்னைத் தொடர்புபடுத்த உதவுகிறார். இந்தியக் கணவருடன் வாழும்போது, அமெரிக்கப் பண்பாட்டைவிட, ரஷ்யப் பண்பாட்டுடன் எனக்கு அதிக நெருக்கம் ஏற்பட்டுள்ளது.

எமது குழந்தைக்குப் பெயர் தெரிவுசெய்தபோது பல இந்திய, யூதப் பெயர்கள் ஒரேமாதிரி ஒலித்ததை அறிந்து கொண்டோம். நாம் *Baruk* என்ற பெயரைத் தெரிவு செய்தோம். *Hebrew* மொழியில் *Baruch* என்ற பெயருக்கு ஆசிர்வதிக்கப்பட்டவன், அதாவது *blessed*, என்று கருத்தாகும். ஹிந்தியில் *Baruka* என்பதற்குப் பொறுப்புள்ளவன், பாரத்தை அகற்றுபவன் என்பது அர்த்தமாகும். இரண்டு பண்பாடுகள் கொண்ட எமது வீட்டில் மகனை வளர்க்கும் போது இன்னும் அதிகமான சவால்கள் ஏற்படலாம். எப்படி இரண்டு விதமான, அதாவது ரஷ்ய, யூதப் பண்பாட்டிலும், இந்தியப் பண்பாட்டிலும் எமது மகனை வளர்க்கப் போகிறோம்? தனது மரபுகளில் பெருமையுள்ளவனாக, அதேநேரம் மற்றைய பண்பாடுகளை மதிக்கும் உலகப் பிரஜையாக, எப்படி அவனை வளர்த்தெடுக்கப் போகிறோம்? நாம் யூத, இந்து மரபுகளில் அவனுக்கு விருப்பமானதைத் தெரிவுசெய்யச் சொல்லப் போகிறோமா? அல்லது நாமே அவனுக்காக ஒன்றைத் தெரிவுசெய்யப் போகிறோமா?

இந்த முக்கியமான கேள்விகளை எதிர்நோக்குவதற்கு நாம் தயாராகி வருகிறோம்.

இதுவே, அந்த நீண்ட கடிதம். இதில் கலப்பு மணம் செய்தவர்களை, செய்ய விரும்புகின்றவர்களைச் சிந்திக்கவைக்கும் பல அம்சங்கள் உள்ளன. கலப்பு மணத்தில் எதிர்நோக்கக்கூடிய சவால்கள் என்னென்ன என்று இக்கடிதம் தொட்டுக்காட்டுகின்றது. ஆயினும், இருவரும் கருத்தொருமித்தவர்களானால், திருமணத்தில் ஏற்படும் எத்தகைய சவால்களையும் சுமுகமாக எதிர்கொள்ள முடியும்.

●

திருமணமாம் திருமணம்

எமது பண்பாட்டில் திருமணம் என்ற நிறு வனம் இன்னும் முழுமையாக நிலைத்துள்ளது. திரு மணம் செய்யாது 'கூடிவாழ்தல்' (Living together) என்ற முறை மேலைநாட்டில் பெருமளவு செல்வாக்குப் பெற்றுள்ளபோதும், வெளிநாடுகளில் வாழும் தமிழர் கள் இதுவரை அதன் செல்வாக்குக்குப் பெருமளவில் உட்படவில்லை என்றே கூறவேண்டும். ஆயினும், விவாகரத்துக்கள் பெருகிவிட்டன என்பது மிகவும் சோகத்துக்குரிய விஷயம். தற்போது திருமணங்கள் அதிகமாகத் தோல்வியில் முடிவதற்கு என்ன காரணம் என்பது பற்றி நாம் அதிகம் சிந்திக்க வேண்டியுள்ளது. எமது அடுத்த சந்ததியினரைத் திருமணம் என்ற நிறுவனத்தில் நம்பிக்கைகொள்ளச் செய்வதற்கும், அதனை வெற்றிகரமாக நடத்துவதற்கும் உரிய வழி வகைகளைச் சொல்லிக்கொடுப்பதற்கும் நாம் முயற்சி செய்ய வேண்டும்.

இந்த உலகில் எத்தனை இனங்கள், பண்பாடுகள் உள்ளனவோ, அத்தனை விதமான திருமணமுறை களும் சடங்குகளும் உள்ளன. சில பண்பாடுகளில் திருமணம் வாழ்வில் ஒரேயொரு முறைதான் வரும். சிலவற்றில் மனித மனம் எத்தனை தடவைகள் மாறுமோ, அத்தனை தடவைகள் திருமணம் நடை பெறும். பொதுவாக, பெரும்பான்மையான பண்பாடு களில், ஒருவர் வாழ்வில் ஒரேயொரு தடவைதான் திருமணச் சடங்கு இடம்பெறும்.

அதிகமான பண்பாடுகளில் தனக்கேற்ற துணை யைத் தானே தேடிக்கொள்ளும் முறை இருந்தபோதும், சிலவற்றில் இன்றும் பெற்றோர் தெரிவுசெய்து, திரும ணம் செய்துவைக்கும் முறை உள்ளது அல்லது பெற் றோர் அங்கீகரிக்கும் பெண்ணையோ, ஆணையோ திருமணம் செய்யும் முறை உள்ளது.

காதலாயினும் ஏற்பாடுசெய்யும் திருமணமாயினும், மேலை நாட்டவராயினும் கீழை நாட்டவராயினும், திருமண பந்தம் வெற்றிபெறுவதற்குச் சில அடிப்படை விஷயங்கள் உள்ளன. கணவன் மனைவியிடையே நிலவும் நட்புறவு, மனப்பொருத்தம், விட்டுக்கொடுக்கும் மனப்பான்மை, ஒன்றுபட்டுப் பொறுப்பெடுக்கும் தன்மை, பரஸ்பர நம்பிக்கை, புரிந்துணர்வு, உறுதிப்பாடு என்பன இல்லறம் ஆயுட்காலம்வரை நிலைப்பதற்கு அவசியமான இயல்புகளாகும். அத்துடன், ஒருவரில் இல்லாத திறமை மற்றவரில் இருப்பின், அது வெற்றிகரமான வாழ்க்கைக்கு வழிவகுக்கும். அதாவது, ஒருவர் தனக்கு ஒரு திறமை இல்லையே, அது இருந்தால் எவ்வளவு நன்றாக இருக்கும் என்று நினைத்தால், அந்தத் திறமையுடன்கூடிய ஒருவர் மனைவியாக அல்லது கணவனாகக் கிடைப்பின், அவர் தனது missing link கிடைத்ததால் மகிழ்ச்சியாக வாழ்வார். அதேநேரம், மற்றவரில் இல்லாத திறமை அவரிடம் இருந்தால், இன்னும் அந்த வாழ்க்கை வெற்றிகரமாக அமைவதற்கு வாய்ப்புண்டு. அதாவது, ஒருவர் மற்றவருடன் இணையும்போது தான் தனது வாழ்க்கை முழுமையடைவதாகக் கருதுவாரானால் அது மகிழ்ச்சியான வாழ்க்கைக்கு வழிகோலும்.

அண்மையில் திருமணத்தின் ஐம்பதாவது வருடத்தைக் கொண்டாடிய சில அவுஸ்திரேலியத் தம்பதிகள், தமது திருமண வெற்றிக்குப் பரஸ்பர அன்பு, நம்பிக்கை, தாம் இருவரும் ஒன்றுபட்டு வாழவேண்டும் என்ற மன உறுதி, எல்லாவற்றிற்கும் மேலாக இருவரிடையேயும் காணப்பட்ட உற்ற நட்பு ஆகியனவே காரணங்கள் என்று கூறியுள்ளனர். பணமே, இன்றைய அவுஸ்திரேலியாவில் விவாகரத்துக்குக் காரணம் என்றும், அவர்கள் ஒருவரில் ஒருவர் அளவுக்கு மிஞ்சிய எதிர்பார்ப்புகளைக் கொண்டுள்ளனர், அதனால் திருமணங்கள் நிலைப்பதில்லை என்றும் அவர்கள் குறிப்பிட்டுள்ளனர். அது ஓரளவில் உண்மையாகவும் இருக்கலாம்போலத் தெரிகிறது. அண்மையில் ஓர் ஆங்கிலப் பத்திரிகையின் வாசகர் கடிதம் பகுதியில், இப்போதெல்லாம் பெண்கள் ஆறிலக்க ஊதியமும், BMW காரும், வசதியான சொந்த வீடும் உள்ள ஆண்களையே விரும்புகிறார்கள். என்னைப் போன்ற சாமானியன், பெண்ணுக்கு எங்கே போவது என்று ஒருவர் அங்கலாய்த்திருந்தார். அது மிகைப்படுத்தப்பட்ட கூற்றானபோதும், ஒருவரில் ஒருவர் அளவுக்கு மிஞ்சிய எதிர்பார்ப்புக்கொள்வதும், இவரைவிடச் சிறந்தவர் ஒருவரைத் தேட முடியும், சிறிது முரண்பாடுகள் வந்தவுடனேயே, ஏன் இவருடன் வாழவேண்டும் என்ற கேள்வி ஏற்படுவதும், பெரும்பாலான திருமணங்கள் தோல்வியில் முடியக் காரணமாகின்றன எனலாம்.

இதேநேரத்தில் திருமணம் செய்யாது தனித்து வாழும் முறை அவுஸ்திரேலியரிடையே மிகச் செல்வாக்குப் பெற்றுவருகிறது. திருமணம் செய்யவேண்டும் என்ற சமூகத்தின் அழுத்தம் இப்

பொழுதெல்லாம் இல்லாது போய்விட்டதே இதற்கு அடிப்படைக் காரணம் என்று கூறப்படுகிறது. அத்துடன், முன்னர் ஒருவர் தகுந்த வயதை அடைந்துவிட்டார் என்பதைத் திருமணம் குறித்து நின்றது. ஆனால், இப்பொழுது ஒருவர் திருமணம் செய்வதை வைத்து அவர் முழு ஆணாகிவிட்டார், அதாவது, adulthoodக்கு வந்துவிட்டார் என்று ஒருவரும் கருதுவதில்லை. இப்பொழுது வாழ்க்கையில் வெற்றியடைவதே முக்கியம், திருமணமும் குடும்பமு மல்ல என்ற கருத்து பெண்களிடையேயும் ஆண்களிடையேயும் வலுப்பெற்று வருகிறது. 2001ஆம் ஆண்டு சனத்தொகைக் கணிப் பின்படி 75.6 வீதமான 20க்கும் 29க்கும் இடைப்பட்ட வயதை யுடைய ஆண்கள் திருமணம் செய்யவில்லை. 1980இல் 26ஆக இருந்த திருமண வயது, 2000ஆம் ஆண்டில் 30 ஆகியுள்ளது. 29 வீதம் ஆண்கள் ஒருபோதும் திருமணம் செய்ததில்லை. குடும்பம், பிள்ளைகள் என்ற பொறுப்பை ஏற்காது சுதந்திரமாக வாழ்வதே சிறந்தது என்று ஆண்களும் பெண்களும் கருதுகிறார்கள். இவ்வாறு இருந்தபோதும், மிகுதியாயுள்ளவர்கள் குடும்பமாகவே வாழ்கிறார்கள். இவை இங்கு வாழும் ஆங்கிலேயர்பற்றிய கணிப் பாக இருந்தபோதும், இங்கு வாழும் தமிழ் இளைஞர்களும் பெண்களும் இத்தகைய செல்வாக்குக்கு உட்படுவதுபற்றிப் பல தமிழ்ப் பெற்றோர் அங்கலாய்ப்பதை அடிக்கடிக் கேட்கமுடிகிறது.

மேலைநாட்டுக் கலாசாரத்தில், தானே தனக்குரிய துணையைத் தேடிக்கொள்ளும் முறை காணப்பட்டபோதும், திருமணத்தின் பின்னர் பலர் நிலையாக இணைந்திருப்பதில்லை. கீழைநாட்டுக் கலாசாரங்களில் இன்று மேலைத்தேயச் செல்வாக்குப் பெருமளவில் ஏற்பட்டுவிட்டபோதும், திருமண பந்தம் ஓரளவில் சாசுவதமான தாகவே கருதப்படுகிறது. காதல் திருமணங்கள் பெருமளவில் அங்கீகரிக்கப்பட்டுள்ளபோதும், விவாகரத்து எமது சமூகத்தால் இன்னும் மிகுந்த தயக்கத்துடனேயே அங்கீகரிக்கப்படுகிறது.

காதல் நிலையில் சந்தோஷமாக இருக்கும் சிலர், திருமணத்தின் பின் சந்தோஷமாக இருப்பதில்லை. அவர்களது திருமணமும் விரைவில் முறிந்துபோகிறது. வேறுபட்ட இருவர் ஒன்றாக வாழ முற்படும்போது, பல விஷயங்களில் ஒருவரையொருவர் புரிந்து கொள்ள வேண்டியது அவசியமாகிறது. அந்த நிலையில் முரண் பாடுகளைச் சுமுகமாகத் தீர்க்க முடிந்தவர்களது திருமணம் நிலைக்கிறது. அவ்வாறு தீர்க்க முடியாதவரது திருமணம் முறிகிறது.

இலங்கைத் தமிழர்களிடையே காணப்படும் திருமண முறை பல்வேறு அம்சங்களை உள்ளடக்கி உள்ளது. தமிழ்ப் பண்பாட்டில் திருமணம் என்பது நிரந்தரமானது. அது ஆயிரங்காலத்துப் பயிர் என்று கூறப்பட்டு, திருமணத்தின் முன் பல்வேறு விஷயங்கள் நுணுக்கமாக ஆராயப்படுகின்றன. திருமணம் பேசுவதற்கு முன் சாதி, சமயம், அந்தஸ்து ஆகியன ஒன்றாகவுள்ளனவா என்பது

பார்க்கப்படும். ஏனெனில், ஒரே சூழலில் வாழ்ந்தவர்களுக்கு ஒருவருடன் ஒருவர் ஒத்துப்போவது எளிது என்று கருதப்படுகிறது. இதனால், இவற்றில் மாறுபாடுள்ளவர்கள், அதாவது சாதி, சமய, அந்தஸ்து வேறுபாடுகள் கொண்டவர்கள், காதல் வசப்படும்போது, அது பெரும்பாலும் முற்றாகவே பெற்றோராலும் சமூகத்தாலும் நிராகரிக்கப்படுகிறது. இந்த மூன்றுடன் குணநலம், குடும்பப் பின்னணி, சாதகப் பொருத்தம், சீதனம் என்பனவற்றின் பொருத்தத்திலேயே திருமணம் தீர்மானிக்கப்படும். ஆணுக்குத் தொழில், குணம், சுமாரான அழகு என்பன முக்கியமாகக் கவனிக்கப்பட, பெண்ணுக்கு வயது, அழகு, குணம், கல்வி, சீதனம் என்பன முக்கியமாகக் கருத்தில் கொள்ளப்படுகின்றன. ஒரு காலத்தில் ஒரு பெண் திருமணம் செய்வதற்கு $ABCDEF$ என்பன முக்கியமாகத் தேவை என்றும், அப்போதுதான் ஆண் G என்று, அதாவது good என்று சொல்லி, தாலியைக் கட்டுவான் என்றும் வேடிக்கையாகச் சொல்லப்பட்டதுண்டு. அதாவது, *A-Age, B-Beauty, C-Caste, D-Dowry, E-Education, F-Family status.*

இலங்கையில் திருமண உறுதிப்பாட்டுக்கு நிரந்தர வருமானம் முக்கியமாகக் கருதப்பட்டதால், ஆரம்பத்தில் அரச பதவி பெற்றவர்களை நாடிப் பெண்ணைப் பெற்றவர்கள் ஓடினர். 'கோழி மேய்த்தாலும் கோறணமேந்தில் மேய்ப்பவருக்குப்' பெண்ணைத் திருமணம் செய்து கொடுப்பதே ஒரு காலத்தில் நியதியாக இருந்தது. தொழில் அடிப்படையில் கல்வியில் தேர்ச்சி பெற்ற இளைஞர்கள் தொழில் பெறுவது சுலபமாகவும், பெற்ற தொழில் நிரந்தரமானதாகவும் இருந்ததால், திருமணச் சந்தையில் அவர்கள் முன்னிடத்தை வகித்தார்கள். அவர்களில் ஒருவரைத் தங்கள் பெண்ணுக்குத் திருமணஞ்செய்து கொடுப்பதற்குப் பலர் பண அடிப்படையில் போட்டிபோட்டார்கள். அதிக பணம் கொடுக்க வல்லவர்கள் ஒரு வைத்திய கலாநிதியையோ அல்லது பொறியியலாளரையோ பெற்றனர். இதனால், படித்து நல்ல தொழில் பெற்ற இளைஞர்களது பெற்றோர், பெண்ணைப் பெற்றவர்களைத் தம் விருப்பப்படி ஆட்டிப்படைக்கும் ஆற்றல் பெற்றிருந்தனர். மகனைப் படிப்பித்த பணத்தை மட்டுமின்றித் தாம் பெற்ற பெண்களுக்கு வழங்கவுள்ள சீதனப் பணத்தையும், பெண்ணைப் பெற்றவரிடமிருந்து சிலர் கறந்துவிடுவார்கள். இதனால், யாழ்ப்பாணத்தில் ஒரு காலத்தில், பணமும் தொழில் அடிப்படையில் கல்வி கற்ற ஆண்பிள்ளைகளும் இல்லாதவர்கள், தமது பெண்களுக்குத் திருமணம் செய்யப் பெரிதும் சிரமப்பட்டனர். ஆயினும், பின்னர் நாட்டு நிலையால் பலதரப்பட்ட நிலைகளில் உள்ள இளைஞர்களும் பிரான்ஸ், ஜேர்மனி, கனடா என்று போகத் தொடங்கியதும் நிலமையில் மாற்றம் ஏற்பட ஆரம்பித்தது. எல்லா நிலைகளிலும் பணம் புழங்கத் தொடங்கியதும், தமது பெண்களுக்குப் பெருமளவு சீதனம் கொடுத்துத் திருமணம் செய்து கொடுக்கப் பலரால் முடிந்தது.

இந்தியாவைப் போலன்றி, யாழ்ப்பாணப் பாரம்பரியத்தில் ஒரு குடும்பச் சொத்தும் வீடும் மகளுக்கு வழங்கப்படுவதே வழக்கம். இதற்கு, அடிப்படையில் ஒரு காரணம் உண்டு. பெற்றோர் வயது முதிர்வடையும்போது மகளுடன் வாழச் செல்வது வழக்கம். அவர்கள் வழங்கிய வீட்டாலும் சொத்தாலும் எந்தவித மனப்பாதிப்புகளுமின்றி அவர்கள் உரிமையுடன் அங்கு வாழ முடிந்தது. இந்த நல்ல முறை காலப்போக்கில் மாப்பிள்ளைப் பகுதியினரின் பேராசையால், பெண்ணைப் பெற்றவரிடம் அதிக பணத்தைப் பலவந்தமாகக் கேட்கும் சீதன முறைக்கு வித்திட்டது எனலாம்.

சாதகம் பார்த்தலே திருமணப் பேச்சில் முதலாவது கட்டமாகக் கருதப்படுகிறது. சாதகப் பொருத்தம் சம்பந்தமாக, சாத்திரிகள் கூறுவது வேதவாக்காகக் கொள்ளப்படுகிறது. சாத்திரத்தைத் தொழிலாகக்கொண்ட பலருக்குப் பெரும்பாலும் திருமணப் பொருத்தம் பார்த்தலே பிரதான வருவாய்க்கு வழிவகுப்பதாக உள்ளது. யாழ்ப்பாணத்தில் ஏற்பாடு செய்யப்படும் திருமணங்களில் பெரும்பான்மையானவை சாதகப் பொருத்தம் பார்க்கப்பட்ட பின்னரே நடைபெறுகின்றன. திருமணம் செய்யப்படவுள்ள ஆணோ, பெண்ணைப் பற்றி வெறும் கேள்வியறிவின் மூலம் முற்றாக அறிந்து கொள்ள முடியாத நிலையில், சாதகரீதியாகப் பெறப்படும் சில தகவல்கள் சரியான முடிவை எடுக்க உதவுவதாக நம்பப்படுகிறது. சிலர் எண் பொருத்தமும் பார்ப்பதுண்டு. சாதக, எண் பொருத்தங்களில் உண்மை உண்டோ, இல்லையோ, அதிகமாக வந்துள்ள சாதகக் குறிப்புகளில், மேற்கொண்டு நடவடிக்கை எடுப்பதற்கேற்ப எண்ணிக்கையை வரையறுப்பதற்கும், அதிகம் விருப்பமில்லாத குடும்பங்களில் இருந்து வந்த சம்பந்தங்களை ஒதுக்குவதற்கும், இப்பொருத்தம் பார்த்தல் பலருக்கு உதவியது எனலாம்.

முந்திய காலத்தில், பெண்களுக்கு, தமக்கு வரவுள்ள கணவனைத் திருமணத்தின் முன் பார்ப்பதற்கும், அவனைப் பிடித்திருக்கிறதா, இல்லையா என்று கூறுவதற்கும் சுதந்திரம் வழங்கப்படவில்லை. ஆயினும், பெண்கள் அதிக அளவில் படித்துப் பட்டங்கள் பெற ஆரம்பித்த பின்னர், பெற்றோர் ஓரளவில் அவர்கள் விருப்பத்திற்கும் மதிப்பளிக்க ஆரம்பித்தனர். ஆயினும், சீதன முறையால் பெண்கள் இந்தச் சுதந்திரத்தை முழுமையாக அனுபவிக்க முடியவில்லை. தங்களிடம் உள்ள பொருளாதார வளத்திற்கேற்ப, வரும் சம்பந்தங்களில் ஒன்றைத் தம் பெண் விரும்பினாலும் விரும்பாவிட்டாலும் முடிவெடுக்க வேண்டிய கட்டாயத்திற்குப் பெற்றோர் ஆளாகினர்.

பெண்ணின் படிப்பு கூடக்கூடத் திருமண விஷயத்தில் அவளது சுதந்திரம் குறையலாயிற்று. படித்த பெண்ணுக்குரிய ஒரு படித்த ஆணைத் தேடுவதற்குப் பெற்றோர் அதிக விலை கொடுக்கவேண்டி

யிருந்தது. ஏனெனில், படித்துப் பட்டம்பெற்ற ஆணுக்குக் கலியாணச் சந்தையில் பெறுமதி அதிகமாகவிருந்தது. படித்த பெண்களுக்கு ஏற்றவகையில் அதிக சீதனம் கொடுத்து, ஒரு படித்த இளைஞனைத் தேடிப் பிடிப்பது மிகவும் கடினமாக இருந்தது. இதன் காரணமாக, சாதாரண குடும்பங்களைச் சேர்ந்த படித்த பெண்களின் திருமணம் பெற்றோருக்கு அதிக பிரச்சினைக்கு உரியதொன்றாயிற்று.

பெண்கள் உயர்கல்வி பெறத்தொடங்கியதும் அவர்கள் திரு மணம் செய்யும் வயதும் பெரிதும் அதிகரிக்கலாயிற்று. பதினெட் டுத் தொடக்கம் இருபது வயதுக்குள் திருமணம் செய்த காலம் போய், இருபத்தைந்து, முப்பது என்று திருமண வயது அதிகரிக்க லாயிற்று. படிப்பு மட்டுமன்றி, உரிய துணையைத் தேடிக் கண்டு பிடிப்பதில் உள்ள சிரமத்தாலும், சீதனம் வழங்குவதில் உள்ள கஷ்டங்களாலும், நடுத்தரக் குடும்பங்களைச் சேர்ந்த படித்த பெண்களின் திருமண வயது பெருமளவில் பின்தள்ளப்பட்டது.

திருமண ஏற்பாடு செய்தல் என்பது இவ்வாறு காலத்துக்குக் காலம் மாற்றங்களுக்குட்பட்டு வந்ததுபோலவே, திருமணச் சடங்கு களும் பல மாற்றங்களினூடாக வந்துள்ளன. பல்வேறு கிரியைகளைக் கொண்டு நீண்ட நேரமாகச் செய்யப்பட்டுவந்த சடங்கு, இன்று குறுகிய நேரத்தில் செய்து முடிக்கக்கூடிய வகையில் சுருக்கப்பட்டுள் ளது. பிள்ளையார் பூசை, காப்புக் கட்டுதல், மணப்பெண்ணை அவளது பெற்றோர், மணமகனுக்குத் தாரைவார்த்துக் கொடுத்தல், மணமகன் மணமகளுக்குப் புடவை முதலியவற்றைப் பரிசளித்தல், தெய்வம், சபையோர், அக்கினி சாட்சியாகத் தாலி கட்டுதல், அக்கினியை வலம்வருதல், அம்மி மிதித்து அருந்ததி பார்த்தல், மாலை மாற்றுதல், பெரியோரிடம் ஆசிபெறுதல் ஆகியன இந்துத் தமிழரது திருமணங்களில் முக்கிய கட்டங்களாகக் கருதப்படுகின் றன. இந்த அடிப்படைக் கிரியைகளைவிட, வேறும் பல அம்சங்கள் காலத்திற்கும் வசதிக்கும் இடத்திற்கும் ஏற்றவாறு சேர்க்கப்பெறும்.

இந்து சமயத்தின்படி திருமணம் என்பது ஓர் ஆணையும் பெண்ணையும் உள்ளத்தாலும் உடலாலும் ஒன்றுபட வைத்த லாகும். திருமணத்தின் பின் அவர்கள் உள்ளத்தால் ஒன்றுபட வேண்டும். கணவனைப் பிரிந்து வாழும் மனைவி, நீர் இல்லாத நீரோடையையும், ஆன்மா இல்லாத உடலையும் போன்றவள் என்கிறது இராமாயணம்.

சிலப்பதிகாரத்திலே கோவலன் – கண்ணகி திருமணத்திலேயே, முதன்முதல் மணமக்கள் தீயை வலம்வருதல் குறிப்பிடப்படுகிறது. இந்த வடநாட்டு முறை, அந்தக் காலத்திலேயே தமிழ்நாட்டில் அறிமுகமாயிற்று. அக்காலத்திலிருந்து தீயை வலம்வரும் முறை தமிழரது திருமணங்களில் இடம்பெறலாயிற்று. ஆயினும், தீயை வலம்வருவதன் எண்ணிக்கை இடத்திற்கு இடம் வேறுபடுகிறது.

இலங்கைத் தமிழ் இந்துக்களின் திருமணங்களில் பொதுவாக மூன்று தடவைகள் வலம்வரும் முறையே காணப்படுகிறது.

இந்து சமய மரபின்படி மணமக்கள் ஏழு தடவைகள் தீயை வலம்வருதல் வேண்டும் என்று கூறப்படுகிறது. முதல் நான்கு தடவைகளும் மணமகள் முன்செல்ல, மணமகன் பின்தொடர்வான். அப்போது, மணமகள் தனது கணவனிடம் ஏழு வேண்டுகோள் களை விடுப்பாள் என்று கூறப்படுகிறது.

1. எந்த நேரத்திலாவது நீங்கள் சமயக்கிரியைகளில் கலந்துகொள் ளவோ அல்லது யாத்திரை செல்லவோ வேண்டியிருப்பின், அதற்கு முன் எனது விருப்பத்தைக் கேட்டு, எனது சம்மதத்தைப் பெற்றுக்கொள்ளுதல் வேண்டும்.

2. எந்த நேரத்திலாவது நீங்கள் பிதுர்களை வழிபட விரும்பினால், என்னையும் அதில் இணைந்துகொள்ள அனுமதிக்கவேண்டும் என்று நான் விரும்புகிறேன்.

3. எந்த நேரத்திலாவது எனது பெற்றோர் அவமானம், வறுமை, நோய் ஆகியவற்றை எதிர்கொள்ள நேரும்போது, நீங்கள் எனது கணவன் என்ற முறையில், அவர்களது துன்பத்தை நீக்க உதவ வேண்டும் என்று நான் எதிர்பார்க்கிறேன்.

4. எந்த நேரத்திலாவது நீங்கள் எங்கள் சமூகத்திற்குச் சேவை செய்வதற்கோ அல்லது கோயில் கட்டுவதற்கோ அல்லது சமய சேவை செய்வதற்கோ விரும்பினால், அந்தச் செயற்பாடு களில் உங்களுடன் இணைந்துகொள்வதற்கு நான் அனுமதிக்கப் பட வேண்டும்.

5. எந்த நேரத்திலாவது நீங்கள் மகிழ்ச்சிக்காகவோ அல்லது வேலை விஷயமாகவோ வீட்டைவிட்டு வெளியூர் அல்லது வெளிநாடு போக நேரிட்டால், வீட்டில் எமது நலன்கள் பாதுகாக்கப்படும் என்ற உறுதிமொழியை உங்களிடமிருந்து பெற விரும்புகிறேன். அத்துடன், அவ்வாறு போவதன் முன் னர், எனது சம்மதத்தைக் கேட்டுப் பெற்றுக்கொள்ள வேண்டும் என்று நான் வலியுறுத்திக்கூற விரும்புகிறேன்.

6. எந்த நேரத்திலாவது நீங்கள் கொடையளிக்க, பொருள்களையோ, பணத்தையோ கொடுக்க, வாங்க விரும்பினால், அதற்கு முன்னர் எனது சம்மதத்தைக் கேட்டுப் பெற்றுக்கொள்ள விரும்புகிறேன்,

7. எங்களது வயது முதிர முதிர, உங்கள் அன்பும் விருப்பமும் வளர்ந்து, முதிர வேண்டும் என்று இப்போது நான் உங்களைக் கேட்டுக்கொள்கிறேன்.

மணமகளின் இவ்வேழு கோரிக்கைகளுக்கும் மணமகன் சம் மதம் தெரிவித்த பின்னர், அவன் வழிநடத்த மணமகள் தொடர,

இருவரும் தீயை வலம்வருவார்கள். அப்போது மணமகன், மணமக ளுக்கு ஐந்து கோரிக்கைகளை முன்வைப்பான்.

1. எங்கள் குடும்பத்தின் கௌரவமான பெயருக்கு ஒருபோதும் களங்கம் ஏற்படாத வகையில், நீ வீட்டிலும் சமூகத்திலும் நடந்துகொள்ள வேண்டும்.

2. நான் வீட்டில் இல்லாத நேரங்களில் எங்கள் வீட்டுக்கு வரும் விருந்தாளிகள் தங்குவதற்கு வசதிகள் செய்து கொடுத்து, எங்கள் தர்மத்தின்படியும் வழிமுறைகளின்படியும், சமூகத்தில் எங்களுக்குள்ள அந்தஸ்தின்படியும் நீ அவர்களை உபசரிக்க வேண்டும்.

3. எப்போதாவது எங்கள் இருவரிடையேயும் முரண்பாடுகள் தோன்றினால், நீ அவற்றை ஒருபோதும் மனத்தில் வைத்திருக்கக் கூடாது. ஏனெனில், அவ்வாறான வேறுபாடுகள் ஒவ்வொரு வீட்டிலும் வருவது இயல்பாகும். அவ்வாறான வேறுபாடுகள் எழும் நேரத்தில், நீ வீட்டைவிட்டு வெளியேறக் கூடாது. நீ அவ்வாறு வெளியேறுவது, சமூகத்தில் எனக்கு அவமானத்தையும் அவதூறையும் கொண்டுவரும். அவ்வாறான அவமானமும் அவதூறும் வீட்டின் ஒருமைப்பாட்டைக் குலைக்கும். அத்துடன், அது எமக்குள் பிரிவினையை ஏற்படுத்தும். கணவன் மனைவி பிரிதல் என்பது எமது தர்மத்தின் விதிமுறைக்கும், எமது முன்னோரின் குடும்ப வரலாற்றுக்கும் ஒவ்வாதது.

4. நீ வீட்டு வேலைகளை நேரம் தவறாது அவதானத்துடனும் பொறுப்புணர்வுடனும் தினமும் செய்ய வேண்டும். அவ்வாறா யின், அது என்னை அசௌகரியங்களுக்கு உள்ளாக்காது. நீ எங்கள் வீட்டின் தெய்வமாவாய்.

5. இன்று கடவுளின் அருளால், சௌகரியமான ஒரு வீட்டில் நான் உன்னுடன் வாழலாம் என்று நம்புகிறேன். ஆனால், துன்பங்கள் எமக்கு வருமாயின், விருப்பத்துடனும் நம்பிக்கையுடனும் நீ என்னுடன் வாழ வேண்டும் என்று நான் எதிர்பார்க்கிறேன். என்னுடைய துன்பம் உன்னுடையதுமாகும். என்னுடைய வசதியின்மை உன்னுடையதுமாகும். என்னுடைய ஏழ்மை உன்னுடையதும் ஆகும். நான் உன்னில் அன்பு கொள்ளவும், உன்னை வாஞ்சையுடன் போற்றவும், உனது நன்மைக்காக உழைக்கவும் உறுதிபூண்டுள்ளதைப்போல, நீயும் உறுதிபூண வேண்டுமென்று எதிர்பார்க்கிறேன். எப்போதாவது நோயின் காரணமாக உனது நலன்களுக்காக என்னால் உழைக்க முடியா மல் போனால், அப்போது நீ எனக்கு உதவ வேண்டும்.

இக்கோரிக்கைகளை மணமகள் ஏற்றுக்கொண்ட பின்னர், அவள் மணமகனின் இடதுபுறத்தில் இடமெடுத்து நிற்பாள். இங்கே

குறிப்பிடப்பட்ட 12 கோரிக்கைகளும் இல்லறம் இனிதாக நடை பெறுவதற்காக உருவாக்கப்பட்டவை. இவற்றுள் சில இக்காலத்துக்கு பொருத்தமற்றவையாகக் காணப்பட்டபோதும், பல, காலத்தைக் கடந்து எக்காலத்துக்கும் பொருத்தமானவையாகவே காணப்படு கின்றன. கணவன் மனைவி ஆகிய இருவரும் காரியங்கள் அனைத்தி லும் மனம் ஒத்து முடிவுசெய்ய வேண்டும் என்பதையும், இருவரும் குடும்ப நலனுக்காக ஒத்துழைக்க வேண்டும் என்பதையும் இக் கோரிக்கைகள் காட்டி நிற்கின்றன.

கிறிஸ்தவத் திருமணங்களிலும் மணமக்கள் இவ்வாறான வாக் குறுதிகளைப் பரிமாறிக்கொள்கின்றனர். இந்நாளிலிருந்து நான் உன்னை எனது மனைவியாக அல்லது கணவனாக ஏற்று, நல்ல திலும் கெட்டதிலும் செல்வத்திலும் வறுமையிலும் நோயிலும் ஆரோக்கியத்திலும் சுகத்திலும் துக்கத்திலும் ஒன்றாக வாழ்ந்து, உன்னில் அன்பு பாராட்டி, மரணம் எம்மைப் பிரிக்கும் வரை உனது நம்பிக்கைக்கு உரிய வகையில் வாழ்வேன் என்று உறுதி கூறுகிறேன் என்று, மணமக்கள் திருமணத்தன்று உறுதி கொள்கின் றனர். கஷ்டம் வரும்போது ஒருவரையொருவர் தேற்றுதலும், உயரிய இலக்குகளை அடைய ஒருவரையொருவர் உற்சாகப்படுத்து தலும், ஒருவர் அழும்போது மற்றவர் அழுவதும், சிரிக்கும்போது சிரித்தலும், எப்போதும் ஒழிவுமறைவின்றி ஒருவருக்கொருவர் உண்மையாயிருத்தலும் இந்த உறுதிமொழிகளில் பொதிந்துள்ளன. சுருக்கமாகச் சொல்வதானால், வாழ்விலும் தாழ்விலும் இருவரும் ஒன்றாக இருக்க வேண்டும் என்பதே அவற்றின் சாராம்சம். எல்லாத் திருமண வாக்குறுதிகளும், மனமொத்த நீண்ட இல்லற வாழ்வையே குறிக்கோளாகக் கொண்டுள்ளன.

ஒருகாலத்தில் யாழ்ப்பாணத்தில் சீர்திருத்தக் கலியாணங்கள் சில நடைபெற்றன. திமுக செல்வாக்கினால் இம்முறை ஏற்பட்டிருக் கலாம். இந்துக் கலியாணங்களை நடத்தும் பிராமணக் குருக்களும், அவர் நடத்தும் கிரியைகளுமின்றி, பெரியவர் ஒருவர் தாலியை எடுத்துக் கொடுக்க, அதை மணமகன் மணமகளது கழுத்தில் அணிவிப்பதும், பின் மணமக்கள் மாலை மாற்றிக்கொள்வதும், அவர்களைத் திருமணத்துக்கு வந்தோர் வாழ்த்துவதுமே இத்திரு மண முறையின் முக்கிய அம்சங்களாகும்.

திருமண வீடுகளில் வழமையாகக் கேட்கும் வாழ்த்துகளில் ஒன்று, 'பதினாறும் பெற்றுப் பெருவாழ்வு வாழ்க' என்பதாகும். அப்பதினாறு பேறுகளும் என்னென்ன என்பது பலருக்கும் தெரி யாது. அது பதினாறு பிள்ளைகள் என்று கொள்ளப்பட்டு, அதனோடு தொடர்பாகச் சுவையான கேலியும் சிரிப்பும் திருமண வீடுகளில் எழுவதுண்டு. அது ரசனைக்குரியதாக இருந்தபோதும், அந்தப் பதினாறு பேறுகளும் எவை என்று இன்று தெரிந்துகொள் வோம். நம் முன்னோர்கள் இல்லறம் மகிழ்ச்சிகரமாக அமைவதற்கு

வேண்டிய பதினாறு விஷயங்களை அந்த வாழ்த்தில் பொதிந்து வைத்துள்ளனர்.

புகழ், கல்வி, உடல் வலிமை, வெற்றி, நன்மக்கள், பொன், நெல், நல்லூழ் (*a favourable destiny*), நுகர்ச்சி (*enjoyment*), அறிவு (*wisdom*), அழகு, பெருமை, இளமை, துணிவு(*courage*), நோயின்மை (*perfect health*), நீண்ட வாழ்நாள்.

இந்திய மண்ணில் பிறந்த முக்கிய சமயங்களுள் சமணம், பௌத்தம் ஆகிய இரண்டும், துறவினால் மட்டுமே ஒருவர் இறுதிநிலையை அடைய முடியும் என்று கூற, இந்து சமயம் மனித மனத்தில் எழும் உணர்வுகளுக்கு முக்கியத்துவம் கொடுத்து, இல்லற இன்பத்தை முறைப்படி அனுபவித்துப் படிப்படியாக வாழ்க்கை நிலைகளைக் கடந்து, இறுதியிலேயே வாழ்வைத் துறத்தல்பற்றிக் குறிப்பிடுகிறது. மனித உணர்வில், காமம் முக்கிய உணர்வு என்பதை ஏற்றுக்கொண்டதால் மட்டுமன்று, இல்லறத்தை அது ஏற்றுக்கொண்டது. சிற்றின்பத்தைக் கட்டுப்பாடான முறையில் அனுபவிப்பதுடன், பலவித தர்மங்களைச் செய்ய இல்லறம் வழி வகுப்பதாலேயே, அதனை ஒரு தர்மமாக அது ஏற்றுக் கொண்டது. தெய்வம், இறந்த முன்னோர், பிற மனிதர், விலங்குகள் ஆகிய வற்றுக்கு மனிதன் தனது சேவையைச் செய்ய இந்த இல்லறம் வழிவகுக்கிறது. தனது குடும்பத்துடன் சமூகத்திற்குச் செய்ய வேண்டிய சேவையையும் இது உள்ளடக்குகிறது. திருமண நாளில் மணமகனும் மணமகளும் எடுத்துக்கொள்ளும் தீர்மானங்கள் இவற்றையே குறிக்கின்றன. அத்துடன், தங்கள் சந்ததி வளர்வதற்குக் குழந்தைகளைப் பெறுவதும், அவர்களுக்கு வழிகாட்டி, முறைப்படி தங்கள் குடும்பப் பெறுமதிகளையும் பண்பாட்டினையும் அவர்கள் தொடர்ந்து பேணுவதை உறுதி செய்வதும், இல்லறத்தின் நோக்கங் களில் ஒன்றாகும்.

திருமணத்துடன் ஆரம்பமாகும் இல்லறம், ஒருவருக்கு மனித இனத்தை நேசிப்பதற்கான அடிப்படைப் பயிற்சியை வழங்குகிறது. கணவன், மனைவியிடையே ஏற்படும் அன்பு குழந்தைகளில் விரிவடைந்து சமூகம், மனித இனம் என்று விசாலிக்க, இல்லறம் உரிய பயிற்சியை வழங்குகிறது. இதனாலேயே, இல்லறம் எல்லாத் தர்மங்களுக்கும் அடிப்படையாக அமைகிறது. கணவனுக்கும் மனைவிக்குமிடையே கருத்தொருமித்த, நீடித்த அன்பு ஏற்பட்டா லேயே, இவையனைத்தும் சாத்தியமாகும்.

இதனாலேயே, இந்து சமயத்தில் திருமணம் என்பது, வாழ்வின் முக்கிய கட்டமாகக் கருதப்பட்டது; இன்றும் கருதப்படுகிறது. அதன் காரணமாகவே, அந்த உறவு மிக நீண்டகால உறவாகக் கருதப்பட்டு, வாழ்க்கைத் துணையைத் தெரிவுசெய்வதற்குப் பல முன்னெச்சரிக்கைகள் எடுக்கப்படுகின்றன. நினைத்தவுடன்

வந்து, நினைத்தவுடன் பிரிந்துபோகக்கூடிய உறவாக, அது கருதப் படவில்லை. அது நிரந்தரமானதாக, அதேசமயம் சுமுகமாக ஒருவரை ஒருவர் நன்கு புரிந்து, ஒருவருக்கொருவர் விட்டுக் கொடுத்து, அன்புடன் வாழக்கூடிய ஒன்றாகக் கருதப்பட்டது. திருமணம் என்பது இரு மனங்களை மட்டுமன்றி, இரு குடும்பங் களை ஒன்றுபடுத்தக்கூடிய வகையில் அமைவதால், அதன் உறுதிப்பாடு நன்கு நிலைநிறுத்தப்படுகிறது.

தமிழ்ச் சமூகத்தில் பெண்கள்

பெண்ணென்று பூமிதனில் பிறந்துவிட்டால்...

பெண்ணென்று பூமிதனில் பிறந்துவிட்டால் மிகப் பீழை இருக்குதடி தங்கமே தங்கம் என்று பாரதி வேறொரு சந்தர்ப்பத்தில் கூறியது, பொதுவாக, அக்காலப் பெண்களுக்குப் பொருத்தமாகவே காணப் படுகிறது. பெண்களுக்கு இருந்த அதீத கட்டுப்பாடும் சுதந்திரமின்மையும் பாரதி, பாரதிதாசன் போன்ற அக்காலக் கவிஞர்களை மிகவும் பாதித்தது. அவர்கள், இந்தச் சீர்கெட்ட நிலையில் இருந்து பெண்களை மீட்பதற்காகத் தமது கவிதைகள்மூலம் பெரிதும் முயன்றனர். பெண்கள்மீது பிரயோகிக்கப்பட்ட அக் கட்டுப்பாடுகள் எப்போது ஆரம்பமாகின? சங்ககாலம் என்று சொல்லப்பட்ட ஆரம்ப காலத்திலிருந்தா? அல்லது தொடர்ந்துவந்த காலங்களிலிருந்தா? இது பற்றிச் சிறிது நோக்குவோம்.

சங்க இலக்கியம் பெண்களைச் சுதந்திரமற்றவர்க ளாகக் காட்டவில்லை. அவர்கள் ஆண்களுக்கு இணையாகச் சமூக விழாக்களில் பங்குபெற்றனர். அவர்கள் கடலிலும் குளங்களிலும் நீந்தி விளையாடிய தையும், ஆண்களுடன் நீர்விளையாட்டில் ஈடுபட்ட தையும் சங்க இலக்கியங்கள் காட்டுகின்றன. தமக்கு விருப்பமான கணவனைத் தெரிவுசெய்யும் சுதந்திரம் ஓரளவில் இருந்தது. காதல் மணம்பற்றி நிறையவே குறிப்புகள் உள்ளன. ஆயினும், ஒழுக்கத்தில் இருந்து தவறுதல் பெருங்குற்றமாகக் கருதப்பட்டது. முல்லை போன்ற பற்களையுடைய பெண்களின் கற்புச் சிறப் பைச் **சிறுபாணாற்றுப்படையும் அகநானூறும்**, அருந்ததியைப் போலக் கற்புடைய பெண்களைப் பற்றிப் **பெரும்பாணாற்றுப்படையும் புறநானூறும்** குறிப்பிடுகின்றன. இது சம்பந்தமாக ஆய்வுசெய்த

George L Hart என்பவர், *Ancient Tamil Literature* என்ற தனது கட்டுரையில், பண்டைய தமிழில், அணங்கு எனப்படும் புனித சக்தி பெண்ணைப் பற்றியிருக்கும் என்றும், அதனைக் கட்டுப் பாட்டுக்குள் வைத்திருக்கும்வரை, அது அவளுக்கும் அவளது கணவனுக்கும் வாழ்வு தருவதுடன், சுபத்தையும் முறையான புனிதத்தன்மையையும் வழங்கும் என்றும் கூறப்பட்டுள்ளது. ஆனால், இது மிகவும் கட்டுப்பாட்டுக்குள் வைத்திருக்க வேண்டிய சக்தியாகும். இல்லாவிடின், அது பெரும் அழிவை ஏற்படுத்திவிடும். பெண்கள் கற்பைக் கவனமாகப் பேணிப் பாதுகாத்து வரவேண்டும், என்று கூறுகிறார்.

தொழிலாற்றுவதில் பெண்கள் கணவருக்கு அல்லது தந்தைக்குத் துணையாக இருந்தனர். குறிஞ்சி நிலத்தில் உள்ள பெண்கள், பரணில் ஏறி, கிளிகளை விரட்டிப் பயிரைப் பாதுகாத்தனர். பிரம்பினால் செய்யப்பெற்ற கவணினாலும் மற்றும் கருவியினாலும் கல்லெறிந்தும், முரசு அறைந்தும் வானிலே திரியும் பறவைகளைக் கூடுகளை நோக்கிப் போகச்செய்தனர். இடையர்குலப் பெண்கள் மோரும் நெய்யும் விற்றார்கள். பாலைநிலப் பெண்கள் மண்வெட்டி யால் நிலத்தைக் கொத்தி, அதனை வளப்படுத்தி நெல் விளைவித் தனர். நெல் குற்றும்போது பெண்கள் பாடும் பாடலை, 'மலைபடு கடாம்' குறிப்பிடுகிறது.

பெண்கள் ஈடுபடும் பல விளையாடல்கள் பற்றிய குறிப்புகளும் சங்க இலக்கியங்களில் காணப்படுகின்றன. கடற்கரையில் இளம் பெண்கள் சிற்றில் பாவை இழைத்து விளையாடுவதையும், செல்வந் தர்வீட்டுப் பெண்கள் வரிப்பந்து ஆடுவதையும், சுனைகளில் அவர்கள் உள்ளம் களிக்கப் பாடிக் குடைந்தாடுவதையும் சங்க இலக்கியங்கள் குறிக்கின்றன. தமக்கு விருப்பமான வகையில் கூந்தலையும் உடலையும் அழகுபடுத்திக்கொள்ளும் சுதந்திரமும் அவர்களுக்கு இருந்தது.

சங்ககாலத்தைத் தொடர்ந்து அடுத்துவந்த காலத்தில் சமணமதச் செல்வாக்கால் பெண்கள்பற்றிய கருத்து சமூகத்தில் மாறத்தொடங் கியது. ஈடேற்றத்திற்கு உரிய ஒரே வழி துறவறமே என்று போதித்த அச்சமயம், இல்லறத்தையும் பெண்களையும் வெறுத்து ஒதுக்கியது. பெண்களை வஞ்சம் கொண்டவர்களென்றும், அவர்களை நம்பக் கூடாது என்றும், அவர்கள் சொல்வதை உண்மை என்று ஏற்கக் கூடாது என்றும் அக்கால இலக்கியமான 'ஏலாதி' கூறுகின்றது. இதே நூல், பெண்கள் கூறுவதைப் பொருளெனக் கொள்ளாதவர், கடவுளிலும் உயர்ந்தோர் என்று கூறுகிறது.

அடுத்துவந்த காலப்பகுதியில் சைவ, வைஷ்ணவ சமயங்கள் செல்வாக்குப் பெறவே, அவை சமணத்தின் பிடியிலிருந்து மக்க ளைத் தம் வசப்படுத்துவதற்குத் தமது கோட்பாடுகளை முன்வைத்

தன. அவற்றுள் முக்கியமானது, இல்லறத்திலிருந்து கொண்டே கடவுளை அடையலாம் என்பதாகும். இதனால், பெண்களைப் பற்றிய கருத்தும் மாற்றமடைந்தது. அவர்களை இழிவுபடுத்தும் போக்கு மாறியது. பெண்கள் பக்தி இயக்கத்தில் முன்னின்று உழைக்கும் நிலை உருவாகியது. பாண்டிமாதேவியாகிய மங்கையற் கரசியார், தனது கணவனான நின்றசீர் நெடுமாறனின் நோய்தீர்க் கவும், அவனை மதம் மாற்றவும் சம்பந்தரைப் பாண்டிய நாட்டுக்கு வரவழைத்து உதவியதாலும், சைவ சமயத்திற்குத் தொண்டுசெய்த தாலும், அவரது தொண்டைப் புகழ்ந்து சம்பந்தர் ஒரு பதிகம் பாடியுள்ளார். தனது இல்லறம் பிழையாகிப்போன காரணத்தால், தனது அழகையும் இளமையையும் துறந்து, தனது இனிய பக்திப் பாடல்களால் தமிழுக்கும் சைவத்திற்கும் தொண்டாற்றிய காரைக் கால் அம்மையாரும் மங்கையற்கரசியாரும் நாயன்மார் பட்டியலில் இடம்பெற்றுள்ள பெண்களாவர். பன்னிரு ஆழ்வார் பட்டியலில் இடம்பெற்றுள்ள ஒரே பெண்ணான ஆண்டாள், பக்திச்சுவை மிகுந்த நாச்சியார் திருமொழியையும் திருப்பாவையையும் பாடியுள் ளார்.

இவர்களைவிடப் பல பெண்கள், தமது நாயனாரான கணவரு டன் இணைந்து சைவத்துக்குத் தொண்டாற்றினர். ஆயினும், அவர்கள் தமது கணவரின் அடக்குமுறைக்கு உட்பட்டுக் கொடுமை யாகத் தண்டிக்கப்பட்டதைப் பெரியபுராணத்தில் பரவலாகக் காணலாம். மூன்று உதாரணங்கள் இக்கருத்தைத் தெளிவுபடுத்தும். கழற்சிங்கன் என்ற பல்லவ அரசனான நாயனாரின் மனைவி, தனது கணவனைப் போலவே சைவசமயத்தில் நம்பிக்கையும், சிவனிடத்தில் அன்பும் கொண்டவள். அவள் ஒருதடவை தனது கணவனுடன் ஒரு கோயிலுக்குச் சென்றிருந்தாள். வழிபட்டுக் கொண்டு உள்வீதியில் வலம்வருகையில், வழியில் ஒதுக்குபுறமாக ஒரு பூ விழுந்து கிடந்ததைக் கண்டாள். பெண்களுக்குப் பூக்களில் இயல்பாக உள்ள விருப்பாலும், நிலத்தில் கிடந்ததால், அது பூசைக்கு உதவாது என்று கருதியதாலும், அதனை எடுத்து முகர்ந்தாள். அப்போது எங்கிருந்தோ வந்த செருத்துணை நாயனார், அவள் பூவை முகர்வதைக் கண்டதும், ஒரு கூரிய ஆயுதத்தால் அதை மணந்த அவளது மூக்கை வெட்டினார். அவள் வலி பொறுக்க முடியாது நிலத்தில் வீழ்ந்து அழுது துடித்தபோது, அவளது கணவனான கழற்சிங்கன் அங்கு வந்து, தனது மனைவிக்கு இக்கொடுமையைச் செய்தவர் யார் என்று வினவினார். அப்போது செருத்துணை நாயனார் முன்வந்து, தான் வெட்டியதாக ஒப்புக் கொண்டு, வெட்டியதற்கான காரணத்தையும் கூறினார். உடனே, கழற்சிங்கன் இவ்வாறான செயலுக்கு மூக்கை மட்டும் வெட்டினால் போதாது, பூவை எடுத்த கையையும் வெட்ட வேண்டும் என்று கூறித் தனது இடைவாளை எடுத்துத் தனது மனைவியின் கையை யும் வெட்டினான். நிலத்தில் கிடந்த பூவை எடுத்து மணந்த

ஒரே காரணத்துக்காகத் தனது மூக்கையும் கையையும் ஒன்றுசேர இழந்த அந்த அரசிக்கு, பின்னர் என்ன நடந்தது என்ற விவரத்தைச் சேக்கிழார், பெரியபுராணத்தில் கூறவேயில்லை.

அதேபோல, ஒரு சிவனடியார் கேட்டார் என்பதற்காகத் தனது மனைவியை, அவளது மனநிலையைப் பற்றிச் சிறிதும் சிந்திக்காது, தானம் கொடுத்தது மட்டுமன்றி, அச்செயலைத் தடுக்கவந்த தனது உறவினர் அனைவரையும் தனது வாளால் வெட்டிக் குவித்தவர், இயற்பகை நாயனார். ஆயினும், பெண்ணின் கற்பு என்பது தமிழருக்கு முக்கியமான விஷயம் என்பதால், கடைசி நிமிடத்தில், வந்த சிவனடியார் கடவுளாகி மறைவதாகச் சேக்கிழார் கதையை நிறைவுசெய்கிறார். கலிக்கம்பர் என்ற இன்னொரு நாயனார், சிவனடியாருக்கு உணவளிக்கும் சேவை செய்து வந்தார். அதற்காக, அவரது மனைவி தினமும் அறுசுவை உணவு தயாரித்து, உண்ணவரும் அடியார்களது பாதங்களை நாயனார் கழுவுவதற்கு, நீர் ஊற்றி வந்தார். முன்னர் அவர்களிடம் பணியாளாக இருந்து, பின் கோபித்து வெளியேறியவன், ஒருநாள் சிவனடியாராக அவர்கள் வீட்டுக்கு வந்திருந்தான். அதனை நினைத்து, அவனது கால்களைக் கழுவ நீர்வார்க்க ஒரு கணம் அவள் தயங்கிய காரணத்தால் கோபமடைந்த நாயனார், உடனே சென்று, வாள் எடுத்துவந்து அவளது கையை வெட்டினார். இக்கதைகள், பெண்கள் விடும் சிறு தவறுகளுக்குப் பெரிய தண்டனைகள் வழங்கப்பட்டமையைக் காட்டுகின்றன.

அத்துடன், சோழர் காலத்தில் பிரமாண்டமான கோயில்கள் எழுந்தபோது, அவற்றில் பல்வேறு விரிவான கிரியைகள் அறிமுகப் படுத்தப்பட்டன. பூசையின்போது இறைவனை இசையால் மட்டுமன்றி, நாட்டியத்தாலும் வழிபட, மன்னர்கள் மானியங்கள் வழங்கினர். இதன் காரணமாக, நாட்டியமாடும் பெண்கள் பலர் நியமிக்கப்பட்டனர். இவர்கள் கோயிலிலேயே தங்கி இறைவனுக்குப் பொட்டுக் கட்டி, இறைவனையே தமது தலைவனாக ஏற்று, அவனுக்கு நாட்டிய உபசாரம் செய்வதற்காகவே தமது வாழ்வை அர்ப்பணித்தனர். இராஜராஜனின் காலத்தில் நூற்றுக்கணக்கான நடனப் பெண்கள் தஞ்சைப் பெரிய கோயிலில் இருந்ததாக அறியப்படுகிறது. பின்னர் ஒழுக்க மீறல்கள் ஏற்பட்டதால், அந்த நடனப் பெண்கள் தேவதாசிகள் எனப்பட்டு, சமூகத்தில் ஒதுக்கப்பட்ட இனமாயினர்.

1998 ஜனவரி **கணையாழி** இதழில் வெளியான பெண்கள் பற்றிய ஒரு கட்டுரையில் இடம்பெற்ற விஷயங்களை அடிப்படை யாகக்கொண்டு பின்வரும் பகுதியை அமைத்துள்ளேன். தமிழ்ச் சமூகம் ஆரம்பகாலத்தில் தாய்வழி அமைப்பாக இருந்து, காலப் போக்கில் ஏற்பட்ட ஆரியச் செல்வாக்கால் தந்தைவழிச் சமூக அமைப்பாக மாறியது. தாய்வழிச் சமூக அமைப்பில் பெண்ணைச்

சுற்றியே குடும்ப அமைப்பு இருந்ததால், தாய் குடும்பத் தலைவியாக இருந்து சகல முடிவுகளையும் எடுக்கும் சுதந்திரத்தைப் பெற்றிருந் தாள். பின்னர் ஏற்பட்ட ஆரியச் செல்வாக்கால் தந்தையை மத்தியாகக் கொண்டு குடும்பம் அமையும் முறை தலையெடுத்தது. இதனால், பெண்ணின் நிலை பெரிய மாற்றங்களுக்குட்பட்டது. கணவனுக்குப் பல விதங்களில் சேவை செய்வது, குழந்தைகளைப் பெற்றெடுத்து வளர்ப்பது போன்றவை மட்டுமே பெண்ணின் வேலையென்றானது. சமயக் கிரியைகளில் கணவனுடன் பங்கெடுக் கும் உரிமை அவளுக்கு இருந்தபோதும், அவள் தனியாக அவற்றை நடத்தும் உரிமை இருக்கவில்லை. காலம் மாறமாற சமூகக் கட்டமைப்பு மாறியபோதும், பெண்ணின் வேலைகளில் மாற்றம் ஏற்படவில்லை. இதன் காரணமாகக் கல்வி, சமூக உற்பத்தி, பொது வேலைகள், அரசியல் மற்றும் நிர்வாகத்திலிருந்து பெண் முற்றாகப் புறக்கணிக்கப்பட்டாள். அத்துடன், ஆணின் தயவிலேயே வாழவேண்டிய நிலைக்குத் தள்ளப்பட்டாள். பெண் இப்படி வாழ்வதுதான் முறை என்றும், சமூக ஒழுங்கைக் காப்பாற்றத் தேவையான அடிப்படை இதுவே என்றும் சமூகத்தின் கருத்து கட்டமைக்கப்பட்டது.

தனிச் சொத்துடைமை உருவாக, குடும்பச் சொத்து சரியான வாரிசுக்கு மாற்றப்பட வேண்டுமென்பதால், பெண்ணின் கற்பு அதிகமாக வற்புறுத்தப்பட்டது. கற்புடைய பெண்ணின் கழுத்தில் முத்து வளரும் என்றும், அவளால் இயற்கையைக்கூடக் கட்டுப் படுத்த முடியும் என்றும், இன்னும் பற்பல அற்புதங்களைச் சாதிக்க முடியும் என்றும் கதைகள் கட்டப்பட்டன. ஒரு பெண், ஓர் ஆணுடன் மட்டுமே வாழ வேண்டும் என்றும், அவனது மறைவுக்குப் பின் அவள் விதவா நோன்பு பூண்டு, பிள்ளைகளை வளர்க்கும் பொறுப்பை மட்டும் ஏற்று, நிறமற்ற அல்லது ஓர் அழகற்ற வாழ்க்கையை வாழ வேண்டும் என்றும் வற்புறுத்தப்பட் டது. அதற்கும் அடிப்படைக் காரணம் சொத்துப் பரிமாற்றமே. எனவே, பெண்ணைப் பற்றிய கருத்து உருவாக்கத்துக்குத் தனி யுடைமைச் சொத்து வழிவழியாக ஆணின் சந்ததிக்குப் போக வேண்டும் என்பதே காரணமாக அமைந்தது. அவள் வீட்டை விட்டு வெளியே போனால், அவளது கற்புக்குப் பங்கம் அல்லது அவளது மனத்தில் மாற்றம் ஏற்படலாம் என்ற அச்சம் காரணமாக, அவள் வீட்டுக்குள் முடக்கப்பட்டாள்.

ஜனநாயக இயக்கங்களின் குரல்கள் வலுவாக ஒலிக்கத் தொடங் கிய பின்னர், மக்கள் திரளில் சரிபாதியான பெண்ணை, வீட்டுக்குள் முடக்கிவைப்பது சரியல்ல என்ற கண்டனங்கள் எழுந்தன. பொதுவுடைமை இயக்கங்களும், பெண்கள் அமைப்புக்களும், பல்வேறு ஜனநாயக இயக்கங்களும், தந்தை பெரியார், மகாத்மா காந்தி, பூலே, நாராயண குரு போன்ற சமூக சீர்திருத்தவாதிகளும் முனைப்புடன் போராடியதன் விளைவாகப் பெண்கள் தொடர்பா

கச் சில மாற்றங்கள் ஏற்பட்டன. பெண்களுக்கு வாக்குரிமை, இருதார மணத்தடை, குழந்தை மணத்தடை, தேவதாசிமுறை ஒழிப்பு, பெண் கல்வி, பெண்களுக்கு வேலை வாய்ப்பு என்பன அவற்றில் சில.

பெண்கள் முன்னேற்றத்திற்கும், பெண் விடுதலைக்கும் இந்த மாற்றங்கள் முன்தேவை என்பதை யாரும் மறுக்க முடியாதபோதும், உண்மையான பெண் விடுதலைக்கு, இவற்றிற்கும் மேலாகத் தீவிரமான, ஆழமான மாற்றங்கள் தேவை என மேற்குலகப் பெண்ணியல்வாதிகள் கோருகின்றனர். அவர்களது கோரிக்கைகளில் சில இதோ:

பெண் அன்பு செய்பவள், பலவீனமானவள், ஆணின் பாதுகாப்பில் முழுமை அடைபவள் என்பதற்கெல்லாம் அறிவியல் அடிப்படை இல்லை.

பெண்மை, ஆண்மை என்பதெல்லாம் வெறும் புனைவுகளே. இவற்றை உடைக்க வேண்டும்.

குடும்பம், தனிமனிதனின் படைப்புத்திறனை விலங்கிட்டுச் சிறையிடுகிறது. குடும்ப உறுப்பினர்களை அடங்கிப் போகப் பழக்குகிறது. போராடாதவர்களாக மாற்றுகிறது. சமூக அக்கறையற்றவர்களாக மாற்றுகிறது. அவர்களது எல்லை களைக் குறுக்குகிறது. மொத்தத்தில் ஓர் ஒடுக்குமுறைக் களமாக இயங்குகிறது. ஆகவே, இந்தக் குடும்ப அமைப்பைச் சிதைக்க வேண்டும்.

பாலியல் ஒடுக்குமுறைகளை எதிர்க்க வேண்டும்.

பெண், திருமணம் மற்றும் குடும்ப அமைப்பிலிருந்து தன்னை முற்றாக விடுவித்துக்கொள்ள வேண்டும்.

கருக்கலைப்பைச் சாதாரண சமூக நிகழ்வாக்க வேண்டும்.

பெண்மை எனக் குறிக்கப்பட்டிருக்கும் வரையறைகள், பெண்ணை ஒடுக்குவதற்காகப் பாலாதிக்கச் சமூகம் உருவாக்கியவை. இவற்றை மீற வேண்டும்.

மரபுவழியிலான உணவு முறை பெண்களை அடுப்படியி லேயே கட்டிப்போட்டுவிடுகிறது. ஆகவே, இதைத் தவிர்த்து எளிய தயாரிப்பை மேற்கொள்ள வேண்டும். உணவுத் தயாரிப்பை இருபாலார்க்குமான செயலாக ஆக்க வேண்டும்.

பெண் நேரடி உற்பத்தியில் ஈடுபட வேண்டும். பொருளாதார ரீதியாக ஆணைச் சார்ந்திருத்தலை ஒழிக்க வேண்டும்.

பெண் அழகுபடுத்துவதற்கும் அலங்கரிப்பதற்கும் உட்பட்ட வளல்ல.

பெண் தனக்கான மொழி, பார்வை, வாசிப்பு, எழுத்து, பாலியல் ஆகியவற்றை உருவாக்க வேண்டும்.

அரசியல் செயற்பாடுகளிலிருந்து பெண் ஒதுங்கியிருக்கக் கூடாது.

ஆணின் ஊதியம் என்பது, குடும்பத்தில் பெண் செய்யும் ஊழியத்திற்கும் சேர்த்துத்தான் என்று ஆக்கப்பட்டு, ஊதியத் திலான பங்கைப் பெண்களுக்கு நேரடியாக வழங்கவேண்டும்.

பெண்களுக்கான பிரத்தியேக வேலைகளை நீக்க வேண்டும்.

பெண் விடுதலையை முக்கிய நோக்கமாகக்கொண்டு இயங்குப வர்கள், இக்கருத்துக்கள் பலவற்றோடு உடன்பட்டபோதும், குடும்ப அமைப்பை உடைத்தல், பாலியல் சுதந்திரம் ஆகியவற்றை ஏற்க மறுக்கின்றனர். குடும்பம், அடிப்படையில் மனிதருக்கு ஒரு பாதுகாப்பு உணர்வைத் தருகிறது. இதைச் சிதைத்தால், இந்தப் பாதுகாப்புணர்வு மறைந்துவிடும். ஆகவே, குடும்ப உணர்வைச் சிதைப்பது சரியல்ல. ஆனால், குடும்ப அமைப்பில் ஜனநாயகத்தை வற்புறுத்தலாம் என்கின்றனர். பாலியல் சுதந்திரம், கட்டற்ற உறவிலும், அதிகபட்சச் சீரழிவிலும் சமூகத்தைத் தள்ளிவிடும் என்கின்றனர்.

இவை அனைத்தையும் கருத்தில் எடுத்துக்கொண்டால், சமூகத் திலும் வேலைத்தளத்திலும் குடும்பத்திலும் பெண் ஒடுக்குமுறை மற்றும் சுரண்டல் பற்றிய பெண்களின் உணர்வு நிலைகளும், அவற்றை மாற்றுவதற்காகப் பெண்களும் ஆண்களும் எடுக்கும் உணர்வுபூர்வமான நடவடிக்கைகளும் பெண்ணியத்தின் பரந்து பட்ட செயற்பாடுகள் எனலாம்.

இருபதாம் நூற்றாண்டுவரை, உலகம் முழுவதிலும் பெண்களுக் குப் பல உரிமைகள் மறுக்கப்பட்டிருந்தன. அதில் முக்கியமானது வாக்குரிமை. உலகத்திலேயே முதலில் பெண்களுக்கு வாக்குரிமை அளித்த நாடு நியூசிலாந்தே. 1893இல் அவர்களுக்கு வாக்குரிமை கிடைத்தது. ஆனால், அவர்கள் பாராளுமன்றத் தேர்தலில் 1919 இலேயே போட்டியிட முடிந்தது. அவுஸ்திரேலியப் பெண்கள், 1902இல் வாக்குரிமையும், பாராளுமன்றத் தேர்தலில் போட்டியிடும் உரிமையையும் பெற்றனர். 1906இல் பெண்களுக்கு வாக்குரிமை அளித்ததுடன், உலகத்திலேயே முதலில் பெண்ணைத் தேர்தல்மூலம் தெரிவுசெய்த நாடு பின்லாந்து. இது நடைபெற்றது, 1907ஆம் ஆண்டில். பிரித்தானியாவில் 1918இல் ஒரு பெண், பாராளுமன்றத் துக்குத் தெரிவுசெய்யப்பட்டார். அமெரிக்காவில் உள்ள பெண்கள் வாக்குரிமை பெறுவதற்கு, 1920ஆம் ஆண்டுவரை காத்திருக்க வேண்டியதாயிற்று. சோவியத் ரஷ்யாவில் 1918இல் பெண்களுக்கு வாக்குரிமை அளிக்கப்பட்டபோதும், அரசாங்கத்துக்கு ஒரு பெண் ணைத் தெரிவு செய்ய 74 வருடங்கள் ஆயிற்று. இன்று வரை

அவுஸ்திரேலியாவிலோ', அமெரிக்காவிலோ ஒரு பெண், நாட்டின் தலைமைப் பதவியை ஏற்க முடியவில்லை.

சீனாவின் பல பகுதிகளில், இன்றுவரை பெண்கள் நிலை அதிகம் மாறவில்லை என்கிறது, சீனாவின் 'நல்ல பெண்கள்' (*The Good Women of China*) என்ற நூல். *Xinran Xue* என்ற சீனப் பெண்ணால் எழுதப்பட்டு, அதிகம் விற்பனை செய்யப்பட்ட இந்நூலுக்காக, எட்டு வருடங்களாக, 200 சீனப் பெண்கள் நேர்காணப்பட்டனர். அவர்கள் கூறிய கதைகளில், 12 கதைகள் இந்நூலுக்காகத் தெரிவு செய்யப்பட்டன. பல நூற்றாண்டுகாலமாகத் தந்தையராலும் கணவன்மாராலும் மகன்களாலும் அடக்குமுறைக்கு உட்படுத்தப் பட்ட பெண்கள், வெளிப்படையாகத் தமது கஷ்டங்களைக் கூறுவதற்கே அஞ்சினர். அவர்களுக்குத் தமது துயரங்களையோ, உணர்வுகளையோ உடலின் அசைவுகளாலோ (*body language*), வாய்மொழியாலோ தெரிவிப்பதற்கு உரிமையிருக்கவில்லை. பலவந்த மான திருமணங்கள், பாலியல் வல்லுறவுகள், குழந்தையைத் தவறான முறையில் நடத்துதல், அவர்களைப் புறக்கணித்தல் போன்றனவற்றால் அவர்கள் பெரிதும் அவலத்துக்குள்ளாகினர். தனது நூலுக்காகப் பல பெண்களை நேர்கண்ட இந்நூலாசிரியை, பெண்கள்பற்றி இரு தொகுதி பெறுமதிகள் உள்ளன என்றும், அவை பழைய, புதிய தலைமுறையினரிடையே வேறுபடுத்தப்பட் டுள்ளன என்றும் கூறுகிறார்.

ஒரு பெண், ஆண் குழந்தையைப் பெற்றால், அழகாக இருந்தால், வீட்டு வேலைகளை நல்லமுறையில் செய்வாளாயின், அவளே நல்ல பெண் என்று பழைய தலைமுறையினர் கருதினர். இளைய தலைமுறையினர் கல்வி கற்றவர். எனவே, அவர்களது கணிப்பில், பெண் புத்திசாலியாக இருப்பது மிக அவசியம். அத்துடன், அழகும் ஒரு பெண்ணுக்குத் தேவை என்று கருதினர். பெண் வீட்டு வேலைகளைச் செய்தாலென்ன, செய்யாவிட்டாலென்ன, அதைக் கருத்திலெடுக்கத் தேவையில்லை என்பது அவர்களது வாதம்.

இருபதாம் நூற்றாண்டின் ஆரம்பத்தில், தமிழ்ச் சமூகம் பெண் ணில் கொண்டிருந்த அடக்குமுறையைக் கண்டு கொதித்தெழுந்த கவிஞர்களுள் பாரதி, பாரதிதாசன் ஆகியோர் குறிப்பிடத்தக்கவர்கள். பெண்ணுக்கு விடுதலை நீரில்லை என்றால், பின்னிந்த உலகினில் வாழ்க்கையில்லை என்றும், ஆணும் பெண்ணும் நிகரெனக்கொள்வ தால், அறிவிலோங்கி இவ்வையம் தழைக்குமாம் என்றும், பாரதி பெண்கள் அடிமைப்பட்டிருந்ததையும், அவர்களது முன்னேற்றம் அவசியம் என்பதையும் குறிப்பிடுகிறான். நிமிர்ந்த நன்னடையும், நேர்கொண்ட பார்வையும், நிலத்தில் எவர்க்கும் அஞ்சாத திண்மையும், திமிர்ந்த ஞானச் செருக்கும் உள்ள புதுமைப் பெண்ணை அவன் கற்பனை செய்கிறான்.

பாரதிதாசன், யாவற்றையும் வெளிப்படையாகக் கூறும் கவிஞன். பெண் விடுதலையின் அவசியத்தையும், கைம்மைக் கொடுமையையும் மூட மணத்தையும் அவர் பின்வருமாறு கண்டிக்கிறார்.

> கல்வியில்லை உரிமையில்லை பெண்களுக்குக்
> கடைத்தேற வழியின்றி விழிக்கின்றார்கள்
> புல்லென்றே நினைக்கிறீர் மனைவிமாரைப்
> புருஷர்களின் உபயோகம் பெரிதென்கிறீர்
> - - - பெண் ஆண் என்ற
> இரண்டுருளையால் நடக்கும் இன்ப வாழ்க்கை.
>
> கைம்மை எனக் கூறி – அப்பெரும்
> கையினிற் கூர் வேலால்
> நம்மினப் பெண்குலத்தின் – இதய
> நடுவினிற் பாய்ச்சுகிறோம்.
>
> குறட்டை விட்டுக் கண்கள் குழிந்து
> நரைத்தலை சோர்ந்து நல்லுடல் எலும்பாய்ச்
> சொந்த மருகக் கிழவன் தூங்கினான்.
> இளமை ததும்ப எழிலும் ததும்ப
> காதல் ததும்பக் கண்ணீர் ததும்பி
> என் மகள் கிழவனருகில் இருந்தாள்.
>
> வல்லமை பேசியுன் வீட்டில் – பெண்
> வாங்கவே வந்திருவார்கள் சிலபேர்கள்
> நல்ல விலை பேசுவார் – உன்னை
> நாளும் நலிந்து சுமந்து பெற்றோர்கள்
> கல்லென உன்னை மதிப்பார் – கண்ணில்
> கலியாண மாப்பிள்ளை தன்னையுங் காட்டார்.
> வல்லி உனக்கொரு நீதி – இந்த
> வஞ்சகத் தரகர்க்கு நீ அஞ்ச வேண்டாம்
> - - -
> - - -
> கற்றவளே ஒன்று சொல்வேன் – உன்
> கண்ணைக் கருத்தைக் கவர்ந்தவன் நாதன்

கவிஞர்கள் கண்ட கனவு பொய்க்கவில்லை. பெண்கள் சகல துறைகளிலும் முன்னேறி, ஆண்களுக்குச் சமமாக இயங்குகிறார்கள். ஆயினும், பெண்ணைப் பற்றிய சில கருத்துகள் இன்னும் மாறவில்லை. அதனால், என்றும் பெண்ணியவாதிகள் அதற்காகப் போராடி வருகிறார்கள்.

பெண்ணியம் என்பது ஆண்களுக்கு எதிரான கோட்பாடல்ல. அது, ஆண்களுக்குச் சமமாகச் சகல துறைகளிலும் சுதந்திரமாகப் பெண்கள் இயங்குவதை நோக்கமாகக் கொண்டது. அம்மாச்சி என்று அழைக்கப்படும் அமிர்தானந்தமயி அம்மையார், பெண்கள் பற்றி வழங்கிய கருத்துக்களில் சிலவற்றை இங்கு தருகிறேன். அமிர்தானந்தமயி அம்மா சில இடங்களில், ஆண்கள் பெண்

களுக்கு ஏற்படுத்திய சில கட்டுப்பாடுகளால், அவர்களைச் சற்றுக் கடுமையாகக் கூறுகிறார். ஆயினும், சுதந்திரம் என்பதைப் பெண்கள் தவறாகப் புரிந்துகொள்ளக்கூடாது என்பதையும் அவர் எடுத்துக்கூறத் தயங்கவில்லை. அவரது கருத்துக்களுடன் இக்கட்டுரையை நிறைவுசெய்கிறேன்.

உலக அமைதிக்காக, 2002 அக்டோபர் 6ஆம் தேதி முதல் 9ஆம் தேதிவரை, ஆன்மீகப் பெண் தலைவர்களின் மாநாடு ஜெனீவாவில் நடைபெற்றது. இதில் நூற்றியிருபத்தைந்து நாடுகளிலிருந்து ஆயிரத்துக்கும் மேற்பட்ட பிரதிநிதிகள் பங்கேற்றனர். இரண்டாயிரத்து இரண்டாம் ஆண்டுக்கான சமாதானத்துக்குரிய 'காந்தி கிங்' விருது மாதா அமிர்தானந்தமயிக்கு வழங்கப்பட்டது. விருதைப் பெற்றுக்கொண்டு அவர் 'பெண்ணே உன்னால் முடியும்' என்ற தலைப்பில் ஆற்றிய உரையிலிருந்து சில பகுதிகள். **விகடன் இணையதளத்தில்** இருந்து பெறப்பட்டது. அவர்களுக்கு நன்றி தெரிவித்து, இதனை உங்களுக்குத் தருகிறேன்.

உறங்கிக்கொண்டிருக்கும் பெண் சக்தி விழித்தெழ வேண்டும். இந்தக் காலகட்டத்தின் மிகவும் முக்கியமான தேவைகளில் இது ஒன்றாகும். மதமும் ஆசாரங்களும் வலுக்கட்டாயமாகத் திணிக்கப்பட்டு, குறுகிய மனப்பான்மையால் உருவாக்கப் பட்ட சட்டதிட்டங்களைக் கொண்ட நாடுகளில், அந்நியதி களுக்குக் கட்டுப்பட்டு வாழும் பெண்கள், புதுமையான சிந்தனைகளைப் பெற வேண்டும். கல்வியறிவின் மூலமும், உலகியல்ரீதியான வளர்ச்சியின் மூலமும், பெண்ணும் அவளைச் சுற்றியுள்ள சமூகமும் விழிப்படையும், பண்பாடு வளரும் என்று நாம் கருதினோம். ஆனால், இந்த நம்பிக்கை தவறானது என்பதைக் காலம் தெளிவாக்கியுள்ளது.

பெண்ணை விழிப்புறச் செய்வது யார்? அவள் விழிப்படையத் தடையாக நிற்பது எது? உண்மையில் பெண்ணையும், அவளது பிறவிக்குணமான தாய்மை உணர்வையும் தடுத்து நிறுத்த எந்தச் சக்தியாலும் முடியாது. பெண்ணைப் பெண்ணே விழிப்புறச்செய்ய வேண்டும். அதற்குத் தடையாக நிற்பது அவளுடைய மனமாகும்.

கடந்தகாலச் சமூகம் படைத்த சட்டதிட்டங்களும், குருட்டு நம்பிக்கைகளும் இன்றும் பெண்ணுக்கு எதிராக நிலைபெற்றுள்ளன. சுரண்டுவதற்கும், அடக்கி ஆள்வதற்கும் ஆண்கள் உருவாக்கிய காட்டுமிராண்டித்தனமான சம்பிரதாயங்களும் தொடர்கின்றன. இவை எல்லாம் சேர்ந்து உருவாக்கிய சிலந்தி வலைக்குள், சிக்கிக்கிடக்கிறது பெண்ணின் மனம். அவளுடைய மனமே அவளை வசியம்செய்து வைத்திருக்கிறது. இந்த வளையத்திலிருந்து வெளிவர, அவள் தனக்குத் தானே உதவ வேண்டும்.

பெரிய மரங்களைக்கூட வேரோடு பெயர்த்து எடுக்கும் சக்தியுள்ள யானையைப் பற்றிச் சிந்தித்துப் பாருங்கள். குட்டியாக இருக்கும்போது, மிகவும் பலமுள்ள வடம் அல்லது சங்கிலியால் மரத்தில் கட்டிவைப்பார்கள். வடத்தை அறுத்துக்கொண்டோ, மரத்தை வேரோடு சாய்த்தோ, கட்டிலிருந்து விடுபடும் சக்தி குட்டி யானைக்கு இல்லை. காட்டில் சுதந்திரமாகத் திரிந்து பழகிய குட்டி யானை, கட்டிலிருந்து விடுபடத் தன்னால் இயன்றவரை முயற்சி செய்யும். கட்டிலிருந்து விடுபடத் தேவையான அளவு பலம் தனக்கில்லை என்று அறியும்போது, அது தனது முயற்சிகளை எல்லாம் கைவிட்டுவிடும். அவ்வாறு பழகி விட்ட குட்டி யானை வளர்ந்து பெரியதாகும்போது, அதைச் சிறிய மரத்தில், அதிக வலுவில்லாத கயிற்றினால் கூடக் கட்டிவைப்பார்கள். அந்த யானை நினைத்தால், மிக எளிதில் மரத்தை வேரோடு சாய்த்துவிட்டோ, கயிற்றை அறுத்துக்கொண்டோ கட்டிலிருந்து விடுபட முடியும். ஆனால், குட்டியாக இருந்தபோது அதற்கு ஏற்பட்ட பழைய அனுபவமானது, அதன் மனத்தைக் கட்டுப்படுத்தி வைத்திருக்கிறது. மனத்தில் ஏற்பட்டுவிட்ட முன்பதிவால், அது விடுதலைபெற முயற்சி செய்வதில்லை. பெண்களின் விஷயத்தில், இதுதான் நடந்துவருகிறது. அவளது ஆத்ம சக்தி விழிப்படைவதை அனுமதிக்க நாம் மறுக்கிறோம். அந்த மகாசக்தியை அணைகட்டித் தடுத்து நிறுத்துகிறது, இன்றைய சமூகம்.

எச்செயலையும் செய்வதற்கான, எல்லையற்ற சக்தி ஆண்-பெண் ஆகிய இருவரிடமும் சமமான அளவில் உள்ளது. சமூகம் பெண்ணின் மீது திணித்துள்ள நியதிகள், நிபந்தனைகள் என்னும் சங்கிலியை உடைத்துக்கொண்டு வெளியில் வரப் பெண்ணால் முடியும். கடந்தகாலம் பெண்ணின் மனத்தில் உருவாக்கிய குறைகள் நிறைந்த பதிவுகள் எல்லாம், பெண்ணின் முன்னேற்றத்துக்குத் தடையாக நிற்கின்றன. பெண்ணின் மனத்தில் பயத்தையும் சந்தேகத்தையும் வளர்க்கும் நிழல்கள் அவை. நிழல் உண்மையானதல்ல; பொய்யாகும்.

ஆண்கள், பொதுவாக உடலின் வலிமையில் நம்பிக்கை உள்ளவர்கள். வெளிப் பார்வையில் பெண்ணைத் தாயாகவும் மனைவியாகவும் சகோதரியாகவும் காணவும் ஏற்றுக்கொள்ளவும் செய்வார்கள். ஆனால், மனத்தளவில் அவளை முறையாகப் புரிந்துகொள்ளவோ, புரிந்துகொண்டு அங்கீகரிக்கவோ அவர்களுக்கு இன்றும்கூடக் கஷ்டமாக இருக்கிறது என்ற உண்மையை மறைத்து வைப்பதில் பயனேதுமில்லை.

இங்கே ஒரு கதை நினைவுக்கு வருகிறது. ஒரு பெண்மணி, பலனை எதிர்பாராது பிறருக்குச் செய்யும் சேவையே இறைவனுக்குச் செய்யும் சேவையெனக் கருதி, அதில் மனமகிழ்ச்சி அடைந்துவந்தார். அந்நாட்டின் மதத் தலைவர்கள் அவரை ஓர் அர்ச்சகராக (புரோகிதையாக) நியமித்தார்கள். அந்நாட்டில், ஒரு பெண்ணை அர்ச்சகராக நியமிப்பது, இதுவே முதல் முறையாகும். அவரைத் தங்கள் கூட்டத்தில் சேர்த்ததை மற்ற அர்ச்சகர்கள் சிறிதும் விரும்பவில்லை. அதுமட்டுமல்ல, அவர்களுக்கு அளவற்ற கோபமும் வந்தது. ஆனால், பணிவும் நிஷ்டையும் ஆன்மீக அறிவும் நிறைந்த அந்தப் பெண் அர்ச்சகர் மிக விரைவில் பிரசித்தி அடைந்தார். எல்லோரும் அவரைப் புகழ ஆரம்பித்தனர்.

இதனால், அர்ச்சகர்களிடம் பொறாமை தரித்தது. ஒருமுறை, அருகிலிருந்த தீவில் நடைபெற்ற ஒரு கூட்டத்தில் கலந்து கொள்ள அர்ச்சகர்கள் அனைவரும் புறப்பட்டனர். வேண்டுமென்றே அவர்கள் பெண் அர்ச்சகரை அழைக்கவில்லை. ஆனால், படகில் ஏறியபோது, அந்தப் பெண்மணி படகில் அமர்ந்திருப்பதை அவர்கள் கண்டனர். "இங்கேயும் இது வந்துவிட்டதா?" என்று அவர்கள் முணுமுணுத்தனர். தீவை அடைவதற்கு இரண்டு, மூன்று மணிநேரம் பயணஞ் செய்ய வேண்டும். சுமார் ஒரு மணிநேரம் கழிந்தபோது படகு நின்றது. படகின் சொந்தக்காரன் பரிதவிப்புடன், "நாம் நன்றாக மாட்டிக்கொண்டோம். டீசல் தீர்ந்துவிட்டது. போதுமான அளவு டீசல் எடுத்து வர நான் மறந்துவிட்டேன். கண்ணுக்கு எட்டிய தூரம் வரை வேறு படகு எதுவும் வருவதாகவும் தெரியவில்லை" என்றான். செய்வதறியாமல் அனைவரும் திகைத்தனர். அப்போது அந்தப் பெண் அர்ச்சகர் முன்வந்து, "சகோதரர்களே, கவலை வேண்டாம். நான் சென்று டீசலுடன் வருகிறேன்" என்று சொல்லிவிட்டுப் படகிலிருந்து இறங்கி, கரையை நோக்கி நீரின்மீது நடக்க ஆரம்பித்தார். இந்தக் காட்சியைக் கண்ட அர்ச்சகர்கள் ஒரு நிமிடம் திகைத்து நின்றனர். சட்டென சுதாரித்துக் கொண்ட அவர்கள் பரிகாசம் நிறைந்த குரலில், "பார்த்தீர்களா, அவளுக்கு நீச்சல்கூடத் தெரியவில்லை" என்றனர்.

இதுவே, பெரும்பாலான ஆண்களின் மனோபாவம். பெண்ணின் சாதனைகளை அலட்சியமாகக் காண்பதும், அவற்றைக் குறைகூறுவதும் ஆணின் இயல்பாகும். ஆணின் கையில் சிக்கியுள்ள வெறும் அலங்காரப் பொருளல்ல பெண். ஆண், ஒரு பூந்தொட்டியில் வளர்க்கும் செடியைப்போல் பெண்ணை ஆக்கிவைத்திருக்கிறான். ஆணுக்கு உணவு தயாரிப்பதற்கு மட்டும் பிறந்தவளல்ல பெண். பெண்ணை முன்னேற அனுமதிக்காமல், அவளைத் தனது விருப்பத்துக்கு

ஏற்ப இயக்கக்கூடிய 'ரேப்ரெக்கோடரை'ப்போல் ஆக்கவே ஆண் முயற்சி செய்கிறான்.

உண்மையில் எல்லா ஆண்களும் பெண்ணின் ஒரு பாகமே. எல்லாக் குழந்தைகளும் தாயாரின் உடலின் ஒரு பாகமாகவே கர்ப்பப்பையில் வளர்கின்றன. ஒரு குழந்தைக்குப் பிறப்பளிப்பதைப் பொறுத்தவரை, அவனுக்கு ஒரு நிமிட வேலை; அவ்வளவுதான். அத்துடன், ஆணின் பங்கு முடிந்துவிடுகிறது. ஆனால், பெண் அதனை ஏற்று, அதனைத் தனது உடலின் அம்சமாக மாற்றி, ஜீவனாக உருவாக்குகிறாள். அது வளர்வதற்குத் தேவையான சூழ்நிலையை, தனக்குள் அவள் ஏற்படுத்திக் கொடுக்கிறாள். அதன்பிறகு, அதற்குப் பிறப் பளித்து, கவனத்துடன் வளர்க்கவும் செய்கிறாள். பெண் தாயாவாள்.

உலக மக்கள் தொகையில் 50 சதவிகிதத்திற்கும் மேல் பெண்களாகும். ஆகவே, பெண்ணுக்கு உரிய இடமும் சுதந்திரமும் அளிக்கவில்லை எனில், அது உலகிற்கே மிகப் பெரிய இழப்பாக இருக்கும்.

ஆண் செய்யக்கூடியவை அனைத்தையும் பெண்ணால் செய்ய முடியும். சொல்லப்போனால், அதைவிடக் கூடுதலாகவே அவளால் செய்ய முடியும். புத்தி சக்தியிலும் திறமைகளிலும் பெண் ஆணைவிடத் தாழ்ந்தவள் அல்ல.

ஆரம்பம் நன்றாக இருந்தால், இடைப்பகுதியும் முடிவும் சரியாக இருக்கும். தவறான அடிப்படையில் ஆரம்பிக்கும் காரணத்தால்தான், பெண் பல நலன்களை இழக்க நேரிடுகிறது. உதாரணமாக, ஆணுக்குச் சமமாக சமூகத்தின் எல்லாத் துறைகளிலும் பெண்ணுக்கும் இடமளிக்க வேண்டும் என்பது நியாயமான ஒரு உரிமையாகும். அதற்காக முயற்சிசெய்வதும் சரியே. அதற்கு ஆரம்பம் சரியாக இருக்கவேண்டும். ஆனால், இன்று இந்த ஆரம்பம் தவறாகிவிட்டது. அதைக் குறித்து உருவான கருத்தும் தவறாகிவிட்டது. ஆரம்பத்தை விட்டுவிட்டு, முடிவை நோக்கி அவள் ஒரேடியாகத் தாவ முனைகிறாள். வாழ்வின் அஸ்திவாரம் எது? பெண்ணைப் பெண்ணாக்குவது எது? அவளுடைய அடிப்படைக் குணங்களான தாய்மை, அன்பு, கருணை, பொறுமை போன்றவை யாகும். பெண்ணின் அடிப்படைத் தத்துவம் தாய்மையாகும்.

தாய் ஆவதும், மனைவி ஆவதும், கணவனுக்குத் தன்னம்பிக்கை ஊட்டும் நண்பனாவதும் அவளுக்கு எளிதான செயலாகும். இல்லற வாழ்வையும், உத்தியோக வாழ்வையும் ஒன்றாகச் சேர்த்துக் குழப்பிக்கொள்ளாமல் இருக்க அவளால் முடியும். அலுவலகத்தையும் பதவியையும் வீட்டிற்குக்

கொண்டுவருவதும், அதன் விளைவான உணர்ச்சிகளை மனைவியிடமும் குழந்தைகளிடமும் வெளிப்படுத்துவதும், பெரும்பாலான ஆண்களின் இயல்பாகும்.

சூழ்நிலைக்கு ஏற்பச் செயற்படும் திறமையைப் பெண்ணுக்கு அளிப்பது, அவளுடைய தாய்மையின் சக்தியாகும். அந்தப் பண்பில் அவள் எந்த அளவுக்கு மனம் ஒன்றுபடுகிறாளோ, அந்த அளவிற்கு அவளுக்குள்ளே ஆற்றல் பெருகும்; அவளது குரலை உலகம் உற்றுக்கேட்க ஆரம்பிக்கிறது.

இன்றைய உலகில் போலித்தன்மை ஒரு தொத்து வியாதிபோல் பரவி வருகிறது. இந்தச் சூழ்நிலையில் பெண்மையும் தாய்மையும் கலப்படத்தால் பாதிக்கப்படாமல், பாதுகாக்க வேண்டும். அதற்கு ஆணின் முழுமனத்துடன்கூடிய ஒத்து ழைப்பு அவளுக்குத் தேவை.

ஆணும் பெண்ணும் பரஸ்பரம் உதவினால், இன்று உலகில் காணும் அமைதியின்மையும் சமாதானமின்மையும் போராட்டமும் யுத்தமும் பெருமளவில் குறையும். இவ்வாறு உதவும் மனநிலை இன்று தாறுமாறாகிக் கிடக்கிறது. இதை நாம் மீண்டும் பெற வேண்டும். அப்போதுதான், பிரபஞ்சத்தின் சமநிலையைச் சீராக்க முடியும்.

மனிதப் பண்பாடு உருவாகி, ஆயிரக்கணக்கான வருடங்கள் கடந்துவிட்டன. ஆயினும், நாம் இன்றும் பெண்ணுக்கு இரண்டாம் இடத்தையே அளிக்கிறோம். ஆண் உருவாக்கிய கட்டுப்பாடுகள் எனும் வேலிக்குள்ளே பெண்களின் திறமை மொட்டுகள் விரியாமல் வாடிப்போகின்றன. சமூகத்தின் சட்டதிட்டங்களும், மத சாரங்களும் அவை தோன்றிய காலத்தின் சூழ்நிலைக்கு ஏற்பவே உருவாயின. பெண்ணின் வளர்ச்சிக்காக அன்று உருவாக்கப்பட்ட அந்தச் சட்ட திட்டங்கள், இன்று காலாவதி ஆகிவிட்டன. அதுமட்டுமல் லாமல், அவை பெண்ணின் இன்றைய வளர்ச்சிக்குத் தடையாகவும் இருக்கின்றன.

ஆண், அவனுக்காகப் படைத்த ஓர் உலகத்தில்தான், இன்று பெண் வாழ்ந்துவருகிறாள். அந்த உலகத்திலிருந்து வெளியில்வந்து, அவள் தனக்குரிய தனித்தன்மையை நிறுவ வேண்டும். அதேசமயம், பெண் விடுதலை என்பது, அவள் மனம்போன போக்கில் வாழ்வதற்கும் நடந்து கொள்வதற்கும் உரிய சுதந்திரமல்ல. பெண்ணின் உயர்வு அவளது மனதிற் குள்ளிருந்தே ஆரம்பமாக வேண்டும். ஆண்களைப்போல் நடந்துகொள்ள முனைவதால் இது கிடைக்காது. பெண் ணிடம் சக்தி விழிப்புற வேண்டுமெனில், முதலில் தனது பலவீனங்களை அவள் நன்கு அறிந்துகொள்ள வேண்டும்.

மாறாக, தனது சுதந்திரத்திற்காகப் போராடும் பெண், தன்னிடமுள்ள பெண்மையையே இழக்கின்ற குறைபாட்டை இன்று பல இடங்களில் காண்கிறோம். இது உண்மையான பெண் விடுதலை ஆகாது; அது, பெண்ணினத்திற்கும் சமூகத்திற்கும் தோல்வியாகவே மாறும். பெண்ணும் ஆணைப்போல் ஆகிவிட்டால், உலகிலுள்ள பிரச்சினைகள் மேலும் அதிகரிக்கவே செய்யும்.

ஒருவிதத்தில், பெண்ணின் உலகை மிகக் குறுகியதாக்கியவள் பெண்ணே. உடல் அலங்காரத்திற்கும், புற அழகிற்கும் அளவற்ற முக்கியத்துவம் அளிக்கும்போது, ஆண் உருவாக்கிய கூட்டிற்குள் அவள் தானே சிக்கிக்கொள்கிறாள். சமூகத்திலிருந்து எதைப் பெறலாம் என்று சிந்திக்காமல், சமூகத்திற்கு எதைக் கொடுக்க முடியும் என்று பெண் சிந்திக்க வேண்டும். இந்த மனோபாவம் ஏற்பட்டால், அவளால் நிச்சயமாக முன்னேற முடியும்.

தாய்மை என்பது, குழந்தைகளை ஈன்ற பெண்களிடம் மட்டும் காணப்படும் பண்பல்ல. எல்லாப் பெண்களிடமும், எல்லா ஆண்களிடமும் இயல்பாகக் காணப்படும் உள்ளார்ந்த பண்பாகும். அது மனத்தின் ஒரு பேருணர்வாகும் – அது அன்பாகும். அன்பு நம்முடைய சுவாசத்திற்கு நிகரானது. "நான், என் உற்றார், உறவினர் முன்னால் மட்டுமே சுவாசிப்பேன். வேறு யார் முன்னாலும் சுவாசிக்கமாட்டேன்" என்று யாரும் சொல்வதில்லையே? அன்பு அல்லது தாய்மை என்பது அதுபோன்றதுதான். அதற்கு எல்லைகள் இல்லை, பேத உணர்வில்லை.

இனி வருங்காலம் பெண்களின் பொற்காலமாக ஆக வேண்டும். பெண்மையின் நற்பண்புகளுக்கும் தாய்மைக்கும் முக்கியத்துவம் அளிக்கப்பட வேண்டும். அப்போதுதான் சாந்தியும் சமாதானமும் நிறைந்த ஓர் உலகை உருவாக்கும் முயற்சி வெற்றியடையும். இது நம்மால் இயலாத காரியமல்ல.

●

பெரியபுராணம் காட்டும் பெண்கள்

தமிழ்ப் பெண்கள் காலங்காலமாக எவ்வா றான கஷ்டங்களைக் கடந்து வந்திருக்கிறார்கள் என்று பார்ப்பது சுவாரஸ்யமான விஷயமாக இருந்தபோதும், இக்கட்டுரை பெரியபுராணம் கூறும் பெண்கள்பற்றிய விஷயங்களுடன் தன்னை மட்டுப்படுத்துகிறது. பெரிய புராணம் பல்வேறு மட்டங்களில் பல பெண்களைப் பற்றிக் கூறுகிறது. அவர்கள் அனைவரைப் பற்றியும் ஆய்வுசெய்வது இச்சிறு கட்டுரையின் நோக்கமல்ல. நான்கு நிலைகளில் உள்ள பெண்களில் முக்கியமான வர்கள் சிலரை அடிப்படையாகக்கொண்டு, சேக்கி ழார் பெண்களை எவ்வாறு வெவ்வேறு தரங்களில் வைத்து விவரிக்கிறார் என்பதைப் பார்ப்பதே, இக்கட் டுரையின் நோக்கமாகும்

பெரியபுராணம் பெண்கள்பற்றிச் சில தரங்களைக் கொண்டுள்ளதைக் காணலாம். அவற்றுள் நான்கு தரங்கள் முக்கியமானவை.

நாயன்மார் நிலையில் உள்ள பெண்கள்: காரைக் காலம்மையார், மங்கையற்கரசியார்.

கோயில் தொண்டில் ஈடுபட்ட பெண்கள்: திலகவ தியார்.

நாயன்மாரான கணவருக்குத் தொண்டில் உதவிய பெண்கள்: திருவெண்காட்டு நங்கை (சிறுத்தொண் டரின் மனைவி), இயற்பகை நாயனாரின் மனைவி.

அறியாது செய்த சிறு தவறால், தமது கணவரான நாயனாராலோ அல்லது வேறு நாயனாராலோ தண்டிக்கப்பட்டவர்: கலிக்கம்ப நாயனாரின் மனைவி, கழற்சிங்க நாயனாரின் மனைவி.

இந்த நான்கு நிலைகளில் உள்ளவர்களைவிடத் தமது கணவரின் தொண்டில் உதவிய பல

பெண்கள்பற்றிச் சேக்கிழார் கூறியபோதும், அவர்களைச் சிறப்பாகக் குறிப்பிடுவதற்கு ஏற்ற நிகழ்ச்சிகள் ஏதும் இணைக்கப்படவில்லை என்பதால், அவர்களை இக்கட்டுரையில் ஒரு பிரிவாகச் சேர்க்கவில்லை. மேற்குறிப்பிட்ட நான்கு பிரிவுகளும், ஓரளவில் சேக்கிழார் கொடுத்த முக்கியத்துவத்தின் அடிப்படையில் ஒழுங்குபடுத்தப்பட்டுள்ளன. முதல் மூன்று பிரிவினரும் தனியாக அல்லது தத்தமது நாயனார் கணவருடன் இறைவனடி சேரும் பேறு பெற்றவர். நான்காவது பிரிவைச் சேர்ந்தவர், தண்டனைபெற்ற பின் அவர்களைப் பற்றிச் சேக்கிழார் குறிப்பிட விரும்பவில்லையாதலால், அவர்களுக்குப் பின்னர் என்ன நடந்தது என்பதுபற்றி அறிய வழியில்லை.

முதலாவது பிரிவைச் சேர்ந்த பெண் நாயனார்கள் மூவரே. அவர்களுள்ளும் காரைக்காலம்மையாரே, உண்மையில் நாயனார் வரிசையில் வைத்துக் கூறப்படுவதற்குரிய முழுச் சிறப்புகளையும் பெற்றவர். இசைஞானியார், பெரியபுராணத்தின் கதாநாயகனான சுந்தரமூர்த்தி நாயனாரைப் பெற்ற காரணத்தாலும், சுந்தரர், தனது திருத்தொண்டத் தொகையின் கடைசிப் பாடலில், தன்னை இன்னாரின் புதல்வன் என்று அடையாளம் காட்டிய காரணத்தாலும், நாயனாரானவர். சேக்கிழார் அவரைப் பற்றி அதிகமாக ஒன்றும் கூறிவிடவில்லை. சடையனாரின் மனைவியும், நம்பியைப் பெற்றவருமான அவரைத் தனது புன்மொழியால் புகழ முடியாது என்பதை மட்டுமே கூறுகிறார்.

பாண்டிய நாட்டில் சமணம் மடிவதற்கும், திருநீற்றின் பெருமை ஓங்குவதற்கும் காரணமான சம்பந்தரை மதுரைக்கு அழைத்த காரணத்தால், சம்பந்தரால் பதிகத்தில் போற்றப்படும் சிறப்பைப் பெற்ற மங்கையற்கரசியார், இரண்டு பாடல்களில் பெரியபுராணத்தில் போற்றப்படுகிறார். அவர், இசைஞானியாரைப் போலன்றி, ஒருவகையில் சைவத்திற்குச் சுயமாகச் செய்த தொண்டால் பெருமை பெறுகிறார். பாண்டிய குலத்திற்கு வந்த பழியைத் தீர்த்த தெய்வப் பெண் என்று சேக்கிழாரால் போற்றப்படுகிறார். அவர், தனது கணவரான நெடுமாறனுக்குச் சைவ வழித்துணையாக நெடுங்காலம் வாழ்ந்து, தனது கணவனுடன் ஈசன் திருவடியில் அமர்ந்திருக்கும் பேறு பெற்றதாகவும் சேக்கிழார் குறிப்பிடுகிறார்.

தனது வாழ்வாலும், தான் பாடிய சிறப்புமிக்க பதிகங்களாலும் பெருமைபெற்றவர் புனிதவதியார் எனப்படும் காரைக்காலம்மையார். அவர்பற்றிய புராணத்தின் இறுதியில் நாவலர் எழுதிய சூசனத்தில், சிவனடியார்களுக்கு உணவளித்தமையையும், சிவன் மீது அவர் கொண்ட அன்பையும் சிறப்பித்துக் கூறி, 'இவ்வம்மையார் பெருமை, இவரைப் பரமபதியாகிய சிவபெருமான், "அம்மையே" என்று அழைத்தருளியமையானும், இவர் திருத்தலையாலே நடந்தருளிய திருவாலங்காட்டை மிதித்தற்கு, திருஞானசம்பந்த

மூர்த்தி நாயனார் அஞ்சியருளியமையானும் அறிக' என்று குறிப்பிடுகிறார். புனிதவதியார் சிறுவயது முதல் இயல்பாகவே சிவனில் ஏற்பட்ட அன்பினால், சிவனடியாருக்கு உணவளிப்பதைத் தனது வாழ்வின் பணியாக ஏற்றுக்கொண்டார். அவர் அழகான பெண்ணாக, தனதத்தன் என்ற செல்வந்தருக்குப் பிறந்து, பரமதத்தன் என்ற செல்வந்தனுக்கு வாழ்க்கைப்பட்டபோதும், அவரது இல்லற வாழ்க்கை சிறப்பாக அமையவில்லை என்பது பெரிய புராணத்திலிருந்து தெரியவருகிறது.

சிவனடியாருக்கு உணவளிக்கும் பணியுடன் சாதாரணமாகப் போய்க்கொண்டிருந்த அவரது இல்லற வாழ்வில், ஒருநாள் இடம்பெற்ற மாம்பழச் சம்பவம் அவரது வாழ்வையே திசை மாற்றியது. கணவன் கொண்டுவந்து கொடுத்த இரு மாம்பழங்களில் ஒன்றை, உணவு தயாரித்து முடியாத நிலையில், பசியுடன்வந்த சிவனடியாருக்கு வழங்கிவிட்டார். பின்னர், எஞ்சிய மாம்பழத்தை உண்ட கணவன் அதன் சுவையில் மயங்கி, மற்றதையும் கேட்க, அச்சமுற்ற அவர், இறைவனிடம் பிரார்த்தித்து ஒரு மாம்பழத்தைப் பெற்றுக் கொடுத்தார். அதன் சுவை மூவுலகிலும் கிடைத்தற்கரியது என்று எண்ணிய அவன், மனைவியிடம் 'எவ்வாறு இதைப் பெற்றாய்?' என்று வினவ, அவர் உண்மையைச் சொல்ல, அவ்வாறு இன்னொரு பழம் பெற்றுத்தரும்படி கேட்டான். அவரும் இறைவனைப் பிரார்த்தித்து ஒரு மாம்பழத்தைப் பெற்றுக் கொடுக்க, அவன் வாங்கிய கணமே, அது கையில் இருந்து மறைந்தது. அன்றிலிருந்து, தன் மனைவி தெய்வப் பெண் என்று எண்ணி, விலகியிருந்து, பின்னர் வணிகத்துக்கு வேற்றூருக்குப் போக நேர்ந்த சந்தர்ப்பத்தில் அங்கேயே ஒரு பெண்ணை மணஞ்செய்து, தனது பெண் குழந்தைக்குப் புனிதவதி என்று பெயரிட்டதுடன், ஒருநாள் தன் மனைவியுடனும் குழந்தையுடனும் வந்து, புனிதவதியாரின் காலில் வீழ்ந்து வணங்கினான். அவர்கள் வணங்கிய அக்கணத்தில் தனது இல்லற வாழ்வு முற்றுப்பெற்றதை, அம்மையார் அறிந்துகொண்டார்.

தான் கொடுத்தனுப்பிய மாம்பழங்களில் இரண்டையும் தானே உண்ண விரும்பிய பரமத்தனுடன் புனிதவதியார் வாழ்ந்த வாழ்க்கை பெரியளவில் மகிழ்ச்சிமிக்கதாக அமைந்திருக்க வழியில்லை. சிவனடியாருக்கு உணவளிப்பதில் அவர் இன்பம் கண்டபோதும் இல்லற வாழ்க்கையை வேண்டா வெறுப்புடன் வாழவில்லை. எனவே, கணவன் தன்னைவிட்டு விலகியிருந்த போதும், அவன் தனது இரண்டாவது மனைவியுடனும் குழந்தையுடனும் வந்து காலில் விழுந்தபோதும், அவர் உள்ளூர வேதனையடைந்திருப்பார். தான் இனித் தனித்து வாழப்போகும் வாழ்க்கை பற்றி அச்சமடைந்திருப்பார். அதனாலேயே, தன் அழகு தனக்குப் பகையாய் அமைந்துவிடும் என்ற பயத்தில், இறைவனிடம் பேயுருவை வேண்டிப் பெற்றுக்கொண்டு, தன் வாழ்வை இறை

அனுபவத்தில் திளைக்க அர்ப்பணித்துக் கொண்டார். ஆயினும், சிறுவயதிலிருந்தே சிவ வழிபாட்டில் அவருக்கு அளவில்லாத ஈடுபாடு இருந்ததால், இல்லற வாழ்வு சீர்குலைந்தபோது, அவர் முற்றாக இறை அனுபவத்தில் மூழ்க வழியேற்பட்டது. அத்துடன், அவரது உணவளிக்கும் பணி முடிவடைந்து, அவரது பாடும் பணி ஆரம்பமாகியது.

அவரது பாடல்களான **அற்புதத் திருவந்தாதி, திருவிரட்டை மணிமாலை, திருவாலங்காட்டு மூத்த திருப்பதிகம்** ஆகியன அவர் பெற்ற இறை அனுபவத்திற்குச் சான்றாக விளங்குகின்றன. அவரது இல்லற வாழ்வின் முறிவு, அவரைப் பாதித்ததற்கு அவற்றில் சான்றுகள் இல்லை. மாறாக, மகிழ்ச்சியும் நகைச்சுவையும் கனிவும் பக்தியும் அவற்றில் நிறைந்து, அவற்றுக்குக் காலத்தை வென்று நிற்கும் சிறப்பை அளித்துள்ளன. அவர் இளம் வயதிலேயே பாட ஆரம்பித்தபோதும், மற்ற நாயனார்களின் பாடல்களில் இடம்பெற்றுள்ள அகப்பொருள் அறவே இடம்பெறாது போயிருப்பது வியப்பளிக்கிறது. இளம் வயதிலேயே ஏற்பட்ட முதிர்ச்சி, தாய்மையுணர்வுடன் இறைவனைப் பார்க்கும் மனப்பக்குவத்தை அவருக்கு அளித்துள்ளது. தலையால் நடந்து கைலாசத்தை அடைந்து, இறைவனிடம் இறவா அன்பும் பிறவாமையும், பிறந்தால் இறைவனை மறவாமையும் வரமாகப் பெற்றவர். சுடுகாட்டிலே இறைவனது நடனத்தைக் கண்டு மகிழ்ந்து வாழ்ந்த அவருக்குப் பேயுரு வாழ்க்கை கசப்பாக அமையவில்லை. பேராசிரியர் வேலுப்பிள்ளை கூறுவதுபோலச் சுடுகாட்டைக் காட்டி, வாழ்வின் நிலையாமையைப் போதித்த சமணத்திற்கு மாறாக, அங்கு நடனமிடும் இறைவனின் அழகைக் காட்டுகிறார் அம்மையார். ஆயினும், சமணத்தைக் கண்டிக்கும் எந்தச் சான்றையும் அவரது பாடல்களில் காண முடியவில்லை. அவர், சமூகப் பாதிப்பு எதுவுமின்றித் தானும் கடவுளும் உள்ள ஒருலகைச் சிருஷ்டித்து, அதற்குள் வாழ்ந்ததுபோலவே, பெரியபுராணமும் அவரது பாடல்களும் அவரைக் காட்டுகின்றன. சிவனில் அம்மையார் கொண்ட அன்பை, சேக்கிழார் மிகவும் புகழ்ந்து பேசுகிறார்.

பெரியபுராணத்தில் வரும் அடுத்த முக்கிய பெண், நாவுக்கரசரின் சகோதரியான திலகவதியார். அவர் நாயனார் அந்தஸ்தைப் பெறாதுவிடினும், சிவப்பணிக்குத் தனது வாழ்வைப் பூரணமாக அர்ப்பணித்துவிட்ட அவரைப் பற்றிச் சேக்கிழார் சிலாகித்துக் கூறுகிறார். காரைக்காலம்மையார் திருமணம் முடித்தும், கணவனுடன் அதிககாலம் வாழும் பேறைப் பெறவில்லை என்றால், திலகவதியாருக்கு நிச்சயம் செய்யப்பட்ட கலிப்பகையார், திருமணத்திற்கு முன்னரே போரில் இறந்துவிட்டார். அந்தத் துயரத்தில் பெற்றோரும் இறந்துவிடத் தனக்கு நிச்சயம் செய்யப்பட்ட கணவருடன் தானும் மேலுலகில் இணைய விரும்பி,

உயிரை மாய்க்க முற்பட்டபோது சகோதரன் வந்து தடுக்கவே, அவருக்காக உயிர் வாழ ஒப்புக்கொண்டார். ஆயினும், பின்னர் சகோதரனான மருணீக்கியார் சமணத்தின் கோட்பாடுகளால் கவரப்பட்டு, மதம் மாறிவிட நேர்ந்தபோது, திலகவதியாரது வாழ்வும் அம்மையாரது வாழ்வைப்போலத் தனிமையானதாகவே அமைந்துவிட்டது.

காரைக்காலம்மையார் பக்திப் பாடல்கள் பாடித் திருவாலங் காட்டுடன் தன்னைப் பிணித்துக்கொண்டதுபோல, திலகவதியார் திருவதிகை வீரட்டானத்துடன் தன்னை இணைத்துக் கொண்டார். பிஞ்ஞகன்பால் ஆராத அன்பு கொண்ட அவர், திருக்கோயில் பணிக்குத் தன்னை அர்ப்பணித்துக் கொண்டார். அத்துடன், தன் சகோதரனைச் சமண சமயத்திலிருந்து மீட்டுத்தர வேண்டு மென்று இறைவனைத் தினமும் வழிபட்டுவந்தார். அவரது வேண்டுகோள் ஒருநாள் நிறைவேறியது. சூலைநோயால் பாதிக்கப் பட்ட மருணீக்கியார், சகோதரியிடம் ஓடோடி வந்தார். வந்தவருக்குத் திலகவதியார் திருவைந்தெழுத்து ஓதி, திருநீற்றை அளித்து, திருவீரட்டம் கோயிலுக்குள் புகுமாறு பணித்தார். அங்கே மருணீக்கியாருக்கு நோய் தீர்ந்தது, முதன்முதலாகப் பாட ஆரம்பித் தார். அதனால், நாவுக்கரசர் என்ற நாமமும் பெற்றார்.

தன் வாழ்வைத் தனது சகோதரனது வாழ்வுக்காகவும் இறைப் பணிக்குமாக அர்ப்பணித்த திலகவதியார், இறைவனது அருளால், பரசமயத்தில் இருந்து மருணீக்கியாரை மீட்டெடுத்தார். சைவத் துக்கு அருமையான தேவாரம் கிடைக்கவும், ஆன்மீகத்தில் சிறந்த நாயனார் கிடைக்கவும் வழி சமைத்தார். அம்மையாரும் திலகவதியாரும் பலவகைகளில் ஒற்றுமையுடையவர்கள். இருவரும் மிக இளம் வயதிலேயே சைவசமயப் பணிக்குத் தம்மை அர்ப் பணித்தவர்கள். அம்மையார் திருமணத்தின் ஊடாகக் கடந்து வர, திலகவதியார் அது கிடைக்காமல் பணிக்கு வந்தவர். அம்மையார் முதலில் சைவ அடியார்களுக்கு உணவளிக்கும் பணி செய்த போதும், பின்னர் தனது பாடல்கள்மூலம் இறையனுப வமும் இறையருளும் பெற்றவர். திலகவதியார், கோயில் திருப்பணி மூலம் கடவுள் அருளைப் பெற்றவர். அம்மையார் வாழ்ந்த காலத்தில், ஓர் இளம் பெண் தனியாகத் திரிந்து பணியாற்றுவதற்குரிய சூழ்நிலை இருந்திருக்க வாய்ப்பிருக்கவில்லைப் போலுள்ளது. அதனாலேயே, அவர் பேயுருவை வேண்டிப் பெற்றார். திலகவதி யார் வாழ்ந்த காலத்தில் இந்த நிலை சற்று மாறியிருந்திருக்க வேண்டும். அவர் தனது இளமை உடலுடனேயே கோயிலில் பணியாற்ற ஆரம்பித்தார். வயது முதிரும்வரை அப்பணியைத் தொடர்ந்து செய்துவந்தார். இவ்விரு பெண்கள் பற்றியும் சேக்கிழார் மிக உயர்வாகப் பேசுகிறார். அவர்களது பணியையும் பக்தியையும் புகழ்கிறார்.

அவர்கள் இருவரும் தமது இல்லற வாழ்வை இழந்தபோதும், தனியாக இருந்து சுதந்திரமாகத் தொண்டாற்றும் வாய்ப்பைப் பெற்றவர்கள். ஆனால், நாயன்மாரது மனைவியராக வாழ்ந்தவர்கள், பல்வேறு சந்தர்ப்பங்களில் தமது கணவரால் கட்டுப்படுத்தப் பட்டனர், தமது நாயனார் கணவருடன் இணைந்து அனைத்துச் சமய காரியங்களிலும் கைகொடுப்பது மட்டுமல்ல, விரும்பியோ, விரும்பாமலோ தமது கணவரின் மிகக் கஷ்டமான தொண்டுகளுக் கும் அவர்கள் துணைசெய்ய வேண்டி நேர்ந்தது. அவர்கள் செய்த சிறிய தவறுகளுக்கும் பெரிதாகத் தண்டிக்கப்பட்டனர். நாயனாருக்கு மனைவியாக இருப்பது என்பது லேசான காரிய மில்லை என்பதைச் சேக்கிழார் தனது கதைகள் மூலம் காட்டுகிறார்.

இயற்பகை நாயனார், சிவனடியார் எது கேட்கினும் இல்லை யென்னாது கொடுக்கும் இயல்பினர். ஒருநாள் சிவனடியார் ஒருவர், நாயனாரது மனைவியைத் தரும்படி கேட்டபோது, மனைவியை ஒரு வார்த்தைகூடக் கேட்காது, கொடுக்கச் சம்மதித்து விட்டார். தான் சிவனடியாருக்கு வழங்கப்பட்டதை அறிந்து மிகவும் மனம் கலங்கிய நாயனாரது மனைவி, பின் தெளிந்து, 'இன்று நீர் கேட்பது இதுவாகில், இதை மறுப்பதற்கு எனக்கு உரிமை உள்ளதோ' என்று கூறிக் கணவரை வணங்கிச் சிவனடியாரு டன் புறப்பட்டார். நாயனாரது உறவினர் இதனைக் கேள்வியுற்று, 'உன் மனைவியை அந்நியன் ஒருவருடன் அனுப்புகிறாயே, உனக்குப் பைத்தியமா பிடித்திருக்கிறது' என்று கூறி ஆயுதங்களுடன் வந்து தடுத்தபோது, நாயனார் ஆயுதம் தாங்கி வந்த தம் உறவினர் அனைவரையும் வெட்டிக்கொன்றுவிட்டு, சிவனடியாரையும் தனது மனைவியையும் பாதுகாப்பாக ஊர் எல்லையில் கொண்டு போய் விட்டார். ஆயினும், சிவனடியார் மறைந்து, இறைவன் தோன்றி, அவரது அன்பைக் கண்டு மகிழ்ந்ததாகக் கூறி, நாயனா ரையும் மனைவியையும் தம்முடன் வரும்படி கூறி, மறைந்தார்.

இயற்பகையாரின் மனைவி முதலில் மனச் சஞ்சலம் அடைந்தது போலச் சிறிதும் சஞ்சலம் அடையாது, தனது பிள்ளையை வெட்டும்போது பிடிக்கவும், பின்னர் கறி தயாரிக்கவும் மனப் பூர்வமாகச் சம்மதித்தவர், சிறுத்தொண்டரின் மனைவியாகிய திருவெண்காட்டு நங்கை. அவர் தினமும் சிவனடியாருக்கு உணவளிக்கும் தொண்டில், மிக விருப்புடன் கணவனுடன் இணைந்து உதவிவந்தவர். ஆனால், ஒருநாள் வந்த சிவனடியார் பிள்ளைக் கறி, அதுவும் தாய் பிடிக்கத் தந்தை அரிந்து தயாரிக்கப் பட்ட கறி, கேட்டபோதும் தமது பிள்ளையை வெட்டிக் கறி சமைக்க நாயனார் முடிவெடுத்தபோதும், அவர் மனச்சஞ்சலம் எதுவுமின்றிச் சம்மதித்தார். பின்னர் நடைபெற்ற அனைத்துக் காரியங்களிலும் ஒரு கருமயோகிபோலப் பங்குபற்றிச் சிவனடி யாருக்கு உணவளித்தார். இறுதியில், சிவனடியார் வேடத்தில்

வந்த சிவன், மகனை உயிருடன் மீட்டுக்கொடுத்ததுடன், அவர்கள் அனைவருக்கும் சிவபதமும் அளித்தார்.

இந்த இரு கதைகளிலும் சமூகத்தில் ஏற்றுக்கொள்வதற்குக் கஷ்டமான காரியங்களில் நாயன்மார் ஈடுபட்டதால், இறைவனே சிவனடியார் வேடத்தில், நாயனாரின் அன்பைப் பரீட்சிக்க வந்ததாகச் சேக்கிழார் கூறுகிறார். மற்றவர்கள் இக்காரியங்களில் ஈடுபடக்கூடாதென்பதாலும் சேக்கிழார் இவ்வாறு கூறியிருக்கலாம். ஒருவர், தனது மனைவியை அந்நியன் ஒருவனுடன் அனுப்புவது என்பது, தமிழர் காலம் காலமாகக் கட்டிக்காத்து வந்த கற்புக் கொள்கைக்கு எதிரானது என்பதால், சேக்கிழார் மிகவும் அவதான மாகவே கதையை அமைத்துள்ளார். இக்கதை சமூகத்தில் ஏற்படுத் தக்கூடிய விளைவுகளையும் சேக்கிழார் சிந்தித்திருப்பார். எனவே தான், மனைவியின் தயக்கத்தையும், பின்னர் கணவர் கூறுவதற்கு எதிராக முடிவெடுப்பதற்குத் தனக்கு உரிமையில்லை என்பதையும், அவர் சுட்டிக்காட்டுவதையும் சேர்த்துள்ளார்.

சிறுத்தொண்டரது கதை சற்று மாறுபட்ட தன்மை கொண்டது. அத்துடன், அது பல நூற்றாண்டுகாலமாகத் தமிழகத்தில் வழங்கி வந்த கதை. எனவே, சேக்கிழார் சிறிதும் தயக்கமின்றிக் கதையை வளர்த்துச் செல்கிறார். இது, முதல் கதையைவிட மிகக் கொடுமை யான செயல்மூலம் பக்தியைக் காட்டுவதால், அச்செயலில் கணவன் மனைவி இருவருக்கும் சமபங்களிக்க அவர் விரும்பியிருக்கவேண் டும். தன் பிள்ளையைக் கொல்லச் சம்மதிக்கவும், அக்கொலையில் பங்கு கொள்ளவும், பொதுவாக எந்தத் தாயும் சம்மதிக்க மாட்டாள். ஆனால், இங்கே தாய் சம்மதிக்கிறார். அவரின் மனநிலையில் எந்த மாற்றங்களும் ஏற்பட்டதாகச் சேக்கிழார் கூறவில்லை. கவனமாகக் காரியத்தைச் செய்து, சிவனடியாரது பசியை ஆற்ற வேண்டும் என்ற எண்ணம் இருந்ததே தவிர, அச்செயலில் ஈடுபட்டபோது துயரமோ, வேறு மனநிலையோ இருக்கவில்லை. ஆயினும், மிகக் கொடுமையான ஓர் அனுபவத்தினூடாகச் செல்ல வேண்டிய நிலையைச் சேக்கிழார், சிறுத்தொண்டரின் மனைவிக்கு அளித்துள்ளார். ஆயினும், அவரது மனநிலையைக் கூறிக் கதை கேட்போரின் அனுதாபத்தைப் பெறும் சந்தர்ப்பத்தைச் சேக்கிழார், அவருக்குக் கொடுக்க விரும்பவில்லை. அதனாலேயே, மனைவி அனைத்துக் காரியங்களிலும் மனப்பூர்வமாகப் பங்குபெறுவதாகக் கூறுகிறார் என்று எண்ணத் தோன்றுகிறது.

வேறு இரு கதைகளைச் சேக்கிழார் முற்றாகப் பெண்களுக்கு எதிராக அமைத்துள்ளார். அதாவது, நாயனாரின் பணிக்குச் சாதகமாக இல்லாதவர் எவரும் தண்டனைக்கு உரியவர் என்பது அவரது கருத்துபோலத் தெரிகிறது. கலிக்கம்பரின் மனைவி எப்போதும் சிவனடியாருக்கு உணவளிக்கும் பணிக்குத் தன் பங்களிப்பை வழங்கிவந்தவர். தினமும் பெரியளவில் சுவையான

உணவு தயாரிப்பது மட்டுமல்ல, சிவனடியார் வந்ததும் வாசலில் அவர்களது கால்களைக் கணவன் கழுவுவதற்குத் தண்ணீர் வார்ப்பதும் அவரது கடமை. அவர் ஒருபோதும் அக்கடமைகளில் தவறியவர் இல்லை. ஒருநாள் தம்மிடம் முன்னர் பணியாளாக இருந்து, கோபித்து விலகிச் சென்ற ஒருவன் சிவனடியாராக வந்திருப்பதைத் தண்ணீர் ஊற்ற வந்தபோது அவதானித்த அவர், தண்ணீர் வார்க்க ஒரேயொரு கணம் தாமதித்ததற்காகக் கணவனான நாயனார், உடனே போய், வாளை எடுத்துவந்து, தண்ணீர் வார்க்கத் தாமதித்த அவரது கையைத் தறித்தார். பின், தானே நீர் ஊற்றிக் கழுவி, அடியாருக்கு அமுது செய்வித்தார்.

அடுத்த கதையில், நாயனாரான கழற்சிங்கன் என்ற அரசனின் பட்டத்து ராணி, அவருடன் ஒருநாள் கோயிலுக்குப் போயிருந்த போது, கீழே கிடந்த பூவொன்றை எடுத்துப் பெண்களுக்குள்ள இயல்பின்படி நுகர்ந்துவிட்டார். அப்போது அங்கே வந்த செருத் துணை நாயனார், ராணியின் அச்செயல் கண்டு தாளாத கோபங்கொண்டு, கருவி எடுத்துவந்து, பூவை மணந்த அவளது மூக்கை வெட்டினார். அதனால் ஏற்பட்ட வலியினால், அவள் கீழே விழுந்து அழுத அழுகுரல் கேட்டு, அங்கே வந்த அரசன் நடந்ததை செருத்துணையார் கூறக் கேட்டு, பூவை எடுத்த கையையும் தறிக்க வேண்டுமென்று கூறித் தனது வாளால் அவளது கையையும் தறித்தார். அப்போது அவரது செயலை மெச்சி, வானத்திலிருந்து தேவர் மலர்மாரி பொழிந்தனர்.

இவ்விரு கதைகளிலும் நாயனார்கள் மட்டும் இறுதியில் சிவனடி சேர்ந்ததாகக் கூறப்படுகின்றதேயன்றி, பாதிக்கப்பட்ட பெண்களுக்கு நேர்ந்த கதிபற்றி எதனையும் சேக்கிழார் கூறவில்லை. அத்துடன், மூக்கையும் கையையும் வெட்டிய செயல் கொடுமையா னது என்று யாரும் கருதுவதற்கு இடமளியாது, அது சரி என்பதை ஏற்றுத் தேவர்களே பூமாரி பொழிந்ததாகச் சேக்கிழார் கூறுகிறார். கலிக்கம்பரின் மனைவி எந்தவிதத்திலும் தனது கணவனின் பணிகளுக்குத் தடையாகவோ அல்லது ஒத்துழைக்காமலோ இருக்கவில்லை. விபூதியும் உருத்திராக்கமும், இடையில் கந்தையும் அணிந்து வருபவர் அனைவரும் சிவனடியார் என்ற பிரிவுள் அடங்குவர். அவர்களது உள் இயல்பையோ அல்லது முந்தைய வாழ்க்கையையோ ஆராய வேண்டிய அவசியமில்லை என்பது சேக்கிழாரது வாதம். வேறு கதைகளிலும் சேக்கிழார் இந்த வாதத்தை முன்வைப்பதைக் காணலாம். அதனாலேயே, ஒரு சிறிய தவறுக்குக் கலிக்கம்பரின் மனைவி பெரிய தண்டனை பெற வேண்டியதாயிற்று.

கழற்சிங்கனது மனைவி, கீழே விழுந்து கிடந்த பூவையே எடுத்து மோந்தார். அதனால், அவர் மூக்கையும் கையையும் இழக்க வேண்டிய பரிதாப நிலைக்கு ஆளானார். இரண்டு

நாயனார்களால் தண்டிக்கப்பட்ட ஒரேயொரு பெண் இவர்தான். கீழே விழுந்த பூ, பூசைக்கு உரிய தகுதியை இழந்துவிடுகிறது. ஆயினும், கோயிலுக்குள் இருந்ததால், அதற்கு ஒரு புனிதம் வந்ததென்றும், அதனை மணப்பதன் மூலம் ராணி அந்தப் புனிதத்தை மாசுபடுத்திவிட்டார் என்று சேக்கிழார் கருதியதா லேயே, அவருக்கு அவ்வளவு பெரிய தண்டனையை அளித்துள் ளார். சைவத்தைப் பாதுகாப்பதற்குச் சிவனடியாருக்குச் செய்யும் சேவைகளையும், கோயிலின் புனிதத்தையும் பாதுகாப்பது மிக அவசியம் என்று சேக்கிழார் கருதியதால் போலும், இரண்டு பெண்களும் சிறிய தவறுக்குப் பெரிய தண்டனை பெற்றார்கள்.

பொதுவாகப் பெரியபுராணத்தில் வரும் பெண்கள் அனைவரும், ஏதோ வகையில் தியாகம் செய்பவர்களாகவே காட்டப்படுகிறார் கள். ஒன்றில் இளமையையும் தமது வாழ்வையும் தியாகம் செய்பவர்களாயிருப்பர் அல்லது தங்கள் சொந்த விருப்பு வெறுப்பு களையோ அல்லது தமது அழகிய உடல் உறுப்புகளையோ தியாகம் செய்பவர்களாயிருப்பர். 'பெண்ணென்று பூமிதனில் பிறந்துவிட்டால், பெரும் பீழை இருக்குதடி தங்கமே தங்கம்' என்று பாரதியார் பாடியது, பெரியபுராணத்தில் வரும் பெண்களுக் கும் பொருந்தும்போலத் தெரிகிறது.

●

பொட்டு

பொட்டு அல்லது திலகம் என்பதற்கு மங்கல அழகுச் சின்னமாக, நெற்றியின் நடுவில், (புருவ மத்தியில்) குங்குமம் போன்றவற்றால் வைத்துக்கொள் ளும் சிறு வட்டவடிவக் குறி, என்கிறது தமிழ் அகராதி. அது, அதற்கு மேல் எந்த விளக்கத்தையும் தரவில்லை. பொட்டு வைத்தல் என்பது இந்தியப் பண்பாட்டுக் குரிய முக்கிய அம்சமாகும். பெண்கள் மட்டுமல்ல, ஆண்களும் நெற்றியில் திலகமிடுவது நெடுங்காலமாக இந்திய மரபில் காணப்பட்டு வருகிறது. தாம் சார்ந்த இந்து மதப் பிரிவின் அடையாளத்தைக் குறிப்பதற்காக, ஆண்கள் நெற்றியில் திலகமிடும் வழக்கம் பல நூற் றாண்டுகாலமாக இந்தியாவில் நிலவி வந்திருக்கிறது. சக்தியை வழிபடும் சாக்தப் பிரிவினர், சிவந்த குங்கு மத் திலகத்தாலும், வைஷ்ணவ சமயத்தைச் சார்ந்தவர் கள், U வடிவில் அமைந்த நாமம் எனப்படும் வெள்ளை நிறப் பொட்டாலும், சூரியனை உயர் தெய்வமாக வழிபடும் சௌரமதப் பிரிவினர், செஞ்சந்தனத்தாலான பொட்டாலும் தம்மை அடையாளப்படுத்தினர்.

இந்து சமயரீதியாகப் பொட்டணிதல் என்பது ஆண்களுக்கும் பெண்களுக்கும் பொதுவான மரபா கும். பொட்டிடுவதற்குப் புருவ மத்தி தெரிவுசெய்யப் பட்டமைக்குச் சில காரணங்கள் கூறப்படுகின்றன. தியானம் செய்யும்போது பார்வையும் மனமும் புருவ மத்தியில் குவிந்து ஒடுங்குகிறது. அவ்வாறு ஒடுங்கும் போது, அந்த இடத்தில் ஒருவித அழுத்தம் ஏற்படுவ தாகச் சொல்லப்படுகிறது. அந்த அழுத்தத்தின் தாக் கத்தைக் குறைப்பதற்காகவும், புறத்தில் இருந்து வரும் சக்திகளின் தாக்கத்தைத் தவிர்ப்பதற்காகவும், புருவ மத்தியில் பொட்டணிவதாகக் கூறப்படுகிறது.

உடலில் ஏழு சக்கரங்கள் சக்திநிலைகளாக இருப்ப தாக நம்பப்படுகிறது. பிறர் காணும் வகையில்,

வெளியில் தெரியும் படியாக, அமைந்திருப்பது புருவ மத்தியில் அமைந்துள்ள ஆறாவது சக்கரம் மட்டுமே. இந்தச் சக்கரம் மூளை, நரம்பு மண்டலம், காதுகள், நாசி, இடது கண் ஆகியவற்றைக் கட்டுப்படுத்துவதாகவும் புத்திக் கூர்மை, மனம், புத்தி, ஆன்ம சக்தி ஆகியவற்றைப் பிரதிநிதித்துவப் படுத்துவதாகவும் கருதப்படுகிறது. அதனால், இந்தப் புருவமத்தியைப் பாதுகாப்பதும், அதன் சக்தியை அதிகரிக்கச் செய்தும் முக்கியமானதாக எண்ணப்பட்டதால், அந்த இடத்தில் பொட்டு வைக்கும் மரபு ஆரம்பிக்கப்பட்டதாகக் கூறப்படுகிறது.

பெண்கள் பொட்டணிவதற்கு இன்னொரு காரணமும் கூறப் படுகிறது. அதாவது, பெண்களைத் தீய எண்ணத்துடன் பார்ப்ப வரது பார்வையை அது தூய்மைப்படுத்துகிறது. ஒருவர், ஒரு பெண்ணின் கண்களை வேறுபட்ட எண்ணத்துடன் பார்க்கும் போது, பொட்டு அவரது கவனத்தைத் திசை மாற்றுவதுடன், அது சிவனது மூன்றாவது கண்ணை நினைவூட்டுவதால், அவரது தீய எண்ணங்கள் மறைய உதவுவதாகவும் கூறப்படுகிறது.

ஞானக்கண்ணை அடையாளப்படுத்தும் பொட்டு, அதை அணிபவருக்கு நல்லதிர்ஷ்டத்தையும் விழிப்புணர்வையும் ஏற்ப டுத்துவதாகக் கருதப்படுகிறது.

இந்து சமயம், பொட்டணிதல்பற்றி இவ்வாறு பலவிதமான கருத்துக்களைக் கூறியபோதும், தமிழரைப் பொறுத்த வரையில், ஆரம்பகாலத்தில் அழகுக்காகவே பெண்கள் திலகமிட்டதாக, சங்க இலக்கியமான **கலித்தொகையில்** உள்ள சில பாடல்கள் குறிப்பிடுகின்றன. **சிலப்பதிகாரமும்** அழகுக்காகப் பொட்டிடுதல் பற்றிக் குறிப்பிடுகிறது. நெற்றியில் பொட்டிடுதல் என்பது, எப்போது பெண்களின் மங்கலச் சின்னமாகக் கருதப்பட ஆரம்பித்தது என்பதும், தமிழ்ப் பண்பாட்டின் அம்சமாக அது எப்போது மாறியது என்பதும், தனியாக ஆராயப்பட வேண்டிய விஷயங்களா கும். பண்டைக்கால ஆரிய சமூகத்தில், திருமணத்தின்போது மணமகன், தனது இரத்தத்தைத் திருமணம் முடித்ததன் அடையாள மாக மணமகளின் நெற்றியில் பொட்டாக வைத்ததுபற்றிச் சில அறிஞர்கள் குறிப்பிட்டுள்ளனர். இந்த வழக்கம், பின்னர் திருமணத்தின்போது, மணமகள் சிவப்பு நிறத்தில் பொட்டணியும் முறைக்கு வித்திட்டிருக்கலாம்.

தமிழர் வாழ்வுடன் பல நிறங்கள் பின்னிப்பிணைந்துள்ளன. அவற்றுள் சிவப்பு, வெள்ளை நிறங்கள் முக்கியமானவை. சமூக வியல்ரீதியாக இந்நிறங்களுக்கு விளக்கம் கொடுக்கப்படுகிறது. தமிழருக்குரிய சூடு, குளிர் என்ற பாகுபாட்டின் அடிப்படையில் இவ்விளக்கங்கள் அமைந்துள்ளன என்பது குறிப்பிடத்தக்கது. வெள்ளை நிறம் குளிர்மையையும், சிவப்பு நிறம் சூட்டையும் பிரதிநிதித்துவப்படுத்துவதாக நம்பப்படுகிறது. இவ்வியல்புகளை

வெளிப்படுத்தும் வகையிலேயே, திருமணத்தின்போது ஆண்களதும் பெண்களதும் ஆடைகள் தெரிவுசெய்யப்படுகின்றன. ஆண் குளிர் மையான இயல்பு உள்ளவனாகக் கருதப்படுவதால், வெள்ளைநிற ஆடை அணிகிறான், சந்தனத் திலகமிடுகிறான். பெண் சூடுள்ளவ ளாக எண்ணப்படுவதால், சிவப்பு நிறச் சேலையணிந்து, சிவப்பு நிறத்தில் பொட்டிடுகிறாள். சிவப்பு நிறம் சூட்டை மட்டுமல்ல, குருதியின் நிறம் என்பதால், வளத்தையும் குறிக்கும். வளம் என்னும் போது, அது சந்ததி விருத்தியைக் குறிக்கும். சந்ததியை, உடல்ரீதியாக விருத்திசெய்யும் வளம் பெண்ணிடம் இருப்பதாலும், அது சூடான இயல்புள்ளது என்று கருதப்படும் காமத்துடன் தொடர்புள்ள தாலும், அதைப் பிரதிநிதித்துவப்படுத்தும் வகையில், சிவப்புநிற ஆடையை அவள் திருமணத்தின்போது அணிகிறாள். அத்துடன், அன்றே அவள் முதன்முதல் சிவப்பு நிறத்தில் பொட்டணிகிறாள். திருமணத்தின் பின், சந்ததியை விருத்திசெய்யும் நிலைக்கு அவள் தயாராகிவிட்டாள் என்பதை, அவளது சிவப்பு நிறத் திருமணச் சேலையும் பொட்டும் குறிப்பாகக் காட்டிநிற்கின்றன.

தமிழ்ப் பெண்ணின் வளம் கற்பு நெறியுடனும் தொடர்புபட்டி ருக்கிறது. அதனாலேயே, கணவன் மரணமடைய நேரிட்டால், அவள் தனது சிவப்பு நிறப் பொட்டை நீக்கித் தனது வளமின்மை யைப் பிரதிபலிக்கிறாள். அதேபோல, அதன் பின் அவள் வெள்ளை நிறச் சேலையணிந்து, குளிர்மையடைந்துவிட்ட நிலையைக் காட்டுகிறாள். எத்தனையோ நிறங்கள் இருக்கப் பொட்டுக்குக் குருதி நிறமான சிவப்பு நிறம் தெரிவு செய்யப்பட்டமைக்கு, இதுவே காரணமாக இருக்க வேண்டும்.

1930களில் தமிழ்நாட்டிலிருந்து சஞ்சிகைகள் யாழ்ப்பாணத்திற்கு வர ஆரம்பித்த பின்னர், இலங்கையில் உள்ள தமிழ்ப் பெண்கள் பொட்டிடும் வழக்கத்தைப் பரந்த அளவில் ஆரம்பித்திருக்கலாம். ஆயினும், காலப்போக்கில் இலங்கை அரசியலில் தமிழரைப் பாதிக்கும் வகையில் மாற்றங்கள் ஏற்படத் தொடங்கிய பின்னர், பொட்டிடுதல் என்பது தமிழ் இனத்தைக் குறிப்பிடும் ஒரு குறியீடாக மாறியது. இதன் காரணமாகவே, தமிழருக்கு எதிரான போக்குக் கூர்மையடைந்த காலத்தில், கொழும்பில் வாழும் பெண்கள், தமது அடையாளத்தை மறைப்பதற்காகப் பொது இடங்களில் பொட்டிட்டுச் செல்வதைத் தவிர்த்தனர்.

வெளிநாட்டில் வாழவந்த தமிழ் அல்லது இந்துப் பெண்கள், ஏன் பொட்டு அணிகிறீர்கள்? இதற்கு உங்கள் சமயத்தில் அல் லது பண்பாட்டில் ஏதும் முக்கியத்துவம் உள்ளதா? இது சாதியைக் குறிக்கும் அடையாளமா? என்று பல கேள்விகளை எதிர்கொள்ள வேண்டியுள்ளது. எனவே, பொட்டிடுதல்பற்றி அறிய விரும்புபவர் களுக்குச் சரியான விளக்கத்தைக் கொடுப்பதற்காக, நாம் இதைப் பற்றி அதிகம் சிந்திக்க வேண்டியுள்ளது. நான் சுவீடனில் வாழ்ந்த

காலத்தில், இந்தக் கேள்வியை அடிக்கடி எதிர்கொள்ள வேண்டி நேர்ந்தது. ஒரு தடவை புகைவண்டியில் பிரயாணம் செய்தபோது, ஒருவர் எனது பொட்டைப் பார்த்து விட்டு விளக்கம் கேட்டார். திருமணமான பெண்களுக்கு, இது ஓர் அடையாளமாக விளங்குவ தாக நான் கூறியதும், அவர் உடனே கேட்டார், *traffic light*இல் உள்ள *red light*போல, எதிரே வருபவரை, இவள் திருமணமான பெண், தூரத்தில் நில் என்று எச்சரிக்கின்றதா, இந்தச் சிவப்புப் பொட்டு? என்று. அது ஒருவகையில் நல்ல விளக்கமாகவே எனக்குப் பட்டது.

இன்று அழகுக்காகப் பொட்டணியும் வழக்கம் வேகமாகப் பரவி வருகிறது. அதனால், அதன் வடிவம் மட்டுமல்ல, அளவும் மாறிவிட்டது. வட்டப் பொட்டு என்ற நிலை போய் சதுரம், மெல்லிய கோடு, நீள்வட்டம் *(oval shape)*, நீர்த்துளி போன்ற வடிவங்களிலும் பாம்பு, மயில், கிளி, ஏன் யானை வடிவத்தில்கூடப் பொட்டணியும் நாகரிகம் பரவியுள்ளது. இந்துக்கள் மட்டுமல்ல, மற்றையோரும் விரும்பி அணியும் வகையில், நெற்றியிலும் உடலின் வேறு பல பாகங்களிலும் அணியும் விதமாகப் பல்வேறு வகை ஒட்டுப் பொட்டுகள், தற்போது விற்பனைக்கு வந்துள்ளன. பாடகியான *Madonna* ஆரம்பித்துவைக்க, *No Doubt* என்ற பொப் குழுவின் தலைமைப் பாடகியான *Gwen Stefani*, தனது அடையாள மாகவே *(trade mark)* பொட்டை ஏற்றுள்ளார்.

பொட்டு, ஆரம்பத்தில் இந்தியாவிலும் இலங்கையிலும் உள்ள பெண்களால் மட்டும் அணியப்பட்டது. இதனால், இந்நாடுகளுக்குச் செல்லாத பிறநாட்டவர், இது பற்றிச் சிறிதே அறிந்திருந்தனர். ஆனால், இந்திய இலங்கைப் பெண்கள் புலம்பெயர்ந்து வாழ ஆரம்பித்ததிலிருந்து, பொட்டு பல நாட்டவர், இனத்தவர் அறியும் ஒன்றாகிவிட்டது. பெண்களின் ஆடை மாறியபோதும், பொட்டுக் களின் வர்ணங்களும் வடிவங்களும் மாறியபோதும், பொட்டணிதல் என்பது பெருமளவில் மாறவில்லை. பிறநாடுகளில் பிறந்து வளர்ந்த இளம் இந்திய, இலங்கைப் பெண்கள் தமது பண்பாட்டின் பல விஷயங்களைக் கைவிட்டுவிட்டபோதும், விசேட தினங்களில் நவீன வடிவங்களில் வந்துள்ள பொட்டை அணிவதை விடவில்லை. ஆயினும், பொட்டுவைத்தலுடன் இணைந்துள்ள பல விளக்கங்கள், காரணங்கள் என்பன முற்றாக மறக்கப்பட்டு, வெறும் அழகுக்காக வும் அடையாளத்துக்காகவுமே பொட்டு இன்று அணியப்படுகிறது.

அமெரிக்காவில், பல வருடங்களின் முன்னர், பொட்டு வைப்ப வர்களுக்கு எதிரான இனவெறி இயக்கம் ஒன்று தோன்றியதை உங்களில் பலர் அறிந்திருப்பீர்கள். *Dot-Buster* என்ற இந்த இயக்கம், பொட்டுவைத்தவர்களைத் தாக்குவதைக் குறிக்கோளாகக் கொண்டு இயங்கியது. இந்தியர் அதிகமாக வாழ்ந்த மாநிலங்களில் தோன்றிய இந்த இயக்கம், பின் முக்கிய அமெரிக்க நகரங்களுக்குப் பரவியது.

இது பின்னர் கட்டுப்படுத்தப்பட்டபோதும், அதனுடன் இணைந்த இனவெறியைப் பலர் மறந்துவிடவில்லை. சில வருடங்களின் பின், இந்த எண்ணத்தை மாற்றும் நோக்கத்துடன் ஒரு 35 நிமிட வீடியோப் படம் எடுக்கப்பட்டது. அதன் தலைப்பு *Just a Little Red Dot*. இது ஒருவித தகவல் நாடக (Docudrama) அமைப்பில் எடுக்கப்பட்டுள்ளது. இதன் முக்கிய நோக்கம், ஒரு மாற்றத்தை ஏற்படுத்துவதே. இப்படத்தை உருவாக்கிய மித்ரா சென் என்ற இந்தியப் பெண், கனடாவில் Toronto மாநிலத்தில் உள்ள Scarborough என்ற இடத்தில் உள்ள Tom'O'Shanter Junior என்ற அரச பாடசாலையில் ஆசிரியையாக இருந்தார். தனது வகுப்பறையில் நடைபெற்ற உண்மை நிகழ்ச்சிகளை அடிப்படையாகக் கொண்டே இந்தப் படத்தை உருவாக்கினார். 1994ஆம் ஆண்டு மே மாதம் 20ஆம் தேதி, இலங்கையில் இருந்து புலம்பெயர்ந்த பார்வதி என்ற மாணவி அந்தப் பாடசாலையில் ஐந்தாம் வகுப்பில் சேர்ந்திருந்தாள். அவள் பொட்டு அணிந்திருந்த காரணத்தால், மற்றைய மாணவரால் ஏளனம் செய்யப்பட்டு, அவமதிக்கப்பட்டாள். பின்னர், ஆசிரியையின் பிறந்த தினம் வந்தபோது, ஒவ்வொரு மாணவரும் அவருக்குப் பரிசளித்தனர். அப்போது, பார்வதி ஒரு packet பொட்டுகளை ஆசிரியையான மித்ராவுக்குப் பரிசளித்தாள். அவர், உடனே அவற்றில் ஒன்றைத் தனது நெற்றியில் அணிந்துகொண்டு, அதன் பண்பாட்டு முக்கியத்துவம்பற்றி மாணவருக்கு விளக்கிக் கூறினார். அது அவர்களை அழகுபடுத்தும் என்பதைக் கேட்டவுடன், வகுப்பில் உள்ள மாணவிகள் ஆசிரியையிடம் பொட்டுக்களை வாங்கித் தமது நெற்றியில் அணிந்து கொண்டு, விளையாட்டு மைதானத்துக்கு விளையாடச் சென்றனர்.

அங்கே அவர்களது ஆர்வம் விரைவில் நசுக்கப்பட்டது. அவர்களது சகபாடிகள், அவற்றை Paki-dots உட்படப் பல பெயர்களால்

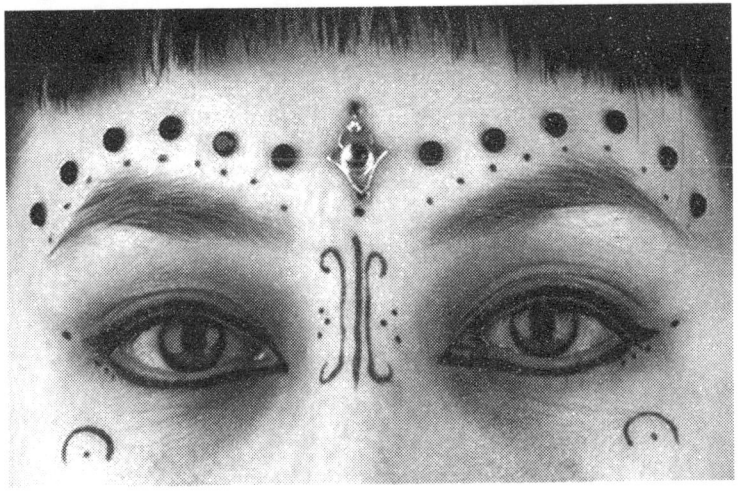

சந்திரலேகா வாமதேவா

கேலிசெய்தனர். அவர்களது மூர்க்கத்தனமான இனவெறியால் பாதிக்கப்பட்ட பொட்டணிந்த மாணவர்கள் வெட்கமடைந்தனர், அதிர்ச்சியுற்றனர், குழப்பமுற்றனர். இனவெறி என்றால் என்ன வென்றறியாத அந்த 9, 10 வயதுப் பிள்ளைகள், உடனே தமது பொட்டுக்களை மனவருத்தத்துடன் அகற்றினர். ஆசிரியை, அவர்களை இதுபற்றி உரையாடும்படி கூறினார். வேறுபட்ட தோற்றம், பண்பாடு ஆகியவற்றை மதித்தல், சகிப்புத்தன்மை ஆகியனபற்றித் தமது பாடசாலைச் சகபாடிகளுக்கு அறிவூட்டுதலின் அவசியம்பற்றி, அறிவுள்ள மாணவர்கள் சிலர் கூறினர். அந்த மாணவர்கள், பொட்டை *cool-dots* என அழைத்துத் தமது சக பாடிகளிடையே பிரபலப்படுத்துவதில் வெற்றிகண்டனர். அப்பாடசாலையைச் சேர்ந்த ஏனைய ஆசிரியைகளும் பொட்டை அணிந்து, அவர்களது ஆதரவைக் கொடுத்தனர். கேலி செய்தவர்கள், தமது பாடசாலையில் பொட்டு பெற்ற பிரபலத்தைக் கண்ணுற்றுத் தோல்வியை ஏற்று விலகினர்.

ஏற்கெனவே படத் தயாரிப்பில் அனுபவமுள்ள ஆசிரியையான மித்ரா சென், இந்தப் பொட்டுச் சம்பவம் ஓர் அறிவூட்டும் படத்திற்கு நல்ல வளமுள்ள அடிப்படை என்பதை உணர்ந்தார். எனவே, இரண்டு வருட ஊதியமற்ற லீவை எடுத்துக்கொண்டு படத் தயாரிப்பில் இறங்கினார். இதற்காக, அவர் பன்னிரண்டுக்கு மேற்பட்ட நாடுகளையும் இனங்களையும் சேர்ந்த 80 பிள்ளைகளைத் தெரிவுசெய்து, அவர்களை நடிகர்களாக்கினார். 1996ஆம் ஆண்டு ஜூன் 25ஆம் தேதி, அந்தப் படம் *Ontario Science Centre*இல் திரையிடப்பட்டபோது, அந்தப் படம் தெரிவித்த உள்ளார்ந்த செய்திக்காக மட்டுமல்ல, சிறந்த பாத்திரப் படைப்பு, அதில்

பயன்படுத்தப்பட்ட graphics, மிக அழகான இசை ஆகியவற்றிற்காகவும் அப்படத்தின் இயக்குநரும் நடிகர்களும் பெரும் பாராட்டுதலைப் பெற்றனர். மனித உரிமைகள் நிர்வாக இயக்குநரான Dr. Karen Mock என்பவர், இந்த சக்தி வாய்ந்த திரைப்படம் விழிப்புணர்வை ஏற்படுத்துவதுடன், எமது பல்லின சமூகத்திற்கு மிக அவசியமான, ஒருவரை ஒருவர் மதித்தல், சாதகமான செயற்பாடு ஆகியவற்றை ஊக்குவிக்கிறது என்று பாராட்டினார். அத்திரைப்படம் பல உயர் விருதுகளைப் பெற்றதுடன், பல அரச உயரதிகாரிகளின் பாராட்டுதல்களையும் பெற்றது.

1996 கோடைகாலத்தில் Little Red Dot Club ஒன்று பிள்ளைகளின் முயற்சியால் உருவாகியது. அதன் இணைத் தலைவரான 13 வயது Mandy Pipher கூறியதாவது: பகிர்தல், மற்றைய பண்பாடுகளை விளங்கி ஏற்றல் ஆகியவற்றை எமது சந்ததியினரை உணரச் செய்வதே, இந்த கிளப்பின் நோக்கம். இவ்வாறு உணர்வதன்மூலம், நாம் வளர்ந்ததன் பின்னர் எந்த நாட்டிலிருந்து வந்தவராயினும் சரி, எந்தவிதமான தோற்றம் கொண்டவராயினும் சரி, அவர்களுடன் எவ்வித பிரச்சினைகளுமின்றி, ஒத்து இயங்க முடியும். ஐந்து அங்கத்தவர்களைக்கொண்ட இந்த club, Toronto நகரத்தில் உள்ள பல்வேறு ஆரம்பப் பாடசாலைகளில், இதுபற்றி 120க்கு மேற்பட்ட நிகழ்ச்சிகளை நடத்தியுள்ளது. தமது நிகழ்ச்சிகள் சிறுவர்களில் ஏற்படுத்தும் சாதகமான பாதிப்பையிட்டு மகிழ்ச்சியடையும் Mandy, நிகழ்ச்சி முடிந்ததும் மாணவர்கள் தன்னிடம் வந்து பொட்டுக்களைக் கேட்பதாகக் கூறுகிறார். இந்த clubஐ நடத்துவதன் மூலம், அதன் அங்கத்தவர்கள் திட்டமிடல், பொது மேடைகளில் பேசுதல், அதற்கான பேச்சைத் தயாரித்தல், மானியத்துக்கு விண்ணப்பித்தல், வரவு செலவுப் பட்டியலைத் தயாரித்தல் எனப் பல்வேறு பயிற்சிகளையும் பெற்றனர். இந்த clubக்கு 1996இல் Trillium Foundationஇல் இருந்து 10,000 டொலர்கள் மானியம் கிடைத்தது. கனடாவில் உள்ள இனவெறி எதிர்ப்பு நிறுவனங்களில் இது முக்கியமானதாக இயங்கிவந்தது.

இது, 1998இல் வெளிவந்த Hinduism Todayஇல் இடம்பெற்ற ஒரு கட்டுரையின் தமிழாக்கம். அந்த கிளப் இப்போதும் இயங்கி வருகிறதா என்பதை அறிய, அவர்களது இணையத்திற்குச் சென்று பார்த்தேன். அதே நோக்கத்துடன், அது இன்றும் இயங்கிவருவதை அறிய முடிந்தது. Jassica என்ற மித்ராவின் படத்தில் நடித்த பெண், தற்போது இணைத் தலைவராக இருக்கிறார்.

●

சேலைகட்டும் பெண்ணுக்கு...

> ஒரு பெண்ணைக் கற்பனைசெய்யும்
> கற்பனா சக்தியுள்ள ஒரு நெசவாளியின்
> தறியில் சேலை பிறக்கிறது.
> அவளது கண்ணீரின் மினுமினுப்பையும்
> விரிந்து பிரவகிக்கும் கூந்தலின் அழகையும்
> மாறும் அவளது மனநிலையின்
> வண்ணங்களையும்
> நடையழகின் நேர்த்தியான வனப்பையும்
> ஒன்றாகக் கலந்து
> ஐந்தரை மீற்றர் நீளத்தில்
> நெய்து முடித்தபின்
> ஒரு சேலை உருவாகிவிட்டதென்று
> அவன் மகிழ்ந்து சிரித்தான்.

சேலையின் அழகு பெண்ணின் அழகுடன் பின்னிப்பிணைந்துள்ளது என்றும், அவளின் அழகின் அம்சங்களைக் கலந்தே நெசவாளி சேலை நெய்கிறான் என்றும் கூறுகிறது, இந்தியாவின் The Saree என்ற விளம்பரக் கையேடு. அது உண்மையோ, பொய்யோ எவ்வாறிருப்பினும் மிக நீண்ட வரலாறு கொண்ட சேலைபற்றிச் சற்று ஆராய்வோம்.

சேலைகட்டும் பெண்ணுக்கு ஒரு வாசமுண்டு என்று ஒரு சினிமாப் பாடல், பட்டுச் சேலையில் உள்ள ஒருவித வாசத்தைப் பெண்ணுக்குள்ளதாகக் கற்பனை செய்கிறது. காஞ்சிப் பட்டுடுத்து வரும் பெண்ணைத் தேவதையாகக் காண்கிறது இன்னொரு பாடல். இவை, சேலை அணிவதால் பெண்ணுக்கு ஏற்படும் அழகை ஒருவகையில் கூறுகின்றன என்றும் கூறலாம். சேலைகள் வாங்கித் தரும்படித் தொந்தரவு செய்யும் மனைவியரை அல்லது அளவு கணக்கின்றிச் சேலைகளை வாங்கி அடுக்கும் மனைவியரைக் கண்ட கணவன்மார், 'சேலையை விரும்பாத பெண்ணும்

இந்தத் தரணியில் உண்டா?' என்று வியப்படைவது அல்லது சலிப்படைவது வழக்கம். பெண்களைக் கேட்டால், 'சேலையை விரும்பாத பெண்ணும் ஒரு பெண்ணா?' என்பார்கள். கருத்துக்கள் எப்படி மாறுபடினும், சேலை என்பது ஓர் அழகான ஆடை என்பதில் கருத்து வேறுபாடு கள் கிடையாது. அதன் அழகிய வண்ணமும் வேலைப்பாடும் இன வேறுபாடின்றி அனைவரையும் கவர்ந்திழுக்கும் ஆற்றல் கொண்டது. உலகில் சேலையைப்போல நீண்ட வரலாறு கொண்ட ஆடை எதுவும் இல்லை. இதனால், உலகில் உள்ள மரபார்ந்த ஆடைகளின் அரசி, சேலையே என நாம் கூறலாம்.

சேலை, பண்பாட்டுரீதியாகப் பல்வேறு மாநிலங்களில் வாழும் இந்தியப் பெண்களையும், இலங்கைப் பெண்களையும் இணைக்கி றது. அணியும் முறைகள் மாறுபட்டபோதும், இந்தியாவின் பெரும்பாலான மாநிலங்களில் வாழும் பெண்களும், இலங்கைத் தமிழ், சிங்களப் பெண்களும் பொதுவாகச் சேலையே அணிந்து வருகின்றனர். பணக்காரர், ஏழை, கட்டையானவர், உயரமானவர், மெலிந்தவர், மொத்தமானவர் எவராயினும் சேலை என்பது, அணிபவர்களுக்கு ஒரேமாதிரியான அனுபவத்தை அளிக்கிறது. இந்திய, இலங்கைப் பெண்கள் உலகம் பூராவும் பரந்து வாழ்வதால், இன்று உலகம் முழுவதும் சேலை அணியும் பெண்களைக் காண முடிகிறது.

யாழ்ப்பாணத்தில் பெரும்பாலான பெண்கள் தினமும் சேலை யையே வீட்டிலும் வெளியிலும் அணிந்துவந்தனர். இந்தியாவிலும் அப்படியே. கிராமப்புறங்களில் இன்றும் பெண்கள் தொடர்ந்து சேலையையே அணிந்துவருகின்றனர். ஆயினும், நகரங்களில் இந்நிலை பெரிதும் மாறிவருகிறது. அங்கு வாழும் பெண்கள் பலவேறு துறைகளில் படித்து வேலை செய்வதுடன், பல வெளி வேலைகளையும் கையாளும் வல்லமை பெற்று வருகின்றனர். இதனால், வீட்டிலிருக்கும் பெண்கள்போலச் சேலை அணிவது சிறிது கஷ்டமான காரியமாய் இருக்கிறது. இதனால், முஸ்லிம் செல்வாக்கால் காஷ்மீர், பஞ்சாப் மாநிலப் பெண்களின் மரபு ரீதியான ஆடையாக மாறிய சல்வார் கமீஸ் *(Salwar-Kameez)*, சுரிதார் குர்த்தா *(Churidar-Kurta)* என்பன தமிழ்ப் பெண்கள் மத்தி யிலும் இன்று பெரும் செல்வாக்குப் பெற்று வருகின்றன. ஆயினும், வேலைக்குச் சேலை அணிந்து செல்லும் பெண்களுக்கும் குறை வில்லை. இலங்கையிலும் இந்தியாவிலும் (பாகிஸ்தான், பங்களாதேஷ் உட்பட) இன்றும் பெண்கள் வேலைக்குச் செல்வதற்குச் சேலையே அணிந்து செல்கின்றனர். புலம்பெயர்ந்த பின்னர் பெரும்பான்மை யான இந்திய, இலங்கைப் பெண்கள் சேலையணிவதைச் சிறப்பு நிகழ்ச்சிகளுக்கென்று ஒதுக்கி வைத்துள்ளனர். இளம் பெண்கள் சிறப்பு நிகழ்ச்சிகளுக்கு சல்வார்–கமீஸ், சுரிதார்–குர்த்தா போன்றவற் றையும், ராஜஸ்தான், குஜராத் மாநிலப் பெண்களின் மரபார்ந்த

ஆடையான காக்ரா-சோளியையும் (Ghagra-Choli) அணிவதுடன், சாதாரண நேரங்களில் மேற்கத்தைய ஆடைகளை அணிந்துவருகின்றனர். இவ்வாறு ஆடைமாறினாலும், இந்தியாவில் உள்ள பெரும்பான்மையான மாநிலங்களிலும், இலங்கையிலும், ஏன் புலம் பெயர்ந்த நாடுகளிலும் திருமணத்திற்குப் பெண்கள் சேலை அணிவதே பொது நடைமுறையாக உள்ளது. வெளிநாடுகளில் வளர்ந்துவரும் இளம் இலங்கை, இந்தியப் பெண்களைக் கவரும் வகையில் மிகுந்த அழகு வாய்ந்ததும், பாரம் குறைந்து, அணிவதற்கு மென்மையானதுமான சேலை வகைகள் இந்தியாவில் நெய்யப்பட்டு வருகின்றன. இதனால், நவீன மேற்குநாட்டு ஆடைகளுடன் போட்டியிடும் அளவிற்குச் சேலையின் வடிவமைப்பும் தரமும் உயர்ந்து வருவதைக் காணலாம்.

அத்துடன், இந்தியாவில் சேலைகளை விற்பனை செய்யும் பிரபலமான நிறுவனங்கள், இவ்வாறான புலம்பெயர்ந்து வாழும் பெண்களைக் கவரும் வகையில் நவீன வசதிகளைச் செய்துள்ளன. ஒருவர் தனக்கு விருப்பமான சேலையைத் தேர்ந்தெடுத்து, அந்நிறுவனம் ஏற்கெனவே வேலைக்கு அமர்த்தியுள்ள model களில், தனது உயரமும் பருமனும் உள்ள ஒருவரைத் தெரிவுசெய்து, அவரை அச்சேலையை அணியச் செய்து, தனக்கு அச்சேலை அழகாக இருக்குமா என்பதைத் தெரிந்து வாங்கக்கூடிய வகையில் வசதிகள் பெருகியுள்ளன. இந்தியா இருக்கும்வரை சேலைக்கு அழிவு கிடையாது. அது 21ஆம் நூற்றாண்டிலும் உலகத்தைக் கவரும் ஆடையாக இருக்கும் என்பதில் எந்தவித சந்தேகமும் கிடையாது.

வெளிநாடுகளில் வாழும் பல இலங்கைப் பெண்கள், அந்நாட்டினர் நடத்தும் ஆடம்பர விருந்துகளுக்குப் போக நேரும் சந்தர்ப்பங்களில், சேலை அணிவது பொருத்தமாக இருக்காது எனக் கருதி, மேற்கத்தைய ஆடை அணிந்து செல்வது வழக்கம். அது தவறு என்பதையும், அவ்வாறான வைபவங்களின்போது நிறமூட்டும் சேலையை மற்ற இனத்தவர் எவ்வாறு ரசிக்கின்றனர் என்பதையும், அவற்றுக்குச் சேலை அணிந்து சென்ற பெண்கள் உணர்ந்திருப்பர். கவிதா திஸ்வானி என்பவர், இவ்வாறான தனது அனுபவங்களை ஓர் ஆங்கிலச் சஞ்சிகையில் கூறியிருக்கிறார். அதன் மொழி பெயர்ப்பை இக்கட்டுரையின் இறுதியில் தந்திருக்கிறேன். அவருக்கு மட்டுமல்ல, வேறு பலருக்கும் இவ்வாறான அனுபவம் நேர்ந்திருக்கலாம். நான் சுவீடனில் படிக்கும் காலத்தில், எனக்கு இவ்வாறான ஓர் அனுபவம் ஏற்பட்டது. ஒரு மகாநாட்டுக்காக, டென்மார்க் போக நேர்ந்தது. அந்த மகாநாட்டின் முடிவில் நடைபெற்ற இராப்போசன விருந்துக்கு நான் சேலை அணிந்து சென்றிருந்தேன். நான் விருந்துக்குப்போன நேரம் தொடக்கம், ஆண்களும் பெண்களும் அந்தச் சேலையின் அழகைப் புகழ்ந்துகொண்டே இருந்தனர். தமிழ்நாட்டில் பல காலம் தங்கி, ஆய்வு செய்த முதிர்ந்த ஒரு சுவீடிஷ் பேராசிரியர் என்னருகே வந்து, 'இந்த உலகில் சேலை

அணிந்த பெண்ணுக்கு நிகரான அழகு, வேறு எந்த ஆடை அணிந்த பெண்ணுக்கும் கிடையாது' என்றார்.

நான் பேராதனைப் பல்கலைக்கழகத்தில் படித்த காலத்தில், தமிழ் மாணவிகள் விரிவுரைகளுக்குச் சேலை கட்ட வேண்டுமென்பது எழுதாத விதியாக இருந்தது. சிங்கள மாணவிகளில் சிலர் சேலை அணிந்தபோதும், பெரும்பாலான மாணவிகள் அரைப் பாவாடை, சட்டை அல்லது சட்டையே அணிந்து வந்தனர். எனவே, தமிழ் மாணவிகள் விரிவுரைகள் முடிந்து கூட்டம் கூட்டமாக வீதியில் செல்லும்போது, பேராதனைக்கு அந்தக்காலத்தில் அடிக்கடி வரும் வெளிநாட்டு உல்லாசப் பிரயாணிகள், அவர்களை நிறுத்திப் புகைப்படங்களாகத் தொடர்ந்து எடுப்பது வழக்கம். பெண்களல்ல, அவர்கள் அணிந்திருக்கும் சேலைகள்தான் அவர்களைக் கவரும் அம்சம் என்பதை உணராத ஆண் மாணவர்கள், 'பிறந்தாலும் பிறந்தம் பெட்டைகளாயல்லோ பிறந்திருக்க வேணும். உங்க பார் அவையளை எத்தினை படங்கள் எடுத்துத் தள்ளுறாங்கள்' என்று புலம்பிக்கொண்டே செல்வதை, நான் பல தடவைகள் கேட்டிருக்கிறேன். மெல்லிய வண்ணங்களில் சேலையணிந்து விரிவுரைகளுக்குச் சென்ற வேளைகளிலும், கடும் வண்ணச் சேலைகள் அணிந்து கலை விழா, நாடக விழா போன்ற விழாக்களுக்குச் சென்ற வேளைகளிலும், பல தமிழ் மாணவிகளுக்கு இந்தப் படம் எடுக்கப்படும் அனுபவம் கிடைத்தது. அன்று மேலைநாட்டவரால் சேலை எவ்வாறு ரசிக்கப்பட்டது என்று, இன்று எண்ணிப் பார்க்கிறேன். இன்று உலகம் பூராவும் பரந்து வாழும் இலங்கை, இந்தியப் பெண்கள் சேலை அணிவதை அவர்கள் பார்ப்பதால், இப்போது இலங்கையில் உள்ள பெண்களுக்கு அவ்வாறான அனுபவங்கள் கிடைக்காது என்றே கூறலாம். அன்று அரிதாகக் காணக் கிடைத்த இந்தச் சேலைகளின் அழகை, நிறப் படங்களில் நிரந்தரமாகப் பேணி வைத்திருக்க அவர்கள் விரும்பினர். இதுவே போதும், சேலை அழகான ஆடை என்பதை நிரூபிப்பதற்கு.

சேலைமேல் உள்ள விருப்பத்தால், பல மேலைநாட்டவர் சேலை அணிந்து பார்க்க விரும்பியுள்ளனர். அத்துடன், தமிழரை மணம் முடித்த ஆங்கில அல்லது பிற இனப் பெண்கள், திருமணத்திற்குச் சேலையே அணிந்துள்ளனர். இவ்வாறான பல புகைப்படங்களை நான் கண்டிருக்கிறேன். சேலை, ஆத்மீக உணர்வைப் பிரதிபலிக்கும் ஓர் ஆடையாகவும் கருதப்படுவதால், சின்மோய் தியான நிலையத்தில், பெண்கள் சேலை அணிந்தே தியானம் செய்ய வேண்டும் என்பது மிகவும் கட்டுப்பாடான விதிமுறையாக உள்ளது. உலகம் முழுவதும் பரந்துள்ள இந்த நிலையங்களில், பல்வேறினப் பெண்கள் சேலையணிந்து தியானம் செய்யும் அழகைக் காணலாம்.

இனி, சேலையின் வரலாறுபற்றியும் அதன் சிறப்புப் பற்றியும் சிறிது நோக்குவோம். 3,500 ஆண்டுகளுக்கு முன்னரே, இந்தியப் பெண்கள் சேலையணிய ஆரம்பித்துவிட்டனர், என்கின்றனர் வரலாற்றாசிரியர்கள். ஹராப்பாப் பண்பாட்டில் சேலைகளின் துணிக்கைகளைக் கண்டுபிடித்துள்ளனர். அதைவிட, பெண்களின் ஆடையில் மடிப்புகள் (pleats) இருந்ததாக, வேதகாலத்திலிருந்து தொடர்ந்து சமஸ்கிருத இலக்கியங்கள் குறிப்பிட்டிருக்கின்றன. இந்த மடிப்புகள், இடையின் முற்பகுதியில் அல்லது பிற்பகுதியில் செருகப்பட்டிருக்க வேண்டும் என்றும், அப்போதே, பெண்களைத் தாக்கும் தீய சக்திகளை, வாயு என்ற தெய்வம் விசுக்கி அகற்ற முடியுமென்றும் கூறப்பட்டுள்ளது. சேலையைப்போல உடல் முழுவதையும் சுற்றி அணியும் ஆடைபற்றிய முதல் குறிப்புகளை, கிமு 100 அளவில் காண முடிகிறது. சங்க ஆட்சிக் காலத்திற்குரிய (கிமு 200–50) ஒரு வட இந்தியச் சுடுமண்கலத்தில், ஒரு பெண் கச்சா பாணியில் உடல் முழுவதும் சேலையை இறுக்கமாகச் சுற்றியுள்ள காட்சி காணப்படுகிறது. இந்திய காந்தார நாகரிகத்தில் (கிமு 50 – கிபி 300), பல்வேறுபட்ட வகைகளில் சேலை சுற்றி அணியப்படும் முறை காணப்பட்டது. கிபி 5ஆம் நூற்றாண்டின் பிற்பகுதியைச் சேர்ந்த மேற்கு மகாராஷ்ட்ரத்தில் உள்ள அஜந்தா குகை ஓவியங்களில், பெண் தெய்வங்களும் அசுரப் பெண்களும் உடல் முழுவதையும் சுற்றிச் சேலை அணிந்துள்ளதைக் காணலாம். கிபி 927இல் சில உயர்தரப் பெண்கள், விண்ணிலிருக்கும் கற்பகதரு விலிருந்து பட்டு ஆடையைப் பெற்று அணிந்ததாக, ஒரு கற்பனைக் கருத்து தெரிவிக்கிறது. அந்தக் காலத்திலேயே, அழகான சேலைகள் இருந்தன என்று இதிலிருந்து ஊகிக்கலாம்.

சேலை என்பது, கிறீக் ஆடை அணியும் முறையான *toga*விலி ருந்து வந்ததாகச் சிலர் கருதுகின்றனர். சேலை, இந்தியச் சூழலுக்குத் தக்கமுறையில், இந்தியாவிலேயே உருவானது என, இதற்கு மாற்றுக் கருத்துக் கூறப்படுகிறது. அலெக்ஸாண்டர் இந்திய எல்லையில் காலடி வைப்பதன் முன்னரே, இந்தியாவில் பருத்திச் செய்கை பண்ணப்பட்டது. *Herodotus*உம் மற்றைய மேற்கத்தைய எழுத்தாளர்களும், ஆடையாகக் காய்க்கும் மரங்கள் இந்தியாவில் இருந்தன என்று கருதினர்.

5 யார் நீளமான, மெல்லிய வெள்ளைப் பருத்தியிலான அல்லது கடும் வண்ணத்தில் அமைந்த பட்டுச் சேலைகளை, பெண்கள் உடலைச் சுற்றி அணிந்து, அதன் ஒரு பகுதியை மார்பை மறைத்துத் தோளில் தொங்கவிட்டதாக, 1,500இன் ஆரம் பத்தில் ஒரு போத்துக்கேயப் பிரயாணி கூறியுள்ளார். இன்று, சேலையினுள் அணியும் *petticoat*, இஸ்லாமியரின் காக்ராவிலிருந்து வந்ததாகவும், தைக்கப்பட்டு அணியப்படும் சோளி, பிரித்தானியரிட மிருந்து பெறப்பட்டதாகவும், இந்தியாவில் பொதுவாக நம்பப்படு கிறது. ஆயினும், பழைய சமஸ்கிருதக் கவிதைகளில் *blouses*

பற்றிய குறிப்புகள் அடிக்கடி இடம்பெற்றுள்ளன என்பதும் இங்கு குறிப்பிடத்தக்கது.

19ஆம் நூற்றாண்டில் வாழ்ந்த சிறந்த ஓவியரான ராஜா ரவிவர்மா, பெண் தெய்வங்களின் ஓவியங்களை வரைவதன் முன்னர், பெண்களுக்குரிய சிறந்த ஆடை எது என்று கண்டறிவதற்காக, இந்தியாவெங்கனும் சென்றதாகக் கூறப்படுகிறது. பெண்ணின் உடலை அழகுறச் சுற்றி, அவளின் அங்க அழகுகளை (மார்பு, இடை, இடுப்பு) எடுத்துக்காட்டும் சேலையைச் சிறந்த ஆடை என அவர் தெரிவு செய்ததாகவும், அதற்கமைவாகவே, அவர் சேலை அணிந்த பெண் தெய்வங்களை வரைந்தார் என்றும் சொல்லப்படுகிறது.

வடநாட்டுப் பெண்கள், ஆரம்பத்தில் ஆண்களைப்போல மடிப்புகள் கொண்ட ஆடோட்டியும், தோளில் உத்தரியமும் அணிந்ததாகவும், 14ஆம் நூற்றாண்டின் பின்னரே ஓரளவில் இன்றைய வடிவில் சேலையணியும் முறை உருவானதாகவும், சேலை அணியும் முறைகள்பற்றி ஆய்வுசெய்த பிரான்சிய மானிடவியல் அறிஞர் *Chantal Boulanger* என்பவர், தனது *Saries: An Illustrated Guide to the Indian Art of Draping* என்ற நூலில் கூறுகிறார். 19ஆம் நூற்றாண்டளவில், விக்ரோறியா மகாராணியின் ஆட்சியின் போது இறக்குமதிசெய்யப்பட்ட காலனித்துவக் கருத்துகளின் போக்குகள், இந்தியர் மத்தியில் வளர்ச்சியடைந்ததன் காரணமாக, பெண்கள், கச்சையணிந்த தமது மார்பை மறைக்காது, ஆடை அணிவது முறையற்றது என்ற எண்ணம் வளர்ச்சியடைந்தது. இதனால், சில உயர்குடிப் பெண்கள், தங்கள் மார்பை மறைக்கும் வண்ணம் சேலையணியும் முறையை மாற்றியமைத்துக் கொண்டனர்.

தற்போதைய சேலை அணியும் முறைக்கு முன்மாதிரியாக அமைந்த திராவிடச் சேலையணியும் முறையில், அடிப்படையில் இரு பகுதிகள் இருந்தன. வேஷ்டி (சமஸ்கிருதத்தில் வேஷ் என்ற வினையடியின் கருத்து மூடுதல், சுற்றியணிதல், சுற்றுதல் என்பதாகும்.) என்பது இடைக்குக் கீழும், முந்தானை அல்லது முண்டு மேற்பகுதியிலும் அணியப்பட்டது. வேஷ்டியும் முண்டும் இன்றும் கேரளப் பெண்களால் அணியப்படுகிறது. பெரும்பாலும் 19ஆம் நூற்றாண்டளவிலேயே, இரண்டு பகுதிகளும் ஒன்றாக்கப்பட்டுப் புதிய வகையில் அவற்றை அணியும் முறை உருவாக்கப்பட்டது. நான்கு அடிப்படை முறைகளில் சேலை அணியப்படுவதாகவும், நீவி என்ற முறையே நவீன முறை என்றும், அதுவே இன்று இந்தியா, இலங்கை, பாகிஸ்தான், பங்களாதேஷ் ஆகிய இடங்களில் உள்ளவர்களால் பின்பற்றப்படுகிறது என்றும் கூறப்படுகிறது.

உலகில் ஆடைகள் பல்வேறு மாற்றங்களுக்குட்பட்டு வந்த போதும் சேலை அடிப்படையில் மாறவில்லை. இதற்குக் காரணம் இன்னும் 75 சதவீதமான (ஒரு பில்லியன்) கிராமியப் பெண்களின் ஆடை சேலையாக இருப்பதே. அத்துடன், பொதுவாக இந்திய சுவாத்திய நிலை வெப்பமாகவும் ஈரலிப்புள்ளதாகவும் இருப்பதால், பெண்களுக்குச் சேலை பொருத்தமான ஆடையாகத் திகழ்கின்றது. சேலை தைக்கப்படாது *shorts, trousers,* நீண்ட ஆடை, பாவாடை போன்ற பல்வேறு விதங்களில் அணியலாம். சேலை, சமஸ்கிருத *Chira* (துணி) என்பதிலிருந்து அதன் பெயரைப் பெற்றுக்கொண்டது. சேலையின் நீளம், 5 யாரில் இருந்து 9.5 யார் வரை பல்வேறு அளவுகளில் உள்ளது. சாதாரண நாட்களில் 5–6 யார் சேலையும், விசேட தினங்களில் 9 யார் சேலைகளும் இந்தியாவில் அணியப் படுகின்றன. ஜான்ஸி ராணி லக்ஷ்மி பாய்(*Jhansi Rani Lakshmi Bai*), பெலவதி மல்லம்மா (*Belawadi Mallamma*), கித்தூர் சென்னம்மா ஆகியோர், சேலையணிந்தே குதிரையில் ஏறி, எதிரிப்படைகளுடன் போரிட்டனர் என்று சொல்லப்படுகிறது. முன்னுள்ள *pleats*ஐ பின்னால் கொண்டுபோய், மிக இறுக்கமாகச் செருகி அணிவது வீரக்கச்சை (*soldier's tuck*) என அழைக்கப்பட்டது.

சேலை அணியும் முறை பிராந்தியத்திற்குப் பிராந்தியம் மாறுபடுகிறது. குஜராத்தி முறையும் பெங்காலி முறையும் வேறுபட்டவை. மங்களூரைச் சேர்ந்தவர், கன்னடர், தமிழர், மலையாளிகள் ஆகியோர் ஒன்றுக்கொன்று மாறுபட்ட முறைகளில் சேலை அணிகின்றனர். இந்தியாவில் குறைந்தது 10 தொடக்கம் 15 முறைகளில் பெண்கள் சேலை அணிகின்றனர். மகாராஷ்ட்ரா விலும் வடக்கு கர்நாடகத்திலும் பெண்கள் 9 யார் சேலைகளை அணிகின்றனர். அவர்கள், உள்ளே பாவாடையோ, *petticoat*ஓ அணிவதில்லை.

பெண்கள் அணியும் சேலைகளின் நிறம் மரபினால் கட்டுப்படுத் தப்பட்டுள்ளது. மஞ்சள், பச்சை, சிவப்பு நிறங்கள் மங்களகர மானவை என்றும், அவை விசேட தினங்களில் அணிவதற்குரியன என்றும், சிகப்பு நிறம் காதலைத் தூண்டவல்லது என்றும் கருதப் படுகிறது. கர்ப்பம் தொடர்பான சில கிரியைகளுக்கும் சிவப்பு நிறச் சேலையே தெரிவு செய்யப்படுகிறது. நீலம் பருவப்பெயர்ச்சிக் காலத்தில் வாழ்வளிக்கும் சக்தியைத் தூண்டவல்லது என்றும், வெள்ளை நிறச் சேலை வாழ்வைத் துறந்தவர்களுக்கும், கணவனை இழந்த பெண்களுக்குமென்று ஒதுக்கி வைக்கப்பட்டுள்ளது என்றும் சொல்லப்படுகிறது.

சேலை காலத்துக்கு ஏற்பவும், இளம் வயதினரைக் கவரும் வகையிலும் தன்னைக் காலத்திற்குக் காலம் புதுப்பித்து வந்துள்ளது. சித்திரங்களற்ற *plain* சேலைகளுக்கு, முற்றாகப் பூ வேலை செய்யப்பட்ட சோளிகளை இணைப்பது முதல், பள்ளு (*Pallav*)

எனப்படும் முந்தானைப் பகுதியை, கரையைப் (Border) புதிய வகையில் அமைப்பது என்று, பல்வேறு வகைகளில் சேலையை *designers* மாற்றியமைத்து வருகின்றனர். சேலை அணிய விரும்பும் இளம் பெண்களின் வசதிக்காக, அதிக பிரச்சினை தரும் *pleats* பகுதியில் *zip* இணைக்கப்பட்டுள்ளது என்றால், மாற்றம் எவ்வளவு வேகத்தில் வருகிறது என்று புரிந்துகொள்ளலாம். மேற்கத்தைய நாடுகளில் வளர்ந்துவரும் இளம் இந்தியப் பெண்களுக்காக, இவ்வாறு புதிய பல அம்சங்கள் இணைக்கப்பட்டபோதும், இந்தியச் சேலை நெசவாளர்கள், மரபுரீதியான விஷயங்களைச் சேலைகளில் பிரதிபலிப்பதற்குக் கடும் முயற்சி எடுத்துவருகின்றனர். சேலை முந்தானையில் அல்லது கரையில் இராமாயண, மகாபாரதக் காட்சிகள் நெய்யப்படுகின்றன. அது மட்டுமல்ல, வங்காளத்தில் உள்ள கிராமியக் காட்சிகள், தாஜ்மகாலில் உள்ள சில முக்கிய சுலோகங்கள் என, பல மரபுபூர்வமான விஷயங்கள் சேலைகளில் இணைக்கப்பட்டு வருகின்றன.

இந்தியா என்றதும் அங்கு நெய்யப்படும் அழகான பருத்தி, பட்டுச் சேலைகளே பலருக்கு நினைவு வரும். இந்திய மாநிலங்கள் பலவற்றில், சேலை நெய்தலே முக்கிய தொழிலாகக் காணப்படுகிறது. ஒவ்வொரு மாநிலமும் ஒவ்வொருவிதமான சேலைக்குப் பெயர் போனதாக உள்ளது. இந்தியாவில் விற்பனையாகும் சேலை வகைகளுக்கு அளவு கிடையாது. ஆயினும், எல்லாமே அழகான சேலைகள் என்று சொல்ல முடியாது. அதிகம் விற்பனையாகும் சேலை வகைகள் சிலவே.

Gadwal **சேலைகள்:** கீழ் மத்திய தக்காணத்தில் (Deccan) உள்ள சிறிய கிராமம் கட்வால். இது ஆந்திரப் பிரதேசத்தின் தலைநகரான ஹைதராபாத்துக்கு (Hyderabad) 150 கிமீ தொலைவில் உள்ளது. இங்கு தென்னிந்தியச் சந்தைக்காகச் சேலைகள் நெய்யப்படுகின்றன. பருத்தியிலான சேலைகளின் பட்டுக்கரைகளில் கும்பங்கள் காணப்படும். மரபுரீதியாக இவை குபடம் அல்லது திப்படமு முறையில் (interlock weft technique) நெய்யப்படுகின்றன. கரைகளில் கும்பம் காணப்படுவதால், கும்பம் சேலைகள் என்றும் அழைக்கப்படுகின்றன. பருத்தியிலான உடல் பகுதியில், நிற அல்லது பட்டுக் கோடுகள் காணப்படும். இச்சேலைகளில் முரண்பட்ட கடும் வர்ணங்களைக் கரைகளாகக் கொண்ட, முழுமையாகப்பட்டு நூலால் நெய்யப்பட்ட சேலைகளும் உள்ளன. பெரும்பாலும் இச்சேலைகளைச் சமய நிகழ்ச்சிகளுக்காக அணிவதால், பெண்கள் இவற்றைப் பூஜா சேலை என அழைப்பார்கள். கட்வால் சேலைகளில் பூவேலைப்பாடுகளை நெய்வதை, பெனாரிஸ் நெசவாளர்களிடம் இருந்து இவர்கள் கற்றுக்கொண்டதாகக் கூறப்படுகிறது. உள்ளூர் மகாராஜா ஒருவர், நெசவாளர்களை வாரணாசிக்கு அனுப்பி, இதைக் கற்றுவரச் செய்ததாக நம்பப்படுகிறது. ஆயினும், இந்தச் சேலைகள் வாரணாசிச் செல்வாக்கைத் தம்மில் காட்டாது,

தென்கிழக்கு இந்தியக் கட்டமைப்புக்கொண்டு விளங்குகின்றன. அண்மைக் காலத்தில் கட்வார் சேலைகள், புதிய டிசைன்களில் 50 சதவிகிதப் பட்டும், 50 சதவிகிதப் பருத்தியும் கொண்டதாக நெய்யப்படுகின்றன.

காஞ்சிபுரம் சேலைகள்: வரலாற்றுச் சிறப்புவாய்ந்த காஞ்சிபுரம், சென்னையிலிருந்து 60 கிமீ தொலைவில் அமைந்துள்ளது. இது மிக அழகும் சிறப்பும் வாய்ந்த பருத்தி, பட்டுச் சேலைகளுக்குப் பெயர்போனது. கடந்த 150 ஆண்டுகளாகத்தான், அங்கு பட்டுச் சேலைகள் நெய்யப்பட்டு வருகின்றன. இறுக்கமாகச் சுற்றப்பட்ட மூன்று நூல்களைக் கொண்டு நெய்யப்படும், கனமான பட்டுச் சேலைகளுக்குக் காஞ்சிபுரம் பெயர்போனது. பட்டுச் சேலை நெய்வது அவர்களது முக்கிய பணியானபோதும் பருத்தி, பட்டு–பொலியஸ்ரர் சேலைகளும் அங்கு நெய்யப்படுகின்றன. காஞ்சி புரத்தில் தற்போது மிகப் பிரபலமாக விளங்கும் நெசவாளர்கள், 1970களில் கலாஷேத்திரத்தின் பண்பாட்டு நிலையத்தில் பயிற்சி பெற்றவர்கள். பயிற்சியின் பின், துணியின் நிறையிலும் பாணியிலும் காத்திரமானவையும், அகலமான கரைகள் கொண்டவையுமான சேலைகளை நெய்தனர். மரபார்ந்த வடிவங்களான மாங்காய், மயில், டயமண்ட் வடிவம், தாமரை, குடம், பூங்கொடி, பூ, கிளி, கோழி ஆகியவற்றுடன், பல பண்டைய கதைகளின் காட்சிகள் கரைகளில் நெய்யப்படுகின்றன. பருத்திச் சேலைகளும் நூலால் அலங்கரிக்கப்பட்டுள்ளன. தற்போது கணினிமூலம் அமைக்கப்பட்ட சித்திரங்கள் கொண்ட கரைகள், காஞ்சிபுரம் சேலைகளுடன் இணைக்கப்படுகின்றன. நெய்யும் முறைகளும் துணியும் சந்தையின் தேவைக்கேற்ப மாறியபோதும், இன்றும் காஞ்சிபுரம் சேலைகள் மரபார்ந்த பல விஷயங்களைக் கொண்டுள்ளன. அவை பாரமுள் ளனவாகவும், மிக அழகாகவும் இருப்பதனால், இன்றும் திருமணச் சேலைகளாக, கூறைகளாகப் பலரால் வாங்கப்படுகின்றன.

பொச்சம்பள்ளி சேலைகள்: ஆந்திரப் பிரதேசத்தின் தலைநக ராகிய ஹைதராபாத்தில், 70 கிமீ வட்டத்துக்குள் Pochampalli, Koyalagudam, Puttapakka, Elanki, Chautupal உட்படக் குறைந்தது 40 கிராமங்களில், ikat முறையில் துணிகள் நெய்யப்படுகின்றன. இங்கே, அது ஒரு வாழ்க்கைமுறையாக உள்ளது. பூட்டன் தொடக் கம் பேரன் வரை ஒவ்வொரு குடும்ப அங்கத்தவரும், தமது வாழ்வின் ஏதோ ஒரு கட்டத்தில், நெய்தல் தொழிலில் ஈடுபடுகின் றனர். ikat என்பது கட்டு அல்லது முடிச்சுப் போடு என்று பொருள்படும். மலே–இந்தனேஷியச் சொல்லான Mangikat என்பதில் இருந்து தோற்றம் பெற்றது. அதாவது, நெய்வதன் முன் நூலைக் கட்டிச் சாயம் தோய்ப்பதன் மூலம், எவ்வாறு துணி அமையப்போகின்றது என்பது, முன்னரே தீர்மானிக்கப்படு கிறது. அதாவது, கட்டப்பட்ட பகுதியில் சாயம் தோயாதிருக்க, மிகுதிப் பகுதியில் சாயம் ஊறித் தோய்கிறது. இவ்வாறு உருவாகும்

வண்ண மாற்றங்கள், பின் நெய்யப்படும்போது, அழகான வர்ணக் கலவையை ஏற்படுத்துகின்றன. 1960களில் இந்தியக் கைத்தொழில் சபை, பொச்சம்பள்ளி நெசவாளர்களைச் சேலை நெய்ய ஆரம்பிக்கும்படி கேட்டுக்கொண்டது. பட்டுச் சேலைகள் நெய்வதற்கு, இருவருக்கு வாரணாசியில் பயிற்சி வழங்கப்பட்டது. இந்தச் சிறிய கிராமமான பொச்சம்பள்ளி, மெதுவாக *ikat* சேலைகளுக்கான சந்தையைப் பிடித்துக் கொண்டது. மரபார்ந்த கிளி, யானை, *diamond*, பூ ஆகியவற்றுடன், தற்போதைய சந்தையின் தேவைக்கேற்ப புதிய *designs*யையும் *ikat* சேலைகள் சேர்த்துள்ளன. மிகச் சிறந்த இகத் சேலைகள், குஜராத்தில் உள்ள *Paten* என்ற இடத்திலிருந்தும் வருகின்றன.

இவை தவிர, வாரணாசியில் நெய்யப்படும், அழகான கரைகளும் பள்ளும் இணைந்த பலவித சித்திர வேலைப்பாடு கொண்ட தூய பட்டுச் சேலைகளான *Tanchoi* சேலைகள், சரிகையும் பட்டுக் கரைகளும் பள்ளும்கொண்டனவாக பெங்களூரில் நெய்யப்படும் *South Handloom* சேலைகள், பட்டு, கிரேப் ஷிபோன் துணிகளில், கைகளால் சித்திரங்கள் பதிக்கப்பட்டு விருந்துகளுக்கு அணிவதற்கு உகந்த வகையில் உருவாக்கப்படும் *printed* சேலைகள், மரபார்ந்த பெங்கோலிச் சித்திரங்களுடன், கல்கத்தாவில் கையால் நெய்யப்படும் மென்மையான பருத்தியாலான *Tangail* சேலைகள், கோயம்புத்தூரில் கையால் நெய்யப்படும் மொறுமொறுப்பான *Cotton handloom* சேலைகள், *Folk art* காட்சிகள்கொண்டு தூய பட்டிலமைந்தனவாக வாரணாசியில் நெய்யப்படும் *Valkalam* சேலைகள், மிகவும் பாரம் குறைந்தனவாக மத்தியப் பிரதேசத்தில் நெய்யப்படும் பட்டு, பருத்தியில் அமைந்த *Chanderi* சேலைகள் ஆகியன மிக அதிகமாக விற்பனையாகும் சேலைகள்.

சேலையின் அழகு பலரால் புகழப்பட்டுள்ளது. ஆயினும், இணையத்தில் *Shantipriya* என்ற பெண், அதன் அழகை ரசித்து, ஆங்கிலத்தில் எழுதியுள்ள பகுதியின் தமிழாக்கம் இதோ. அவர், சேலையின் அழகைப் புகழ, மிக அழகான ஆங்கிலச் சொற்களைத் தெரிவுசெய்துள்ளார்.

'சேலையின் அழகு எப்போதும் என்னை வியப்படையச் செய்யத் தவறியதில்லை. அதில், ஏதோ விதத்தில் முனைப்பான பெண்தன்மை உள்ளது. அழகான கவிதைபோல, அது வழுக்கிச் செல்கிறது. ஒவ்வொரு அம்சத்திலும் நேர்த்தியான அழகு வாய்ந்தது. நாகரிகப் பாங்கினதும் மரபினதும் மிக அழகான கலப்பு அது. சேலை என்பது படைப்புத் திறனின் உச்சமாகும். ஒரு பருத்திச் சேலை, வனப்பூட்டும் எளிமை வாய்ந்தது. கஞ்சியூட்டப்பட்டு, அணிபவர் மிக இயல்பாக உணரும் வகையில், அவரது உடலில் அது அழகாகவும் முழுமையாகவும் பொருந்தியிருக்கும். *chiffon, crepe* சேலைகள் கவர்ச்சியைக் கூட்டும். மிக மென்மை வாய்ந்த அவை, ஒரு நேர்த்தியான அழகை, அணிபவரைச் சுற்றி

உருவாக்கும். ஆடம்பரமான பட்டுச் சேலைகளால், திருமண வீடுகள் உயிர் பெறுகின்றன. மிக நுணுக்கமான வேலைப்பட்டைக் கொண்டு, கைகளால் நெய்யப்படும் *brocade* சேலைகள், நிறைவுடையதாகத் திறமையுள்ள கைகளால் படைக்கப்படுகின்றன. ஒவ்வொரு பட்டுச் சேலையும் ஒரு கலை வடிவம். சேலை, ஒரு பெண்ணுடைய வாழ்வில், ஒரு விசேட இடத்தைப் பெறுகின்றது. தாயின் சேலையைச் சிறுவயதில் விளையாட்டாகவும், திறமையற்ற வகையிலும் கால்கள் தடக்கத் தடக்கக் கட்டிக்கொள்வதுடன் அது ஆரம்பமாகிறது. பின்னர், பாடசாலை நிகழ்ச்சியொன்றுக்கு, முதலில் சேலை அணியும் அனுபவம் நேர்கிறது. தன்னுணர்வுடனும் கபடமற்ற தன்மையுடன் அந்த முதல் சேலையில் அவள் காட்சியளிக்கிறாள். பின்னர் திருமணச் சேலை, அதைக் காலம் முழுவதும் அவள் பொக்கிஷமாகப் பேணுகிறாள். நாகரிகம் மாறிமாறிவரும் இந்த உலகில், சேலை அதற்கெல்லாம் ஈடு கொடுத்து நிமிர்ந்து நிற்கிறது. அதில் ஏதோ மந்திர சக்தி இருக்கிறது. அது தொடர்ந்தும் காதல்பூர்வமான இந்தியப் பெண்ணை உருவகப்படுத்துகிறது.'

சேலையை மற்றைய இனத்தவர் எவ்வாறு நோக்குகின்றனர்? அது ஒரு பத்தாம்பசலி ஆடை என்றே அவர்கள் கருதுவார்கள் எனப் பலர் தவறாக நினைக்கின்றனர். அவர்கள், அதனை எவ்வாறு ரசிக்கின்றனர் என்பதை, ஹொங்கொங்கில் வெளியாகும் *South China Morning Post* என்ற பத்திரிகையில், *Fashion Editor* ஆக இருக்கும் கவிதா திஸ்வானி என்ற பெண், தனது சேலைகட்டும் அனுபவத்தைப் பின்வருமாறு கூறுகிறார். இது, *Hinduism Today* என்ற இந்து சமயச் சஞ்சிகையின் 1996 வருட இதழில் வெளிவந்த ஒரு கட்டுரையின் பகுதியின் தமிழாக்கம்.

இந்து சிந்திப் பெண்ணான எனக்குச் சேலை அணிவதுபற்றிய உணர்வு இயல்பாக வந்திருக்க வேண்டும். ஆனால், வரவில்லை. ஹொங்கொங்கில் வசித்ததால், வேற்றினத்தவர் மத்தியில் முன்னேறுவதற்கு, அவர்கள் அணியும் மேற்கத்தைய ஆடைகளை அணிவதே சிறந்தது என்று நான் எண்ணியிருந்தேன். ஒரு திருமணத்திற்காக, உறவினர்களின் வற்புறுத்தலின் பேரில், சேலை அணிந்தபோது அதனைப் பெரிய சுமையாகக் கருதி விருப்பற்றுச் சுமந்திருந்தேன்.

கடந்த வருடம் வேலை சம்பந்தமாக நான் இத்தாலியில் உள்ள *Vicenza* என்ற நகருக்குப் போக நேர்ந்தபோது, விமான நிலையத்திலிருந்து நேரே வேலைக்குச் செல்ல வேண்டியிருந்ததால், சேலை பொருத்தமான ஆடையாக அமையாது என்று கருதி, மேற்கத்தைய ஆடையில் சென்றிருந்தேன். நான் அங்குள்ள ஒரு வயது முதிர்ந்த மனிதருக்கு அறிமுகப்படுத்தப்பட்டபோது, அவர் 'உங்களைச் சேலை அணிந்த பெண்ணாக விபரித்திருந்தார்கள். நீங்கள் ஏன் அதனை அணியவில்லை?' என்று கேட்டார். நான் சிறிது வெட்கமுற்றேன். அதன் பின்னர், நான் அது குறித்துச் சிந்தித்தபோது, நான் இதுவரை வேறு யாருக்கோ உரிய ஆடையை

எனது ஆடையாக ஏற்றிருந்தேன். அது எனக்குரியதல்ல, சேலையே எனது ஆடை எனப் புரிந்துகொண்டேன். அதன் பின்னர், சேலையை எவ்வாறு அணிவது என்று பழகிக்கொண்டேன்.

நான் சேலை அணிய ஆரம்பித்த பின்னர், அது பிற நாட்டவர் மத்தியில் எவ்வளவு சலுகையையும் கௌரவத்தையும் பெற்றுத் தருகிறது என்பதை, அனுபவபூர்வமாக உணர்ந்து கொண்டேன். ஆங்காங்கு பொற்சரிகைகளால் வனப்பூட்டப்பட்ட, முந்தானையில் மயில்கள் அணிவகுத்து நிற்கும் இளம் சிவப்பு புறகேட் *(Brocade)* சேலையை அணிய முடியும்போது, யார் *Chanel Gown* அல்லது *Gucci evening dress*ஐ விரும்புவார்கள்? பொற்சரிகை மின்னும் காஞ்சிபுரம் சேலைக்கு இணையாக, எந்த ஆடை நிற்க முடியும்?

எனவே, தற்போது நான் பிரயாணம் செய்கையில், அழகான சேலைகளையும் கண்ணாடி வளையல்களையும் பொட்டுக்களையும் எடுத்துச் செல்வேன். ஆடம்பரம் நிறைந்த மேற்கத்தைய தலைநகர் களில் நடைபெறும் சம்பிரதாயபூர்வமான விருந்துகளில், அழகான மேற்கத்தைய ஆடைகளை அணிவதே நடைமுறை. ஆனால், அங்கு நானும், நான் அணியும் சேலையும் ஏற்படுத்தும் பாதிப்பு மிகவும் கவர்ச்சிகரமானது. எனது சேலை உடனடியாக ஒரு மரியாதை உணர்வை அங்கு ஏற்படுத்தும். இரு கன்னங்களிலும் முத்தமிடும் ஐரோப்பிய முறை வரவேற்பை விட்டு, நமஸ்தே என்று கரம்கூப்பி, கௌரவமாக வரவேற்கப்படுவேன். சேலை அணிந்த பெண்ணைக் கண்டதும், மனிதர்கள் திடீரென்று ஆச்சரியமூட்டும் வகையில் மென்மையாவார்கள்.

Florence என்ற இடத்தில் உள்ள வெளி உணவகம் ஒன்றிற்கு, நான் *tie and dye* முறையில் வண்ணமூட்டப்பட்ட *Chiffon* சேலையை அணிந்து சென்றிருந்தேன். அங்கு வந்திருந்த *fashion designer* ஆன *Christian Lacroix* என்னைக் கண்டதும், என்னுடன் வந்து உரையாடியபோது, எனது சேலையின் ஒவ்வொரு இழை யையும் நுணுக்கமாக அவதானித்தார். ஒருமுறை இத்தாலிய நாகரிக ஆடை சாம்ராஜ்யத்தின் உரிமையாளரான *Wanda Ferrangamo* என்பவர், என்னைப் பார்ப்பதற்காக இரண்டு கட்டடங்களைக் கடந்து வந்து, சேலை அணிந்திருந்த நானே, அந்த அறையில் மிக நாகரிகமான பெண் என்று கூறினார். பாரிஸில் நடந்த இன்னொரு விருந்தில், தங்கச் சரிகையால் இழைக்கப்பட்ட தந்த நிறச் சேலையில் இருந்த என்னைக் கண்டு, நீங்கள் நான் அறிந்துகொள்ள வேண்டிய யாராவது பிரபலமான பணக்காரரா என்று *Tracy Ulman* கேட்டார். எனது சேலை, அத்தகைய பணக்காரத் தோரணையை எனக்குத் தந்திருந்தது.

*Los Angeles*இல் நன்கொடைக்காக நடைபெற்ற ஒரு நிகழ்ச்சியில், பிரபலமான பல *Hollywood* நடிகைகள், மிகவும் கவர்ச்சிகரமான

ஆடைகளில் வந்திருந்தனர். நான், இளஞ் சிவப்பும் பச்சையும் கலந்த Brocade சேலையில், ஓர் ஓரமாக நின்றிருந்தேன். அப்போது ஓர் இளம் அமெரிக்கர், தன்னைச் சுற்றியுள்ள கவர்ச்சியுடை அணிந்த பெண்களை ஒரு தடவை பார்த்துவிட்டு, என்னை அணுகி, எனது சேலையைச் சுட்டிக்காட்டிப் பின்வருமாறு கூறினார்: "எல்லாப் பெண்களும் இவ்வாறே ஆடை அணிய வேண்டும். சேலை என்பது பெண்களுக்கு இறைவன் அளித்த பரிசு என்றே நான் நினைக்கிறேன்."

கவிதா திஸ்வானிக்குக் கிடைத்த இந்த அனுபவம், வெளிநாடுகளில் வாழும் சேலை அணியும் பல பெண்களுக்குக் கிடைத்திருக்கும். ஏனெனில், சேலைகளுக்கு அத்தனை அழகும் சிறப்பும் உண்டு.

மரபுரீதியான ஆடைகள் சௌகரியமானவை, ஆத்மீக உணர்வைத் தருவன என்னும் உண்மையை உணர்ந்ததனால் போலும் இந்திய, இலங்கைப் பெண்கள் இன்றும் தமது பண்பாட்டுக்குரிய சேலையை விடாது அணிந்துவருகின்றனர். பல நாடுகளைச் சேர்ந்தவர்கள் நாடு விட்டு, நாடு போய் வாழ நேரிடுவது இன்று பொதுவிதியாக உள்ளது. அப்படி வாழ நேரும் இல்லாமியர் தவிர்ந்த பல இனத்தவரும், தத்தமது பண்பாட்டுக்குரிய ஆடையை விட்டு, மேற்கத்திய ஆடை வகைகளை அணிந்தபோதும், இவ்வாறாக வெளிநாடுகளில் வாழும் இந்திய, இலங்கைப் பெண்கள், குறைந்தது விசேட தினங்களுக்கும், ஆலய வழிபாட்டின் போதுமாவதும், தமது மரபார்ந்த ஆடையான சேலையை அணிந்துவருகின்றனர். வெளிநாடுகளில் வாழும்போது, நாம் அணியும் ஆடை என்பது, நாம் யார், எங்கிருந்து வந்திருக்கிறோம், எதை நோக்கிச் செல்கிறோம் என்பதைப் பறைசாற்றி நிற்கும். இவ்வாறு இந்திய, இலங்கைப் பெண்களால் காப்பாற்றப்பட்டு, உலகம் முழுவதையும் தனது அழகால் கவரவைத்த சேலையானது, 21ஆம் நூற்றாண்டிலும் நாகரிக ஆடையாகத் திகழும் என்பதில் சந்தேகமில்லை.

•

அன்னையும் பிதாவும்...

தாய்க்கு ஒரு நாள்

மே மாதத்தில் வரும் இரண்டாவது ஞாயிறு தாய்க்குரிய நாள் (*Mother's day*), உலகெங்கும் உள்ள பல நாடுகளில் கொண்டாடப்பட்டு வருகிறது. தம்மைப் பெற்று, அன்பு பாராட்டி, மார்பிலும் தோளிலும் தூக்கிச் சீராட்டி வளர்த்து, ஆளாக்கிய தாயை இந்த நாளில் அனைவரும் நினைவுகூருகின்றனர். கஷ்டமாயினும் நஷ்டமாயினும் நோயாயினும் வறுமையாயினும் எந்த நிலை வந்தபோதும், மாறாத தாயின், எதிர்பார்ப்பில்லா அன்புக்கு ஈடாக எதைக் கூறமுடியும்? *"God could not be everywhere and therefore he made mothers."* அதாவது, கடவுள் எல்லா இடங்களிலும் இருக்க முடியாததால், தாயைப் படைத்தார் என்று, ஒரு யூதப் பழமொழி கூறுகிறது. கடவுள், எவ்வாறு வேறுபாடின்றி உயிர்களை இடைவிடாது என்றும் ஒரேமாதிரி நேசிக்கிறாரோ, அப்படியே தாயும் தனது பிள்ளைகளை, என்றும் ஒரேமாதிரி நேசிக்கிறாள். இருவரின் அன்பிலும் ஏற்றத்தாழ்வுகளும் இல்லை, பிரதிபலனை எதிர்பார்க்கும் தன்னலமும் இல்லை. தாயிற் சிறந்த கோவிலுமில்லை என்று கூறும் தமிழ்ப் பழமொழியும் இதே கருத்தில் அமைந்ததுதான். அதில் இன்னொரு கருத்தும் பொதிந்திருக்கிறது. அதாவது, தாய்க்குப் பிள்ளைகள் செய்ய வேண்டிய கடமைகளைச் செய்வது என்பது, கோயிலில் போய்க் கடவுளை வழிபாடுசெய்வதை விடச் சிறந்தது என்பதாகும்.

தாயுடன் சுவை போகும் என்று இன்னுமொரு பழமொழி உள்ளது. இது, பிறந்தநாள் தொடக்கம் என்றும் நேரம் தவறாது தனது பிள்ளைகளுக்கு உணவளிக்கும் தாயின் பணியுடன் தொடர்புள்ளது. தாய்ப் பாலுக்கு ஊடாகவே பிள்ளைக்குப் பல்வேறு

சுவைகள் அறிமுகப்படுத்தப்படுகின்றன என்றும், அந்தச் சுவையே பிள்ளையுடன் வாழ்நாள் முழுவதும் தங்குகின்றது என்றும், அண்மையில் செய்யப்பட்ட ஆய்வு ஒன்று தெரிவித்துள்ளது இங்கு கவனிக்கத்தக்கது. அத்துடன், உடல் வளர்ச்சியுறும் இளம் பருவத்தில், அதாவது பசி மிகுந்த பருவத்தில், பிள்ளைகளின் சுவைக்கேற்ப, உணவு தயாரித்து வழங்குவதும் தாயே. தாய் அளித்த உணவின் சுவை பிள்ளைகளுடன் நிரந்தரமாகத் தங்கிவிடுவதால், அவளின் மறைவுடன் அந்தச் சுவை மிகுந்த உணவு கிடைப்பது முற்றுப்பெறுகிறது. தாயைப் பற்றிக் கூறும் பழமொழிகள், தாயின் சிறப்பையும் அவளது பங்களிப்பையும் காட்ட முற்படுவன. ஆயினும், தாயின் எதிர்பார்ப்பற்ற அன்பை எடை போட, இந்த உலகில் யாரால் முடியும்?

ஒரு பிள்ளையின் வாழ்வில் ஏற்படும் தாயின் பங்களிப்பைக் கருத்தில் கொண்டு, இந்தத் தாய்க்குரிய நாள் ஏற்படுத்தப்பட்டது. எமது தமிழ்ப் பண்பாட்டில், தாய்க்குரிய மதிப்பைக் கொடுப்பதற்கு, ஒரு குறிப்பிட்ட நாள் தேவையற்றது. மற்றைய பல பண்பாட்டினர் போலன்றி, எமது பண்பாட்டில் தாய்மாரின் பங்களிப்பு அளவற்றது. தமது இன்பங்களை முற்றாகப் புறக்கணித்து, பிள்ளைகளின் நலனுக்காகத் தம்மை அர்ப்பணிக்கும் அவர்களின் தியாகம் ஈடு இணையற்றது. பிள்ளைகளைக் கண்ணின் மணிபோலக் கவனத்துடன் பேணி, அன்புடன் வளர்க்கும் தாய்மார், இறுதிவரை பிள்ளைகளின் நலன்களையே கருத்தில் கொள்கின்றனர். அதனால், பிள்ளைகள் அவர்களது காலம் உள்ளவரை, தமது நன்றியையும் அன்பையும் கரிசனையையும் அவர்களுக்குத் திருப்பிக்காட்டக் கடமைப்பட்டவர்கள். அந்தக் கடமை ஒருநாளுக்குக் குறுக்கப்படக்கூடியதல்ல. இதனாலேயே, காலம் உள்ள வரை தாயை அன்புடன் பேணி, அவள் இறந்த பின் ஒருநாளில் இந்துக்கள் விரதமிருந்து அவளை நினைவுகூருகின்றனர். மே மாதம் 4ஆம் தேதி, அதாவது தமிழ் நாட்காட்டியின்படி, சித்திரை மாதத்தில் வந்த பூரணையில், இறந்த தாயை நினைவுகூரும் நாள் வந்ததை நாம் அறிவோம். வருடந்தோறும் வரும் சித்திரைப் பூரணையில் இறந்துபோன தாயை நினைவுகூருவது தமிழ் இந்துக்களின் வழக்கம்.

எமது பண்பாட்டுக்கு உரியதால்லாவிடினும் உலகம் முழுவதிலும் கொண்டாடப்படும் இந்தத் தாய்க்குரிய நாள் எவ்வாறு தோன்றி வளர்ந்தது என்பதுபற்றிப் பார்ப்போம். தாய்த் தெய்வத்திற்கு எடுக்கப்பட்ட பண்டைய வசந்த விழாவே, தாய்க்குரிய நாளின் முன்னோடி என்று சில வரலாற்றாசிரியர்கள் கருதுகின்றனர். பண்டைய கிரேக்க சாம்ராஜ்யத்தில், தெய்வங்களின் தாயாகிய Rheaவைக் கௌரவிக்க, வசந்தகாலத்தில் விழா எடுக்கப்பட்டது. மற்றொரு தாய்த் தெய்வமான ஸிபெலியின் (Cybele) வழிபாடு, ஏறக்குறைய தாய்க்குரிய விழா நாள்போல, ரோமாபுரியில் கொண்டாடப்பட்டது. கிறிஸ்து பிறப்பதற்கு ஏறக்குறைய 250

வருடங்களின் முன்னர் தொடக்கம், மார்ச் 15 தொடக்கம் 18ஆம் தேதி வரை இந்த விழாக் கொண்டாடப்பட்டது.

இங்கிலாந்தில், ஏறக்குறைய தற்போதைய தாய்க்குரிய நாளை ஒத்த *Mothering Sunday* என்பது, நோன்பு காலத்தின் நடுப்பகுதியில் வரும் நாலாவது ஞாயிற்றுக்கிழமை கொண்டாடப்பட்டது. ஆரம்பகால தேவாலயம், ஸிபெலிஐக் கௌரவிக்கும் விழாவை ஏற்று, அதனை யேசுவின் தாயான கன்னி மரியாளைப் போற்றும் வகையில், மாற்றி அமைத்ததாகச் சிலர் கருதுகின்றனர். தாய்த் தெய்வத்திற்கென அமைக்கப்பட்ட தேவாலயத்தில், மக்கள் ஞானஸ்நானம் பெறுவதற்காக இந்த நாளில் சென்றதால், இந்த மரபு ஏற்பட்டதாக வேறு சிலர் கருதுகின்றனர். மக்கள் தமது பகுதிகளில் உள்ள தேவாலயத்திற்கு இந்த நாளில் சென்று, வழிபாட்டுப் பொருள்களை அர்ப்பணித்தனர். 1600களில், இங்கிலாந்தில் தொழிலாளர்களாகக் கடமையாற்றிய இளம் ஆண்களும் பெண்களும், இந்த *Mothering Day*யில் தத்தமது தாய்மாரைச் சென்று சந்தித்தனர். அப்போது, தமது தாய்மாருக்கு *Mothering Cake*, அணிமணிகள் போன்றவற்றைப் பரிசுப் பொருட்களாக எடுத்துச்சென்றனர். இந்நாளில் கோதுமையை, இனிப்பூட்டிய பாலில் சமைத்துப் பரிமாறும் வழக்கமும் காணப்பட்டது. அத்துடன், வட இங்கிலாந்திலும் ஸ்கொட்லாந்திலும், பட்டரில் பொரிக்கப்பட்ட *peas*இலிருந்து தயாரிக்கப்பட்ட *pancake*ஐ உண்ணும் வழக்கம் இருந்தது. *Simnel Cake* எனப்பட்ட பழக் கேக்கை, *Mothering Cake* ஆகத் தயாரித்தபோதும், அக்காலத்தில் நோன்பு வருவதால், அப்போது உண்ணாது, அதைப் பாதுகாத்து வைத்திருந்து ஈஸ்ரர் அன்று உண்டனர். தொழிற்புரட்சியால் ஏற்பட்ட வேலை மாற்றங்களால், இந்த மரபு நின்று போயிற்று. பின்னர், 20ஆம் நூற்றாண்டில் தாய்க்குரிய தினம் விடுமுறையாக்கப் பட்டது.

தற்போதைய தாய்க்குரிய நாளை ஆரம்பித்தவராக *Anna M Jarvis* என்பவர் கருதப்படுகிறார். அவர் 1864இல் பிறந்து, 1948இல் மரணமடைந்தார். அவர் ஒருபோதும் திருமணம் செய்யவில்லை. தனது தாயான *Reese Jarvis* மேல் அளவுக்கு அதிகமான அன்பு கொண்டவர். ஒரு *Minister*இன் மகளான அவரது தாய், மேற்கு வேர்ஜீனியாவில் உள்ள *Andrews Methodist Church*இன் ஞாயிறு பாடசாலையில், 20 வருடங்களாகப் போதித்துவந்தவர். *Anna* மேற்கு வேர்ஜீனியாவிலுள்ள *Wheeling* என்ற இடத்திலுள்ள பெண்களுக்குரிய கல்லூரியில் பயின்று *Grafton*இல் படிப்பித்துவந்தார். பின்னர், அவர்களது குடும்பம் *Pennsylvania*வில் உள்ள *Philadelphia*வுக்குக் குடிபெயர்ந்தது. *Anna*வின் தாயான *Reese Jarvis*, 1905ஆம் ஆண்டு மே மாதத்தில் காலமானபோது, திருமணம் செய்யாது, தனது பார்வையற்ற சகோதரியுடன் தனித்துவிடப்பட்ட *Anna*வுக்குத் தாயின் பிரிவைத்

தாங்க முடியாதிருந்தது. துன்பத்தில் ஆழ்ந்திருந்த அவருக்குத் தாயின் நினைவாகத் தாய்க்குரிய நாளைக் கொண்டாடும் எண்ணம் வந்தது.

தாய் இறந்து இரு வருடங்களின் பின், அதாவது 1907இல், செல்வாக்குள்ள அமைச்சர்கள், வர்த்தகர்கள், கொங்கிரஸ் அங்கத்தவர்கள் ஆகியோரது ஆதரவைப் பெறுவதற்காக, அனாவும் அவரது நண்பர்களும் தேசியரீதியில் தாய்க்குரிய நாள் விடுமுறையை ஏற்படுத்தும்படி ஒரு கடிதப் பிரச்சாரத்தை ஆரம்பித்தனர். தாய்மார் உயிருடன் இருக்கும்போது, பிள்ளைகள் அவர்களின் பங்களிப்பை நன்கு உணர்ந்துகொள்வதில்லை என்று அனா கருதினார். தாய்க்குரிய நாள் கொண்டாட்டம், தாய்மாருக்குரிய மதிப்பை அதிகரிப்பதுடன், குடும்ப பந்தத்தையும் உறுதிப்படுத்தும் என்றும் அவர் நம்பினார். 1908ஆம் ஆண்டு மே மாதம் 10ஆம் தேதி இடம்பெற்ற முதலாவது தாய்க்குரிய நாளில், அனாவின் கோரிக்கையின்படி, மேற்கு வேர்ஜீனியாவில் உள்ள Graftonஇலும், பென்சில்வேனியாவில் உள்ள Philadelphiaவிலும் உள்ள தேவாலயங்களில் திருமதி Reese Jarvisஇன் நினைவைக் கௌரவிக்கும் முகமாக விசேட ஆராதனைகள் நடத்தப்பட்டன. தனது தாய்க்கு மிகவும் பிடித்தமான வெள்ளை Carnation மலர்களை, இந்த முதலாவது ஆராதனையில் அனா அனைவருக்கும் வினியோகித்தார். தாயின் அன்பில் நிறைந்துள்ள இனிமை, தூய்மை, பொறுமை, நீடித்துழைக்கும் திறன் ஆகியவற்றைப் பிரதிநிதித்துவப்படுத்தும் நோக்கிலேயே வெள்ளை Carnation மலர்கள் தெரிவுசெய்யப்பட்டன. பின்னர் காலப்போக்கில், சிவப்பு Carnation மலர்கள், வாழும் தாயின் சின்னமாக மாறியது. வெள்ளை Carnation மலர்கள், இறந்த தாயைக் குறிக்கப் பயன்படுத்தப்பட்டன.

மேற்கு வேர்ஜீனியாவைச் சேர்ந்த Governorஆல், 1910ஆம் ஆண்டில், முதலாவது தாய்க்குரிய நாள் பிரகடனப்படுத்தப்பட்டது. அதே ஆண்டில், Oklahoma மாநிலத்திலும் தாய்க்குரிய நாள் கொண்டாடப்பட்டது. 1911ஆம் ஆண்டளவில், ஒவ்வொரு மாநிலமும் தத்தமக்குரிய வகையில் தாய்க்குரிய நாளைக் கொண்டாடின. அதே காலத்தில் மெக்ஸிக்கோ, கனடா, சீனா, ஜப்பான், தென் அமெரிக்கா, ஆபிரிக்கா ஆகிய இடங்களிலும் தாய்க்குரிய நாள் கொண்டாடப்பட்டது. தாய்க்குரிய நாளில் அர்த்தபூர்வமான கொண்டாட்டங்களை மேற்கொள்ளும் முகமாக, 1912ஆம் ஆண்டு டிசம்பர் மாதம் 12ஆம் தேதி, Mother's Day International Association நிறுவப்பட்டது.

ஜனாதிபதி, கொங்கிரஸ் அங்கத்தவர்கள் மற்றும் சகல அரச உத்தியோகத்தர்களும் தாய்க்குரிய நாளில் வெள்ளை Carnation மலரை அணிய வேண்டுமென்று, பாராளுமன்றத்தின் மக்கள் சபைப் பிரதிநிதிகள், 1913ஆம் ஆண்டு மே மாதத்தில் ஏகமனதாக

ஒரு தீர்மானத்தைக் கொண்டுவந்தனர். மே மாதத்தின் இரண்டாவது ஞாயிற்றுக்கிழமையைத் தாய்க்குரிய நாளாகப் பிரகடனப்படுத்த வேண்டும் என்ற கூட்டுத் தீர்மானம் ஒன்றை, 1914ஆம் ஆண்டு மே மாதம் 8ஆம் தேதி, கொங்கிரஸ் ஏற்று நிறைவேற்றியது. தாய்க்குரிய நாளில், அமெரிக்க நாட்டைச் சேர்ந்த தாய்மாருக்கு, அனைவரும் தமது அன்பையும் மரியாதையையும் காட்டும் முகமாக, அரசாங்கக் கட்டடங்களிலும் வீடுகளிலும் அமெரிக்கக் கொடி பறக்கவிடப்பட்டது. ஜனாதிபதியான Woodrow Wilson, தாய்க்குரிய நாளைத் தேசியப் பொது விடுமுறையாகப் பிரகடனப்படுத்தினார்.

ஆரம்பத்தில், தேவாலயத்தில் நடைபெற்ற தாய்க்குரிய நாள் ஆராதனைகளில் மக்கள் கலந்துகொண்டனர். அந்நாளில் ஒவ்வொருவரும் தத்தமது தாய்மாருக்குக் கடிதம் எழுதினர். பின்னர் காலப்போக்கில் வாழ்த்து அட்டைகள், பரிசுப் பொருட்கள், பூக்கள் என அனுப்பும் அல்லது கொடுக்கும் வழக்கம் ஆரம்பித்தது. தாயை அன்புடன் நினைவுகூருதலன்றிப் பரிசு வழங்குதல் என்பது அதிக அளவு இடத்தைப் பெற ஆரம்பிக்கவே, தாய்க்குரிய நாளை ஸ்தாபிக்க உதவிய அனா மிகவும் கோபமடைந்தார். வர்த்தகர்களின் பேராசையாலும் லாப நோக்கினாலும் அந்த நாளுக்குரிய புனிதம் கெடுவதாக, அவர் நினைத்தார். 1923இல், அவர் தாய்க்குரிய நாள் விழாவை நிறுத்தும்படி வழக்குத் தொடர்ந்தார். Carnation மலர்களை விற்றுக்கொண்டிருந்த ஒரு நிகழ்ச்சியின் அமைதியைக் குழப்பியதாக, அவர் பின்னர் கைது செய்யப்பட்டார். 1948இல் இறப்பதன் முன்னர், இந்த தாய்க்குரிய நாள் மரபை ஏற்படுத்தியதற்காக, அவர் மிகவும் மனம் வருந்தினார் என்று கூறப்படுகிறது. ஆயினும், அமெரிக்காவில் இந்தத் தாய்க்குரிய நாள் கொண்டாட்டங்கள் மிகவும் பிரபலம் அடைந்தன. அந்த நாளைத் தாயுடன் தொடர்பு கொண்டு நன்றி தெரிவிப்பதற்கான நாளாக, அனைவரும் ஏற்றுக்கொண்டனர். சகல வயதுள்ள பிள்ளைகளும், அன்று தத்தமது தாய்மாருக்கு விசேடமாக ஏதாவது காரியம் செய்து, தாயின் கரிசனைக்கும் அன்புக்கும் நன்றியும் பாராட்டும் செலுத்துவர். காலை உணவைப் படுக்கையில் வழங்குவது, அவற்றில் ஒன்று. வளர்ந்த பிள்ளைகள், உயிருடன் இருக்கும் தாய்க்குச் சிவப்பு Carnation மலர்களை வழங்குவர். தாய் இறந்துவிட்டால், அவரது கல்லறையில் வெள்ளை Carnation மலர்களை வைத்து நன்றி கூறுவார்கள். இன்று தாய்க்குரிய நாள் உலகம் முழுவதும் பரவலாகக் கொண்டாடப்பட்டு வருகிறது.

தாய்க்குரிய நாள் பல நாடுகளில் சிறப்புப் பெற்றபோதும், அதற்கு மேலாக ஒவ்வொருவருக்கும் தமது தாயின் அன்பு என்பது மிக உயர்வானது மட்டுமல்ல, தனித்துவமானதும்கூட. தாம் அனுபவித்த தமது தாயின் அன்பையும், தாயால் தாம்

பெற்ற உயர்வையும் காலந்தோறும் பலர் கூறி வந்துள்ளனர். அவ்வாறான சில அனுபவங்களை இங்கு பார்ப்போம்.

தாயின் கரங்கள் மென்மையாக ஆக்கப்பட்டுள்ளன. பிள்ளைகள் அதில் ஆழ்ந்து உறங்குவார்கள். இதனைக் கூறியவர், 19ஆம் நூற்றாண்டில் பிரான்ஸில் வாழ்ந்த, சிறந்த நாவல், நாடக எழுத்தாளரான Victor Hugo.

நான் எப்படி இருக்கிறேனோ அல்லது எப்படி வர வேண்டும் என்று விரும்பினேனோ, அப்படி ஆனதற்கு, நான் தேவதை போன்ற எனது தாய்க்குக் கடன்பட்டுள்ளேன். நான், எனது தாயின் பிரார்த்தனைகளை நினைவில் வைத்திருக்கிறேன். அவை எப்போதும் என்னைத் தொடர்ந்து வந்துள்ளன. என் வாழ்நாள் முழுவதும் என்னைச் சூழ்ந்து, அவை என்னுடன் இணைந்து வந்துள்ளன. இந்த அனுபவம், 19ஆம் நூற்றாண்டில் அமெரிக்க ஜனாதிபதியாக இருந்த ஆபிரகாம் லிங்கனுடையது.

கடும் சோதனைகள் திடீரென எமது வாழ்வில் வரும்போது, எமக்குள்ள உண்மையான தோழி, தாயே. எமக்குச் செல்வம் போய் வறுமை வரும்போது, எமது சந்தோஷத்தில் பங்கெடுத்த நண்பர்கள் அது கண்டு எம்மைவிட்டு விலகும்போதும், கஷ்டங்கள் எம்மைச் சூழும்போதும், எம்மோடு இருப்பவள் எமது தாயே. அவள் தனது அன்பு வார்த்தைகளாலும் ஆலோசனைகளாலும் எம் வாழ்வில் இருளை அகலச்செய்து, எமது இதயங்களில் அமைதியை ஏற்படுத்துகிறாள். இதனைக் கூறியவர், 19ஆம் நூற்றாண்டில் வாழ்ந்த எழுத்தாளரான Washington Irving.

ஒரு தாயின் தோற்றம் சிறிதாயினும், அனைவரது துன்பத்தையும், அனைவரது மகிழ்ச்சியையும் ஏற்று அன்புடன் அவர்களுக்கு இடமளிக்கும் வகையில், அவளது இதயமோ மகா பெரியது. இதனைக் கூறியவர், கதாசிரியரான Mark Twain.

பெண்களுக்குள்ள உரிமைகள் அனைத்திலும் தலையாயது, தாயாக ஆவதுவே. இதனைக் கூறியவர், Lin Yutang.

ஒரு தாயின் இதயம் ஆழமானது. அதனது அடித்தளத்தில் நீங்கள் எப்போதும் மன்னிப்பைப் பெறலாம். இதனைக் கூறியவர், 19ஆம் நூற்றாண்டைச் சேர்ந்த பிரான்ஸிய நாவலாசிரியரான Honore' de Balzac (1799-1850).

நான் கண்ட பெண்கள் அனைவரிலும் அழகானவள், எனது தாயே. நான் இன்று எவ்வாறிருக்கிறேனோ, அதற்கு நான் எனது தாய்க்குக் கடன்பட்டுள்ளேன். என் தாயிடமிருந்து பெற்ற ஒழுக்கம், உடலியல் கல்வி, புத்திபூர்வமான கல்வி ஆகியவற்றினாலேயே, நான் எனது வாழ்வில் சகல வெற்றிகளையும் பெற்றேன். இது, 18ஆம் நூற்றாண்டில் வாழ்ந்த, முதலாவது அமெரிக்க ஜனாதிபதியான George Washington (1732-1799) அனுபவம்.

முறையான இடைவேளையின்றி வேலைசெய்யும் தொழிலாளர், தாய்மாரும் மனைவிமாருமே. அவர்கள், விடுமுறையற்று வேலை செய்யும் ஒரு சிறந்த தொழிலாளர் பிரிவு. இந்தக் கருத்துக்குரியவர் Anne Morrow Lindbergh (1906-2001).

தாயின் இதயமே பிள்ளையின் பாடசாலை வகுப்பறை. கூறியவர் Henry Ward Beecher (1813-1887).

இளமை போகும், காதல் வாடும், நட்பு என்ற இலை உதிரும். ஒரு தாயின் ரகசியமான நம்பிக்கை, இவற்றை எல்லாம் போக்கி நீண்டு வாழும். இதனைக் கூறியவர் 19ஆம் நூற்றாண்டில் வாழ்ந்த மருத்துவத்துறைப் பேராசிரியரும் பல ஆய்வுக் கட்டுரைகளை எழுதியவருமான Oliver Wendell Holmes (1809-1894).

ஒரு தந்தை தனது பிள்ளைகளுக்குச் செய்யக்கூடிய முக்கியமான பணி, அவர்களது தாயில் அன்பு செலுத்துவதே. இதனைக் கூறியவர் பெயர் தராத ஒருவர்.

Howard Johnson என்பவர், 1915ஆம் ஆண்டில், தாய் என்ற சொல்லின் ஆங்கிலப் பதமான mother என்ற சொல்லின் ஒவ்வொரு எழுத்துக்கும் கருத்துக் கூறியுள்ளார்.

"M" is for the million things she gave me,
"O" means only that she's growing old,
"T" is for the tears she shed to save me,
"H" is for her heart of purest gold;
"E" is for her eyes, with love-light shining,
"R" means right, and right she'll always be,

Put them all together, they spell "MOTHER,"

A word that means the world to me.

இணையத்தில் பலர் தமது தாய்க்கென பக்கங்கள் செய்து, அதில் அவர்களைப் புகழ்ந்து கவிதைகள் எழுதியுள்ளனர். அவ்வாறு காணப்பட்ட கவிதைகளில், என்னைக் கவர்ந்த இரண்டின் தமிழாக்கத்தைத் தருகிறேன். More Than A Mother என்ற தலைப்பில் அமைந்த ஒரு கவிதையின் தமிழாக்கம் இதோ:

கடவுள் உலகைப் படைத்தான்
அதனை உரிய இடத்தில் நிறுத்திவைத்தான்
அழகுபடுத்த விருப்புக் கொண்டு
வானத்துத் தாரகையை வைரமாய்த் தொங்கவிட்டான்
நிலத்தையும் நீரையும் படைத்துவைத்தான்
பின் என்னையும் உன்னையும் உருவாக்கி மகிழ்ந்தான்
ஆற அமர்ந்து படைப்பை நினைந்து
இருக்குமிடத்தில் அனைத்தும் உண்டென
மகிழ்ச்சி கொள்கையில் ஏதோ ஒன்று இல்லை என்று
நினைவை நெருடியது, என்ன அது? என்ன அது?

சட்டென்று நினைவில் வந்தது.
ஓ! அதுவே தாய், அதுவே தாய்
மகிழ்ச்சியுடன் அவளைப் படைத்தான்.
எதற்கு அவளைப் படைத்தான்?
பிள்ளையின் முகத்தில் தன்னை விளக்கிட
அந்தப் படைப்பு என அவன் கொண்டான்.
உலகில் தாய்க்கொரு சிறப்பிடம் உண்டென அறிந்தான்
பிள்ளையின் முகத்தில் சிரிப்பினைக் காண
கடுமையாய் உழைக்கத் தயங்கிடமாட்டாள்
கல்லும் சீமந்தும் கொண்ட கட்டடத்தை

அன்பு நிறைந்த வீடாக்கிடுவாள்
படிப்பா? வாழ்வா? உதவிடுவாள் தாய்
அருகில் என்றும் நீங்காது நின்றிடுவாள்
துன்பமா? கஷ்டமா? வேறெதுவும் பிரச்சினையா?
அருகில் நின்று உதவிடுவாள் அன்புத் தாய்
உறுதியுடன் நீ காலூன்றும்வரை
உதவிக்கரம் நீட்டிடுவாள்
நீ விழும்போது தூக்கி நிறுத்திடுவாள்
நண்பனாய் நட்பு வழங்கிடுவாள்
ஆரவாரமின்றி அருகில் நின்று உதவிடுவாள்
உறுதி தேவையா? தந்து நீ வென்றிட உழைப்பாள்.
சாய்ந்திடத் தோள் தேவையா?
தோள் கொடுக்கக் காத்திருப்பாள்
அவளே தாய்.

தாய் என்பவள் யார்? என்று இன்னொரு கவிதை. *Katherine Nelson Davis* என்பவர் எழுதிய கவிதையின் தமிழாக்கம் இது.

எம்மைப் காத்து வழிநடத்துவாள்
நாம் தவறு செய்யினும் எம்மில் அன்பு காட்டுவாள்
முடிவற்ற பொறுமை காட்டி நன்கு புரிந்துணர்வாள்
அவளது மென்மைக்கு உவமை ஏது?
சிறுபிள்ளைப் பயத்தை அன்போடு போக்கி
வாழ்வில் நம்பிக்கை ஊட்டுவாள்
மென்மையுடன் பிள்ளைகளைப் பொக்கிஷமாகப்
பேணுவாள்
தவறு பெரியதாயினும் தவறு சிறிதாயினும்
தாயின் இதயம் மன்னிக்கும் ஒரு பொற்கோயில்
தன் தேவைகளை ஒடுக்கி ஒடுக்கி
குடும்பத்துத் தேவைகளை முன்னெடுக்கும் தயாநிதி
அவளது சிரிப்பு வீட்டுக்கு ஒளியூட்டும்
அது எமது வாழ்வுக்கு இனிமை கூட்டும்
அளவில்லா ஞானம் உள்ளுணர்வு திறமை
நிறைந்தவள் எமது அன்புத் தாய்
மானிட இதயத்தில் ஒரு விசேட மூலையுண்டு
அதனை அன்பால் நிறைத்திட தாயாலேயே முடியும்.

தாயன்பின் சிறப்பைக் காட்ட எத்தனையோ கதைகள் இருக் கலாம். ஆயினும், என் மனதைத் தொட்ட கதை ஒன்றுண்டு. அதை உங்களில் பலர் அறிந்திருப்பீர்கள். **சர்வர் சுந்தரம்** என்ற படத்தை நான் பார்க்காதபோதும், அதில் நாகேஷ் இந்தக் கதையைக் கூறுவதாக முன்னர் வானொலியில் கேட்டிருக்கிறேன். அக்கதை எங்கிருந்து எடுக்கப்பட்டது என்பது எனக்குத் தெரிய வில்லை. ஆயினும், மனத்தைத் தொடும் அக்கதை என் மனத்தில் நிரந்தரமாகத் தங்கிவிட்டது. அதனைத் தெரியாதவர்களுக்காக இங்கு கூறலாம் என்று நினைக்கிறேன்.

ஒருவன் ஒரு பெண்ணை மிக அதிகமாகக் காதலித்தான். ஆனால், அவள் மிகக் கொடுமையான மனம் கொண்டவள். எனவே, தான் அவனைத் திருமணஞ்செய்வதானால், அவன் தனது தாயின் இதயத்தைப் பரிசாகத் தர வேண்டும் என்ற ஒரு கொடிய வேண்டுகோளை, இதயமே அற்றவளாகக் கேட்டாள். அவனுடைய கண்களைக் காதல் முற்றாக மறைத்திருந்தது. அவன், அவளது கோரிக்கைக்குச் சம்மதித்துத் தனது தாயைக் கொன்று, அவளது இதயத்தை ஒரு தட்டில் வைத்து, காதலிக்குத் தருவதற்காக எடுத்துவந்தான். வரும் வழியில், ஓரிடத்தில் படி தடுக்கி, அவன் விழுந்துவிட்டான். அப்போது, அந்தத் தட்டில் இருந்த தாயின் இதயம் கேட்டது, மகனே நோகிறதா? இதுவே தாயின் தூய அன்பு.

தாய்மை அன்பு என்பது மனித இனத்துக்கு மட்டும் சொந்தமான தல்ல. ஜீவராசிகள் அனைத்திற்கும், தமது குட்டிகளில், குஞ்சுகளில் பாசம் உண்டு. ஆனால், அது மனிதருடையதுபோல நிரந்தர மானதல்ல. குட்டிகள் வளரும் வரை மிருகங்கள் அன்புடன் பேணி வளர்ப்பன. வளர்ந்ததும் துரத்திவிட்டு அவற்றை மறந்து விடுவன. பறவைகளும் அப்படியே. குஞ்சுகள் பறக்கப் பழகும் வரை அவற்றுக்கு உணவு கொணர்ந்து, ஊட்டிப் பகைவர்களிட மிருந்து பாதுகாத்து வளர்ப்பன. இனம் பெருகுவதற்காக இவ்வாறான தாய்மை இயல்பு அவற்றிற்கு ஏற்பட்டுள்ளன. கொரில்லா குரங்கினம் ஏறக்குறைய மனிதரைப் போன்ற இயல்புடை யது. குட்டிகளை ஓரளவு அதிக காலம் பேணிப் பாதுகாப்பன. குட்டி இறந்தால், மனிதரைப்போலத் துக்கம் அனுஷ்டிப்பன. ஆயினும், அவை எந்தளவு தூரத்திற்குப் பேணிப் பாதுகாக்கவல்லன என, பல வருடங்களின் முன் விஞ்ஞானிகள் ஒரு பரிசோதனை செய்து பார்த்தனர். குரங்கையும் குட்டியையும் ஒரு அறையில் விட்டு, அதற்குள் நீரைச் சிறிது சிறிதாக நிறைத்தனர். இடுப்பளவில் நீர் நிறைந்தபோது, குரங்கு தனது கைகளால் குட்டியைச் சிறிது சிறிதாக மேலே உயர்த்தியது. நெஞ்சு மட்டத்திற்கு நீர் உயர்ந்த போது, குட்டியைத் தனது தலைக்குமேல் உயர்த்திப் பிடித்தது. கழுத்து மட்டத்திற்கு உயர்ந்தபோதும், குட்டியை முடியுமான

வரையில் உயர்த்தியது. நீர், வாய் அளவில் உயர்ந்தபோது குரங்கு, குட்டியைக் கீழே நீருக்குள் போட்டு, அதன்மேல் தான் ஏறி நின்றது. உயிர்போகும் ஆபத்து வந்தபோது, அது தன்னைப் பாதுகாப்பதையே கருத்தில்கொண்டது. ஆனால், மனிதத் தாய் என்பவள் அப்படியல்ல. தனது பிள்ளையைக் காப்பாற்றத் தனது உயிரை முழுமையாக அர்ப்பணிக்கத் தயங்கமாட்டாள். இதுவே, தாயின் பெருமை.

சிறுவயதிலேயே தந்தையை இழந்த என்னையும், எனது சகோதரர்களையும் வளர்த்து ஆளாக்கி, உயர் கல்வி கற்பதற்கு வாய்ப்புக்களைத் தந்து, பண்பாட்டின் பெறுமதிகளை எமது மனத்தில் ஆழப் பதியவைத்து நன்மக்களாக்கியவர் எனது தாய். அவருக்குத் தாய்பற்றிய இக்கட்டுரையை அர்ப்பணிக்கிறேன்.

●

தந்தைமை

தாய்மை என்ற சொல்லை நாம் அடிக்கடி கேட்கிறோம். அது மிகவும் பெருமைப்படுத்தப்படுவதும் நாம் அறிந்த ஒன்று. ஆனால், தந்தைமை என்ற சொல்லை நாம் கேள்வியுற்றிருக்கிறோமா என்றால், இல்லை என்றே பதில் கூற வேண்டும். ஏன், நாம் தந்தைக்குரிய பங்குபற்றி அதிகம் சிறப்பித்துப் பேசுவதில்லை? குடும்பத்தில் தந்தைக்குரிய பங்கு குறைவானதா? உழைத்து வந்து குடும்பத்திற்கான பணத்தைக் கொடுப்பதுடன் தந்தையின் பங்கு முடிவடைந்துவிடுகிறதா? பிள்ளை வளர்ப்பில் அவர்களுக்குப் பெரிய பங்கெதுவும் இல்லையா? இக்கேள்விகளுக்கு இங்கு விடைகாண முயல்வோம்.

உலகில் பெரும்பான்மையான பண்பாடுகளில், பிள்ளைகளைப் பொறுத்தவரையில், தந்தையின் பங்களிப்பு மட்டுப்படுத்தப்பட்டதாகவே உள்ளது. இதற்குத் தந்தைமார் குடும்பத்திற்காக உழைக்கும் முக்கிய பொறுப்பை ஏற்றுக்கொள்வது காரணமாக இருக்கலாம். முந்திய காலத்தில், பெண்கள் வீட்டிலிருந்து பிள்ளைகளை வளர்க்கும் பொறுப்பை ஏற்றுக் கொண்டதால், அவர்களே பிள்ளைகளுக்குப் பாலூட்டித் தாலாட்டிச் சீராட்டி அரவணைத்து வளர்ப்பதுடன், வளர வளர அவர்களது சகல தேவைகளையும் பார்த்துப் பார்த்து நிறைவேற்றும் பொறுப்பையும் ஏற்றுக்கொண்டனர். இதனால், பிள்ளைகளுக்குத் தந்தையைவிடத் தாயுடன் அதிக நெருக்கம் ஏற்பட்டது.

தந்தையின் பங்கைக் கூறத் தமிழில் இரண்டு பழமொழிகள் உள்ளன. 'தந்தை சொல் மிக்க மந்திரம் இல்லை' என்பது ஒன்று. பிள்ளைகள், தந்தை கூறுவதைக் கேட்டு நடந்தாலே, நல்ல முறையில் வளர்வார்

கள் என்ற கருத்து முன்னர் காணப்பட்டது. அதற்குக் காரணமில்லாமல் இல்லை. தாய் உணவளித்து, பிள்ளைகளை அரவணைத்து வளர்ப்பதாலும், பிள்ளைகளில் உள்ள, அளவுக்கு அதிகமான அன்பாலும் அவர்களைக் கண்டித்து வளர்ப்பதென்பது அவளுக்குச் சிலவேளைகளில் கஷ்டமான காரியமாக இருக்கும். பிள்ளைகளும் தாயுடன் அதிக நெருக்கமாக இருப்பதால், அவளது கண்டிப்பை அவர்கள் பெரிதாகக் கருத்தில்கொள்வதும் கிடையாது. இதனால், தந்தை பிள்ளைகளைக் கண்டித்து வளர்க்கும் பொறுப்பை ஏற்றுக் கொள்வது வழக்கம். தாயும் பல விஷயங்கள் குறித்துத் தந்தையுடன் பேசும்படி, பிள்ளைகளுக்கு அறிவுறுத்துவது பல குடும்பங்களில் காணப்படுவதொன்றாகும். பிள்ளைகள் எதிர்நோக்கும் பல பிரச்சினைகளைத் தீர்த்து வழிகாட்டுபவர் தந்தையே. எனவே, அவரின் வார்த்தைகள் மந்திரம்போலப் பிள்ளைகளுக்கு உதவுவன. அதனாலேயே, இந்தப் பழமொழி தோன்றியிருக்க வேண்டும்.

'தந்தையுடன் கல்வி போகும்' என்பது மற்றொரு பழமொழி. அதாவது, தந்தையின் மறைவுடன் பிள்ளைகளின் கல்விக்கு வழிகாட்டுதல் என்பது போய்விடும் என்பதே இதன் அடிப்படைக் கருத்து. பண்டைய நாட்களில் தாய்மார் அதிகம் கல்வி கற்காததால், தந்தைமாரிடமே பிள்ளைகளின் கல்வியில் உதவிசெய்து வழிகாட்டும் பொறுப்பு ஒப்படைக்கப்பட்டிருந்தது. இன்று நிலைமை பெருமளவில் மாறிப் பெண்கள் பல துறைகளில் கல்வி கற்றிருந்த போதும், அவர்களுக்குக் குடும்பத்தை நடத்த வேண்டிய பெரும் பொறுப்பு இருப்பதால், தந்தைமாரிடமே இன்னும் கல்விக்கு வழிகாட்டல் என்ற பொறுப்புத் தங்கியிருக்கிறது. அதுவும் புலம் பெயர்ந்த நாடுகளில், தாம் வாழும் நாட்டுக்குரிய கல்விமுறையை நன்கு விளங்கி, பிள்ளையின் விருப்பத்துக்கும் திறமைக்கும் ஏற்ப, உரிய முறையில் வழிகாட்டவேண்டிய பொறுப்பு தமிழ்த் தந்தை மாருக்கு உள்ளது. ஆயினும், பிள்ளைகளின் உணர்ச்சி வாழ்வுடன், தந்தைக்குரிய பங்கு பற்றிக் கூறும் பழமொழிகள் எதுவும் தமிழில் இல்லை. இது, பொருளாதாரத் தேவையைப் பூர்த்தி செய்வதுடனும், கல்வி வழிகாட்டலுடன் தந்தையின் கடமை முடிந்துவிடுகிறதா என்ற கேள்வியை எழுப்புகிறது. சில விதிவிலக்குகள் இருந்தபோதும், பொதுவாகத் தந்தையைவிட, தாயுடன் பிள்ளைகள் உணர்ச்சிபூர்வ மாக அதிகம் நெருங்கியிருப்பதைக் காணலாம். தாயுடன் மனம் விட்டுக் கதைப்பதுபோலத் தந்தையுடன் கதைக்கப் பலரால் முடிவதில்லை. இதற்கு வாழ்க்கைமுறை ஒரு காரணமாக இருக்கலாம். தந்தை, அதிக நேரத்தைக் குடும்பத்துக்கான உழைப்பைக் கொண்டுவரச் செலவழிப்பதால், பிள்ளைகளுடன் அதிக நேரத்தைக் கழிக்க முடிவதில்லை. மாறாகத் தாய் பிள்ளைகளுடன் அதிக நேரத்தைச் செலவழிப்பதுடன், நேரத்துக்கு நேரம் உணவளிக்கும் முக்கிய பணியையும் ஏற்றுள்ளதால், பிள்ளைகளுக்குத் தாயுடன் நெருக்கமான பிணைப்பு ஏற்படுகிறது. அத்துடன்,

பெண்மைக்கே உரிய சில இயல்புகள், பிள்ளைகள் தாயுடன் நெருங்குவதற்குச் சாதகமாகவுள்ளன. இந்த முறை மாறி, தந்தைமார் தங்கள் பிள்ளைகளுடன் அதிக நேரத்தைச் செலவிடவேண்டும் என்ற எண்ணம், அவுஸ்திரேலியாவிலும் ஏனைய மேல்நாடுகளிலும் வலுத்துவருகின்றது.

கல்வியில் மட்டுமல்ல, தந்தை என்ற முறையில், பிள்ளைகளின் வாழ்வில் பல வழிகளில் முக்கியமாகப் பங்குகொள்ள வேண்டிய தேவை அவர்களுக்கு உள்ளது. தந்தைமார் வேலையில் அதிக நேரத்தைக் கழிப்பதால், பிள்ளைகள், சிறப்பாக ஆண் பிள்ளைகளின், வாழ்வில் அவர்கள் அதிகம் பங்களிப்பதில்லை. அதனால், அவர்களுக்குச் சரியான *role model* இல்லாததால், கெட்டுச் சீரழிந்துபோகிறார்கள் என்றும், அதனால் தந்தைமார் வேலையில் முடிவற்ற நேரத்தைச் செலவழியாது, வேளைக்கு வீட்டுக்குச் சென்று, பிள்ளைகளின் வாழ்வுக்கு வழிகாட்ட வேண்டும் என்ற குரல், இன்று அவுஸ்திரேலியாவிலும் மேலைத்தேய நாடுகளிலும் ஓங்கி ஒலிப்பதை நாம் கேட்கிறோம். தந்தைமார் வேலையில் முற்றுமுழுதாக மூழ்கிவிடுவதால் பிள்ளைகள் அவர்களது அன்பும் உதவியும் கிடைக்காது ஏங்குவதாக இங்கே பத்திரிகைகளில் அடிக்கடி கட்டுரைகள் வருகின்றன.

'அன்புள்ள அப்பா, நான் உங்கள் உதவியை மிகவும் வேண்டி நிற்கிறேன். வாழ்க்கை மிகவும் கஷ்டமானது. நான் அறியவேண்டியது நிறையவே இருக்கிறது. அது என்னை மிகவும் பயமூட்டுகிறது. நீங்கள் எனக்கு அருகே இருந்தால், என்னால் இதற்கூடாகப் பயமின்றிச் செல்ல முடியும் என்று எனக்குத் தெரிகிறது. உங்களுடைய வேலை முக்கியமானது என்று எனக்குத் தெரியும். ஆனால், நான் உங்களுக்கு முக்கியமில்லையா? நான் உங்களுடன் கதைக்க முயன்றேன். ஆனால், நீங்கள் விளங்கிக்கொள்வதாகத் தெரியவில்லை. தயவுசெய்து எனக்கு உதவுங்கள்.' இது ஒரு சிறுபிள்ளை தனது தந்தைக்கு எழுதிய மனதைத் தொடும் கடிதம்.

இந்தக் கடிதம் கூறும் செய்தி வெளிப்படையானது. தந்தைமாரே, உங்கள் பிள்ளைகள் உங்களது நேரத்தை, காதுகளை, உங்களது கண்களை, உங்கள் புரிந்துணர்வை, அன்பை உடனே வேண்டிநிற்கிறார்கள். ஆண்கள் செய்யவுள்ள வேலைகளில், தந்தையாக இருக்கும் நிலையே *(fatherhood)* முக்கியமானது என்று சமூக சேவை நிறுவனங்கள் வற்புறுத்தி வருகின்றன.

தாய் – பிள்ளை உறவு நீண்டகாலமாகப் போற்றப்பட்டு வந்துள்ளது. தந்தையாக இருக்கும் நிலைபற்றிக் கூறப்படுவது அண்மைக் காலத்துக்குரியது. வளரிளமைப் பருவப் *(adolescent)* பிரச்சினைகளான பாடசாலைப் படிப்பில் பின்தங்குதல், மன ஆரோக்கியம் குன்றுதல், பாடசாலைக்குச் செல்ல மறுத்தல், போதைவஸ்து எடுத்தல், குற்றம் புரிதல் போன்றனவற்றிற்கு, தந்தை அருகிருந்தும்

உணர்ச்சிபூர்வமாகவும் பிள்ளைகளுக்கு உதவி புரியவில்லை என்பதையே காட்டுகிறது, என்று பல தகவல்கள் தெரிவிக்கின்றன. ஆயினும், முன்னரைவிட இப்போது பல தந்தைமார் பிள்ளைகளுடன் இருப்பதை மகிழ்ச்சியுடன் வரவேற்பதுடன், பிள்ளைகளுடனான உறவினது இயல்பின் தன்மையைப் புரிந்துகொள்ள முயல்கின்றனர். ஆயினும், அதை அவர்கள், முடிவின்றி வளர்ந்துசெல்லும் வேலை நேரத்துடன், எவ்வாறு இணைக்கப்போகிறார்கள் என்பதே, முக்கியமான பிரச்சினையாகும்.

'எவ்வாறு நான் மாலை 5.00 மணிக்கு வேலைத்தலத்தை விட்டுப் புறப்பட முடியும்? மகனின் விளையாட்டுப் போட்டிக்குப் போவதற்கு *boss*இடம் எவ்வாறு சில மணிநேர அனுமதி கேட்பேன்?' இதுவே தந்தையரை வாட்டும் கேள்விகள். இருந்தும் பல தந்தைமார் வேலைத்தலத்துக்கு வெளியே உள்ள வாழ்க்கையின் முக்கியத்துவத்தை ஏற்றுள்ளதுடன், அதற்குத் தமது சக்தியையும் நேரத்தையும் உரியளவில் வழங்க முன்வந்துள்ள காரணத்தால், *bosses*ஆலும் சகாக்களாலும் குறைந்தளவு வேலை செய்பவர்கள் என்று கணிக்கப்பட்டுள்ளனர். அவர்கள், தாம் அருகிலில்லாது பிள்ளைகள் வளர்வதை விரும்பவில்லை. ஆயினும், வேலைக்கும் பிள்ளைகளுக்கும் இடையில் நேரத்தை எவ்வாறு பகிர்வது என்பதே, அவர்களது முக்கியமான பிரச்சினை.

Macquarie பல்கலைக்கழக உளவியல் துறைப் பேராசிரியரான *Graeme Russell* என்பவர், கடந்த 30 வருடங்களாகத் தந்தை நிலையைச் சூழ்ந்துள்ள விஷயங்கள் குறித்து ஆய்வு செய்து வருகிறார். 'நீங்கள் தந்தையாக இருப்பதற்கு, அதாவது தந்தைக்குரிய கடமைகளைச் செய்வதற்கு, என்ன தடையாக இருக்கிறது?' என்று பலரைக் கேட்டால், அவர்கள் உடனே 'வேலைத்தலம்' என்றே விடை கூறுவார்கள் என்று கூறும் அவர், வேலையிடங்களில் உள்ள நீண்ட நேர வேலை மட்டுமல்ல, வளர்ந்துவரும் மனவழுத்தம், பொறுப்பு, வேலைநாளில் செலவழிக்க வேண்டிய சக்தி ஆகியனவும், அங்கு காணப்படும் குடும்பநிலைக்குச் சாதகமற்ற மனப்போக்கும் இதற்குக் காரணம் என்று சொல்கிறார். அதாவது, இப்போதெல்லாம் வேலைத்தலத்தில் நீண்ட நேரம் வேலைசெய்வது மட்டுமன்றி, 24 மணிநேரமும் வேலைத்தல அவசர வேலைகளுக்கு மனதளவில் தயாராக இருத்தல்வேண்டும் என்பதுடன், நாட்டின் பல பாகங்களுக்கு வேலை நிமித்தம் பிரயாணம் செய்வதற்கும் தயாராக இருக்க வேண்டும். இது, தந்தைமாருக்குக் குடும்பத்தைக் கவனித்துப் பராமரிக்கும் சூழலை அமைக்கவில்லை. இதனையே, தற்போதைய வேலைத் தலங்கள் குடும்பத்திற்குச் சாதகமாக இல்லை என்று அவர் குறிப்பிடுகிறார்.

Dr. Bruce Robinson என்பவர் அவுஸ்திரேலியப் பிரதமரான *John Howard* தொடக்கம், பல கிரிக்கெட் வீரர்கள் உட்படப் பன்றி வளர்ப்போர் வரை, 75 பேருக்கும் அதிகமானோரை,

‘எவ்வாறு வேலையையும் குடும்பத்தையும் சமநிலைப்படுத்துகிறீர் கள்?’ என்று கேட்டுக் கிடைத்த தகவல்களை அடிப்படையாக வைத்து, *Fathering from the Fast Lane* என்ற தலைப்பில் ஒரு நூல் எழுதியுள்ளார். அதில், அதிக வேலையுள்ள தந்தையருக்கு, அதிக நேரத்தைக் குடும்பத்துக்கு வழங்குவதற்கேற்ற பல வழிமுறைகள் கூறப்பட்டுள்ளன. அத்துடன், தந்தையர் அதிக நேரத்தைக் குடும்பத்துக்காக ஒதுக்கவேண்டும் என்பதே, அந்நூலின் முக்கிய செய்தியாக உள்ளது. மிக நீண்டநேரம் வேலைசெய்யாது, தமது குடும்பத்துக்கு முக்கியத்துவம் கொடுப்பவர்கள், மிகவும் சிறப்பாக வேலைசெய்பவர்களாகக் கருதப்படுகிறார்கள் என்பதையும், அவர் வேலை வழங்குபவர்களுக்கு நினைவூட்டியுள்ளார். குடும்பத்திற்கு முக்கியத்துவம் கொடுப்போருக்கு ஆதரவு கொடுக்கும்படி, வேலைத் தலங்களில் உள்ள மேற்பார்வையாளர்கள், தலைவர்கள், *bosses* ஆகியோரைத் தனது நூலில் அவர் கேட்டுள்ளார்.

நீண்டநேரம் வேலைசெய்பவர்கள் வெற்றி பெற்றவர்களாகவும், வாரத்தில் ஒரு நாளோ, இரண்டு நாட்களோ பிள்ளைகளைப் பாடசாலையில் இருந்து வீட்டுக்கு அழைத்துச் செல்வதற்காகச் சற்று முன்னதாகச் செல்பவர்களை அல்லது சாதாரணமாக வேலை முடிந்து இரவுணவு, நீராடுதல், நேரத்துக்கு நித்திரைக்குப் போதல் என்ற வழமையான முறையில் வாழ்பவர்களைத் தோல்வி யுற்றவர்களாகவும் கருதும், வேலைத்தலக் கலாசாரமுறை மாற வேண்டும் என்றும் அவர் கூறுகிறார்.

பேராசிரியர் *Graeme Russell* வேலைத்தலங்களுக்குச் சென்று, எவ்வாறு நேரத்தை வேலைக்கும் குடும்பத்துக்கிடையிலும் பகிர்தல் என்பதுபற்றி, அங்கு வேலைசெய்பவர்களுக்கு வகுப்புகள் நடத்தி வருகிறார். அதில் பங்குகொள்ளுபவர்களின் எண்ணிக்கை உற்சாக மளிப்பதாகக் கூறும் அவர், அவர்கள் உண்மையில் தமது வாழ்வை மாற்றிப் பிள்ளைகளுடன் நேரத்தைக் கழிக்க விரும்புகின்றனர் என்கிறார். பத்து வருடங்களுக்கு முன்னராயின், இவ்வாறான வகுப்புகளை நடத்த அலுவலகங்கள் அனுமதித்திருக்காது என்றும் அவர் குறிப்பிடுகிறார்.

*Fatherhood*பற்றி அதிக நூல்கள் எழுதியுள்ள *Daniel Petre* என்பவர், சாதாரணமாக, பெற்றோர் பிள்ளைகளுக்காகத் தினமும் 3 நிமிட நேரத்தையே செலவழிக்கின்றனர் என்றும், அது அதிகரிக்கப்பட வேண்டும் என்றும் கூறியுள்ளார். 30 சதவிகிதப் பிள்ளைகள், தமது *biological* தந்தையுடன் வாழ்வதில்லை என்றும், தந்தைமாரின் பங்களிப்பும் கவனிப்பும் இன்மையால், இளம் குற்றவாளிகள் பெருமளவில் பெருகிவிட்டதாகவும் கூறுகிறார். *Australian Family Association* நிர்வாகியான *Terry Breed* என்பவர், பிள்ளைகளை வளர்ப்பதில் பங்குபெறுவதன் முக்கியத்துவத்தைத் தந்தைமார் உணர்ந்துகொள்ள வேண்டும் என்றும், தந்தையாகவும் கணவனாக

இருப்பதுவுமே முக்கியமானதும் முதன்மையானதுமான வேலை, அவர்களது ஊதியம் வழங்கப்படும் வேலை, இந்த முதன்மையான வேலையைச் சரியாகச் செய்வதற்காக அமைந்துள்ளதே தவிர, அது முக்கியமானதல்ல என்றும் கூறுகிறார். அதாவது, குடும்பத்துக் காக வேலையே தவிர, வேலைக்காகக் குடும்பமல்ல. ஐந்து வருட காலத்தில், ஒருவரின் பிள்ளை, தனது முதல்நாள் பாடசாலை அன்று தனது தந்தை வரவில்லை என்று நினைவு வைத்திருக்குமே தவிர, அன்று அவர் வேலையில் முக்கியமான கூட்டத்தில் பங்குபற்றியதால், வரமுடியவில்லை என்பதை நினைவு வைத்திருக் காது. இது, பின்னர் பிள்ளைகளுடன் தொடர்பே அற்றுப்போகக் கூடிய ஆபத்துக்கு எடுத்துச் சென்றுவிடும் என்பதைத் தந்தைமார் நினைவில்கொள்ள வேண்டுமென்று அவர் கூறுகிறார்.

தந்தைமார் தமது *employers* உடன் குடும்பப் பிரச்சினைகள்பற்றி உரையாட வேண்டும் என்று கூறும் இவர், பிள்ளை வளர்ப்புப் பற்றிய சகல அம்சங்களிலும் தமது மனைவியருடன் அவர்கள் இணைய வேண்டும் என்கிறார். பிள்ளைகளின் வாழ்க்கையில் இடம்பெறும் முக்கிய கட்டங்கள், அவர்களது வாழ்வில் ஒருமுறை மட்டுமே வரும். பிள்ளைகளுடன் நேரத்தைக் கழிப்பதற்கு நிறையத் திட்டமிடல் அவசியமாகிறது என்றும், ஒரு வாரத்தில் பிள்ளைகளு டன் கழிப்பதற்குச் சில மணிநேரங்களை ஒதுக்கும்படியும் வற்புறுத்திக் கூறுகிறார். 'பிள்ளைகளின் பாடசாலையில் நீங்கள் பங்குகொள்ளும் முக்கிய நிகழ்ச்சிகளை நாட்குறிப்பில் குறித்துவைத்து, உங்கள் முக்கிய கூட்டங்கள்போல், இதற்கும் முக்கியத்துவம் வழங்குங்கள்' என்று அவர் தந்தைமாருக்கு அறிவுரை கூறுகிறார்.

தற்போது பல ஆண்கள், தமது பிள்ளைகளுடன் நேரத்தைக் கழிக்க உண்மையில் விரும்புகின்றனர் எனலாம். சிலர், வேலையை வீட்டுக்குக் கொண்டுவந்து செய்கின்றனர். இதனால், பிள்ளைகளுக்குத் தேவையான நேரம் உதவ முடிகிறது. இது உண்மையில் ஒரு முன்னேற்றமே. அதிக நேரத்தை வேலையில் கழிக்கும் தமிழ்த் தந்தைமாரும் இது குறித்துச் சிந்திப்பது நல்லது.

தந்தையின் பங்களிப்பின் முக்கியத்துவம்பற்றிய இந்த எண்ணப் போக்கு, தந்தைக்குரிய பங்கைப் படித்து அறிவதற்குப் பாடங்களை உருவாக்கும் அளவிற்கு, அமெரிக்காவில் முன்னேறியுள்ளது. குடும்பப் பல்கலைக்கழகம் எனப்படும் இந்த *Family University*ஐ, *Paul Lewis* என்ற அமெரிக்கர் சில வருடங்களின் முன் ஆரம்பித்தார். அது, விரைவில் *The Secrets of Fast-Track Fathering* எனப்படும் அரைநாள் கருத்தரங்குகளுக்குத் தாய்மாரையும் ஏற்றுக்கொள்ளும் அளவுக்குக் குடும்பப் பல்கலைக்கழகமாக வளர்ச்சி பெற்றது. எல்லைகளற்ற *(University without Walls)* இப்பல்கலைக்கழகத்தில் 15,000 பேர் வரையில் படிக்கின்றனர். இவர்களில் பெரும்பாலானோர் ஆண்கள்.

தனது நண்பரொருவரின் விவாகரத்தால் மனம் பாதிக்கப்பட்ட லூயிஸ், தனது ஓய்வுநேரத்தில் *For Dads Only* என்ற பெயருள்ள பத்திரிகையை ஆரம்பித்து, நாளடைவில் *Forty Ways to Teach Your Child Values, Five Key Habits of Smart Dads* ஆகிய நூல்களையும் எழுதியுள்ளார். தந்தைமாருக்கு லூயிஸின் செய்தி எளிமையானது. ஆண்கள், தந்தைமாராக இருக்கவேண்டும் என்ற விருப்பம் கொண்டவராக இருத்தல் அவசியம். ஒருவர் எவ்வாறு சிறந்த தந்தையாக வரலாம் என்பதற்கான உதவிக் குறிப்புகள் அவரது பாடங்களில் நிறைந்துள்ளன. அவற்றுள் சில பின்வருமாறு:

1. தொழில் சார்ந்த கூட்டங்களை நாளாந்த வேலைத் திட்டத்தில் குறிப்பதுபோல, பிள்ளைகளுடன் கழிக்கவேண்டிய நேரத்தையும் குறித்துவைத்தல் வேண்டும்.
2. வாரத்தில் ஒருநாள் பிள்ளைகளைக் காலை உணவுக்காக வெளியே அழைத்துச்செல்லுதல் வேண்டும்.
3. வேலைத்தலத்திலிருந்து மதியம் ஒருதடவை பிள்ளைகளுடன் தொலைபேசிமூலம் கதைத்தல் வேண்டும்.
4. ஏதாவது தவறுசெய்தால், தவறுசெய்ததாக ஒத்துக்கொள்வதுடன், அதற்காக மனம் வருந்துவதாகக் கூறுவதற்கும் தயங்குதல்கூடாது.
5. பிள்ளைகளது பாடசாலைப் பாடப் புத்தகங்களை வாசித்தல் வேண்டும். அப்படியாயின், பிள்ளைகளுடன் உரையாடுவதற்கு விஷயம் இல்லாது தடுமாறவேண்டிய அவசியம் நேராது.

சிறுவயதில் பிள்ளைகளுக்குக் கதைகூறுதல் தந்தையின் கடமைகளில் ஒன்றாகக் கருதப்படுகிறது. இக்கதைகூறும் முறை பல்வேறு பண்பாடுகளில் உள்ள அம்சமேயாயினும், பிறநாட்டில் குடும்பத்துடன் வாழநேர்ந்துவிட்ட தந்தைமாருக்கு, இன்னொரு அதிகரித்த கடமையும் உண்டு என்று கூறப்படுகிறது. கதைகூறும் நேரத்தில், தமது சிறுவயது வாழ்க்கையில் நடைபெற்ற சம்பவங்களைப் பிள்ளைகளுக்குக் கூறுதல் வேண்டும். அவ்வாறு கூறுவதன்மூலம், தமது குடும்ப வரலாறு, பெறுமதிகள், தமது நாடு, பண்பாடு ஆகியன பற்றிய விடயங்களைத் தமது பிள்ளைகள் அறியும்படி செய்யலாம். இது, பிள்ளைகளுக்கு இவ்வுலகத்தில் தமக்குரிய இடம்பற்றிய பிரக்ஞையைக் கொடுப்பதுடன், தாங்கள் எதிர்காலத்தில் செய்யவேண்டிய தெரிவுகள், அவற்றின் விளைவுகள்பற்றிச் சிந்திப்பதற்கான சந்தர்ப்பத்தையும் வழங்குகிறது.

மேல்நாட்டுப் பாரம்பரியத்தில், பெற்றோரை அவர்களது வயது முதிர்ந்த காலத்தில் அன்புடன் கவனிக்கும் முறை ஒரு காலத்தில் இருந்தபோதும், பின்னர் பெண்களும் வேலைக்குப் போகத் தொடங்கியதும், நிலைமை மாறத் தொடங்கியது. இன்றைய பரபரப்பான வாழ்க்கைமுறையில், பிள்ளைகள் அதிக நேரத்தைத் தமது பெற்றோருக்காக ஒதுக்க முடியாதுள்ளது. ஏன், தமது

குடும்பத்துடனேயே அதிக நேரத்தைச் செலவுசெய்ய முடியாத நிலை உருவாகி வருகிறது. இந்நிலையில், இந்தத் தாய்க்குரிய, தந்தைக்குரிய நாட்கள் அவர்களுக்கு முக்கியமாகின்றன. நாம் கொண்டாடாதுவிடினும், நாம் வாழும் நாட்டில் கொண்டாடப் படும் தந்தையர் நாளின் வரலாறுபற்றி, இந்தச் சந்தர்ப்பத்தில் கூறுவது பொருத்தமாக இருக்கும் என்று எண்ணுகிறேன்.

'தந்தையர் நாள்' எவ்வாறு உருவாகி நிரந்தரமாக ஒரு நாளைப் பிடித்துக்கொண்டது என்பதுபற்றிப் பார்ப்போம். 'தாய்க்குரிய நாள்' ஒன்று மே மாதத்தில் உள்ளதால், பின்னர் ஜூன் மாதம் மூன்றாம் வாரத்தில் வரும் ஞாயிறு தந்தைக்குரிய நாளாகத் தெரிவுசெய்யப்பட்டது. 1910ஆம் ஆண்டில் Washingtonஇல் உள்ள Spokane என்ற இடத்தைச் சேர்ந்த Sonora Smart Dodd என்பவர், தனது தாய் இறந்த பின்னர், அமெரிக்க உள்நாட்டுப் போரில் பங்கு கொண்டவரும் விவசாயியுமான தனது தந்தை, தன்னையும் தனது ஐந்து சகோதரர்களையும் 21 வருடங்கள் மிக அன்புடன் கவனித்து வளர்த்திருந்த காரணத்தால், அவரையும் அவரைப் போன்ற ஏனைய தந்தையரையும் கௌரவிக்க விரும்பினார். எனவே, தனது தந்தையின் பிறந்த தினமான ஜூன் மாதம் 19ஆம் தேதியில் முதலாவது தந்தையர் தினம் கொண்டாட ஒழுங்குகள் செய்தார். Spokane நகர மேயரும் Washington மாநில Governorஉம் இதற்குத் தமது ஆதரவை அளித்தார்கள். 1924இல், அப்போது அமெரிக்க ஜனாதிபதியாயிருந்த Calvin Coolidge தேசிய அளவில் தந்தையர் தினம் கொண்டாட, வெளிப்படையாகத் தனது ஆதரவைக் கொடுத்தார். தேசிய தந்தையர் தினச் செயற்குழு, 1926இல், New York நகரத்தில் முதல் தடவையாகக் கூடியது. 1956இல், Congressஇல் தந்தையர் தினம் அனுஷ்டிப்பது ஏற்றுக்கொள்ளப் பட்டது. 1966இல், அப்போதைய ஜனாதிபதியாகிய Lyndon Johnson, தந்தையர் தினத்தை உத்தியோகபூர்வமான தேசிய விடுமுறை என்று பிரகடனப்படுத்தினார். பின்னர், ஜனாதிபதி Richard Nixon ஜூன் மாதம் மூன்றாவது ஞாயிற்றுக்கிழமை, தந்தையர் தினம் நிரந்தரமாகக் கொண்டாடப்பட வேண்டுமென்ற சட்டத்தில் 1972இல் கையெழுத்திட்டார். இதுவே, தந்தையர் தினம் உருவான சுருக்கமான வரலாறு. தந்தையருக்குரிய மலர்களாகச் சிவப்பு ரோஜாக்கள் தெரிவுசெய்யப்பட்டன. தந்தை உயிருடன் இருப்பின், சிவந்த ஆடையும் இல்லாவிடின் வெள்ளை நிற ஆடையும் அணியப் பட்டது. அமெரிக்காவில், இப்போதும் இந்நாள் ஜூன் மாதத்தில் கொண்டாடப்பட, ஏனைய நாடுகள் இதற்காக வேறுவேறு தினங்களைத் தெரிவு செய்துள்ளன. அவுஸ்திரேலியாவில், செப்ரெம் பர் மாதம் முதல் ஞாயிறில் இது கொண்டாடப்படுகிறது.

தந்தையருக்கு, அவர்களது அன்புக்கும் கரிசனைக்கும் பிள்ளை கள் நன்றி கூறி, அவர்களைக் கௌரவிப்பதற்காக இந்த நாள் ஆரம்பிக்கப்பட்டபோதும், வர்த்தகர்கள் தமது பொருட்களின்

விற்பனையை அதிகரிப்பதற்காக, அதனைப் பிரபலப்படுத்தியதாகக் கூறப்படுகிறது. தந்தைக்குரிய இந்த நாளில், காலை உணவைப் படுக்கையில் வழங்கி, தமது அன்பைக் காட்டும் வாழ்த்து மடல்களையும் பரிசுப் பொருள்களையும் பிள்ளைகள் வழங்கித் தமது தந்தையைக் கௌரவிப்பார்கள்.

எமது பண்பாட்டில், தந்தையர் நாள் என்று ஒரு நாள் கிடையாது. பெற்றோர் உயிருடன் இருக்கும்போது, அவர்களது அன்புக்கும் கரிசனைக்கும் நன்றி தெரிவிக்கும் வகையில், பிற்காலத்தில் அவர்களுக்குரிய தேவைகளை நிறைவுசெய்து, அன்புடன் பராமரிப்பதே பிள்ளைகளது கடன். அதற்கு ஒருநாள் கொண்டாட்டம் தேவையற்ற ஒன்று. அவர்கள் உயிருடன் இருக்கும்போது, அன்புடன் கவனித்து, இறந்தபின், வருடத்தில் ஒருநாள் விரதமிருந்து, அவர்களை நினைவுகூருவதே எமது முறை. இறந்த தந்தையரை, நாம் அவர்கள் இறந்த திதியில் தனிப்பட்ட நிலையில் நினைவுகூர்வதுடன், அவர்களது நினைவுக்கு எமது பண்பாட்டில் பொது நாட்களும் உள்ளன. ஆடி அமாவாசையைத் தந்தையை நினைவுகூர எமது முன்னோர் தெரிவுசெய்துள்ளனர். இந்த நாள் தெரிவுசெய்யப்பட்டமைக்குச் சோதிடரீதியில் ஏதாவது முக்கியத்துவம் இருக்கலாம். இறந்த தந்தையை நாம் நினைவுகூரும் நாள், இவர்களது தந்தைக்குரிய நாளுக்கருகிலும் வருவது வியப்பூட்டும் ஒற்றுமை. வெளிநாட்டு வாழ்க்கை முறை, எமது பண்பாட்டிலும் மாற்றங்கள் கொண்டுவர வேண்டிய தேவையை ஏற்படுத்துவதைப் பலரும் அவதானித்துள்ளனர். நாம் இது குறித்து அதிகம் சிந்திக்க வேண்டும்.

இணையத்தில் பலர், தமது தந்தையர்பற்றிய கவிதைகளையும் பாராட்டுக்களையும் குவித்து வைத்திருக்கிறார்கள். அவற்றில் என்னைக் கவர்ந்த கவிதையின் தமிழாக்கத்தை இங்கு தருகிறேன். *What Makes A Dad* என்பது அதன் தலைப்பு. அதை எழுதியவர் பெயர் தெரியாது. ஆயினும், தந்தையின் பெருமையையும் ஆற்றலையும் இது அழகாகச் சொல்கிறது.

மலையின் வலிமையையும்
மரத்தின் ஆற்றல் நிறைவையும்
கோடைச் சூரியனின் வெதுவெதுப்பையும்
ஆழ்கடலின் அமைதியையும்
இயற்கை அன்னையின் தாராள குணத்தையும்
இரவின் அரவணைக்கும் கரத்தையும்
காலங்களின் ஞானத்தையும்
கழுகின் பறப்புச் சக்தியையும்
வசந்தகால காலையின் மகிழ்ச்சியையும்
கடுகு விதையின் பற்றுறுதியையும்
சாசுவதத்தின் பொறுமையையும்
குடும்பத் தேவையின் ஆழத்தையும்
இனி இணைக்க ஏதுமில்லை என்ற நிலையில்

> கடவுள் இக்குணங்களை ஒன்றாக இணைத்தபோது
> தனது முக்கியப் படைப்பு முடிந்தது என்று அறிந்தார்
> அப் படைப்பைத் தந்தை என்று பெயரிட்டு அழைத்தார்.

இனி, சிலகாலத்தின் முன்னர் நான் படித்த ஒரு கட்டுரையின் தமிழாக்கத்தை உங்களுக்குத் தருகிறேன். தனியாகத் தனது பிள்ளைகளை வளர்க்கும் Norrie Gibson என்பவர், தந்தைமார் மகள்களுக்கு வழங்கும் முக்கியத்துவத்தை மகன்களுக்கு வழங்குவதில்லை என்று கூறி, அதனால்ஏற்படும் விளைவுகள் பற்றிக் கூறுகிறார்.

Norrie Gibson என்பவர், தந்தைமாருக்கு ஒரு திறந்த கடிதத்தை எழுதியுள்ளார். அவர் நியூசிலாந்தில், வெலிங்டனில் உள்ள குடும்பத் திட்ட நிறுவனத்தைச் சேர்ந்த கல்வியாளர். 4–7 வயதுக் கிடைப்பட்ட பிள்ளைகளுக்கு Communication and Assertiveness திறமைகள்பற்றிப் படிப்பிப்பவர். அத்துடன், அவர் தனியாகத் தனது பிள்ளைகளை வளர்க்கும் ஒருவர். அதாவது (Single Parent). இதோ அவரது திறந்த கடிதம்:

அண்மையில் நான் ஒரு குடும்பத்தின் உணர்ச்சிபூர்வமான ஒரு நேரத்தைக் காணும் வாய்ப்புக் கிடைத்தது. ஒரு தந்தை, தனது மகளைக் கட்டி அணைத்து, முத்தமிட்டுப் பிரியாவிடை பெற்றபின், தனது மகனுக்கு விளையாட்டாகக் குத்துவதுபோலப் பாவனை செய்து, விடைபெற்றுச் சென்றார்.

நான் அறிந்த இன்னொரு குடும்பத்தில் உள்ள தந்தை, தனது மகள்மார் எவ்வளவு விசேஷமானவர்கள் என்றும், அன்புக்குரியவர்கள் என்றும் அடிக்கடிக் கூறுவதையும், மகன்மாருடன் மிகக் கடுமையான அண்மையற்ற குரலில் பேசுவதையும் கேட்டேன்.

தந்தைமார், தமது மகள்களைவிட, எந்தவிதத்திலும் குறைவாக மகன்களில் அன்பு கொண்டுள்ளனர் என்று நான் நினைக்கவில்லை. அன்புகொள்வது மட்டும் போதாது. அதை, எமது பிள்ளைகளுக்குக் காட்டும் முறையும் முக்கியமானது என்பதைத் தந்தைகளாகிய நாம் விளங்கிக்கொள்ளத் தவறிவிட்டோம்.

தந்தைமார் விரும்புவார்களாயின், மகன்களுடன் மட்டுமல்ல, மகள்களுடனும் கடுமையாக நடந்துகொள்வது நல்லது. பிள்ளைகள் தமது சொந்த உடல்பற்றித் தெரிந்துகொள்வதற்கும், மற்றவர்களுடன் தொடர்புகொள்ளும்முறை பற்றி அறிந்துகொள்வதற்கும், கோபத்தைக் கையாள்வது பற்றிப் புரிந்துகொள்வதற்கும், எல்லைகளுக்குள் எவ்வாறு பாதுகாப்பாக இயங்குவது என்று அறிந்துகொள்வதற்கும் இந்தக் கடுமையான முறை நல்லது. ஆயினும், மகன்களை மட்டும் தான் அப்படி நடத்தவேண்டும் என்று எண்ணுவது மிகத் தவறு.

எனது பிள்ளைப் பிராயத்தில் தந்தையின் அணைப்புக்கும், விசேடமானவன் என்று கூறப்படும் அன்பு வார்த்தைக்குமாகப் பல தடவைகள் நான் ஏங்கியிருக்கிறேன். இவ்வாறான அன்பு

வார்த்தைகளுக்கான ஏக்கம், ஒரு குறிப்பிட்ட பருவத்துடன் நின்றுவிடுவதில்லை.

நாம் சிறுவயதில் இவ்வாறான மென்மையையும் (gentleness) அன்பான வளர்ப்பையும் பெறாவிடின், பின்னர் எமது பிற்கால உறவுகளில், அவற்றைக் காட்டுவது கடினமாகிறது. இவ்வாறான அன்பு, பெண்களுக்கு மட்டும்தான் காட்டப்படுவது என்று நாம் எமது தந்தைமாரிடம் இருந்து கற்றுக்கொண்டால், பின்னர் எமது மகன்கள், மென்மையையும் அன்பான நெருக்கத்தையும் எம்மிடம் எதிர்பார்க்கும்போது, அவற்றை வளங்குவது எமக்குச் சுலபமாக இருக்காது.

மகன்கள் உணர்ச்சிரீதியாகவும் உடல்ரீதியாகவும் காயப்படும் போது வெளிப்படையாக அழவும், அவர்கள் பயப்படும்போது, அதனை எமக்குச் சொல்லவும் தைரியம் கொண்டவர்களாக இருப்பதற்கு, நாம் அவர்களைப் பாராட்ட வேண்டும் என்று நான் அடிக்கடி நினைப்பதுண்டு. ஏன், பிள்ளைகள் இவ்வாறான உணர்ச்சிகளை ஆண்களைவிடப் பெண்களிடம் அதிகம் கூறுகின்றனர்?

இவ்வாறான நேரங்களில், அவர்கள் கூறுவதைப் பொறுமையாகக் கேட்டு, அவர்கள் மென்மையாக நடத்தப்படுவார்கள் என்பதைப் பிள்ளைகள் அறிய வேண்டும். ஆண்கள், பொறுமையாகக் கேட்க மாட்டார்கள் என்பதை, அடிக்கடி அவர்களது அனுபவம் அவர்களுக்குப் போதித்துள்ளது. அதனாலேயே, அவர்கள் இவ்வாறான நேரங்களில் தாயை அல்லது பெண்களை நாடுகிறார்கள்.

எல்லாப் பெண்களும், எல்லா நேரங்களிலும் பிள்ளைகளை இவ்வாறு மென்மையாகக் கையாள்வதில்லை. ஆயினும், பிள்ளைகள் பெண்களே அதிகமாக இப்படி அன்புடன் நடத்துவார்கள் என்பதை நம்புகின்றனர். குழந்தைகளுக்கு இது சரியாக இருக்கலாம். ஆனால், குழந்தைகள் நடக்க ஆரம்பித்ததும், தந்தைமாராகிய நாம் அவர்களது வாழ்வில் எமது பங்கை அதிகரிக்க வேண்டும்.

நான் தந்தைமாருக்குக் கூறுவதெல்லாம், உங்கள் பிள்ளைகளுடன் தொடர்பை ஏற்படுத்துவதற்குச் சந்தர்ப்பத்தை ஏற்படுத்திக் கொள்ளுங்கள். சிறப்பாக, மகன்மாருடன் திறந்த மனத்துடனும் அன்புடனும் மென்மையுடனும் பழகுங்கள்.

உங்கள் மகன் தாழ்வாக உணரும் வேளைகளில், அவனை அணையுங்கள். அந்த நிலையிலும் அவன் மிகச் சிறப்பானவன் என்பதை அவன் உணரும்படி அன்பாகக் கூறுங்கள். பிரியாவிடை கூறும்போது அல்லது வாழ்த்தும்போது, உங்களுக்கு மகள் இருந்தால், அவளை நடத்துவதுபோலவே மகனையும் நடத்துங்கள்.

உங்கள் மகனின் சந்தேகங்களை, துயரங்களைக் கேட்க எப்போதும் தயாராக இருங்கள். அவன் அணைப்புக்கு விரும்பினால், அவனை அணைத்து உறுதிமொழி கொடுங்கள். உங்கள் மகனது

உணர்ச்சி மாற்றங்களைப் புரிந்துகொள்ளப் பழகுங்கள். அப்படியாயின், அவன் விரும்புவதை அறிந்து, அவன் கேட்பதற்கு முன்னரே வழங்கலாம்.

உங்கள் அனுபவங்களை அவனுடன் பகிர்ந்துகொள்வதன்மூலம், அவ்வாறு உணர்வது தவறல்ல என்பதைப் புரியவையுங்கள். எல்லாவற்றுக்கும் மேலாக, அவன் கூறுவதைக் கேளுங்கள், அவனுடன் கதையுங்கள். அவனுக்குத் தேவைப்படும் நேரங்களில், உங்களிடம் தயங்காமல் வரலாம் என்ற நம்பிக்கையை ஏற்படுத்துங்கள்.

மகன்களது இளம்பிராயம் (boyhood) முழுவதும் நட்பும் வழிகாட்டலும் அளிக்க ஆண்கள் என்ற முறையில் நாம் விரும்புவதன்மூலம், ஆணாக இருப்பமைபற்றிய முழுப் படத்தையும் நாம் காட்டுபவர்களாவோம். நாம் அவர்களை முழுமையாக்குவோமானால், அவர்கள் அதனை எதிர்காலத்தில் தம் மகன்களுக்கு வழங்குவார்கள்.

இது திருப்தியளிக்கக்கூடியதும் பரஸ்பரம் காட்டக்கூடியதுமான உறவுகளை வாழ்வு முழுவதும் அனுபவிப்பதற்குச் சிறுவர்களுக்கும் ஆண்களுக்கும் சந்தர்ப்பளிக்கும் என்று நான் நம்புகிறேன்.

ஒரு தந்தை, எவ்வாறு தன் மகனில் உள்ள அன்பைக் காட்டுகிறார் என்பது, அம்மகன் பிற்காலத்தில் எவ்வாறு தனது உணர்வுகளை ஆண் என்ற முறையில் சாதகமாகக் காட்ட வேண்டும் என்ற அளவிற்கு நீண்ட வழிக்கு எடுத்துச்செல்லவல்லது. இதுவே அந்தத் திறந்த கடிதம்.

நாம் புலம்பெயர்ந்த பின்னர், எமது வாழ்க்கைமுறை பெருமளவில் மாறிவிட்டது. இலங்கையைவிட அதிக நேரத்தை வேலையில் செலவிட வேண்டிய தேவை பல ஆண்களுக்கு ஏற்பட்டுள்ளது. இந்நிலையில், பிள்ளைகளுடன் அவர்கள் தொடர்புகொள்வதற்கான நேரம் மிகவும் மட்டுப்படுத்தப்பட்டுள்ளது. எனவே, தந்தையின் பங்களிப்பின் அவசியம்பற்றி மேல்நாடுகளில் எழும் கேள்விகள், எமக்கும் உரிய கேள்விகளாகின்றன. தமிழ் ஆண்களும் இதுகுறித்துச் சிந்திக்க வேண்டிய தேவை உள்ளது. பிள்ளைகளின் நலன்களை முன்வைத்தே, பெரும்பாலானவர் நாடுவிட்டு நாடு சென்றனர். அங்கு, குடும்ப மட்டத்தில் பிள்ளைகளின் நலன்களைப் புறக்கணித்து, நிறையப் பணம் உழைத்து, நல்ல பாடசாலையில்விட்டுப் படிப்பிப்பது மட்டுமே எமது கடன் என்று நினைக்காது, பிள்ளைகளின் வாழ்வுடன் தம்மை இணைத்துக்கொள்ளவேண்டிய தேவை தந்தைமாருக்கு உள்ளது. பிள்ளைகளின் வாழ்வுக்கு வழிகாட்டும் role modelஆக இருப்பது, தந்தைமாரின் முக்கிய கடமைகளில் ஒன்றாகும்.

●

ஆரோக்கியமாக வாழ...

இரவின் மடியில் ஆனந்தமாய் உறங்க...

தூங்காதே தம்பி தூங்காதே என்ற 'நாடோடி மன்னன்' படப் பாடல், அதிகமாகத் தூங்குவதால் அல்லது வேலை நேரத்தில் தூங்குவதால் ஏற்படும் நஷ்டங்களை அடுக்கிச் செல்கிறது. 'தூங்காதே தம்பி' என்றொரு படமும் வந்தது பலருக்கும் நினைவிருக்க லாம். அதாவது, கடமை நேரத்தில் தூங்குதல்கூடாது அல்லது முன்னேற்றத்துக்கு அல்லது முயற்சிக்கு இடையூறு வரும்வகையில் தூங்கக்கூடாது என்ப தையே, இவை வலியுறுத்துகின்றன. அத்துடன், ஓர் இலட்சியத்தை அடையும்வரை ஓயக்கூடாது என்ப தையும் இவை மறைமுகமாகச் சுட்டுகின்றன. தூங்கக் கூடாத நேரத்தில் தூங்குவதால் ஏற்படும் அனர்த்தங் கள் ஒருபுறமிருக்க, அமைதியாக உறங்கவேண்டிய இரவுநேரத்தில் உறங்காதிருப்பது என்பது, வேறுவகைக ளில் எமது உடல் ஆரோக்கியத்திற்குக் கெடுதல்களை ஏற்படுத்துகிறது. இது ஆய்வுகளால் நிரூபணமான ஒரு விஷயமாகும். எனவே, விழிப்புடன் நாம் பகலில் வேலை செய்ய, இரவில் அமைதியாக உறங்க வேண் டும். இதுவே சரியான வாழ்க்கை முறைமை.

இரவில் எமது தூக்கத்தைக் கெடுக்கும் விஷயங்கள் சில உள்ளன. அதில் ஒன்று காலநிலை. அதிக வெப்பம், நிம்மதியான தூக்கத்திற்குத் தடை ஏற்படுத்தும். அவுஸ்திரேலியாவில், இந்தக் கோடையில் ஏற்பட்ட வெப்ப அலையால், 60 சதவிகிதமானவர்கள் இரவில் அமைதியாக உறங்க முடியாது தவித்ததாக ஒரு கணிப்பீடு தெரிவிக்கிறது. இந்தக் கணிப்பீட்டைச் சிட்னியில் மட்டும் நடத்தியிருந்தால், நூறு சதவீத மானவர்கள் உறங்கவில்லை என்று கூறலாம் என்றும் அது குறிப்பிடுகிறது. சிட்னியில் மட்டுமே, பகலைவிட இரவுகள் அதிகம் வெப்பமானவை. எமது உடல்

உறங்குவதற்கு, 22 தொடக்கம் 24 டிக்ரி செல்சியஸே அதிகபட்ச காலநிலை. 30 டிக்ரி செல்சியஸ் என்றால், நாம் நல்ல உறக்கம் கொள்வதென்பதற்கு மிகக் குறைந்தளவு சாத்தியமே உள்ளது. வெப்பத்தால் ஏற்படும் மனஅழுத்தம் எமது தூக்கத்தைக் கெடுக்கிறது. வெப்பத்தால் ஏற்படும் தூக்கமின்மைக்கும், SAD எனப்படும் பருவப் பாதிப்பால், அதாவது Seasonal Affective Disorderஇல், ஏற்படும் தூக்கமின்மைக்கும் வேறுபாடுண்டு. உதாரணமாக, வடதுருவ நாடுகளின் வட பகுதிகளில், குளிர்காலத்தில் 6 மாதங்கள் சூரிய வெளிச்சத்தையே காணாதிருந்த மக்கள், சூரியனது 24 மணிநேர வரவைக் கண்டதும், அந்த ஆனந்தத்தில் உறக்கத்தையே மறந்துபோவார்கள். அதுபோலன்றிக் கோடை வெப்பத்தைச் சகிக்க முடியாது தூக்கமின்றிப் புரள்வது என்பது வேறு. வெப்பத்தால் மட்டுமன்றிக் காதலில் சிக்கியவர்களும் தூங்குவதில்லை என்று, அந்த அனுபவத்தினூடாக வந்தவர்கள் கூறுவதுண்டு. மற்றபடி, தூக்கம் மனிதனுக்கு மிக அவசியமான ஒன்று. தினமும் இரவில் நிம்மதியாகத் தூங்கவேண்டியதன் அவசியத்தை, அண்மைக்கால ஆய்வுகள் எடுத்துக்கூறுகின்றன.

இரவில் நிம்மதியாக உறங்க முடியாதவர்கள் ஒருபுறம், உறக்கமே வராதவர்கள் இன்னொரு புறம். இரவில் அமைதியாக உறங்குவதற்கு மன அமைதி மிக முக்கியமானது. மனத்தை அமைதிப்படுத்த முடியாதவர்களுக்கு, உறக்கம் வருவது என்பது கஷ்டமான காரியம். ‘பாய்விரித்துப் படுப்பவனும் வாய்திறந்து தூங்குகிறான், பஞ்சணையில் நான் படுத்தேன் நெஞ்சில் ஓர் அமைதியில்லை’ என்றும், ‘மெத்தையை வாங்கினேன் தூக்கத்தை வாங்கவில்லை’ என்றும் கூறும் சினிமாப் பாடல்களும் இதனையே குறிக்கின்றன. பலருக்கு அன்றைய அல்லது வாழ்க்கைப் பிரச்சினைகளை மனத்திலிருந்து அகற்றமுடிவதில்லை. அதனால், அவர்களால் நிம்மதியாக உறங்கமுடிவதில்லை. மாறுபட்ட நேரங்களில் வேலைசெய்பவர்கள், அதாவது, shift workersக்கும், நித்திரை கொள்வதில் பிரச்சினைகள் உண்டு. புதிதாகக் குழந்தை பெற்ற பெற்றோருக்குக் குழந்தையின் அழுகையால் நிம்மதியாக நித்திரைகொள்ள முடிவதில்லை. இவ்வாறாக, அவுஸ்திரேலியாவில் 300 ஆயிரம் பேர் நிம்மதியாக உறங்கமுடியாத நிலையில் உள்ளனர்.

சாதாரணமாக, ஏழு அல்லது எட்டு மணிநேர உறக்கம் அவசியம் என்று கூறப்படுகிறது. அதற்குமேல் உறங்கினால், சோம்பல் உணர்வு மேலோங்கி நிற்கும். அதற்குக் குறைந்தளவு நேர நித்திரை அல்லது அமைதியான நித்திரையின்மை, தோற்றத்திலும் உணர்விலும் எதிர்மறையான விளைவுகளை ஏற்படுத்தும். உறங்கும்போது adrenalin, corticosteroids ஆகியனவற்றின் அளவு குறைய ஆரம்பிக்க, வளர்ச்சிக்குரிய ஹோர்மோன்கள் உருவாகத் தொடங்குகின்றன. இந்த நேரத்திலேயே, உடலில் உள்ள செல்கள் திருத்தப்பட்டு, மீளமைக்கப்படும் வேலை ஆரம்பமாகிறது. முறை

யான நித்திரை இல்லாவிடின், இவை சரிவர இயங்கமாட்டா. குறைவாக நித்திரைகொள்பவர்கள், அதிக மனஅழுத்தம் கொண்டவர்களாவார்கள். இது, அவர்களது உடலில் உள்ள *Capillary* எனப்படும் நுண்குழாய்களை இறுக்கமடையச் செய்கின்றன. இதன் காரணமாக, உயிர்ச்சத்துகள் மண்டைக்கும் தோலுக்கும் போதியளவு செல்வதில் தடை ஏற்படுகிறது. இதனால், தோலும், தலையில் உள்ள ரோமமும் செழுமை குன்றிக் காட்சியளிக்கும். அத்துடன், உறக்கமின்மை வேலையின் தரத்தைப் பாதிப்பதுடன், சரியான முடிவுகளை எடுக்க முடியாது தடுமாறவைக்கும் என்று கூறப்படுகிறது.

லண்டனில் உள்ள *Sleep Centre* நிர்வாக இயக்குநரான *Adrian William* என்பவர், உறங்கும்போது பல்வேறு தரங்களில் உள்ள நித்திரைகளினூடே மாறிமாறிச் செல்வதே, ஆரோக்கியமான உறக்கம் என்று கூறுகிறார். அதாவது, ஆழ்நித்திரை *(REM - rapid eye movement)* எனப்படும் அடிக்கடி கண் அசையும் உறக்கம், கனவுகாணும் அயர்நிலை உறக்கம் ஆகிய அனைத்தையும் உள்ளடக்கியதே சிறந்த உறக்கம் எனப்படுகிறது.

Insomnia என்பது உறக்கம்வராத நோய். இந்நோய் உள்ளவர்கள் உறக்கம்வராது தவிப்பவர்கள். உறக்கமின்மையால், அவர்கள் பல்வேறு பக்கவிளைவுகளுக்கு ஆளாகிறார்கள். அவர்களுக்கும் மனத்தை அமைதிப்படுத்த முடியாததால், உறங்க முடியாதவர்களுக்கும் உறக்கம்பற்றி ஆய்வுசெய்தவர்கள் பல ஆலோசனைகளைக் கூறுகின்றனர்.

1. அதிகமான மன அழுத்தம் உடலைப் பாதித்துப் பரபரப்பான மனநிலையை ஏற்படுத்துகிறது. மனத்தின் பரபரப்பு, உறக்கத்தின் விரோதி. மனத்தை அமைதிப்படுத்துவதே, உறக்கத்தின் முதற் கட்ட ஆயத்தம். படுக்கைக்குச் செல்வதற்கு ஒரு மணிநேரத்திற்கு முதலே இதற்காக மனத்தை ஆயத்தஞ்செய்ய ஆரம்பிக்க வேண்டும்.
2. உறக்க ஹோர்மோனான *melatonin* உருவாவதற்கு வெளிச்சத்தைக் குறைக்க வேண்டும். எனவே, படுக்கைக்குச் செல்வதற்கு அதிக நேரத்துக்கு முன்னரே தொலைக்காட்சி, கணினி ஆகியவற்றை நிறுத்திவிட வேண்டும்.
3. மனிதரின் வாழ்நாளில் மூன்றிலொரு பங்கு உறக்கத்தில் கழிவதால், படுக்கையைத் தரமானதாக அமைத்து, ஆரோக்கியமாக உறங்குதல் அவசியம். தலையின் பிற்பகுதி, இடுப்பின் கீழேயுள்ள பகுதி, குதிக்கால்கள் ஆகியன சிறிது புதையும்படியாக மெத்தை அமைய வேண்டும்.
4. படுக்கைக்குப் போவதன்முன் கோப்பி அருந்துவதைத் தவிர்த்து, தண்ணீர் கலந்து, சிறிது இனிப்பூட்டிய பாலைப் பருகுவது நல்ல பயனைத் தரும்.

கனடாவில் உள்ள ரொறொன்ரோப் பல்கலைக்கழக ஆய்வாளர்கள், உறங்குவதில் பிரச்சினை உள்ளவர்கள், உறங்குவதற்கு *brain music* உதவும் என்று கண்டுபிடித்துள்ளார்கள். ஒருவரின் மூளையில் உள்ள அலைகளுக்கு, அதாவது *brain waves*க்கு, ஏற்ற இசையை உருவாக்குவதன்மூலம் அவரை நிம்மதியாக உறங்கவைக்க முடியும் என்று கூறுகிறார்கள். குறிப்பிடப்பட்ட அந்த இசை, அவர்களது கவலைகள் அல்லது பிரச்சினைகளைப் போக்கி, உள்ளத்தை அமைதிப்படுத்தித் தூங்கவைக்கிறது.

அண்மைக்காலத்தில் செய்யப்பட்ட ஆய்வுகள், தூக்கத்தின் முக்கியத்துவம், தூக்கமின்மையால் ஏற்படக்கூடிய உடல்ரீதியான விளைவுகள்பற்றி எடுத்துக்கூறுகின்றன. உறக்கமே எமது *moods*ஐயும், வேலைத்தலத்தில் எமது வேலையின் தரத்தையும், நாம் நண்பர்களுடன் உரையாடுதலையும் வடிவமைக்கின்றது. எமது தூக்கம்–விழிப்பு சுழற்சி, அதாவது *circadian rhythm*, எமது உடலினுள் உருவாகும் *cortisol, melatonin* ஆகிய இரண்டு இராசயனத் திரவங்களால் சீரமைக்கப்படுகிறது. நாம் தூங்கும்போது உருவாக்கப்படும் *melatonin* திரவம், எமது உடலுள் சுற்றித்திரிந்து, புற்றுநோயையும் *DNA*யில் ஊறுபாடுகளையும் ஏற்படுத்தக்கூடிய *free-radical compounds*ஐத் தனது திரவத்தால் துடைத்து, அந்தப் பாதிப்புகள் ஏற்படக்கூடிய சாத்தியக்கூறுகளை இல்லாதொழிக்கிறது. அத்துடன், *oestrogen release*ஐயும் கட்டுப்படுத்துகிறது. அதன்மூலம் மார்பகப் புற்றுநோய் ஏற்படக்கூடிய சாத்தியத்தையும் அது குறைக்கிறது.

Cortisol என்பது விடியற்காலையில் எமது *immune system* நடவடிக்கைகளைச் சீராக்குகிறது. குறிப்பாகப் புற்றுநோய், *tumour* செல்களைத் தாக்கிக் கொல்லும் திறனுள்ள *natural killer cell* என அழைக்கப்படும் *immune cells*ஐச் சீராக்குகிறது. நன்கு உறங்காதவர்கள், இந்த இரு இரசாயனத் திரவங்களையும் மிகக் குறைவாகவே உற்பத்திசெய்கிறார்கள். உறக்க விழிப்புச் சுழற்சியை ஏற்படுத்தும் *circadian rhythm* தடைப்பட்டவர்களுக்குச் சிலவிதப் புற்றுநோய்கள் வந்திருப்பதை விஞ்ஞானிகள் சுட்டிக்காட்டியுள்ளார்கள். எனவே, நோயற்று வாழ்வதற்கு, முறையான உறக்கம் அவசியமானது. அவுஸ்திரேலியாவில் வெப்பக் காலநிலை மாறி, சூழலில் குளிர்மை பரவ ஆரம்பித்துவிட்டதால், இரவில் குறைந்தது 8 மணிநேரம் நிம்மதியாக உறங்குவோம். நோயின்றி ஆரோக்கியமாக வாழ்வோம்.

●

ஆறுவது சினம்

மனிதருக்குள்ள வேண்டாத குணங்களுள் கோபமும் ஒன்றாகும். கோபம் வராதவர்களை நாம் காண்பது அரிது. மனிதருக்கு மனிதர் கோபத்தை வெளிக்காட்டும் முறையில் வேறுபாடுள்ளதுபோலக் கோபம்கொள்ளும் அளவிலும் மனிதரிடையே வேறு பாடுகள் உள்ளன. சிலர் எடுத்ததற்கெல்லாம் கோபிப் பார்கள். அவர்களுடன் பழகுவது மிகவும் கடினம். மிகச் சாதாரண விஷயங்களுக்கெல்லாம் எரிந்து விழுவார்கள். சிலர் மிகவும் சாந்தம் நிறைந்தவர்கள். ஆனால், அவர்களுக்குக் கோபம் வந்தால், அது சற்று அதிகமாகவே வெளிப்படும். இதனையே, 'சாது மிரண்டால் காடு கொள்ளாது' என்று நாம் கூறுகி றோம். சிலர் கோபத்தைத் தமது உடல் அசைவுகளில், அதாவது *body language*இல், மட்டும் காட்டுவார்கள். சிலர் கோபம் வந்தால், சம்மந்தப்பட்டவருடன் பேசாது முகத்தைத் திருப்பிக் கொள்வார்கள். பலர் கோபம் வரும்போது குரலைச் சிறிது உயர்த்துவார்கள். சிலர் பலத்த குரலெடுத்துக் கத்துவார்கள். சிலர் கோபத் தைச் செயலில் காட்டுவார்கள். பொருள்களைக் கடுமையாகக் கையாள்வது, அதாவது பெரிய சத்தமெ ழும்படி பொருட்களை வைப்பது. கதவு மூடும் முறையிலே பலர் கோபத்தைக் காட்டுவார்கள். அதாவது, கதவை அறைந்து மூடுவது. சிலர் கோபம் வந்தால், கையில் கிடைக்கும் பொருள்களையெல்லாம் எடுத்து வீசுவார்கள் அல்லது போட்டுடைப்பார்கள். அது மிகவும் ஆபத்தான கோபம். சிலர் ஒருவரிடம் காட்டமுடியாத கோபத்தை, மற்றவரிடம் காட்டுவார் கள். அதாவது, வேலைத்தலத்தில் மேலதிகாரியுடன் காட்டமுடியாத கோபத்தை, வீட்டில் மனைவியிடம் அல்லது பிள்ளைகளிடம் காட்டுவார்கள்.

பல வருட கடும் தவத்தால் பெற்ற பலன்களைக் கோபத்தால் இழந்த முனிவர்கள்பற்றிய கதைகளை,

நாம் புராணங்களில் பார்க்கிறோம். அதாவது, சிறு கோபம் எமது பெரிய பலன்களையெல்லாம் அழித்துவிடுகிறது என்பதே அதன் பொருள். சாதாரண வாழ்வில் கோபம் எமக்கு எதிரிகளைச் சம்பாதித்துத் தருகிறது. அடிக்கடி கோபிப்பவர்களைப் பொதுவாக எவரும் விரும்புவதில்லை. சாந்தமும் பொறுமையுமே எமக்கு நண்பர்களைப் பெற்றுத் தருகின்றன. சிலவேளைகளில் ஒருவர் கோபிக்க, மற்றவர் அந்தக் கோபத்துக்கு எதிராகத் தனது கோபத்தைக் காட்ட, கோபம் தொடர்ச்சியாக முடிவற்றுப் போய்க்கொண்டிருக்கும். ஒருவர் கோபிக்கும்போது, மற்றவர் எதிர்க்கோபம் காட்டாதிருப்பதே, அது வளராமல் நிறுத்துவதற்கு ஒரே வழி.

எப்போது எமக்குக் கோபம் வருகிறது? பெரும்பாலும் பொறுமை குறையும்போது அல்லது நாம் மனத்தால் பலவீனம் அடையும்போது எமக்குக் கோபம் வருகிறது. கோபத்தைக்காட்டுவது எமது பலம் என்று நாம் தவறாக நினைக்கிறோம். மற்றவரைப் பாதிக்காத வகையில் கோபத்தைக் கையாள்வதே எமது பலம். கோபத்தினால் விளையும் அனர்த்தங்கள் ஏராளம். ஒருகணம் ஏற்படும் கோபத்தை அடக்க முடியாமையால், கொலைகள் நடக்கின்றன. தாக்குதல்கள் நடக்கின்றன. குடும்பங்கள் குலைகின்றன. ஒருவரின் கோபத்தால், மற்றவரே பாதிக்கப்படுகிறார். சிலவேளைகளில், முன்னர் ஒரு போதும் சந்திக்காதவருடன் ஏற்படும் அர்த்தமற்ற கோபத்தால், பெரும் அனர்த்தம் விளைகிறது. Road rage ஐப் பற்றி அடிக்கடி கேள்விப்படுகிறோம். கார்களில் இருப்பவர்கள் சிறுசிறு பிரச்சினை களுக்கு மிகக் கடுமையான வார்த்தைப் பரிமாற்றம் செய்து கொள்வார்கள். இதனால் நடைபெற்ற கொலைபற்றிக்கூட, நாம் சிட்னியில் இருந்து வெளியாகும் பத்திரிகைகளில் படித்தோம். இது மட்டுமல்ல, கோபத்தால் ஏற்படும் அனர்த்தங்கள்பற்றி அடிக்கடி செய்திகள் வருகின்றன.

ஒரு கோடீஸ்வரர், தனக்குரிய கார் நிறுத்தும் (car park) இடத்தில் இன்னொருவர் தனது BMW காரை நிறுத்திவிட்டார் என்பதால் கோபங்கொண்டு, அதற்குள் குண்டு இருப்பதாக, பொலிஸை வரவழைத்துப் பெரிதும் ஆர்ப்பாட்டம் பண்ணிவிட்டார் என்று சில மாதங்களின் முன்னர் பத்திரிகையில் படித்தபோது, எத்தனை பணம் இருந்தென்ன, கோபத்தைக் கட்டுப்படுத்த முடியாத வாழ்க்கை, ஒரு வாழ்க்கையா என்று நினைத்துக் கொண்டேன். கோபம் என்பது அதனைக்கொள்பவர், அதனை எதிர்கொள்பவர் என்று இருவரைப் பாதிக்கிறது. சிலவேளைகளில் ஒருவரின் கோபம் ஒரேநேரத்தில் பலரைப் பாதிக்கிறது.

ஏன் எமக்குக் கோபம் வருகிறது, அதனை எவ்வாறு கட்டுப் படுத்தலாம் என்பதுபற்றிச் சிறிது விரிவாகப் பார்க்கலாம். உண்மை யான தவறுகளால் அல்லது தவறுகள்போல உள்ளவற்றால் உந்தப்படுவதால் ஏற்படும் தீவிர உணர்வு, அதற்கெதிராகச்

செயற்பட வேண்டும் என்ற உள்ளப்போக்குடன் இணைந்துவரும் மகிழ்ச்சியற்ற நிலையே கோபம், என்று Oxford Dictionary கோபத்துக்கு வரைவிலக்கணம் கூறுகிறது. சினம் பலிக்கும் இடத்தில்தான் அதனைக் காக்க வேண்டும். அது பலிக்காத, அதாவது ஒருவனது அதிகாரம் செல்லாத, இடத்தில் அதனைக் காத்தால் என்ன, காவாதுவிட்டால்தான் என்ன, என்கிறார் வள்ளுவர். சிரிப்பையும் மகிழ்ச்சியையும் கொல்லும் சினத்தைவிட, ஒரு மனிதனுக்கு வேறு பகைவர் உண்டோ என்றும், எவரிடத்திலும் கோபிக்காதிருத்தலே நல்லது, ஏனெனில், அதனால் தீமையே உண்டாகும் என்றும் அவர் மேலும் கூறுகிறார்.

மனநிலைபற்றிய அறிவியல் வல்லுநரான பேராசிரியர் Gordon Parker என்பவர், Dealing with Depression: A Commonsense Guide to Mood Disorders என்று ஒரு நூல் எழுதியிருக்கிறார். நீண்டகாலம் கோபம்பற்றி ஆய்வுசெய்தபோதும், ஒவ்வொருவரைப்போலவே தனக்கும் சில சந்தர்ப்பங்களில் கோபத்தில் ரத்தம் கொதிப்பதை அவர் ஒத்துக்கொள்கிறார். விடுமுறைக்காக, குடும்பத்துடன் New York சென்றிருந்த சமயம், Traffic lightsக்கு முன் காரில் காத்திருந்த வேளையில், அவரது காருக்கு முன்னால் பக்கத்தில் நுழைந்த இன்னொரு காரைக் கண்டபோது, அவருக்குக் கோபம் தலைக்கேறியது என்றும், ஆனால், New Yorkஐச் சேர்ந்த அந்த மனிதர் ஒரு baseball batஐ எடுத்து மிகக் கடுமையாக அவருக்கு அசைத்துக் காட்டியதால், பச்சை light வந்ததும் 'After you, Sir' என்று தனக்குள் கூறி, அவரது காரை முன்னால் போக, தான் அனுமதித்ததாகவும் Parker கூறுகிறார். இச்சம்பவம், அவரது நாளாந்த வேலையில் அவர் எதிர்கொள்ளும் அதே கேள்விகளை அவருள் எழுப்பின. New Yorkஐச் சேர்ந்த கார்க்காரர்போலக் கோபத்தை வெளிப்படையாகக் காட்டுவது ஆரோக்கியமானதா அல்லது அந்தச் சந்தர்ப்பத்தில் Parker செய்ததைப்போல, அடக்கி வைப்பது ஆரோக்கியமானதா? ஏன் கோபம் வருகிறது? எப்படிப்பட்ட மனிதர், உடனே கோபமடைகிறார் போன்ற வினாக்களுக்குத் தனது நூலில் விடைதருகிறார், Parker.

மற்றவரால் புறக்கணிக்கப்படுதல், தேவையான சந்தர்ப்பத்தில் அவர்களால் கைவிடப்படுதல், மனம் காயப்படுத்தப்படுதல், அவர்களால் கெடுதல் விளைவிக்கப்படல் ஆகியவற்றால் ஏற்படும் விரக்தியின் வெளிப்பாடே கோபமாக வெடிக்கிறது. ஆயினும், கோபம் எமக்கு depression வராது தடுக்கிறது. ஏனெனில், எம்மை நாமே குற்றஞ்சாட்டுவதால் depression வருகிறது. நாம் பிறரைக் குற்றஞ்சாட்டுவதால் கோபம் வருகிறது. மன அழுத்தத்தால் மற்றவரிடம் கோபித்தல் என்பது தற்காலத்தில் ஒரு வாழ்க்கை முறையாகிவிட்டது. கோபத்தை எப்படிக் கையாள்வது என்று பயிற்றுவிப்பவர்கள், கோபத்தை அடக்காது வெளியே காட்டும்படி கூறுகின்றனர். ஆனால், Parker அதனை ஏற்கவில்லை. கோபத்தில்

நல்ல கோபம் என்று எதுவும் கிடையாது. கோபமாயிருத்தல் என்பதற்கும், ஆக்கபூர்வமாக அல்லது தன்னுறுதியுடன் செயலாற்றுபவராக இருத்தல் என்பதற்கும் இடையில் பெரிய வேறுபாடுண்டு. ஓர் ஆக்கபூர்வமான மனிதர், தனது கருத்தைக் கோபப்படாது மற்றவர் அறியும்படி செய்கிறார். 1960களிலும் 70களிலும் பெண்ணியவாதிகள் மிகுந்த மன உறுதியுடன் தமது உரிமைக்காக வாதாடினர். அதனைக் கோபம் என்பது தவறு என்கிறார், *Parker*.

மனிதர்கள், தமக்கு ஏற்படும் கோபத்தைச் சமூகம் அங்கீகரிக்கும் வகையில் வெளிப்படுத்தலாம். அதாவது, தலையணையில் குத்துதல், கடிதமொன்றை எழுதி அதனை அனுப்பாது விடுதல், பூனையையும் சுவரையும் உதைக்காது, ஏதாவது மென்மையான பொருளை உதைத்தல் போன்றவற்றின்மூலம் தமது கோபத்தைத் தணித்துக் கொள்ளலாம். பல முறைகள் பழையனபோலத் தோன்றினாலும் அவை பயனுள்ளவை. இந்த வகையில் ஒருவர், தான் அடக்கி அடக்கி வைத்த கோபம் ஒருநாள் வெடிப்பதைத் தவிர்க்கலாம். கோபத்தை வெளிப்படையாகக் காட்டாதவருக்கு ஏற்படும் கோபத்தில் உள்ள ஆபத்து என்னவெனில், கோபம் உள்ளே சேர்கிறது. வெளிப்படையான மனிதர்களால் தயக்கமும் வெட்கமும் உள்ள மனிதர்கள் அதிகளவில் பாதிக்கப்படுகின்றனர். அது, பின்னர் அவர்களுடைய தன்னம்பிக்கையைப் பெரிதும் தகர்க்கிறது. அத்துடன், அது இறுதியில் அவர்கள் தம்மைத் தாமே ஒன்றுக்கும் பயனற்றவர் என்று கூறும் நிலைக்கு எடுத்துச் செல்கிறது என்று *Parker* கூறுகிறார்.

பெண்களைவிட ஆண்களே கோபத்தை வெளியில் அதிகம் காட்டுபவர்கள் என்று நாம் நினைக்கிறோம். ஆனால், பெண்களது பங்கு சமூகத்திலும் வேலைத்தலத்திலும் அதிகரித்து வருவதால், அவர்களும் மிக விரைவாகக் கோபத்தை வெளியே காட்டுகிறார்கள். மரபுரீதியாகப் பெண்கள் தங்களது கோபத்தைத் தம்மீதே காட்டு பவர்கள். ஆண்கள் பொதுவாகத் தமது பொறுப்பை ஏற்றுக்கொள்ப வர்கள். ஆனால், இன்று பெண்கள் தங்களது பிரச்சினைகளைத் தாங்களே தீர்த்துக்கொள்கிறார்கள். அதனால், கோபத்தை வெளியே காட்டுகிறார்கள்.

ஒவ்வொருவரின் கோபமும் அவரவருக்குரிய பண்பாட்டினால் செல்வாக்குறுகிறது. ஒருவர் தமக்குரிய பண்பாட்டுக்கு அமைவா கவே கோபத்தை வெளிப்படுத்துவார். இன்றைய சமூகங்களில் கோபத்தை வெளிப்படுத்துவது அதிகரித்து வருகிறது. *Jerry Springer*இன் தொலைக்காட்சி நிகழ்ச்சிகளில், மனிதர்கள் தமது கோபத்தை வெளிப்படையாகக் காட்டத் தயங்குவதில்லை. ஜப்பானில் படிநிலைச் சமூக அமைப்பு, அதாவது *Hierarchical Society*, காணப்பட்டபோதும் *boss*இன் முகம் பதிக்கப்பட்ட *boxing bags* கொண்ட வேலை தொடர்பான உடற்பயிற்சிக்கூடம்

அமைப்பது நிறுவனமயப்படுத்தப்பட்டுள்ளது. அதனால், தொழிலா ளர் அங்கு போய் boss இன் முகத்தைக்கொண்ட boxing bag இல் பல குத்துக்களை விட்டுக் கோபம் தணிந்தவராக வேலைக்குப்போக முடிகிறது.

எமது கோபத்தை நாம் அறிந்துகொள்வது மிகப் பயனுள்ளது மட்டுமல்ல, உதவிகரமானதும்கூட. இதனால், எதிர்மறையான விஷயங்கள் நடக்கும்போது, எவ்வாறு நாம் நடந்துகொள்ள வேண்டும் என்பதற்கான முறைகளை நாம் எமக்குள்ளே அமைத்துக் கொள்ளலாம். அப்படியானால், தர்க்கபூர்வமாகச் சிந்தித்தல் என்பது கோபத்தைத் தோற்கடிப்பதற்கான முறை என்பதை இது கருதுகிறதா? இவ்வினாவுக்கு, ஆம் என்று பதிலளிக்கிறார் பண்டைய ரோமத் தத்துவஞானியாகிய Seneca என்பவர். தத்துவ ஞானி என்பவர் ஆழ்ந்து சிந்திக்க வேண்டியவர். ஆகையால், கோபம் அவரது சிந்தனைப்போக்கைத் தடுக்கும். எனவேதான், Seneca கோபத்தைத் தோற்கடிக்கத் தர்க்கம் உதவும் என்று கருதுகிறார்.

கோபத்தைக் கையாள்வதற்கு Parker நான்கு வழிமுறைகளைக் கூறுகிறார். முதலாவது, நாம் கோபமடைந்துள்ளோம் என்று அறிந்துகொள்ளுதல். பலர் தாம் கோபங்கொள்வதை அறிந்து கொள்வதில்லை. பயம் அல்லது காயப்படுதல் ஆகியனவாகவே அவர்களது உணர்வுகள் வெளிப்படுகின்றன. அவர்கள் சக்தியற்ற வராக, சிறுமையாக்கப்பட்டவராக, மதிப்பிழந்தவராக உணர்வ துடன், அந்த உணர்வுகளில் தொடர்ந்திருக்க விரும்புவதில்லை. வேறு சிலர், தமது அனுபவங்களை அசைபோடுவதால் கோபமடை வதுடன், பழிவாங்குதலையும் தமக்குள் வளர்த்துக்கொள்கிறார்கள். வேறு சிலர், கசப்பு அடைந்தவர்களாக விரக்தியுறுகிறார்கள். கோபமுற்றவரது அழிக்கும் சக்திக்கு அஞ்சுவதென்பது பலருக்கும் இயல்பானதே. இதனாலேயே, சில குடும்பங்களில் கோபத்தை வெளிப்படுத்துதல் என்பது சகித்துக்கொள்ளப்படுவதில்லை. கோபம் பிள்ளைகளைத் திக்குமுக்காடச் செய்யலாம். பெற்றோரை அடக்கி யொடுக்கலாம். கோபம் நியாயப்படுத்தப்பட்டோ, படாமலோ இது நடைபெறலாம். அது குழப்பத்தை ஏற்படுத்துவதுடன், கோபப்படுபவருக்கு அசௌகரியத்தையும் உண்டாக்குகிறது.

நாம், எமது சொந்த நடத்தையைக் கவனிக்க வேண்டும். நாம் வேண்டுமென்றே எரிச்சலூட்டப்படுகிறோமா? எம்மைக் கோபமூட்டுகிறவர், எமது இயல்புகளின் கவர்ச்சியற்ற பகுதிகளை எமக்கு நினைவூட்டுபவராக இருக்கலாம். நாம் ஏன் கோபம் கொள்கிறோம் என்று அறிந்துகொள்வோமாயின், அது எமது கோபத்தைக் கட்டுப்படுத்துவதற்குத் துணைபுரியும். எமது கோபத்தி லிருந்து நழுவாமல், அதனை, அதாவது நாம் கோபமடைபவர் என்பதை, நாம் ஒப்புக்கொள்ள வேண்டும்.

இரண்டாவதாக, எது எம்மைக் கோபமடையச் செய்கிறது என்பதை அடையாளம் காண வேண்டும். ஒன்றும் சரியாக இல்லை என்பதையே, கோபம் சமிக்ஞை இட்டுக் காட்டுகிறது. எம்மைக் குறிப்பாகக் கோபப்படுத்தும் சூழ்நிலையை, நாம் அடையாளம் காணுதல் அவசியம். நாம் கவனிக்கப்படவில்லையா? அல்லது மற்றவர் நினைத்தபடியெல்லாம் நடப்பதற்கு இடம் கொடுக்கிறோமா? நாம்நம்பிக்கைகொண்டிருக்கும் ஒன்றை விட்டுக்கொடுக்க வேண்டுமா? எமக்கு முக்கியமான ஒன்றை யாராவது சீரழித்து விட்டார்களா? சிறிது கோபம் ஆறியதும் எமது கோபம் நியாயமானதா என்று நம்மை நாமே கேட்க வேண்டும். சிலவேளைகளில் முன்னர் ஏற்பட்டு மாற்றப்படாத காயங்களையும் பயங்களையும் கோபம் தூண்டிவிடுகிறது.

மூன்றாவது, நாம் கோபம் என்ற உணர்வுபற்றி என்ன செய்ய லாம்? எது எம்மைக் கோபப்படுத்துகிறதோ, அதனை விளங்கிக் கொள்ளவதன் மூலம் எம்மைப் பற்றி நாம் அறிந்துகொள்ளலாம். அது என்ன என்று கண்டுபிடித்து, அதுபற்றி நண்பர்களிடம் அபிப்பிராயம் கேட்கலாம். நாம் பழைய கோபங்களைத் தீர்த்துக் கொள்ள வேண்டும். அதாவது, மன்னிக்க வேண்டும் அல்லது மறந்துவிட வேண்டும். எம்மால் மற்றவர்களது மனப்போக்குகளை மாற்றுவது கடினம். எனவே, நாம் எம்முடையதைச் சீர்திருத்தலாம்.

Parker கூறும் நான்காவது வழிமுறை, எமது கோபத்தை வெளிப்படுத்துவதற்கு வேறு வழிமுறைகளைக் கண்டறிவதாகும். கோபத்தை வெளிப்படுத்துவது என்பது சற்றுத் தந்திரமானது. எனவேதான், உடனடிக் கோபத்திலிருந்து எம்மைச் சற்று தொலைவு படுத்துவது நல்லது. உடனே கோபத்தைக்காட்டக்கூடாது. பதிலாக, சற்று ஆறவிட்டு, எமது அறிவுநிலைக்குத் திரும்ப வேண்டும். விரைவாக ஒரு நடை போய் வரலாம் அல்லது குஷனை அடிக்கலாம் அல்லது தலையணைக்குள் முகத்தை நன்கு புதைத்துப் பெரிதாகச் சத்தமிட்டுக் கத்தலாம். இவற்றுக்கு மாற்றாக, அடி லாச்சிக்குள் வைக்கும் வகையில், நாம் அந்த நேரத்தில் எப்படி உணர்கிறோம் என்பதை எழுதலாம். அப்படி எழுதும் கடிதத்தை, மறுநாள் படித்துச் சிரித்துவிட்டு, நாம் எப்படிச் செயற்படப் போகிறோம் என்று பட்சாபதாபமின்றி எமக்குள்ளே தீர்மானம் செய்துகொள் ளலாம். எமது கோபத்தைக்காட்டக்கூடாது என்பதல்ல. ஆனால், உடனே காட்டுவது வேறு பிரச்சினைகளை ஏற்படுத்தும் என்பதை நாம் நினைவில்கொள்ள வேண்டும்.

கோபத்தை ஏற்படுத்தியவருடன் கதைத்து, எமக்கு எது கோப மூட்டியது என்பதைத் தெளிவாகச் சொல்லி, இதைத் தீர்ப்பதற்கான தீர்வு எது என்பதைக் கூறுவது பயன் தரும். நக்கலாக அல்லது புண்படுத்தும் முறையில் கூறுவது, பிரச்சினைகளை மேலும் அதிகரிக்கவே உதவும். எனவே, நேராகப் பேச வேண்டும். நாம்

அவரது கருத்தையும் அறிந்துகொள்ள வேண்டும். அவர்களது உணர்வுகளுக்கு நாம் பொறுப்பில்லை என்பதால், இதனை அச்சுறுத்தல் இல்லாத முறையில் நாம் கையாளலாம்.

கோபம் வராதவர் யாருளர்? எனவே Parker கூறிய இந்த நான்கு முறைகளும் கோபத்தை நாம் ஆரோக்கியமான முறையில் கையாள்வதற்கு உதவும். இவ்வாறு ஆரோக்கியமான முறைகளில் கோபத்தைக் கையாள்வதென்பது, எம்முடன் வேலை செய்பவர்கள், நண்பர்கள், குடும்பத்தவர் மற்றும் சமூகத்தில் உள்ள அனைவருடனும், எப்போதும் சுமுகமான, ஆரோக்கியமான தொடர்பைப் பேணுவதற்கு உதவிசெய்யும். சிலவேளைகளில் எம்முடன் பழகும் சிலர் எம்மைக் கோபமூட்டும் காரியங்களைத் தொடர்ந்து செய்துகொண்டே இருப்பார்கள். அவ்வாறான சந்தர்ப்பங்களில், அவர்களைச் சரியான முறையில் புரிந்துகொள்வதன்மூலமும், எம்மை நாமே நெறிப்படுத்துவதன்மூலமும் இதற்குச் சுமுகமான தீர்வைக் காணலாம். கோபத்தைக் கட்டுப்படுத்துவதற்கான பல வகுப்புகள் அநேக நாடுகளில் நடைபெறுகின்றன. கோபத்தைக் கையாள முடியாதவர்கள், இவ்வாறான வகுப்புகளுக்குப் போவதன் மூலம் தம்மை நெறிப்படுத்திக்கொள்ளலாம். கோபம் குறைவதால் குடும்பத்தில் மட்டுமல்ல, சமூகத்திலும், ஏன் நாட்டிலும் சுமுகமான நிலை உருவாகும். எனவே, கோபம் கொள்வதைக் குறைப்போம் அல்லது மற்றவருக்குப் பிரச்சினை ஏற்படுத்தாத வகையில், அதனை ஆரோக்கியமாகக் கையாள்வோம்.

●

இசை கேட்டு...

இசையின் இனிமையில் மயங்காதவர் யாருளர்? இசையில்லாத ஒருலகில் யாராவது வாழ முடியுமா? இசை என்பது இசைவிப்பது. விஞ்ஞான ஆராய்ச்சிகள், இசையால் இசைவிக்க முடியாதது எதுவுமில்லை என்கின்றன. மனிதரை இசைவிக்க உருவான இசை, தாவரங்களை மட்டுமல்ல நோய்களையும் இசைவித்துக் கட்டுப்படுத்துகிறது. அந்த இசையின் முக்கியத்துவம் என்ன என்பதைச் சிறிது நோக்குவோம்.

மனித வாழ்வில் இசை என்பது முக்கியமான பங்கை வகிக்கிறது. கருவில் இருக்கும் உயிரில் முதலில் வளர்ச்சியுறுவது, கேட்டல் புலனே என்றும், பின்னர் வயது முதிர்ந்து, இறுதியில் இறக்கும்போது, இறுதியாகச் செயலிழப்பதுவும் அதுவே என்றும் நம்பப்படுகிறது. ஆதிமனிதர், பார்க்கும் புலனைவிடக் கேட்கும் புலனையே, அதிகம் பயன்படுத்தினர் என்று மானிடவியலாளர்கள் கூறுகிறார்கள். ஆதி முதல் மொழி பேசப்படாது, பாடப்பட்டிருக்கலாம் என்கிறது சார்ள்ஸ் டார்வினின் கோட்பாடு. பல நூற்றாண்டுகளாகக் கவிஞர்களும் தத்துவவியலாளர்களும் இசையின் நோய்நீக்கும் சக்தியைப் போற்றி வந்துள்ளனர். ஒவ்வொரு பண்பாட்டிலும் இசை பிரிக்க முடியாதபடி இணைந்துள்ளது.

தாலாட்டு என்ற இசையுடனேயே ஒருவரது வாழ்வு ஆரம்பமாகிறது. எனவே, முதலில் அதுபற்றிச் சிறிது நோக்கிய பின்னர், பொதுவாக இசையின் முக்கியத்துவம்பற்றிப் பார்ப்போம். பொதுவாக, எல்லாப் பண்பாடுகளிலும் தாலாட்டுப் பாடல்கள் காணப்படுகின்றன. எனவே, குழந்தைகள் அனைவரும் பொதுவாகத் தாலாட்டு இசையுடனேயே உறங்கவைக்

கப்படுகிறார்கள். குழந்தைகள் பிறந்தவுடன் முதன்முதலில் கேட்பது தாலாட்டு இசையே. எல்லாத் தாலாட்டுகளும் இனிமையானவையே. அவை பெரும்பாலும் நாட்டுப்பாடல் வகையைச் சார்ந்தவை. குழந்தைகளுக்காகத் தாய்மாரால் பாடப்படும் இப்பாடல்கள், குழந்தைகளை அமைதிப்படுத்தித் தூங்கச்செய்யும் ஆற்றல் கொண் டவை. *Bertha Faber* என்ற இளம் பாடகிக்குக் குழந்தை பிறந்தபோது, அவர் தனது குழந்தைக்குப் பாடுவதற்காக, *Johannes Brahms* என்பவர், ஜேர்மன் மொழியில் அமைந்த தொட்டில் பாடல் எனப்படும் தாலாட்டை இயற்றினார். ஆங்கிலத் தாலாட்டுகளும் இந்த முதல் ஜேர்மன் தாலாட்டை ஒத்தவை. ஆங்கிலத்தில் *lullaby* என்று அழைக்கப்படும் தாலாட்டுகள் மிகவும் இனிமையா னவை. அதேநேரம் தாலாட்டுகள் பொதுவாக *Mockingbird* என்றும், அதாவது ஏளனமான அல்லது போலியான அல்லது நகையாடத்தக்கது என்ற கருத்தும் கொண்டது. இவை குழந்தை அமைதியாகி உறங்குவதற்காக, பெற்றோருக்கு நன்கு பரிச்சயமான பல போலியான உறுதிமொழிகளை வழங்குவன.

Hush little baby, don't say a word
Momma's going to buy you a mockingbird

என்று ஆரம்பமாகி முகம் பார்க்கும் கண்ணாடி, குதிரையும் வண்டியும் வேறும் பல விலையுயர்ந்த பொருள்கள் எனப் பல தருவதாக இந்த ஆங்கிலத் தாலாட்டு உறுதிகூறுகிறது.

ஒரு குழந்தை எதிர்கொள்ளும் முதல் நாட்டுப்பாடல் வகை தாலாட்டாகும். பொதுவாக, இதற்கு என்று ஒரு எடுத்துக்காட்டு அமைப்பு, அதாவது *pattern*, கிடையாது. தாலாட்டுப் பாடப்படும் சூழலையும், அதனைக் கேட்கும் குழந்தையின் தன்மையையும் கருத்தில்கொண்டு, அதற்கு ஒரு முக்கிய நோக்கம் உள்ளது. மரபுரீதியான கருத்துகளின்படியும், சடங்கு நடைமுறைகளின்படி யும் குழந்தை என்பது வளரும் நிலையில் உள்ள முழுமையடையாத ஒன்றாகும். இந்த நம்பிக்கை தாலாட்டிற்குக் குழந்தையை அமைதிப் படுத்தி உறங்கவைத்தல், அதன் பாதுகாப்பு, எதிர்காலத்தில் வருவது பற்றிய முன்குறிப்புச் செயற்பாடு, அதாவது *prognostic function*, ஆகியவற்றை அளிக்கிறது. இவை ஒவ்வொன்றும் பல்வேறு நோக்கங்களைக் கொண்டுள்ளன. அடிப்படை நோக்கமான குழந்தையை அமைதிப்படுத்தி உறங்கவைத்தல் என்பது தாலாட்டுப் பாடலின் ஓசைச் சிறப்பால் ஏற்படுகிறது.

மரபுரீதியான நம்பிக்கைகளின்படி, குழந்தை பல ஆபத்துக்க ளுக்கு உட்படக்கூடியது. சிறப்பாகக் கெட்ட ஆவிகள் குழந்தைக்குக் கேடு விளைவிக்கலாம். இது தாலாட்டுக்குக் குழந்தையைப் பாதுகாக்கும் ஒரு செயற்பாட்டையும் வழங்குகிறது. தாலாட்டின் வார்த்தைகள் இந்தப் பாதுகாப்பு வேலையைச் செய்வதால், குழந்தையின் ஆரோக்கியத்திற்கு அல்லது பாதுகாப்புக்குக் குந்தகம்

விளைவிக்கக்கூடிய வார்த்தைகள் அதனின்று தவிர்க்கப்படும். அத்துடன், நேரமும் காலமும் தெளிவாகக் குறிக்கப்படும். பாதுகாப்புக் கருதிச் சில நிறங்கள் தால்ரட்டில் சேர்க்கப்படுவதில்லை. எப்போதும் தாலாட்டுகள், எனது என்ற சொந்தம் பாராட்டும் தன்மை ஒருமைச் சொல்லைப் பயன்படுத்துவன. இது தாலாட்டைப் பாடும் தாய்மாருக்கு ஒருவித பாதுகாப்பு உணர்வை அளிக்கின்றது. அத்துடன், குழந்தையின் பெயரும்பாலும், அதாவது, ஆண் குழந்தை அல்லது பெண் குழந்தை என்பதும், அவற்றில் இடம்பெறும். குழந்தையைச் சுற்றித் தெய்வங்கள் நிற்பதாகத் தாலாட்டில் இடம்பெறுவதும் அதன் ஒரு செயற்பாட்டைக் குறிக்கிறது. இதனால், குழந்தை எப்போதும் பாதுகாப்பான சூழலில் இருப்பதுடன், இந்தத் தெய்வ சக்திகள் கெட்ட சக்திகளையும் அகற்றுகின்றன என்று தாலாட்டைப் பாடுபவர்கள் நம்புகின்றனர்.

தமிழ்த் தாலாட்டுப் பாடல்கள், குழந்தை அணிந்துள்ள பாதுகாப்பு அம்சங்களான ஆடைகள், அரைஞாண், காப்புகள் பற்றி மீண்டும் மீண்டும் குறிப்பிடுகின்றன. தாலாட்டின் முன்குறிப்புச் செயற்பாடு, குழந்தை நித்திரையில் வளர்தல், அதன் எதிர்கால வெற்றிகள்பற்றிக் குறிப்பிடுவதை நோக்கமாகக் கொண்டது. மற்றும் குழந்தையை ஆட்டுதல், அதற்கு நீராட்டுதல், உணவூட்டி அரவணைத்தல்பற்றிய விஷயங்கள், குழந்தையின் அங்கங்கள்பற்றிய வளர்ச்சியை மறைமுகமாகச் சுட்டுகின்றன.

தாலாட்டு என்பது நாம் நினைப்பதைவிட முக்கியமானது என்பதை அறிஞர்கள் கூறுகிறார்கள். தாய் பாடும் இசையைப் பிறந்தநாள்முதல் கேட்டுவரும் பிள்ளைகள், பின் இசையில் சிறப்புப் பெறுவதாக, இதுபற்றி ஆய்ந்த அறிஞர்கள் கருதுகின்றனர். எனவே, நாம் தாலாட்டு என்ற அம்சத்தை விட்டுவிடாது, வாழ்வுடன் இணைத்து வைத்திருப்போம்.

தாலாட்டின் பின், பாலர் பாடல்களைக் கேட்டு வளரும் பிள்ளை, வளர்ந்தபின் எத்தனையோ இசை வகைகளைக் கேட்கிறது. வாத்திய இசை, சாஸ்திரீய சங்கீதம், நாட்டார் பாடல்கள், பக்திப் பாடல்கள், பொப் பாடல்கள், சினிமாப் பாடல்கள் என்று எத்தனையோ இசை வடிவங்கள் உள்ளன. இசை என்பது பொதுவானது என்றாலும் எல்லோராலும் எல்லாவித இசையையும் ரசிக்க முடிவதில்லை. சாஸ்திரீய இசையை அதன் நுணுக்கங்களை ஓரளவிலேனும் விளங்கிக் கொண்டவர்களால்தான் பூரணமாக ரசிக்க முடியும். சினிமாப் பாடல்கள், பொப் பாடல்கள் என்பன பொதுவாக எல்லோராலும் ரசிக்கப்படுவதற்குக் காரணம், அவற்றின் எளிமையான, மனத்தைக் கவரும் இசையே. ஆங்கிலத்திலும் பிறமொழிகளிலும் இவ்வாறே பல்வேறு இசை வடிங்கள் காணப்படுகின்றன.

இசை வெறும் மேலோட்டமான ரசனைக்கு மட்டுமே உரிய தல்ல. அது உள்ளத்தையும் உடலையும் வசப்படுத்துகிறது. உற்சாக மூட்டுகிறது. 1997ஆம் ஆண்டில் எலிகளை வைத்து இசைப் பரிசோதனை செய்யப்பட்டது. சாஸ்திரீய இசையை, அதாவது *classical* இசைய்ய, மூன்று வாரங்கள் தொடர்ந்து கேட்ட எலிகள் 90 வினாடிகளில் தமது அடைப்பிடத்திலிருந்து தப்பிச்சென்றன. கடும் இசையைக் *(heavy metal)* கேட்ட எலிகள் தப்பிச் செல்வதற்கு 30 நிமிடங்கள் எடுத்தன. அவை முந்திய பரிசோதனைகளில் வலியத் தாக்கும் தன்மை பெற்று ஒன்றையொன்று கொன்றதால், இப்பரிசோதனையின்போது அவை தனிமைப்படுத்தப்பட்டன. மனிதரில் செய்யப்பட்ட இசைப் பரிசோதைனைகளும் இதைப் போன்ற முடிவுகளையே தந்தன. ஆயினும், எலிகளைப்போல அவர்கள் கடும்போக்குப் பெறவில்லை.

வோஷிங்ரன் பல்கலைக்கழகம் 1994இல் ஒரு வேலைத்தலத்தில் வேலைசெய்பவர்களிடையே ஓர் இசைப் பரிசோதனையை நடத்தியது. *Classical* இசையைக் கேட்ட தொழிலாளர்கள், அதிக அமைதியும் திருப்தியும் அடைந்தவர்களாகக் காணப்பட்டதுடன், அவர்களது உற்பத்திச் சக்தியும் அதிகரித்திருந்தது. இசை கேட்காது வேலைசெய்தவர்களைவிட, அவர்கள் 258 வீதம் அதிக செம்மையாக வேலை செய்திருந்தனர்.

இசையால் நோய் குணமாக்குபவர்கள் இன்னும் ஒருபடி மேலேபோய் இரத்த அழுத்தம்*(blood pressure)*, இதயத் துடிப்பு *(heart rate)*, சுவாசிப்பு *(breathing)*, மூளை அலைகள் *(brain waves)* மற்றும் *immune response* ஆகியவற்றில், இசை செல்வாக்குச் செலுத்துவதாகக் கூறுகின்றனர். இது தற்போது மருத்துவத்துறை ஆய்வுகளாலும் உறுதி செய்யப்பட்டுள்ளது. இவ்வாறு இசையால் நோய்தீர்த்தல் நன்கு ஏற்கப்பட்டுள்ள காரணத்தால், அவுஸ்திரேலி யாவில் உள்ள பல வைத்தியசாலைகளில் இத்துறையில் நிபுணத்து வம் பெற்றவர்கள் வேலைக்கு அமர்த்தப்பட்டுள்ளனர். அத்துடன் மூளை வளர்ச்சி குன்றிய பிள்ளைகள் பயிலும் விசேட பாடசாலை களிலும், வயோதிக நிலையங்களிலும், இசையால் குணமாக்கும் முறை பின்பற்றப்படுகிறது. சிறப்பாக, மனநோய் உள்ளவர்களுக்கும், அங்கவீனம் உற்றவர்களுக்கும், வயோதிகருக்கும், மனவளர்ச்சி குன்றியவர்களுக்கும் இம்முறை அதிக பயனளிப்பதாகக் கூறப் படுகிறது. 1993இல், பிரிஸ்பேர்ண் அரசினர் சிறுவர் மருத்துவ மனையில் *(Brisbane Royal Children's Hospital)* இசையால் குண மாக்கும் துறையை ஆரம்பித்த ஜேன் எட்வேர்ட்ஸ் *(Jane Edwards)* இவ்வாறு கூறுகிறார்:

> இசை, நோயாளிகளை அமைதியடையச் செய்வதுடன், அவர்கள் அனுபவிக்கும் வலியிலிருந்து அவர்களது மனத்தை வேறு திசைக்குத் திருப்புகிறது. அத்துடன், இசை அவர்களது மனங்களை உற்சாகப்படுத்துவதுடன், வைத்தியசாலையில்

இருப்பதால் ஏற்படும் மனச் சலிப்பையும் போக்குகிறது. அதனால், அவர்கள் நிம்மதியாக உறங்குகின்றனர். இசையால் குணமாக்குதல் என்பது, வைத்தியசாலையில் நோயாளிகள் மத்தியில் போய்ப் பாடுவதல்ல. அவரவருக்குப் பிடித்த வகையில் இசையை வழங்குவதே. வாத்திய இசை கேட்க விரும்புபவர்கள் முன்னிலையில் வாத்தியம் வாசிக்கப்படுகிறது. பாட விரும்புபவர்களுடன் சேர்ந்து பாடப்படுகிறது. பாடல் கேட்க விரும்புபவர்களுக்கு, அதற்கேற்ப வசதிகள் செய்து கொடுக்கப்படுகின்றன.

மூளைக்கும் காதுக்கும் இடையில் அதிக தொடர்பிருப்பதாகக் கூறப்படுகிறது. கண்களையும் மூளையையும் தொடுக்கும் நரம்புகளைவிட, காதுகளையும் மூளையையும் தொடுக்கும் நரம்புகள் மூன்று மடங்கு அதிகம் என்கின்றனர், இசையால் நோய் குணமாக்குபவர்கள். நரம்பு சம்பந்தமான பல நோய்களுக்கு இசை மிகவும் பயன்படுவதாக, நரம்பியல் நோய் வைத்திய நிபுணரான ஒலிவர் ஷாக்ஸ் (Oliver Sacks) கூறுகிறார். பாதிப்புக்குள்ளான மூளை நரம்புகளின் தொழிற்பாட்டை மீளமைக்கும் நுண்ணிய சக்தி இசைக்குள்ளது என்றும், ஞாபகமறதி நோய் (Alzheimer) உள்ளவர்கள் தமக்குத் தெரிந்த பாடல்களைக் கேட்பதன் மூலம் தமது பழைய நினைவுகளை மீட்பதில் பெருமளவு பயன் பெறுவதாகவும் கூறுகிறார்.

பூரண வளர்ச்சி பெறுமுன் பிறந்த குழந்தைகளின், பாலை உறுஞ்சும் வேகத்தை, இசை 2.5 மடங்கு அதிகரிக்கின்றது. இசையால் அவர்களது எடையும் ஏறுகிறது. கடும் வருத்தங்களால் துன்பப்படும் குழந்தைகளின் இதயத் துடிப்பு, இசை கேட்ட ஒரு நிமிடத்தில் சீரடைகிறது என்று கூறப்படுகிறது.

1993இல் கலிபோர்னியாப் பல்கலைக்கழகத்தில் செய்யப்பட்ட ஆய்வொன்று, Mozart's Piano Sonata K448 என்ற இசையைக் கேட்ட கல்லூரி மாணவர்களின் Spatial IQ குறிப்பிடத்தக்க அளவு அதிகரித்ததாகக் கூறுகிறது. அதே பல்கலைக்கழகத்தில், 1994இல் செய்த ஆய்வில் pre-schoolers எட்டு மாதங்கள் keyboard படித்தபோது, அவர்களது Spatial IQ 46 வீதம் அதிகரித்தது கண்டுபிடிக்கப்பட்டது.

The Secret Power of Music என்ற தனது நூலில், David Tame என்பவர், classical இசையை இடைவிடாது ஒலிபெருக்கி மூலம் தாவரங்களுக்கு வழங்கியபோது, அவை ஒலிபெருக்கியை நோக்கிச் சாய்ந்ததுடன், இரண்டு மடங்கு வளர்ச்சியையும் பெற்றதாகக் கூறுகிறார். ஆயினும், Led Zeppelin, Jimi Hendrix ஆகிய இசைகளைத் தாவரங்களுக்கு வழங்கியபோது, அவை ஒலிபெருக்கியைவிட்டு எதிர்ப்புறமாகச் சாய்ந்ததுடன், விரைவில் பட்டும்போயின என்று மேலும் அவர் கூறுகிறார். இதிலிருந்து தாவரங்களும் எல்லாவித

இசைக்கும் இசையாது என்பது தெரிகிறது. மனிதரைப்போல அவையும் இசையைத் தெரிவுசெய்கின்றனபோலும். இந்தியாவிலும் பல வருடங்களுக்கு முன், கர்நாடக சங்கீதத்திற்குப் பயிர்கள் வளர்வது கண்டுபிடிக்கப்பட்டமைபற்றி உங்களில் பலர் அறிந்திருப்பீர்கள்.

இசைமூலம் மன அழுத்தத்தைக் குறைப்பதற்கு ஐந்து வழிகள் கூறப்படுகின்றன.

1. காதைத் துளைக்கும் அலாரத்துடன் நாளைத் தொடங்காது, அமைதியான இசையில் ஆரம்பித்தல் வேண்டும்.

2. நடன இசையைக் கேட்டபடி அங்கங்களை, அவை விரும்பிய வகையில் அசைத்தல் வேண்டும். இது மூளையை மீண்டும் சமநிலைப்படுத்துவதற்கு உதவும்.

3. 'ஹம்' பண்ணுதல் சத்தத்திற்கு எதிராக இயங்குமாகையால், சிறிது 'ஹம்' பண்ண வேண்டும். பின்னர் வேகமான இசையுடன் பாடலை விரைவாக முடிக்க வேண்டும்.

4. ஒரு நண்பருடன் இணைந்து, இசையுடன் இணையாது, அதாவது *out of tune*இல், மிகப் பலமாகக் கத்திப் பாட வேண்டும்.

5. பாடுதல் ஆத்மாவுக்கு நல்லது. அநேகமாக, எல்லோராலும் பாட முடியும் என்றும், எமது குரல் நாம் திறப்பதற்காகக் காத்திருக்கின்றது என்றும் கூறப்படுகிறது. பாடல் உடலைத் தட்டி எழுப்புகிறது, பாதிக்கப்பட்ட உணர்ச்சிகளைக் குணப்படுத்துகிறது, மனத்தைக் குவியச்செய்கிறது. இசையினால் பெருநன்மைகள் எல்லாம் விளைவதால், இசை கேட்போம், பாடுவோம். ஆரோக்கியமாக வாழ்வோம்.

●

பண்டிகை தினங்கள்

தைப்பொங்கல் – தமிழர் திருநாள்

பொங்கல் என்றதும் யாழ்ப்பாணத்தில் வாழ்ந்தவர்களுக்குப் பழைய நினைவுகள் மனத்தின் மேற்றளத்திற்கு வருவது இயல்பு. ஜனவரி முதலாம் திகதியுடனேயே பொங்கல் ஆரவாரங்கள் அங்கு ஆரம்பித்துவிடும். இந்த ஆரவாரம் வீட்டைத் துப்புரவாக்குவதுடனும், பொங்கலுக்கு வேண்டிய புத்தரிசிக்குப் புது நெல்லைக் குற்றி அரிசியாக்கிப் பக்குவமாக எடுத்துவைப்பதுடன் ஆரம்பிக்கும். பொங்கலுக்கு முதல் கூடும் சந்தை நாளில், பானை வாங்குவதில் கைதேர்ந்த ஒருவருடன், சந்தைக்குப் போய்ப் பொங்கலுக்கு வேண்டிய பொருள்கள் வாங்கப்படும். மண் பானை வாங்குவதற்கு அத்துறையில் மிகுந்த தேர்ச்சி தேவை. அதன் பல பகுதிகளும் ஆராயப்பட்டு, சுண்டிப் பார்க்கப்பட்டு பானை தெரிவுசெய்யப்பட வேண்டும். இல்லாவிடின், பொங்கலன்று பானை மனத்தைச் சஞ்சலப்படுத்தும் பெரிய பிரச்சினைகளைத் தரும். சிலவேளைகளில் பானையின் கழுத்துத் தனியாகக் கழன்றுவிடுவதுண்டு. பல வேளைகளில் நீரும் பாலும் ஒழுகுவதுண்டு. இத்தொல்லை வேண்டாமென்று பலர் அலுமினிய அல்லது வெங்கலப் பானைகளை உபயோகிப்பார்கள். ஆயினும், புது மண்பானையில் பொங்குகின்ற சந்தோஷம் மற்றைய உலோகப் பானைகளில் பொங்குகிறபோது வராது என்பது பலரது அபிப்பிராயம். புதுப்பானையுடன், அதனைப் பொங்கலன்று அலங்கரிக்க இஞ்சி, மஞ்சள் இலைகளும், அன்று சமைப்பதற்கான காய்கறிகளும் வாங்கிவரப்படும். இப்பட்டியலில் சிறுவர்களைக் கவரும் பட்டாசும் பூந்திரிகளும் இடம்பெறாமல் போகாது.

பொங்கலன்று பனிக்குளிரில், விடியலில் எழுந்து குடும்பத்தினர் அனைவரும் நீராடிய பின், முற்றத்தைக்

கழுவி அல்லது மெழுகி, உலக்கைகளை வைத்து நீள்சதுரமாகப் பொங்கல் செய்யப்படும் இடத்தை மாவினால் அடையாளப்படுத்துவார்கள். உள்ளே போய்வருவதற்கு வாசல்கள் நாற்புறமும் விடப்பட்டு, அவை கத்தி வடிவில் கீறப்படும். கிழக்குப் பார்த்த ஒரு மூலையில், நன்கு மெழுகப்பட்ட மூன்று கற்களை அடுக்கி, அடுப்பை அமைப்பார் வீட்டின் தலைவி. பிள்ளைகள் சரமாகத் தொடர்வெடி கொழுத்த, வீட்டின் தலைவர், நன்கு அலங்கரிக்கப்பட்டுப் பாலும் நீரும் கருப்பஞ்சாறும் நிறைக்கப்பட்ட பானையை அடுப்பேற்றுவார். கிழக்கில் உதிக்கும் சூரியனை நோக்கிப் பால் பொங்கும்படியாக நெருப்பு எரிக்கப்படும். பால் பொங்கியதும் அரிசியைப் போட்டு ஆண் பொங்கலைத் தயாரித்துக்கொண்டிருக்க, பெண்கள் சமையலறையில் பொங்கலுக்கான கறிகளையும் சம்பலையும் தயாரிப்பதில் ஈடுபட்டிருப்பார்கள். பிள்ளைகள் வெடி கொழுத்துவதில் மும்முரமாக இருக்க, அங்கு ஆனந்தத்துக்குக் குறைவில்லை. பின் சூரியனுக்கு மூன்று இலைகளில் பொங்கல் படைக்கப்பட, குடும்பத்தவர் அனைவரும் இணைந்து வழிபடுவார்கள். பின்னர் என்ன, வயிறும் மனமும் நிறையும்படியாக அனைவரும் ஒன்றாக இணைந்து விருந்துண்பார்கள். அதற்குமுன் பொங்கமுடியாத அல்லது பொங்க இயலாத உறவினருக்கும் அயலவருக்கும் பொங்கலை அனுப்புவார்கள். பசியுடன் வீட்டை நாடி வருவோருக்கு வயிறுநிறையப் பொங்கல் வழங்குவார்கள்.

இவ்வாறாக, குடும்பம் முழுவதும் பங்குபற்றும் ஒரேயொரு பண்டிகை பொங்கல் மட்டுமே. குடும்ப அங்கத்தவர் ஒவ்வொருவருக்கும் அதில் பங்குண்டு. அதனால், குடும்பம் ஒருமைப்படுகிறது. உள்ளம் நிறைந்த மகிழ்ச்சி ஏற்படுகிறது. மற்றவர்களுக்கும் இல்லாதவர்களுக்கும் கொடுப்பதால் மனநிறைவு ஏற்படுகிறது. மார்கழி மாதம் முழுவதும் மழையினால் போதிய உணவின்றித் தவித்த சின்னஞ்சிறு பூச்சிகளின் உணவுக்காக வாசலில் இடப்பட்ட மாக்கோலம், கோடைகால வருகையை அறிவிக்கும் பொங்கலுடன் நிறைவெய்துகிறது. வாயில்லாச் சிறிய உயிரினங்களுக்கு இந்த வகையில் உணவளித்த மகிழ்ச்சியும் திருப்தியும் மனத்தை நிறைக்கிறது. இந்த நிறைவும் மகிழ்ச்சியும் புலம்பெயர்ந்த நாடுகளில் மாக்கோலமின்றி, மண் பானையின்றி, வாழையிலைப் படையலின்றி, ஆரவாரமின்றி, மின் அடுப்புகளில் பொங்கும்போது ஏற்படுமா? நாம் நாட்டைவிட்டு வந்ததால் இழந்த இன்பங்களில் இதுவும் ஒன்று.

'தை பிறந்தால் வழி பிறக்கும்' என்று பலர் கூறுவதை நாம் கேட்டிருக்கிறோம். இங்கே வழி என்பது எதைக் குறிக்கிறது? நாம் இன்றைய நிலையில் இதற்குக் கருத்துக் கூறுதல் பொருத்தமற்றது. பொங்கல் பண்டிகை உருவான ஆரம்பகாலத்துச் சூழ்நிலையிலேயே இதற்குக் கருத்துக் கூறுவது சரியானதாகும்.

பூமத்திய ரேகைக்கு அருகிலுள்ள இந்தியா, இலங்கை போன்ற நாடுகளில் வடகிழக்குப் பருவப்பெயர்ச்சிக் காலமான ஐப்பசி, கார்த்திகை, மார்கழி மாதங்களில் கடும் மழை பெய்கிறது. இப் பருவகாலம் கொண்டுவரும் மழையால் நெற்பயிர் விளைகிறது. அதேநேரம் ஆவணி மாதச் சிறுபோக விளைச்சலால் கிடைத்த நெல்லின் கையிருப்பு, அம்மாதத்தில் நடைபெறும் திருமணங்களாலும் கோயில் திருவிழாக்களாலும் குறைய ஆரம்பித்திருக்கும். இதனாலேயே, ஆவணியிலிருந்து விரதங்கள் சிறியளவில் ஆரம்பிக்கின்றன. நெல்லின் கையிருப்புக் குறையக் குறைய விரதங்களின் கடுமை அதிகரிக்கிறது. ஒருநேரம் உண்ணும் அல்லது உண்ணாமலே இருக்கும் கடும் விரதங்கள் பருவப்பெயர்ச்சி மழை ஆரம்பித்த பின்னர் அதிகரித்திருப்பதைக் காணலாம். அதேநேரம் கோயில் திருவிழாக்கள் அதிகளவில் குறைந்துபோயிருக்கும். அதாவது, தானியம் கையிருப்பில் குறையக் குறைய விரதங்கள் அதிகரிப்பதும், சமூக விழாக்கள் குறைவதும், தானியத்தை அடுத்த அறுவடைவரை பேணுவதற்கான ஓர் உத்தியே தவிர வேறெதுவும் இல்லை. தமிழர் மட்டுமல்ல, உலகில் உள்ள அனைத்துச் சமூகத்தினரும் பண்டைக் காலத்தில் விவசாயச் சுழற்சிக்கு ஏற்பவே தமது பண்டிகைகளை, சமூக விழாக்களை அமைத்திருக்கின்றனர்.

தை மாதத்தில் பெரும்போக அறுவடை நடைபெறுகிறது. தானியக் கையிருப்பு அதிகரிக்கவே சமய, சமூக விழாக்கள் அதிகரிக்கின்றன. தைப்பொங்கல், இந்தக் கடும் கட்டுப்பாடு நீங்கித் தானியக் கையிருப்பு அதிகரித்த மகிழ்ச்சியை, பிள்ளைகளுக்குத் திருமணஞ்செய்து கொடுக்கக்கூடிய முறையில் தானியமும், அதனால், பணமும் அதிகரித்த சந்தோஷத்தை, அடைமழை நின்றுபோன மகிழ்ச்சியைக் கொண்டாடுவதே. நெல்விளைச்சலுக்கு உதவிய சூரியனுக்கு நன்றி கூறுவதே. எனவே, 'தை பிறந்தால் வழி பிறக்கும்' என்பதிலுள்ள 'வழி' என்பது, அறுவடையின் பின் வயலில் உருவாகும் ஒற்றையடிக் குறுக்கு வழியை மட்டுமன்றி, பொருளாதாரம் செழிப்படைந்ததால் பிள்ளைகளுக்குத் திருமணஞ்செய்து கொடுப்பதற்கும், சமூக விழாக்கள் கொண்டாடுவதற்கும் பிறந்த வழிகளையும் குறிக்கிறது. இதுவே, தை பிறந்தால் வழி பிறக்கும் என்பதற்கான உண்மையான கருத்து.

பொங்கல் என்பது தை என்ற தமிழ் மாதத்தின் முதலாம் நாளில் இடம்பெறும் தைப்பொங்கலைக் குறிக்கும். பொங்கல் என்பது 'பொங்கு' என்ற வினையடியில் இருந்து தோன்றிய சொல்லாகும். அது, அவ்வாறு பொங்குதலை முக்கியமாகக் கொண்டு, அரிசியினால் நன்கு அவிந்து சேரும்படியாகத் தயாரிக்கப்படும் உணவையும் குறித்து நிற்கிறது. அன்று செய்யப்படும் உணவின் பெயர், பின் அந்தப் பண்டிகையைக் குறிக்க வழங்கப்படலாயிற்று. தை முதலாம் நாளில் இப்பொங்கல் விவசாயத்திற்கு உதவிய சூரியனுக்கு நன்றி தெரிவிக்கும் வகையில் செய்யப்பட்டதால்,

இந்நாள் தைப்பொங்கல் என்று அழைக்கப்படலாயிற்று. இந்த அறுவடை விழா திராவிடர் மத்தியில் நெடுங்காலமாகக் கொண்டாடப்பட்டு வந்ததாகவும், ஆரியரது செல்வாக்குத் தமிழ்நாட்டில் அதிக பாதிப்புகளை ஏற்படுத்தியபோதும் இந்தப் பொங்கல் மாற்றவோ, அழிக்கவோ முடியாதபடிக்குத் தமிழர் மத்தியில் நிலைத்து நின்றுவிட்டது என்றும் கூறப்படுகிறது. ஏனைய பண்டிகைகளுடன் இணைந்துள்ள புராணக் கதைகள் பொங்கலுடன் தொடர்பாக இல்லாததும் இது தூய திராவிட, அதாவது தமிழரது, கொண்டாட்டம் என்பதைக் காட்டி நிற்கிறது.

சங்ககாலப் பாடலொன்றில், போர்க்களத்தில் இருந்து மீளும் அன்புக்குரியவனின் வருகை, ஓர் இளம் பெண்ணின் மனத்தில் பெருமகிழ்ச்சியை ஏற்படுத்துவதாகவும், அந்த மகிழ்ச்சி பொங்கலுக்கு முதல் மாதம் நிலவும் மகிழ்ச்சியுடன் ஒப்பிடப்படுகிறது. பொங்கலின் முன் மழை நின்றுவிட்டிருக்கும் என்றும், காயா மலர்கள் அழகாக மலர்ந்திருக்கக் கொன்றை மலர்கள் மரம் கொள்ளாமல் மஞ்சளாக மலர்ந்து நிலத்தில் மகரந்தத்தை உதிர்த்திருக்கும் என்றும், ஆண் மானும், பெண் மானும் மகிழ்ச்சியுடன் இணைந்திருக்கும் என்றும் வர்ணிக்கப்படுகிறது. பொங்கலின் முன் ஏற்படும் மகிழ்ச்சியையும், மன எழுச்சியையும் இப்பாடல் உவமை மூலம் விவரிக்க முற்படுகிறது.

தமிழ்நாட்டில் தைப்பொங்கல் மூன்று நாட்களுக்குக் கொண்டாடப்படுகிறது. இந்த மூன்று நாள் கொண்டாட்டத்தின்போது, வாசலில் வெவ்வேறு வகைக் கோலங்கள் போடுவது அவர்களது வழக்கம். விவசாயத்திற்கு உதவிய மழை, சூரியன், காளை மாடு ஆகியவற்றிற்கு இந்த நாட்களில் நன்றி தெரிவிக்கப்படுகிறது. முதலாவது நாள், போகிப் பண்டிகை எனப்படுகிறது. இந்நாளில் மழையைத் தந்து அதன் மூலம் வளம்மிகு அறுவடைக்கு உதவிய முகில்களின் தெய்வமான இந்திரனுக்கு நன்றி கூறப்படுகிறது. இது, தமிழ் மார்கழி மாத இறுதி நாளில் இடம்பெறும். அன்று வாசலில் பெருந்தீ வளர்க்கப்பட்டு, வீடுகளில் உள்ள குப்பைகளும், தேவையற்ற பொருள்களும் எரிக்கப்படுகின்றன. இரவிரவாக எரியும் அந்தத் தீயின் முன் சிறுவர்கள் சிறிய மேளங்களை அடித்து இன்புறுவார்கள். பழைய பொருள்கள் அகற்றப்பட்டுப் புதியவை இடம்பிடிக்கின்றன. பின்னர் வாசலை அடைத்துப் பெரிய கோலங்கள் போடப்படுகின்றன. இக்கோலம் புதிதாக அறுவடை செய்யப்பட்ட அரிசியினை மாவாக்கி, அதனை நீரில் கலந்து உருவாக்கிய பசையினால் கீறப்படுகிறது. இது ஒருவகையில் வாழ்வு புதுப்பிக்கப்படுவதையும், வருடப் பிறப்புக்கான ஆயத்தத்தையும் குறிக்கிறது.

இரண்டாம் நாளான தைப்பொங்கல் நாளில் சூரியனுக்குப் பொங்கலிட்டுப் படைக்கப்படுகிறது. அன்று, பூமி சூரியனது

வடதிசை நோக்கிச் சுழல ஆரம்பிக்கிறது. அதாவது, இதுவரை பூமியின் தெற்குப் பகுதியில் பிடித்த சூரிய ஒளி, அன்றிலிருந்து வடக்கில் பிடிக்க ஆரம்பிக்கிறது. இதுவே, சூரியன் மகர ராசியில் பிரவேசம் செய்கிறது என்றும், வடக்கு நோக்கிப் பிரயாணத்தை, அதாவது, உத்தராயணப் பயணத்தை, ஆரம்பிக்கின்றது என்றும் நம்பப்பட்டது. இது, மழை முடிந்து, கோடை தொடங்குவதற்கான கால ஆரம்பத்தைக் குறிக்கிறது. அறுவடையில் பெற்ற புதிய நெல்லைக் குற்றி, அரிசியாக்கி அதனைச் சூரியனுக்குப் படைத்தார்கள் தமிழர். இந்நாளில் தானியக் களஞ்சியம் நிறைந்திருக்கும். அதற்கு உதவிய சூரியனை வழிபட்டு அவனது அருளைத் தொடர்ச்சியாகத் தரும்படி வேண்டினர். அழகான மண் பானையில் மஞ்சள், இஞ்சி இலைகளுடன் மாவிலைகளும் கோர்த்துக் கட்டப் படும். இவற்றில் இஞ்சி வாழ்வுக்கு சுவை சேர்த்தலையும், மஞ்சள் மங்கலத்தையும், மாவிலைகள் வளத்தையும் குறிக்கின்றன. இப் பானையில் இடப்படும் பால், கருப்பஞ்சாறு என்பன வளத்தையும் வாழ்வுக்குச் சேர்க்கப்படும் இனிமையையும் வெளிப்படுத்த, புத்தரிசி அறுவடையில் கிடைத்த செல்வத்தைக் குறித்து நிற்கிறது. பால் பொங்கி வழிதல் குடும்பத்தில் செல்வம் சிறக்க வேண்டும் என்ற விருப்பைக் காட்டுகிறது.

காணுப் பண்டிகை அல்லது மாட்டுப் பொங்கல் எனப்படும் மூன்றாம் நாளில், உழுவதற்கு உதவிய மாட்டுக்கும், பாலை வழங்கும் பசுவுக்கும் பொங்கலிட்டு நன்றி கூறுவார்கள். மாட்டுப் பொங்கலன்று மாடுகள் நீராட்டப்பெற்று, அழகாக வர்ணங்கள் பூசப்பட்டு அலங்கரிக்கப்படுகின்றன. அவற்றிற்கு குஞ்சங்கள் கட்டப்பட்டு, மலர் மாலைகள் அணிவிக்கப்படுவதுமுண்டு. அவற்றின் முன்னிலையில் பொங்கலிடப்பட்டு, அவற்றிற்கு முதலில் வழங்கப்படுகிறது. இது, பெருமளவில் விவசாயத்திற்காக மாடுகளை உபயோகிக்கும் பகுதிகளிலேயே நடைபெறுவது வழக்கம். சிலர், வீடுகளில் தாம் வைத்திருக்கும் மாடுகளுக்குப் பொங்கலிடுவதும் உண்டு. அன்று பொங்கலின்போது விநாயகருக்கும் பார்வதிக்கும் வழிபாடு செலுத்தப்படும். மாலையில், மாடுகள் கிராமத்தின் மத்திக்குக் கொண்டுவரப்பட்டு, மஞ்சு விரட்டு என்ற காளையை அடக்கும் விழாவும், ஜல்லிக்கட்டு என்ற காளைச் சண்டை விழாவும் நடைபெறும். இது தமிழ்நாட்டில் மட்டுமே நடைபெறு கிறது. முன்னர் யாழ்ப்பாணத்தில் பொங்கலன்று மாலையில், மாட்டு வண்டிப் போட்டிகள் நடைபெறுவது வழக்கம்.

ஆழ உழுதலும், போதிய நீரும், அளவான சூரிய ஒளியும் வளமான நெல் அறுவடைக்கு அவசியம். எனவே, அறுவடையில் பெற்ற அரிசியைப் பொங்கலிட்டு இவற்றிற்கு வழங்கிய பின்னரே, தாம் உண்ணும் வழக்கத்தைத் தமிழர் கொண்டிருந்தனர். இயற்கைக்குச் செலுத்தும் இந்நன்றி, இயற்கை, மனித வாழ்வுடன் எவ்வாறு பின்னிப் பிணைந்துள்ளது என்பதைக் காட்டுகிறது.

பொங்கலின் தோற்றுவாயுடன் எந்த புராணக் கதைகளும் இணைக்கப்படாதபோதும், காலப்போக்கில் அவற்றின் சில அம்சங்களுடன் எவ்வாறோ கதைகள் சேர்க்கப்பட்டுவிட்டன. முதலாவது நாளான போகிப்பண்டிகையுடன் இணைத்து ஒரு கதை கூறப்படுகிறது. போகிப் பண்டிகையன்று மழை முகிலுக்குத் தெய்வமான இந்திரனை, மக்கள் வளமான உற்பத்திக்கு உதவிய மைக்காக நாள் முழுவதும் வணங்கினர். இதனால் பெருமையுற்ற இந்திரனின் கர்வத்தை அடக்க, இந்திரனை வழிபடுவதைவிட்டுக் கோவர்த்தன மலையை வழிபடும்படி கண்ணன் கூறவே, மக்களும் அவ்வாறே செய்தனர். இதனால் கோபமுற்ற இந்திரன், கடும் இடி மின்னலுடன்கூடிய பெருமழையை ஏவினான். அப்போது மக்களைக் காப்பதற்கு, கண்ணன் கோவர்த்தன கிரியைக் குடை யாகப் பிடித்ததாகச் சொல்லப்படுகிறது. பின் இந்திரன் மன்னிப்புக் கேட்கவே, தொடர்ந்தும் போகிப் பண்டிகையை இந்திரனை வழிபடும் முகமாகக் கொண்டாடும்படி, கண்ணன் கூறியதாகவும், அதனாலேயே, தொடர்ந்து அவ்வாறு வழிபடப்படுவதாகவும் அக்கதை கூறுகிறது. இந்தப் போகிப் பண்டிகையை, இலங்கைத் தமிழர் ஒருபோதும் கொண்டாடவில்லை என்பது குறிப்பிடத் தக்கது. இந்தப் பண்டிகையும், அதுபற்றிய புராணக் கதையும் தமிழ்நாட்டில் ஏற்பட்ட ஆரியச் செல்வாக்கின் காரணமாகப் பின்னர் இணைக்கப்பட்டிருக்க வேண்டும்.

மூன்றாவது நாளான மாட்டுப் பொங்கலுடன் இன்னொரு சுவையான வேடிக்கைக் கதை இணைக்கப்பட்டுள்ளது. ஒரு தடவை சிவன், நந்தியின் மூலம் உலகிலுள்ள மக்களுக்கு ஒரு செய்தி அனுப்பினார். அச்செய்தி இதுதான். மக்களே, நீங்கள் மாதத்திற்கு ஒருதடவை உண்ணுங்கள். தினமும் எண்ணெய் தேய்த்து நீராடுங்கள். நந்தி செய்தியைத் தெரிவிக்கும்போது மாற்றித் தெரிவித்துவிட்டார். அதாவது, தினமும் உண்ணுங்கள், மாதம் ஒருதடவை எண்ணெய் ஸ்நானம் செய்யுங்கள். இதனால், மக்கள் தினமும் உண்ண ஆரம்பிக்கவே உணவுப் பற்றாக்குறை ஏற்பட ஆரம்பித்தது. அதற்காக, மனிதர் விவசாயம் செய்ய வேண்டியதாயிற்று. நந்தி செய்த குளறுபடிக்குத் தண்டனையாக, மக்களுடனே தங்கி அவர்களுக்கு விவசாயத்தில் உதவும்படி அவருக்குக் கட்டளையிட்டுவிட்டார் சிவன். இந்த உதவிக்காக மக்கள், மாட்டுக்குப் பொங்கலிட்டு நன்றி கூறுகிறார்கள் எனப்படு கிறது. இந்தக் கதை யாராலோ பின்னர் உருவாக்கப்பட்டிருக்க வேண்டும். இந்த மாட்டுப் பொங்கலின்போது, பெண்கள் வர்ண மூட்டப்பட்ட சாத உருண்டைகளைக் காகத்திற்கு வழங்கித் தமது சகோதரர்களின் நல்வாழ்வுக்காகப் பிரார்த்தனை செய்வதாகக் கூறப்படுகிறது. அன்று சகோதர, சகோதரிகள் எங்கிருந்தாலும் ஒருவரை ஒருவர் நினைத்து, அவர்களது நல்வாழ்வுக்காக வழிபாடு செய்வார்கள். இது வடநாட்டில் கொண்டாடப்படும் ரக்ஷாபந் தனத்தின் செல்வாக்கினால் ஏற்பட்டதாக இருக்கலாம்.

இந்தியக் கொண்டாட்டங்கள், பொதுவாக, தூய்மை செய்த லுடன் ஆரம்பமாகிறது. பொங்கல் வருகிறது என்றதும் வீடும் சுற்றுப்புறங்களும் தூய்மை செய்யப்படுகின்றன. அசுத்தங்களை அகற்றி அழித்தல், ஒருவகையில் தீமைகளை அகற்றி, நன்மைகளை எதிர்நோக்குவதையும் குறிக்கிறது எனலாம். தமிழ்நாட்டில், வீட்டில் உள்ள அனைவருக்கும் புத்தாடைகள் வாங்கப்படுகிறது. யாழ்ப்பாணத்தில், இந்த வழக்கம் அதிகம் இல்லை. அதற்குப் பதிலாக, சீனவெடிகள் வாங்கப்படுகிறது. பிள்ளைகளுக்குப் பட்டாசு வெடிப்பதே அதிகம் மகிழ்ச்சிக்குரிய விஷயம்.

பொங்கல் உண்மையில் விவசாயிகளுக்குரிய விழா. அவர்கள் அறுவடையின் மகிழ்ச்சியைக் கொண்டாடி, அதற்கு உதவிய இயற்கைக்கும் மாட்டுக்கும் நன்றிகூறுவதே கொண்டாட்டத்தின் நோக்கம். விவசாயமே பலரது முக்கிய தொழிலாக முற்காலத்தில் இருந்த காரணத்தால் கிராமம் முழுவதும் இதனைக் கொண்டாடியது.

சில இடங்களில் பொங்கலின்போது, ஒன்பது குதிரைகள் பூட்டப்பட்ட தேர் ஒன்றை மத்தியில் சூரியனுடன் வரைந்து, அதற்குள்ளேயே பூசையை நடத்துவார்கள். பின்னர் சூரியனுக்குப் படைத்த பின், அதிலிருந்து சிறிது பொங்கலை எடுத்து, நீருடன் கலந்து, வீடு முழுவதும் பொங்கலோ பொங்கல் என்று கூறியபடி தெளிப்பார்கள். வீடு முழுவதும் சிதறும் பொங்கல் துணிக்கைகள் வீட்டிற்கு வளத்தைக் கொண்டுவருவதுடன், வீடு சூரியனால் ஆசிர்வதிக்கப்படும் என்ற நம்பிக்கை பலரிடையே உண்டு.

சூரியன்பற்றிய ஒரு சிறிய புராணக் கதையுடன் பொங்கல் பற்றிய எமது கட்டுரையை நிறைவு செய்வோம். நாம் ஏன் தைப்பொங்கலுக்குச் சோறாகச் செய்யாது, நன்கு அவிந்து சேர்ந்த பொங்கலாகச் செய்கிறோம். இதற்கு ஒரு புராணக் கதையில் கூறப்படும் விவரம் சுவையான ஒரு விளக்கத்தைத் தர உதவுகிறது. புராணக் கதைகள் உண்மையல்ல. அவை எமது சமயத்தின் சில முக்கிய கருத்து வளர்ச்சிகளைக் காட்டவும், சில அடிப்படைக் கோட்பாடுகளைச் சாதாரண மக்களுக்குச் சுவையுடன் விளக்கவும் உருவானவையே. தக்கன் யாகக் கதைபற்றி நீங்கள் அறிந்திருந்திருப்பீர்கள். அது மகாபாரதத்தில் இரு தடவைகள் கூறப்பட்டுள்ளது. அத்துடன், புராணங்களிலும் இடம்பெற்றுள்ளது. இக்கதை வேறு வகைகளில் முக்கியம் பெற்றபோதும், நான் கூறவுள்ளது வெறும் சுவைக்காகச் சேர்க்கப்பட்ட ஒரு சம்பவம். தக்கன் யாகத்துக்குச் சிவனைத் தவிர ஏனைய தெய்வங்களும் தேவர்களும் அழைக்கப்பட்டனர். இதனால் கோபமடைந்த சிவன், யாகத்தை அழிப்பதற்கு வீரபத்திரரை அனுப்பிவைத்தார். அவர் சென்று யாகத்தை அழித்ததுடன், அதில் பங்குபற்றிய தேவர்கள் அனைவரையும் கடுமையாகத் தண்டித்தார். இந்தத் தண்டனைபற்றி

சந்திரலேகா வாமதேவா 221

தேவார, திருவாசகங்கள் பல இடங்களில் வர்ணிக்கின்றன. திருவாசகத்தில் உள்ள திருவுந்தியார் என்ற பகுதி இத்தண்டனை பற்றி விலாவாரியாக வர்ணிக்கிறது. தண்டனை பெற்றவரில் ஒருவன் சூரியன். அவனது பற்கள் அனைத்தும் வீரபத்திரரால் உதிர்க்கப்பட்டன. 'சூரியனார் தொண்டை வாயிற் பற்களை வாரி நெரித்தவாறுந்தீ பற' என்கிறது திருவாசகம். தொண்டை என்பது இங்கு கொவ்வை. கொவ்வைக்கனிபோன்ற சிவந்த வாயுடைய அவனது பற்கள் அனைத்தும் உதிர்க்கப்பட்டன. அவனுக்குப் பல்லில்லாத காரணத்தினாலேயே, நாம் அரிசியை நன்கு அவித்துப் பொங்கலாகச் செய்கிறோம். இது சுவைக்காகத் தரப்பட்ட விளக்கமே தவிர, இதில் உண்மையொன்றும் இல்லை.

இப்பொங்கல் திருநாளில் தமிழர் அனைவரது வீட்டுப் பொங்கல் பானைகள் நிறைய, செல்வம் பொங்கி வழியட்டும். சூரியனின் ஆசிர்வாதம் அவர்கள் வாழ்வில் வெள்ளமாக நிறையட்டும். எம் நாட்டிலும் எங்கும் அமைதியும் சமாதானமும் நிறையட்டும். அதற்கு இறைவன் துணைநிற்கப் பிரார்த்திப்போம்.

●

ஈஸ்ரர் தினம்: அதன் வரலாறும் முக்கியத்துவமும்

கிறிஸ்தவர்களுக்கு இது புனித வாரம். எனவே, ஈஸ்ரரின் வரலாறு பற்றியும், கிறிஸ்தவர்கள் மத்தியில் அது எவ்வாறு அனுஷ்டிக்கப்படுகிறது, இன்று வேறுவேறு நாடுகளில் எவ்வாறு இது கொண்டாடப்படுகிறது என்பதுபற்றியும் சிறிது பார்ப்போம். ஈஸ்ரர், வசந்த விழாக்கள் நடைபெறும் காலத்தில் வருகிறது. கிறிஸ்தவ நாடுகளில் தேவமகனான யேசு நாதர் உயிர்த்தெழுந்ததை நினைவுகூரும் வகையில் ஈஸ்ரர் சமய விடுமுறையாகும். ஆனால், ஈஸ்ரர் காலத்தில் பின்பற்றப்படும் சில வழக்கங்கள் கிறிஸ்தவத்திற்கு முந்திய சமயத்தைச் சார்ந்தவையாகும். எட்டாம் நூற்றாண்டைச் சேர்ந்த ஆங்கில அறிஞரான *St. Bede* என்பவர் ஈஸ்ரர் என்ற சொல் ஸ்கந்திநேவிய ஓஸ்ட்றா *(Ostra)* என்ற சொல்லில் இருந்தோ, அல்லது இளவேனில் காலச் சூரியன் நில நடுக்கோட்டுக்கு எதிராக வரும் காலத்தில் வசந்தத்தையும் வளத்தையும் குறிக்கும் வகையில் விழா எடுக்கப்பட்ட பெண் தெய்வங்கள் இருவரைக் குறிக்கும் *Teutonic* சொற்களான *Ostern* அல்லது *Eostre* ஆகிய சொற்களிலிருந்தோ வந்திருக்கலாம் என்று கூறுவதைப் பொதுவாக அறிஞர்கள் ஏற்றுக்கொள்கின்றனர்.

கிபி 325ஆம் ஆண்டு ஜூன் மாதத்தில் ஏறத்தாழச் சரியாயிருக்கக்கூடிய பௌர்ணமி தினங்களை வானவியலாளர்கள் கிறிஸ்தவத் தேவாலயத்திற்காக அமைத்துக் கொடுத்தனர். அவற்றைத் தேவாலயம் தொடர்பான பௌர்ணமி *(Ecclesiastical Full Moon)* என்று அழைத்தனர். மார்ச் 21ஆம் தேதி, அதாவது சூரியன் நிலக்கோட்டுக்கு எதிராக வரும் நாளில் அல்லது அதனைத் தொடர்ந்து வரும் நாட்களில் வரும் பௌர்ணமியின், அதாவது பாஸ்கல் *(paschal)*

பௌர்ணமியின், பின்வரும் ஞாயிறில் ஈஸ்ரர் கொண்டாடப்படு கிறது. அதனால், மார்ச் 22ம் தேதிக்கும் ஏப்ரில் 25ஆம் தேதிக்கும் இடையில் ஈஸ்ரர் வரலாம். இஸ்ரேலுக்கு அருகில், மரபுகள் ஆழமாக வேரூன்றிய இடங்களில் உள்ள கிறிஸ்தவ தேவாலயங்கள் ஈஸ்ரரை யூதர்களின் *Passover* க்கு அமைவாகவே கொண்டாடு கின்றன.

ஈஸ்ரர், 46 நாட்கள் கொண்ட நோன்பு (*Lent*) காலத்தின் முடிவில் வருகிறது. அக்காலத்தினுள் வரும் 6 ஞாயிற்றுக்கிழமை களை இந்த நோன்பு காலத்தில் சேர்ப்பது வழக்கமல்ல. இந்த ஞாயிறு தினங்கள் ஈஸ்ரர் ஞாயிறை நினைவுகூரும் விதமாகவும், அதனைக் கௌரவிக்கும் முகமாகவும் நோன்பு காலத்திலிருந்து பிரித்துவைக்கப்பட்டுள்ளன. இக்காலம் உய்தி தேடுகிற காலமாகும். அத்துடன், ஈஸ்ரருக்குத் தயாராகிற காலமுமாகும். எனவே, நோன்பு காலம் 40 நாட்கள் மட்டுமே. யேசுநாதர் அனுபவித்த துன்பத்தையும் வதைகளையும் நினைவுகூரும் விதமாக இந்தக் காலத்தில் கிறிஸ்தவர்களால் நோன்பு அனுசரிக்கப்படுகிறது. யேசுநாத ரின் 40 நாள் நோன்பை நினைவுகூரும் விதமாக, ஆரம்பகாலத்தில் கடும் நோன்பு நோற்கப்பட்டது. ஈஸ்ரருக்கு முந்திய தினம் ஞானஸ்நானம் பெறுபவர்களுக்கு வழங்கப்படும் *Sacrament*ஐப் பெறுவதற்கு, அவர்கள் தம்மைத் தயார்ப்படுத்தும் காலமாக ஆரம்பகாலத் தேவாலயங்கள் இந்த 40 நாள் நோன்பைக் கருதின. காலப்போக்கில் இந்தக் காலத்துக்குரிய முக்கியத்துவம் ஞானஸ்நானத்திற்குத் தயார்ப்படுத்துவதைக் குறிப்பதிலிருந்து, குற்றங்களுக்குக் கழுவாய் தேடும் அம்சங்களைக் குறிப்பதாக மாற்றப்பட்டது. பெரும் பாவங்கள் செய்த குற்றவுணர்வு உள்ளவர் கள், அவற்றிலிருந்து கழுவாய் தேடும் முயற்சியாக, வெளிப்படை யாகக் கடும் நோன்பினை அனுஷ்டித்தனர். நோன்பின் முடிவில், பெரிய சடங்கின் மூலம் மீண்டும் அவர்கள் தேவாலயத்தால் ஏற்றுக்கொள்ளப்பட்டனர்.

யேசு கிறிஸ்து ஜெரூசலத்துக்குச் சென்றபோது, மக்கள் கூட்டம் குருத்தோலைகளை ஏந்திச்சென்று, அவரது பாதங்களில் வைத்து வரவேற்றதை நினைவுகூரும் விதமாக, நோன்புக் காலத்தின் கடைசி வாரம் குருத்தோலை ஞாயிறுடன் ஆரம்பமாகிறது. ஸ்பானியாவின் வடமேற்குப் பகுதியைச் சேர்ந்த கிறிஸ்தவப் பெண் துறவியான *Etheria*வின் பிரயாண ஏட்டில், முதலாவது குருத்தோலை ஞாயிறு ஊர்வலம்பற்றிய குறிப்புக் காணப்படு கிறது. அவர் அந்த நாள் பஸ்கல் கிழமையின் ஆரம்பம் என்றும் குறிப்பிட்டுள்ளார். கிபி நான்காம் நூற்றாண்டின் இறுதிப் பகுதியில் அவர் ஜெரூசலத்திற்குச் சென்றார். மேற்குலகத் தேவாலயங்களில் ஸ்பானியாவிலேயே முதலில் இந்தக் குருத் தோலை ஊர்வலம் நடைபெற்றதாகக் கூறப்படுகிறது. அது ஏறக்குறைய கிபி ஐந்தாம் நூற்றாண்டிலே நடைபெற்றிருக்கலாம். ரோமாபுரியில் கிபி 12ஆம்

நூற்றாண்டிற்கு முன்னர் இந்த ஊர்வலம் நடைபெறவில்லை. அமெரிக்காவில் பிலடெல்பியாவில் உள்ள *Messiah Luthern* தேவாலயம் இந்த பண்டைய நடைமுறையை மீள ஆரம்பித்தது. *Episcopal* தேவாலயங்களில் ஆராதனையின் முடிவில் அனைவருக்கும் குருத்தோலைகள் வழங்கப்பட்டன. இன்று, இந்த வழக்கம் மேற்குலகில் பெருமளவில் மறைந்துவிட்டது. தேவாலயத்தில் அனைவரும் கூடுவதே இன்றைய நடைமுறையாக உள்ளது.

இந்தப் புனித வாரத்தில், திங்கட்கிழமை அன்று அதிகமாக முக்கிய விஷயங்கள் நடைபெறுவதில்லை. ஜெரூசலத்தில் உள்ள புனித தேவாலயம் இந்த நாளிலேயே தூய்மை செய்யப்பட்டது என்று நம்பப்படுகிறது. அது செலாவணிகரின் *(Moneychangers)* செயலை யேசுநாதர் மறுத்து, இது எனது பிரார்த்தனைக்குரிய இடம் என்று எழுதப்பட்டுள்ளது. நீங்கள் இதனைக் கள்வர்களின் குகை ஆக்குகிறீர்கள் *(Matthew - 21:13)* என்று கூறியபோது நடைபெற்றது. யேசுநாதருக்கும் *Pharisees*க்கும் இடையில் இடம்பெற்றதாகக் கருதப்படும் சம்பவம் புனித வாரத்தின் செவ்வாய்க்கிழமையன்று நடைபெற்றது. தேவாலயத்தில் உள்ள வர்கள் நாஸ்திகக் குறிப்பு ஒன்றைச் செய்யும்வகையில் யேசுநாதரை ஆளாக்க முயன்ற வேளையில், இந்தச் சம்பவம் நடைபெற்றதாகக் கூறப்படுகிறது. இந்த நாள் இன்னொரு வகையிலும் முக்கியமானது. ஜெரூசலத்தின் அழிவுபற்றியும், இறுதி நாள்பற்றிய சமிக்ஞைகள் தெரிவதுபற்றியும், ஒலிவ்ஸ் குன்றில் யேசுநாதர் தனது சீடர்களுக்கு இந்த நாளிலேயே கூறினார்.

விபூதிப் புதன்கிழமையன்று புனித வாரத்தின் உணர்ச்சிவேகம் மேலும் அதிகரிக்கிறது. இதனை ஒற்றர் புதன் என்றும் அழைப்ப துண்டு. அன்றே யேசுநாதரை எங்கே இலகுவாகப் பிடிக்கலாம் என்று பிரதம குருமாருக்கு *Judas* காட்ட ஒப்புக்கொண்ட துரோகம் நடைபெற்ற நாள். புனித வாரத்தின் வியாழக்கிழமை, இறுதி இராப்போசனத்துடன் தொடர்பான நாள். இது புனித வியாழன் என்றும் கூறப்படுகிறது. இது யேசுநாதர் சிலுவையில் அறையப் படுவதற்கு முந்திய நாள். அன்று அவர் தனது சீடர்களுடன் இறுதி உணவை அருந்தினார்.

இந்தப் புனித வாரத்தின் வெள்ளிக்கிழமை 'நல்ல வெள்ளி' என்று அழைக்கப்படுகிறது. இந்நாளிலேயே யேசுநாதர் ஜெரூசலம் சுவர்களுக்கு வெளியே, கல்வாரிக் குன்றின் உச்சியில் சிலுவையில் அறையப்பட்டார். கிறிஸ்தவ நம்பிக்கையின்படி, யேசுநாதர் மனிதர்களின் பாபத்திற்காகத் தன்னைத் தியாகம் செய்து சிலுவை யில் மரித்தார். யேசுநாதர் சிலுவையில் அறையப்பட்டதை நினைவுகூரும் விதமாக இந்த நாள் துக்க நாளாக அனுஷ்டிக் கப்படுகிறது. மரித்ததன் மூலம் கடவுளுக்கும் மனிதருக்கும்

இடையில் ஒரு தொடர்பை, ஒரு புரிந்துணர்வை யேசு கிறிஸ்து ஏற்படுத்தினார் என்று கிறிஸ்தவர்கள் நம்புகின்றனர். சிலுவையில் அறையப்பட்ட கிறிஸ்துவின் உருவம் அல்லது சிலுவை, கிறிஸ்தவர் களின் நம்பிக்கைக்குரிய முக்கிய சின்னமாகக் கருதப்படுகிறது. ரோமன் கத்தோலிக்கர்கள், கிறிஸ்து சிலுவையில் அறையப்பட்ட போது அனுபவித்த நோவையும் துன்பத்தையும் நினைவுகூரும் வகையில், இந்த நாளை விரதமிருந்து சுயகட்டுப்பாட்டுடன் கழிப்பார்கள். 4ஆம் நூற்றாண்டிலிருந்தே இந்த வெள்ளி, தனியான நாளாக அநுஷ்டிக்கப்படுகிறது. அதற்கு முன்னர் சிலுவையில் மரித்தமையும் திருமீட்டெழுச்சியும் ஒன்றாகக் கொண்டாடப்பட் டது.

புனித வெள்ளியைத் தொடர்வது புனித சனிக்கிழமை. இது *Anglican* தேவாலயங்களால், ஈஸ்ரருக்கு முந்திய தினம் என அழைக்கப்பட்டு, ஞானஸ்நானம் செய்வதற்குரிய மரபார்ந்த காலமாகக் கருதப்படுகிறது. ரோமன் கத்தோலிக்க தேவாலயங்கள் ஆசிர்வாதம், மிக நீண்ட பாஸ்கல் மெழுகுவர்த்தியைக் கொழுத்து தல் ஆகியவற்றுடன் அநுஷ்டிக்கின்றன. *Altar*இன் *Gospel* பக்கத் தில் நீண்ட மெழுகுவர்த்தி நிறுத்தப்பட்டு ஆசிர்வாதம் நடைபெறும் வேளையில், கிறிஸ்துவின் உடலில் ஏற்பட்ட ஐந்து காயங்களைக் குறிக்கும் வகையிலும், பின் அவரது உடலில் பூசப்பட்ட தைலங்க ளைக் குறிக்கும் வகையிலும், அதில் ஐந்து வகை வாசனைத் திரவியங்கள் செருகப்படும். அந்த மெழுகுவர்த்தி கொழுத்தப்பட்டு 40 நாட்களின் இறுதி நாளான அன்று கிறிஸ்து பின்னர் மீட்டெழுந்த மையைக் குறிக்கும் காலம்வரை எரிக்கப்படும். ஈஸ்ரர் நாளான ஞாயிற்றுக்கிழமை கிறிஸ்து திருமீட்டெழுச்சியடைந்து, விண் புகுந்ததைக் குறிக்கிறது. இது புனித வாரத்தின் இறுதி நாள். இந்தப் புனித வாரம் கிறிஸ்து திருமீட்டெழுச்சி அடையும்வரை யுள்ள அவரது வாழ்வுடன் தொடர்புபட்டது. ஈஸ்ரர் அன்று கிறிஸ்துநாதர் தனது கல்லறையிலிருந்து மீட்டெழுச்சி பெற்று, விண்புகுவதன் முன், தனது சீடர்களைச் சந்தித்துத் தான் தொடங்கி யதை முடிக்கும் பணியில் ஈடுபடுத்த அவர்களைத் தயார்ப்படுத்திய தாகக் கூறப்படுகிறது. சுருக்கமாகக் கூறுவதாயின் புனித வாரம், விபூதிப் புதன்கிழமையுடன் *(Ash Wednesday)* ஆரம்பமாகி, ஈஸ்ரர் ஞாயிற்றுக்கிழமையுடன் முடிவடைகிறது. புனித வியாழன் யேசுபிரா னின் கடைசி இராப்போசனத்தையும், பெரிய வெள்ளி அவர் சிலுவையில் அறையப்பட்டு மரித்ததையும் குறிக்கிறது. புனிதவாரம் அவரது திருமீட்டெழுச்சியைக் குறிப்பதுடன் நிறைவெய்துகிறது.

ஈஸ்ரருடன் பல மரபார்ந்த அம்சங்கள் இணைக்கப்பட்டுள்ளன. பல நூற்றாண்டுகளாக ஈஸ்ரர் பெருநாளுடன் முட்டையை இணைக்கும் வழக்கம் காணப்படுகிறது. இத்தனை முக்கியத்துவம் வாய்ந்த இப்பெருநாளுடன் முட்டைக்கு ஏன் இவ்வாறு இத்தனை முக்கியத்துவமிக்க தொடர்பு ஏற்பட்டது? மரபார்ந்த வசந்தகாலக்

கிரியைகளுடன் முட்டைக்கு இருந்த தொடர்பே, ஈஸ்ரருடன் முட்டை இணைவதற்கான அடிப்படைக் காரணமாகும். மிக ஆதிகாலம் தொடக்கம் மனிதனுக்கு முட்டைகளுடன் தொடர்பு இருந்துவந்தது. இது பண்டைய லத்தீன் பழமொழியில் பிரதி பலித்துள்ளது. *Omne vivum ex ove* என்பதன் கருத்து, சகல உயிர்ப்பும் முட்டையில் இருந்தே வருகிறது என்பதாகும். லத்தீன் பழமொழி மட்டுமல்ல, இந்த உலகம் முட்டையில் இருந்தே உருவானது என்ற கருத்து பண்டைய இந்தியா முதல் பொலிநேசியா வரை, ஈரான், கிறீஸிலிருந்து லற்வியா, எஸ்தோனியா, பின்லாந்துவரை, மத்திய அமெரிக்காவிலிருந்து தென் அமெரிக்காவின் மேற்குக் கரைவரை காணப்பட்டது. எனவே, பெரும்பாலும் அனைத்துப் பண்பாடுகளிலும் முட்டை, வாழ்வின் சின்னம் என்ற கருத்து காணப்பட்டமை அசாதாரணமான விஷயமல்ல. ஐரோப்பாவில் புதுவருட மரங்களிலும் *Maypoles*இலும், *St. John's* மரங்களில் நடுக்கோடை காலத்திலும் முட்டைகள் தொங்கவிடப்பட்டன. பின்னர் கிறிஸ்தவம் பரவிய காலத்தில், பெரிய வெள்ளிக்கிழமையன்று இடப்பட்ட முட்டையை 100 வருடங்கள் வைத்திருந்தால், அதன் மஞ்சள் கரு வைரமாக மாறும் என்ற நம்பிக்கை மக்களிடையே காணப்பட்டது. அத்துடன், பெரிய வெள்ளியன்று இடப்பட்ட முட்டையை ஈஸ்ரர் அன்று சமைத்தால், அது மரங்கள், பயிர்கள் ஆகியவற்றின் வளத்தைப் பெருக்குவதுடன், சடுதியான மரணம் நேராது பாதுகாக்கும் என்ற நம்பிக்கையும் காணப்பட்டது. ஈஸ்ரர் முட்டைக்குள் இரண்டு மஞ்சட் கரு காணப்பட்டால், அதனை வைத்திருந்தவர் மிகவிரைவில் செல்வந்தராவார் என்ற நம்பிக்கையும் கூடவே காணப்பட்டது. பண்டைய எகிப்து, பேர்ஷியா, கிறீஸ், ரோம் ஆகிய நாடுகளில் வசந்த விழாக்களின்போது முட்டைகள் நிறமூட்டப்பட்டு உண்ணப்பட்டன. பண்டைய பேர்ஷியர், இளவேனில் காலத்தில் கதிரவன் நிலை பூ நடுவரைக்கு எதிராக வரும் நாளில் முட்டைகளை ஒருவருக்கொருவர் பரிசளித் தனர். இந்த நம்பிக்கைகள் பிற்காலத்தில் ஈஸ்ரருடன் நன்கு இணைக்கப்பட்டன. முட்டைகளுக்கு நிறமூட்டுதல் என்பது, 15ஆம் நூற்றாண்டளவில் மேற்கு ஐரோப்பாவில் மிஷனறிகளால் பரப்பப்பட்டது என்று ஊகிக்கப்படுகிறது. நாற்பது நாட்கள் கடும் நோன்பின்போது முட்டைகள் உண்ணப்படுவதில்லை.

முட்டை, வளத்தையும் புதுவாழ்வையும் குறிக்கிறது. ஆரம்பத் தில் முட்டைகள் கடும் வண்ணமூட்டப்பட்டு வசந்தகாலச் சூரியனைப் பிரதிநிதித்துவப்படுத்தின. அத்துடன், அவை முட்டை உருட்டும் போட்டிகளில் பயன்படுத்தப்பட்டதுடன் பரிசாகவும் கொடுத்துவாங்கப்பட்டன. பின்னர், காலப்போக்கில் முட்டைகள் வண்ணமூட்டப்பட்டு அழகிய வேலைப்பாடுகள் செய்யப்பட்டு, காதலர்களிடையே பரிசாகப் பரிமாறப்பட்டன. மத்தியகாலத்தில் மரபுரீதியாக ஈஸ்ரர் அன்று முட்டைகள் வேலையாட்களுக்கு

வழங்கப்பட்டன. ஜேர்மனியில் ஈஸ்ரரின்போது முட்டைகள் ஏனைய பரிசுகளுடன் பிள்ளைகளுக்கு வழங்கப்படும் வழக்கம் காணப்பட்டது. வேறுபட்ட பண்பாடுகள், முட்டைகளை வேறு பட்ட முறைகளில், வர்ணமூட்டும் முறைகளை வளர்த்துக்கொண் டன. கிறீஸில் யேசுநாதரின் ரத்தத்தைக் குறிக்கும் வகையில் சிவப்புநிற முட்டைகள் பரிமாறிக்கொள்ளப்பட்டன. ஜேர்மனியிலும் ஒஸ்ட்றியாவிலும் புனித வியாழனைக் குறிக்கும் வகையில் பச்சை நிறமூட்டப்பட்டன. ஸ்லோவாக்கிய மக்கள் பொன், வெள்ளி நிறங்களில் பல்வேறு வேலைப்பாடுகள் கொண்டதாக முட்டை களை அழகுபடுத்தினர். ஒஸ்ட்றியர்கள் மிகச் சிறிய இலைக் கொப்புகளையும் தாவரங்களையும் முட்டையில் இணைத்து அவித்த பின்னர், அந்த இலைகளை நீக்க, முட்டையில் அழகிய வேலைப்பாடுகள் இணைந்து அழகாகக் காட்சியளிக்கும். உருக்கிய தேன்மெழுகை முட்டையில் பூசிப் பின் பல்வேறு சாயங்களில் முக்கி எடுப்பார்கள். ஒவ்வொருமுறை எடுக்கும்போதும் தேன்மெழு கால் மேலும் சித்திரங்கள் தீட்டப்படும். இம்முட்டைகள், அவற்றில் வேலைப்பாடு செய்பவர்களின் கலைத்திறமையைக் காட்டி நிற்கும். ஜேர்மனியில் சிறிய ஊசிகளால் முட்டையில் துவாரமிட்டு உள்ளிருக்கும் வெள்ளை கருக்களை அகற்றிய பின்னர், கோதுக ளுக்கு வர்ணமூட்டி மரங்களில் ஈஸ்ரரின்போது தொங்கவிடுவார் கள். ருமேனியர்கள் கோதுகளில் யேசுபிரான், கன்னி மரியாள் ஆகியோரின் படங்களை வரைவார்கள்.

ஈஸ்ரர் முயல், அதாவது *Easter Hare*, வளத்தின் சின்னமாகும். முயலைப்போல இனப்பெருக்கம் செய்யும் மிருகங்கள் கிடையாது.

அதனால், அது புதுவாழ்வையும் வசந்தகாலத்தையும் குறிக்கப் பயன்படுத்தப்பட்டது. ஈஸ்ரர் சின்னங்களில் மிக விருப்பத்துக் குரியது முயல் சின்னமே. இது சர்வதேசரீதியானது மட்டுமல்ல, லௌகீகமானதும்கூட. பண்டைக்காலத்திலிருந்து முயல் சந்திரனு டன் இணைத்துக் கூறப்பட்டு வந்துள்ளது. முயல், அதாவது *Rabbit* அல்ல *Hare*, கண்களை இமைப்பதற்காகக்கூட ஒருகணமும் மூடுவதில்லை என்று கூறப்படுகிறது. *Rabbits* கண்களை மூடிய படியே பிறக்கின்றன. ஆனால், *Hares* கண்களைத் திறந்தபடியே பிறப்பதாகக் கூறப்படுகிறது. பண்டைய எகிப்தியர் முயலைச் சந்திரனுடன் தொடர்புபடுத்தினர். *Hare* என்பது எகிப்திய மொழியில் *Un* எனப்படும். அதன் கருத்து 'திற' என்பதாகும். அவை இரவு முழுவதும் திறந்த கண்களுடன் பௌர்ணமி நில வைப் பார்ப்பதற்கு விருப்பம் கொண்டவை. அத்துடன், முயலும் முட்டைகளும் *Anglo-Saxon* வசந்த தெய்வமான *Eostre* உடனும் தொடர்புபட்டுள்ளன. ஏனெனில், இந்த இரண்டும் வளத்துடன் தொடர்புபட்டவை. இந்த வளமே மரபுரீதியான *Hare*ஐ விடுத்து *Rabbit*ஐ அமெரிக்கா ஈஸ்ரரின் சின்னமாகத் தேர்ந்தெடுத்தமைக்குக் காரணமாகும். *Hares* ஐவிட *Rabbits* அதிகம் இனப்பெருக்கம் செய்பவை. ஜேர்மனியில் இருந்து அமெரிக்காவுக்குப் புலம் பெயர்ந்தவர்கள் பெரும்பாலான *Teutonic* ஈஸ்ரர் மரபுகளை அங்கு கொண்டுசென்றனர். ஜேர்மன் அல்லாத பிள்ளைகள் மத்தியில் முயல்கள் பெரும் செல்வாக்குப் பெற்றன. ஜேர்மனியப் பிள்ளைகள் முயலுடைய கூடுகள் நிறைய அலங்கரிக்கப்பட்ட முட்டைகளால் நிரப்புவார்கள். அவர்கள் இதற்கான கூடுகளையும் செய்வார்கள். அவை மிகக் கவர்ச்சிகரமாக இருப்பதால் மற்றப் பிள்ளைகளும் ஈஸ்ரருக்கு அவ்வாறான பரிசுகளைத் தரும்படி வற்புறுத்துவார்கள். ஈஸ்ரர் அடையாளமாக முயலைப் பயன்படுத் தும் வழக்கம் ஜேர்மனியில் ஆரம்பித்தது. 1,500களின் எழுத்தாக்கங் களில் இது முதலில் குறிப்பிடப்பட்டுள்ளது. 1,800களில் அங்கு மாவும் சீனியும் கலந்த, உண்ணக்கூடிய முயலுருவங்கள் செய்யப் பட்டன. 1,700களில் அமெரிக்காவில் குடியேறிய ஜேர்மானியர் இந்த வழக்கத்தை அங்கு அறிமுகம் செய்தனர். *Oschter Haws* என ஜேர்மனியில் அழைக்கப்படும் இந்த ஈஸ்ரர் முயல், பிள்ளை களுக்கு மிகுந்த மகிழ்ச்சியை ஏற்படுத்தியது. கிறிஸ்மஸ் பப்பாவுக்கு அடுத்ததாக அவர்களைக் கவர்ந்தது இந்த முயலே. தாங்கள் நல்ல பிள்ளைகளாக நடந்துகொண்டால், இந்த முயல் பல நிறங்களில் முட்டைகளை இடும் என்று அவர்கள் நம்பினார்கள். இதற்காக ஓர் ஒதுக்குப்புறமான இடத்தில் சிறுவர்கள் தமது தொப்பியையும், சிறுமிகள் தமது *bonnet*ஐயும் உபயோகித்துக் கூடுகள் அமைத்தனர். ஈஸ்ரர் முயல் சின்னம் எங்கும் பரவியதும், பின் அவற்றையும் முட்டைகளையும் வைப்பதற்காகக் கூடையைப் பயன்படுத்தும் முறை உருவாகியது.

ஈஸ்ரர் பரிசாக மிக அழகிய லில்லி மலர்களைப் பெற யார்தான் விரும்பமாட்டார்கள். பலகாலமாகத் தேவாலயத்தை அலங்கரிக்க, அழகிய வெள்ளை trumpet lily மலர்கள் பயன்படுத்தப்பட்டுவந்தன. ஏறக்குறைய 1,800களில் லில்லி மலர் அமெரிக்காவில் ஏற்றுக்கொள்ளப்பட்டது. அங்கிருந்த புரட்டஸ்ரன்ற் கிறிஸ்தவர்கள் ஈஸ்ரர் அனுசரிப்புடன் லில்லியைத் தொடர்புபடுத்தினர். அது பிரபலமாகச் சிலகாலம் பிடித்தது. அமெரிக்காவில் காணப்படும் மடோனா லில்லி மலர்கள் ஆரம்பகோடைகாலத்திலேயே மலர்வன. எனவே, லில்லி மலர்ச் செடிகள் இறக்குமதி செய்யும்வரை அவை ஈஸ்ரருடன் தொடர்பாகப் பிரபலமாகவில்லை. 1,880களில் பேர்மூடா (Bermuda) என்ற இடத்தில் இருந்தபோது, தோமஸ் சார்ஜன்ட் (Thomas P Sargent) என்பவர் இயல்பாக வசந்தகாலத்தில் மலரும்

அழகிய லில்லி மலர்களைக் கண்டார். அவர் அதில் மிக விருப்புக் கொண்டு தனது இருப்பிடமான பிலடெல்பியா திரும்பும்போது, அதன் கிழங்குகளைக் கொண்டுவந்தார். வில்லியம் ஹரிஸ் என்ற பூந்தோட்டக்காரர் அதனைப் பூக்கடைக்காரர் மத்தியில் பரப்பினார். அதன் பின்னர், அம்மலர் பல்லாயிரக்கணக்கானவரைக் கவரவே, அது ஈஸ்ரர் அலங்காரத்தில் முக்கிய இடத்தைப் பிடித்துக்கொண்டது.

ஈஸ்ரர், நாடுகளுக்கு நாடு வேறுபட்ட விதங்களில் கொண்டாடப் பட்டுவருகிறது. அவுஸ்திரேலியாவில் பல்லின மக்கள் வாழ்வதால், ஈஸ்ரர் பல்வேறு விதங்களில் கொண்டாடப்பட்டுவருகிறது. *Anglo-Irish* பின்னணியைச் சேர்ந்தவர்களுக்கு ஈஸ்ரர் ஞாயிறே முக்கியமான தினமாகும். அன்றே, அவர்களது கொண்டாட்டங்கள் இடம்பெறுகின்றன. சிலர் தேவாலயத்தில் இடம்பெறும் ஆராதனைகளில் கலந்துகொள்வார்கள். அத்துடன், காலை உணவாக, இனிப்பு நிறைந்த பழங்கள் சேர்க்கப்பட்ட *hot cross buns*ஐ உண்பார்கள். பிள்ளைகள் ஈஸ்ரர் சொக்கலேட்டாலான முட்டைகளைப் பரிமாறிக் கொள்வார்கள். அவற்றில் சில, உள்ளே சிறிய விளையாட்டுப் பொருட்களைக் கொண்டிருக்கும். சிறிய முட்டைகளிலிருந்து மிகப் பிரமாண்டமான முட்டை வரை பல அளவுகளில் சொக்கலேட் முட்டைகள் காணப்படுகின்றன. பல குடும்பங்கள் ஈஸ்ரர் ஞாயிறன்று காலையில் தமது வீடுகளில் அல்லது தோட்டங்களில், *Easter Hunt* எனப்படும் முட்டை தேடியெடுத்தல் போட்டியை நடத்துகிறார்கள். அதிக எண்ணிக்கையில் முட்டைகளைத் தேடிக் கண்டுபிடிப்பவர்களே வெற்றிபெற்றவர்களாகக் கருதப்படுவார்கள். அப்போது தமது உறவினருடன் கூடிக் காலை உணவை அருந்துகிறார்கள். மரபார்ந்த முறையில் இந்த உணவு வாட்டப்பட்ட ஆடு, மாடு அல்லது கோழி இறைச்சியுடன், வாட்டப்பட்ட உருளைக்கிழங்கு, கரட், பூசணிக்காய் போன்ற மரக்கறிகளையும் கொண்டிருக்கும்.

ஐரோப்பாவின் பல பகுதிகளில், ஈஸ்ரருக்கு முதல்நாள் குன்றுகளின் உச்சிகளிலும், தேவாலய வளவுகளிலும் பிரமாண்டமான முறையில் தீ வளர்க்கப்படும். அது சிலவேளைகளில் ஜூதாஸின் *(Judas)* தீ என்று அழைக்கப்படும். ஏனெனில், அதில் ஜூதாஸின் உருவம் செய்யப்பட்டு, அந்தத் தீயில் கொடும்பாவியாகக் கொழுத்தப்படும். இந்தத் தீ வளர்த்தல் என்பது கிறிஸ்தவத்திற்கு முந்தியது. வசந்தத்தின் வரவைக் குறிக்க அப்போது தீ வளர்க்கப்பட்டது. அப்போது குளிர்காலத்தை உருவகப்படுத்தும் ஓர் உருவத்தைச் செய்து, அதனைத் தீயில் எரித்தனர்.

இங்கிலாந்தில் ஈஸ்ரரின்போது முட்டைகள் மற்றும் பணம், ஆடைகள், சொக்கலேட்டுகள் போன்ற பரிசுப் பொருட்களைப் பரிமாறிக்கொள்வார்கள் அல்லது ஒன்றாக விடுமுறையில் செல்வார்கள். சிலர் ஈஸ்ரர் கூடைகளைச் செய்து, அதனுள் *daffodils*

மலர்கள் அல்லது சிறிய சொக்கலேட் முட்டைகளை வைப்பர்கள். உள்ளூர்ச் சமூக நிலையங்களில் வைக்கப்படும் ஈஸ்ரர் *bonnet* போட்டிகளில் பிள்ளைகள் கலந்து சிறந்ததைச் செய்தவர்கள், ஈஸ்ரர் முட்டையைப் பரிசாகப் பெறுவார்கள். ஈஸ்ரர் முயல், இங்கிலாந்தின் ஈஸ்ரர் மரபுடன் இணைந்ததொன்று. கடைகளில் ஆயிரக்கணக்கில் நிறைந்திருக்கும் இவற்றை வாங்கி ஒருவருக் கொருவர் பரிசளித்துக்கொள்வார்கள். இந்த சொக்கலேட் முயல்களை வீடுகளில் ஒளித்துவைத்துத் தேடி எடுக்கும் பிள்ளைகள் பரிசுகள் பெறுவதும் இங்குள்ள மரபுகளில் ஒன்று. பெரிய வெள்ளியன்று காலை *Hot cross buns* உண்ணப்படும். ஈஸ்ரரின் முன் இவை கடைகளில் விற்பனைக்கு வந்துவிடும்.

பிரெஞ் மொழியில் ஈஸ்ரர், *Pasques* என்று அழைக்கப்படுகிறது. பெரிய வெள்ளி தொடக்கம் கொண்டாட்டம் துக்கத்துடன் ஆரம்பமாகும். அன்றிலிருந்து ஈஸ்ரர் ஞாயிறு வரை தேவாலய மணிகள் ஒலிக்காது. யேசுநாதர் சிலுவையில் அறையப்பட்ட நிகழ்ச்சிக்குத் துக்கம் அநுஷ்டிப்பதைக் குறிக்கும் அடையாளமாக, இந்த மணி ஒலிப்பது நிறுத்தப்படுகிறது. ஈஸ்ரர் அன்று காலையில், ரோமிலிருந்து மணி திரும்பிப் பறந்துவருவதாக உள்ள ஐதீகத்தின்படி, அதைப் பார்ப்பதற்காகப் பிள்ளைகள் தோட்டத்திற்கு விரைந்து சென்று மணியைப் பார்க்க வானத்தைப் பார்த்துக் கொண்டிருக்க, பெரியவர்கள் சொக்கலேட் முட்டைகளை ஒளித்துவைப்பதில் ஈடுபடுவார்கள்.

இத்தாலிய மொழியில் ஈஸ்ரர், *La Pasqua* எனப்படுகிறது. பெரிய விருந்துடன் இங்கு ஈஸ்ரர் கொண்டாடப்படுகிறது. வாட்டப் பட்ட குட்டி ஆட்டு இறைச்சியிலாலான *Angellino* எனப்படும் ஈஸ்ரர் சிறப்பு உணவு இதில் பரிமாறப்படும். பலவண்ண இனிப்புக ளால் அலங்கரிக்கப்பட்டு, மகுட வடிவில் ஈஸ்ரருக்காகச் சிறப்பாகத் தயாரிக்கப்படும் பாணை *(bread)*, பிள்ளைகள் உண்பார்கள்.

ஜெர்மன் மொழியில் ஈஸ்ரர், *Ostern* எனப்படுகிறது. இந்தப் பெயர் வசந்த தெய்வமான *Eostre* என்ற பெயரிலிருந்து உருவாகியி ருக்கலாம். ஈஸ்ரருக்கு மூன்று வாரப் பாடசாலை விடுமுறை அளிக்கப்படுகிறது. பெரிய வெள்ளியன்று பலர் மீன் உணவை உண்பார்கள். ஈஸ்ரர் சனியன்று மாலையில் பெரிய தீ வளர்க்கப் படும். அதனைக் காணப் பலர் கூடுவார்கள். குளிர்கால முடிவினை யும் கெட்ட உணர்வுகளையும் குறிக்கும் வகையில் இந்தத் தீ வளர்க்கப்படுகிறது. ஈஸ்ரர் ஞாயிறன்று குடும்பங்கள் ஒன்றாக இணைந்து சிறந்த காலை உணவை உண்பார்கள். பின்னர் பெற்றோர் இனிப்புகள், முட்டைகள், சிறிய பரிசுப் பொருட்களைக் கொண்ட கூடைகளைப் பிள்ளைகள் தேடிக் கண்டுபிடிப்பதற்காக ஒழித்துவைப்பார்கள். கைகளால் வர்ணமூட்டப்பட்ட முட்டை களை, நண்பர்கள் ஒருவருக்கொருவர் கொடுத்துவாங்கிக்கொள்

வார்கள். முன்னர் கிராமப் பெண்கள் தமது காதலருக்குச் சிவப்பு நிறமூட்டப்பட்ட முட்டையைப் பரிசளிப்பது வழக்கமாக இருந்தது. இது இப்போது அருகி, மறைந்துவிட்டது.

நெதர்லாந்துமொழியில் ஈஸ்ரர் *Pasen* அல்லது *Pasen Zontag* என்று கூறப்படுகிறது. முழுநாட்டிலும் ஈஸ்ரர் ஒரு வசந்த விழாவாகக் கொண்டாடப்படுகிறது. மலர்களாலும் நிறமூட்டப்பட்ட முட்டைகளாலும் ஈஸ்ரர் இராப்போசன விருந்து மேசைகள் அலங்கரிக்கப் படுகின்றன. ஈஸ்ரர் விருந்தில் முந்திரி ஆகியவற்றால் நிறைக்கப்பட்ட இனிப்புப் பாண் சிறப்பிடம் பெறுகிறது. சுவீடிஷ் மொழியில் ஈஸ்ரர் நாள் *Paskdagen* எனப்படுகிறது. ஈஸ்ரர் விருந்துகளிலும் விளையாட்டுகளிலும் வாழ்வினதும் புதுப்பித்தலினதும் சின்னமாக விளங்கும் முட்டை இடம்பெறுகிறது. ஒவ்வொரு வீட்டிலும் முட்டைக்கு நிறமூட்டும் விழாக்கள் நடைபெறுகின்றன. முட்டை உருட்டும் போட்டி இளம் பிள்ளைகளது விருப்பத்துக்குரிய ஈஸ்ரர் விளையாட்டு. ஈஸ்ரருக்கு முந்திய தினம் தீ மூட்டுதல், வாணவேடிக்கை ஆகியவற்றைக் கொண்டிருக்கும்.

காலப்போக்கில் முட்டை, முயல் ஆகியன சொக்கலேட்டில் தயாரிக்கப்பட்டு வியாபாரமாக்கப்பட்டது. இன்று ஈஸ்ரர் வருகிறது என்பதைக் கடைகளில் வண்ண வண்ணமாக அடுக்கப்பட்ட முட்டைகளும் முயல்களும் கட்டியம் கூறுகின்றன. பல்லின மக்கள் வேறுவேறு வகைகளில் ஈஸ்ரரைக் கொண்டாடிவருகின்ற போதும், சிலுவையில் மரித்த யேசுநாதர் மீண்டும் உயிர்பெற்றெழுந்ததன் மூலம் மனித வாழ்வுக்கு நம்பிக்கை, செயலின்மையிலிருந்து புதுச்செயலூக்குவிப்பு, புதுப்பித்தல் ஆகியவற்றைக்கொண்ட நற் செய்தியைத் தெரிவித்தமையை அனைவரும் அடிப்படையில் ஏற்றுக்கொள்கின்றனர்.

•

புதுவருடக் கொண்டாட்டங்களும் அவற்றின் முக்கியத்துவமும்

தமிழ்ப் புத்தாண்டு என்பது காலம் காலமாகத் தமிழர்களால் சித்திரை மாதம் 13, 14 அல்லது 15ஆம் தேதி கொண்டாடப்பட்டு வருகிறது. பல்வேறு பண்பாடுகளில் புதுவருடம் கொண்டாடப்படும் முறைகளையும் அவற்றின் முக்கியத்துவத்தையும் நோக்குவதன் மூலம், நாம் கொண்டாடும் புதுவருடம்பற்றி இன்று சிறிது விளங்கிக்கொள்ளலாம்.

வருடப் பிறப்பென்றதும் இலங்கையில் போருக்கு முன்னர் வாழ்ந்தவர்களுக்குப் பல இனிய நினைவுகள் வரலாம். புதுவருடத்துக்குரிய சாதாரண அம்சங்களுடன் சில வேடிக்கை விளையாட்டுகளும் அந்தக் காலத்தில் இடம்பெற்றிருந்தன. போர்த்தேங்காய் உடைத்தல், வண்டிச் சவாரி போன்ற போட்டிகள் மிக அமர்க்களமாக நடைபெற்றன. அவற்றுடன் இணைந்த ஆராவாரமும் மகிழ்ச்சியும் கொஞ்சநஞ்ச மல்ல. ஆனால், தமிழரது பிரச்சினைகள் ஆரம்பித்த பின்னர் இந்தப் போட்டிகள் ஒன்றொன்றாக நலிந்து மறைந்ததுடன், ஒவ்வொரு புதுவருடமும் தமிழருக்கு நீதி, உரிமையுடன்கூடிய சமாதானத்தைக் கொண்டு வர வேண்டும் என்ற பிரார்த்தனையுடன் ஆரம்பமாகிப் பின் அவை கிடைக்காமலேயே மடிந்துபோனது. இப்படிப் பல வருடங்கள் பிறந்து, பிறந்து விடிவின்றி முடிந்துபோயின. ஆனால், முன்னரைப்போலன்றி இந்த வருடம் தமிழரது அபிலாஷைகள் நிச்சயம் நிறைவேற வேண்டும் என்ற மனப்பூர்வமான பிரார்த்தனையுடன் எமது கட்டுரையை ஆரம்பிப்போம்.

தமிழ்ப் புதுவருடங்கள் ஒவ்வொன்றுக்கும் ஒவ்வொரு பெயர் உண்டு. பிறக்கவுள்ள வருடத்தின் பெயர் தாரண என்பதாகும். இது 60 வருடங்களில்

18ஆவது என்கிறது பஞ்சாங்கம். வருடங்களின் அறுபது பெயர்களும் மாறிமாறிச் சுழற்சியில் வருவன. அதாவது, அறுபது வருடங்களின் பின், இந்த அறுபது பெயர்களும் அதே ஒழுங்கில் மீண்டும் வருவன. துரதிர்ஷ்டவசமாக இவை தமிழ்ப் பெயர்களல்ல. அனைத்தும் வடமொழிப் பெயர்களே. வழமைபோல இப் பெயர்களுக்கும் ஒரு புராணக் கதையுண்டு. நாரதருக்கும், பெண் வடிவெடுத்த விஷ்ணுவுக்கும் பிறந்த 60 பிள்ளைகளின் பெயர்களே இந்த வருடங்களின் பெயர்கள் என்று கூறப்படுகிறது. தமிழர்களைப் பொறுத்தவரையில் இந்த வருடப் பெயர்களுக்கு எந்தவித அர்த் தமும் கிடையாது.

பொதுவாக, உலகத்திலுள்ள அனைவருக்கும் ஜனவரி முதலாம் தேதியே லௌகீகக் காரியங்களுக்கான புதுவருடம் ஆரம்பமாகிறது. அதனால், பொதுவாகப் பலரும் அந்த நாளைக் கொண்டாடும் முறை இருந்தபோதும், ஒவ்வொரு பண்பாடும் தனக்கெனத் தனியாகப் புதுவருடக் கணிப்பு முறையையும் கொண்டாட்டங்க ளையும் கொண்டுள்ளது. ஜனவரி முதலாம் தேதி கொண்டாடப் படும் புதுவருடத்திற்குச் சோதிட அல்லது விவசாய முக்கியத்துவம் கிடையாது. பல்வேறு இனங்கள் தத்தமக்குரிய முறைகளில் கொண் டாடும் புதுவருடக் கொண்டாட்டத்திற்கு ஏதோ ஒரு கருத்துண்டு.

புதுவருடம் கொண்டாடப்படுவதென்பது மிகமிகப் பழமை யானது. சுமார் நாலாயிரம் வருடங்களின் முன்னர், அதாவது கிமு இரண்டாயிரம் ஆண்டளவில் பபிலோனியாவில் புதுவருடம் வசந்தகால முதல் அமாவாசையில் கொண்டாடப்பட்டது. வசந்த காலம் என்பது மறுமலர்ச்சிக்குரிய பருவம். புதிய பயிர்களை நடுதல், மரங்கள் மலர்தல் ஆகியன இப்பருவகாலத்திற்குரியன. பபிலோனியப் புதுவருடக் கொண்டாட்டங்கள் 11 தினங்கள் நீடித்தன. ஒவ்வொருநாள் கொண்டாட்டமும் தனக்கெனத் தனி யான சிறப்புக் கொண்டமைந்தது.

ரோமர்கள் தொடர்ந்தும் மார்ச் மாதப் பிற்பகுதியில் புது வருடத்தைக் கொண்டாடிவந்தனர். ஆனால், அவர்களது நாட்காட் டிகள் தொடர்ந்து பல்வேறு ரோமச் சக்கரவர்த்திகளால் மாற்றப் பட்டுவந்ததால், அது சூரியனது போக்கை அடிப்படையாகக் கொண்டு அமையும் நிலை மாறியது. நாட்காட்டியை முறைப் படுத்தும் நோக்கத்துடன் கிமு 153இல் ரோம செனட், ஜனவரி முதலாம் தேதியை வருடப்பிறப்பாகப் பிரகடனப்படுத்தியது. ஆனாலும், கிமு 46ஆம் ஆண்டு 'ஜூலியன் கலெண்டர்' என்று பிற்காலத்தில் அழைக்கப்பட்ட நாட்காட்டியை ஜூலியஸ் சீஸர் *(Julius Caesar)* உருவாக்கி நிலைநிறுத்தும்வரை, மாற்றங்கள் தொடர்ந் தன. அது மீண்டும் ஜனவரி முதலாம் தேதியை வருடப்பிறப்பாகக் கொண்டது. ஆனால், அந்த நாளைச் சூரியனின் போக்குடன் தொடர்புபடுத்துவதற்காக அதற்கு முந்திய வருடத்தை அந்த

அரசன் 445 நாட்கள்வரை நீடிக்கவேண்டி நேர்ந்தது. கிபி முதல் நூற்றாண்டுவரை ரோமர்கள் தொடர்ந்து புதுவருடத்தைக் கொண்டாடி வந்தபோதும், ஆரம்ப கத்தோலிக்கப் பிரிவினர் அந்தக் கொண்டாட்டங்களைப் பண்டைய சமயத்திற்குரியன என்று கண்டித்தன. ஆயினும், கிறிஸ்தவம் நன்கு பரவ ஆரம்பித்ததும், பண்டைய சமயத்துக்குரிய கொண்டாட்டங்களிலிருந்து எடுக்கப்பட்டவற்றுடன் இணைத்துத் தனக்கென சமயக் கொண்டாட்டங்களை ஏற்படுத்திக்கொண்டது. மத்திய காலம் வரை ஜனவரி முதலாம் தேதி புதுவருடம் கொண்டாடுவதைக் கிறிஸ்தவம் எதிர்த்தே வந்துள்ளது. கடந்த 400 ஆண்டுகளாகவே மேற்கத்தைய நாடுகள் இந்த நாளைப் புதுவருட விடுமுறையாக ஏற்றுள்ளன.

பபிலோனியரும் தற்போதுள்ளதுபோலப் புதுவருடத் தீர்மானங்களை எடுத்தனர். அவர்களது முக்கியமான தீர்மானம், கடன் வாங்கிய விவசாயக் கருவியைத் திருப்பிக் கொடுப்பதே. ரோமர்கள் புதுவருடக் கொண்டாட்டத்தின்போது நடத்திய தேர்ப் போட்டிகள்போல, 1916இல் கால்பந்து விளையாட்டு, புதுவருடத்தில் நடைபெறும் முக்கிய விளையாட்டாகியது. புதுவருடத்தைக் குறிக்க ஒரு குழந்தையை உபயோகிக்கும் மரபு கிமு 600இல் கிரேக்க நாட்டில் ஏற்படுத்தப்பட்டது. அவர்கள் குழந்தையை ஒரு கூடையில் வைத்து ஊர்வலம் கொண்டுசெல்வதன் மூலம் திராட்சை ரசத்தின் கடவுளான *Dionysus*ஐக் கொண்டாடும் ஒரு மரபைக் கொண்டிருந்தனர். அது வளத் தெய்வமாக அக்கடவுள் மறுபிறப்பெடுப்பதைக் உருவகமாகக் குறித்தது. புதுவருடத்தின் மறுபிறப்பை உருவகமாகக் குறிக்க எகிப்தியர்கள் குழந்தையைப் பயன்படுத்தினர். கிறிஸ்தவர்கள் முதலில் இந்த மரபை எடுக்க விரும்பாதபோதும், குழந்தை யேசுவைக் குறிக்கும் வகையில், புதுவருடத்தில் ஒரு குழந்தையைப் பயன்படுத்தப் பின்னர் ஒப்புக்கொண்டனர். 14ஆம் நூற்றாண்டு தொடக்கம் புதுவருடத்தைக் குழந்தை உருவகமாகக் குறிக்கும் வழக்கத்தைப் பின்பற்றி வந்த ஜேர்மானியர், அதைப் பின்னர் அமெரிக்காவில் பரப்பினர்.

வருடம் பிறந்ததும் உண்ணும் முதல் உணவு, முழு வருடமும் அதிர்ஷ்டத்தைக் கொண்டுவரும் என்ற மரபு பல்வேறு பண்பாடுகளில் காணப்படுகிறது. சில பண்பாடுகளில் மோதிர வடிவில், அதாவது வட்ட வடிவில், அமைந்த உணவு அதிர்ஷ்டத்தைக் கொண்டுவரும் என்று நம்பப்படுகிறது. வட்டம் என்பது வருடத்தின் முழு வட்டத்தைக் குறிக்கிறது. இதனாலேயே, புது வருடத்தில் வட்டவடிவில் அமைந்த *donuts*ஐ *(doughnuts)* உண்பதால் வருடம் முழுவதும் தமக்கு அதிர்ஷ்டம் வரும் என்று டச்சுக்காரர்கள் நம்புகின்றனர்.

பண்டைய நாட்களில் மக்கள், அறுவடையுடன் தமது புது வருடத்தைக் கொண்டாடினர். பழையதை மறந்து புதுவருடத்திற்குத்

தம்மைத் தூய்மையாக்கும் வகையில் கிரியைகளைச் செய்தனர். உதாரணமாக, தாம் உபயோகித்து வந்த பழைய நெருப்பை அணைத்துவிட்டு, புதுவருடத்தில் புதிதாகத் தீ வளர்த்தனர். பண்டைய ரோமர்கள் வசந்தகாலத்தில் புதிதாகத் துளிர்க்கப்பெற்ற புனித மரங்களின் கிளைகளை ஒருவருக்கொருவர் கொடுத்து வாங்கினர். பின் இது பொன்முலாம் பூசப்பட்ட கொட்டைகள் அல்லது ஜானுஸின் படம் பொறிக்கப்பட்ட நாணயங்களைக் கொடுத்துவாங்குவதாக மாறியது. ஜானுஸ் என்பது வாசல், கதவுகள், ஆரம்பம் ஆகியவற்றின் தெய்வமாகும். அதற்கு இரண்டு முகங்கள் உள்ளன. ஒன்று முன்பக்கத்தைப் பார்ப்பது, மற்றது பின்பக்கத்தை நோக்குவது. ஜனவரி மாதம், இத்தெய்வத்தின் பெயரை அடிப்படையாகக்கொண்டே உருவாகியது. ரோமர்கள் தமது சக்கரவர்த்திகளுக்குப் புதுவருடப் பரிசுகள் வழங்கினர். பின்னர் அவர்கள், மக்கள் தமக்குக் கட்டாயம் பரிசுகள் தரவேண்டும் என்று வற்புறுத்த ஆரம்பிக்கவே, கிபி 567இல், கிறிஸ்தவ தேவாலயம் இந்த முறையையும், ஏனைய பண்டைய முறைகளையும் ஒழித்தது. ஆயினும், 1,200 அளவில் இங்கிலாந்தில் ஆங்கில அரசர்கள் மக்களிடம் புதுவருடப் பரிசுகளை வற்புறுத்திக் கேட்டனர். சாதாரணமாகப் பரிசுகள் பொன் அல்லது நகையாக அமைந்தன. முதலாம் எலிஸபெத் அரசி அழகான பூவேலைப்பாடு செய்யப்பட்ட அல்லது பொன்னால் அலங்கரிக்கப்பட்ட கையுறைகளைப் பரிசாகப் பெற்றதாகக் கூறப்படுகிறது. பொதுமக்கள் மத்தியிலும் புதுவருடப் பரிசுகள் பரிமாறிக்கொள்ளும் வழக்கம் காணப்பட்டது. கணவன்மார் தமது மனைவியருக்கு ஊசி போன்ற பொருட்களை வாங்கப் பணம் கொடுத்தனர். அந்த முறை பின்னர் மறைந்தாலும், *pin money* என்ற சொல்வழக்கு இன்றும் குறைவாகச் செலவழிப்பதற்கு வழங்கப்படும் அற்ப தொகையைக் குறிக்கிறது. பண்டைய பேர்ஷியர் முட்டைகளை உற்பத்தியின் அடையாளமாகப் புதுவருடத்தில் பரிசளித்தனர்.

சீனருக்கும் தமிழருக்கு உள்ளதுபோல 60 வருடச் சுழற்சிமுறை உண்டு. ஆயினும், 12 வருடங்களுக்கு ஒருதடவை அவை குறிப்பிடும் மிருகங்கள் மீண்டும் வரும். *zi* (எலி), *chou* (எருது), *yin* (புலி), *mao* (முயல்), *chen (dragon)*, *si* (பாம்பு), *wu* (குதிரை), *wei* (டு), *shen* (குரங்கு), *you* (கோழி), *xu* (நாய்), *hai* (பன்றி). அந்தந்த வருடத்தில் வரும் மிருகத்திற்கு ஏற்ப வருட பலன் கூறுவார்கள். சீனருக்கு இப்போது குரங்கு வருடம் பிறந்திருக்கின்றதை நீங்கள் செய்திகளில் கேட்டிருப்பீர்கள். தற்போதைய 60 வருடச் சுழற்சி, 1984 *February* 2ஆம் தேதி ஆரம்பமாகியது. இதன் ஆரம்பத்திற்கு கிறிஸ்து பிறப்புப்போல வரலாற்று நிகழ்வு என்று எதுவும் கிடையாது. ஆயினும், வரலாற்றுப் பதிவுகளில் அரசாண்ட அரச குலங்களின் ஆட்சியின்படி வருடங்களை எண்ணும் முறை ஒன்று காணப்படுகிறது. சீனப் புதுவருடம் குளிர்பருவம் முடிந்த பின்னர் வரும்

இரண்டாவது அமாவாசையில் வருவதாகும். அது பொதுவாக ஜனவரி நடுப்பகுதிக்கும் பெப்ரவரி நடுப்பகுதிக்கும் இடையில் ஆரம்பித்து, 15 நாட்கள் நீடிப்பதாகும். புதுவருடம் நெருங்க, சீன மக்கள் புதுவருடத்தில் துரதிர்ஷ்டத்தைத் தவிர்ப்பதற்காகத் தமது வீடுகளைத் துப்புரவு செய்ய ஆரம்பிப்பார்கள். புதுவருடத் திற்கு முந்திய நாள் குடும்பங்கள் ஒன்றுகூடி விருந்துண்பதுடன், இரவில் நீண்டநேரம் விழித்திருப்பார்கள். இவ்வாறு விழித்திருப்பது தமது முதியவரின் வாழ்நாளை நீடிக்கும் என்ற நம்பிக்கை அவர் களுக்கு உண்டு. கெட்ட ஆவிகள் புதுவருட காலத்தில் உலவுவதாக நம்புவதால், சீனவெடிகள் கொழுத்தி அவற்றை விரட்டுகிறார்கள். அத்துடன், இந்தத் தீய ஆவிகள் வராதிருக்கத் தமது வீட்டுக் கதவுகள், சன்னல்களை நன்கு, இடைவெளியின்றிக் காகிதத்தால் ஒட்டுகிறார்கள். புதுவருடத்தன்று தம்மிடமுள்ள சிறந்த ஆடைகளை அணிந்து, தம்முள் ஒருவருக் கொருவர் சிறு பரிசுகளைப் பரிமாறிக் கொள்வார்கள். உலகம் முழுவதிலுமுள்ள சீனர்கள், முதலாவது பூரணைக்கு *Festival of Lanterns* என்றழைக்கப்படும் ஒளி விழாவன்று வண்ண ஊர்வலங்கள் நடத்துவார்கள். மிகப்பிரமாண்டமாகச் செய்யப்பட்ட *dragon*இன் பின்னால் *lanterns*ஐ ஏந்திய வண்ணம் மக்கள் ஊர்வலமாகச் செல்வார்கள். புதுவருடத்திற்கான வழியை இவ்விளக்குகள் ஒளியூட்டுவதாக அவர்கள் நம்புகிறார்கள்.

கொரியாவில் சந்திர வருடத்தின் முதல்நாள் சொல்–நல் என்றழைக்கப்படுகிறது. இது குடும்பங்கள் தமது உறவுகளைப் புதுப்பிப்பதற்கும், புதுவருடத்திற்கு ஆயத்தம் செய்வதற்குமுரிய நாளாகும். புதுவருடம் பிறக்கும்வரை கெட்ட சக்திகள் உட்புகாத வாறு மக்கள் தமது வாசல் கதவுகளையும் சுவர்களையும் வைக் கோல் போன்றவற்றால் மூடிப்பாதுகாப்பார்கள். மறுநாள் புதிய ஆரம்பத்தைக் குறிக்குமுகமாகப் புத்தாடை அணிந்து, குடும்பத்தில் மூத்த ஆணின் வீட்டில் குழுமுவார்கள். இறந்த முன்னோரை நினைவுகூரும் கிரியைகளை நடத்திய பின்னர், குடும்பத்திலுள்ள இளையவர்கள் முதியவர்களை வணங்குவார்கள். முதியவர்கள் பதிலுக்குப் புதுவருடத்தில் நல்லாரோக்கியமும் செழிப்பும் அவர் களுக்கு ஏற்பட வேண்டும் என்று வாழ்த்திப் பணம் அல்லது பரிசு வழங்குவார்கள். பின்னர் அனைவரும் அரிசியால் தயாரிக் கப்பட்ட ஒருவிதக் கூழை அருந்துவார்கள். இக்கூழை அருந்துவதன் மூலம் இன்னொரு வருடம் அதிகம் வாழலாம் என்று அவர்கள் நம்புகின்றனர். அனைவரது வயதும் புதுவருடப் பிறப்பிலிருந்தே கணிக்கப்படுகிறது. அதாவது, ஒவ்வொருவரது வயதும் புதுவருடத்தி லிருந்து ஒரு வருடம் அதிகரிக்கிறது.

ஜப்பானியரது புதுவருடமாகிய ஒஷொகற்ஸு (*Oshogatsu*) ஜனவரி மாதம் முதலாம் தேதி கொண்டாடப்படுகிறது. அது மேற்கு நாட்டுப் புதுவருட நாளில் இடம்பெற்றபோதும் அவர்களது ஷின்ரோ மத நம்பிக்கைகளுக்கு ஏற்பவே கொண்டாடப்படுகின்றது.

சில கிராமப்புறங்களில் பண்டைய முறைப்படி ஜனவரி 20ஆம் தேதி தொடக்கம் மாசி 19ஆம் தேதிக்கு இடைப்பட்ட காலத்தில், வேறுபட்ட நாட்களில் வசந்தத்தை வரவேற்கும் மரபைத் தொடரும் வகையில் புதுவருடம் கொண்டாடப்படுகிறது. மகிழ்ச்சிக்கும் நல்லதிர்ஷ்டத்திற்குமாகத் தமது வீடுகளின் முன் அவர்கள் வைக்கோலால் செய்யப்பட்ட ஒரு கயிற்றைத் தொங்க விடுகின்றனர். அது தீய சக்திகளையும் அகற்றும் என்ற நம்பிக்கை அவர்களுக்கு உண்டு. சடங்குரீதியாக வீட்டைத் துப்புரவு செய்தல், விசேட உணவருந்துதல், உறவினர் வீடுகளுக்குச் செல்லுதல், பரிசுப் பொருட்களைப் பரிமாறிக்கொள்ளுதல் என்பன புதுவருடத்தின் போது அநுஷ்டிக்கப்படுகின்றன. புதுவருடம் பிறந்ததும் ஜப்பானியர் சிரிக்க ஆரம்பிப்பர். அது வருடம் முழுவதும் நல்லதிர்ஷ்டத்தைக் கொண்டுவரும் என்ற நம்பிக்கை அவர்களுக்கு உள்ளது.

தாய்லாந்தில் ஏப்ரில் மாதம் 13ஆம் தேதி தொடக்கம் 15ஆம் தேதி வரை சொங்கிறன் *(Songkran)* என்று அழைக்கப்படும் புத்தாண்டு மூன்று தினங்களுக்குக் கொண்டாடப்படுகிறது. அப்போது சகல புத்த சிலைகளும் வடிவங்களும் கழுவித் துப் புரவு செய்யப்படுகின்றன. ஒருவர்மேல் ஒருவர் நீர் தெளிப்பதால் வருடம் முழுவதும் மழை பெய்யும் என்ற நம்பிக்கையும் அவர்களி டையே உண்டு. பர்ணசாலைக்குச் சென்று வணங்குவதுடன் பிக்குகளுக்கு அரிசி, பழம் மற்றும் இனிப்புகளையும் வழங்குவார்கள். மீன்களை உயிருடன் மீண்டும் கடலில் விடுவதும் பறவைகளைக் கூடுகளிலிருந்து சுதந்திரமாகப் பறக்கவிடுவதும் நல்லதிர்ஷ்டத்தைக் கொண்டுவரும் என்ற நம்பிக்கை அவர்களிடம் உள்ளது.

ஜனவரி 21ஆம் தேதி தொடக்கம் பெப்ருவரி 19ஆம் தேதிக்கிடை யில் வருடம்தோறும் மாறிமாறி வரும் வியட்நாமியப் புதுவருடம் அவர்களது பல நம்பிக்கைகளைப் பிரதிபலிக்கிறது. புதுவருடத்தில் வீட்டிற்குள் நுழையும் முதல் மனிதன் அதிர்ஷ்டத்தையோ துரதிர்ஷ் டத்தையோ கொண்டு வரலாம் என்பது வியட்நாமியர்களது பொதுவான நம்பிக்கை. அத்துடன், ஒவ்வொரு வீட்டிலும் கடவுள் குடியிருக்கிறார், அவர் புத்தாண்டு தினத்தில் மேலுலகத்திற்குப் பயணமாகிறார் என்பதும் அவர்களது நம்பிக்கை. அத்துடன், மேலுலகத்தில் கடவுள் கடந்த வருடத்தில் ஒவ்வொரு வீட்டிலுள்ள வர்களும் எவ்வாறு நடந்துகொண்டார்கள் என்பதை வெளிப்படுத்து வார் என்றும் நம்புகிறார்கள். எனவே, புதுவருடம் என்பது கடந்த காலத்தின் குறைநிறைகளை ஆராய்ந்து எதிர்காலத்தை நிறைவுடன் அமைப்பதாகும். கடவுள் கயல் மீனின் மேலேறி மேலுலகத்திற்குச் செல்வதாக அவர்கள் நம்புவதால், புத்தாண்டன்று ஓர் உயிருள்ள கயல் மீனை வாங்கி, அதனை உயிருடன் கடலில் மீண்டும் விடுவார்கள்.

கம்போடிய மக்கள் தமது புதுவருட ஆரம்பத்தை இந்தியப் பஞ்சாங்கத்தின்படியே கணித்து ஏப்ரில் மாதம் 12 தொடக்கம்

14ஆம் தேதிவரை 3 நாட்களுக்குக் கொண்டாடுவார்கள். வீடுகளை நன்கு துப்புரவு செய்து, அன்று வீடுகளுக்கு வருவதாக நம்பப்படும் புதுவருட தெய்வத்தை வரவேற்பதற்கேற்ப, அவற்றை நன்கு அலங்கரிப்பர். புத்தரின் சிலையொன்றை வைத்து பூ, மெழுகுதிரி, சந்தனக்குச்சி, ஒரு பாத்திரத்தில் வாசனையூட்டப்பட்ட நீர், உணவு, பானம், வாழையிலையில் வெட்டப்பட்ட பல வடிவங்கள் ஆகியவற்றைத் தமது வீட்டின் வழிபாட்டிடத்தில் வைப்பார்கள். முதல் நாள் பர்ணசாலைக்குச் சென்று பிக்குகளுக்கு உணவளிப்பார் கள். அன்று பர்ணசாலையில் மணல்மேடை அமைக்கப்பட்டு ஐந்துவித கொடிகள் அதில் செருகப்படும். அங்கு மூன்று நாட்களும் கயிறிழுத்தல் போன்ற விளையாட்டுகள் இடம்பெறும். இரண்டாம் நாள் உறவினர்கள் ஒன்றுகூடி விருந்துண்டு பரிசுகள் பரிமாறிக் கொள்வதுடன், பர்ணசாலைக்குச் சென்று தமது முன்னோருக்காகப் பிரார்த்தனைகள் நடத்துவார்கள். மூன்றாம் நாள் மழைவளம் வேண்டி, வீடுகளிலும் பர்ணசாலைகளிலும் உள்ள புத்த சிலை களை நீரால் தூய்மைப்படுத்துவார்கள். பிள்ளைகள், பெற்றோருக்கு மரியாதை செலுத்துமுகமாக அவர்களது பாதங்களைக் கழுவுவார் கள்.

யூதர்களுடைய ரொஷ் ஹஷனா *(Rosh Hashanah)* எனப் படும் புதுவருடம் செப்ரெம்பர், ஒக்ரோபர் மாதங்களில், அதாவது யூதர்களின் பஞ்சாங்கத்தின்படி ஏழாவது மாதத் தில், வருகிறது. அவர்களது கொண்டாட்டங்கள் முதல் நாள் மாலை சூரியன் மறைவதுடன் ஆரம்பமாகும். வழிபாட்டி டங்களில் சமய ஆராதனைகள் நடைபெறும். அப்போது ஆட்டின் கொம்பினால் செய்யப்பட்ட வாத்தியமொன்று மரபுரீதியாக இசைக்கப்படும். பிள்ளைகளுக்குப் புத்தாடை வழங்குவதும் அப்போது நிகழும். அறுவடையை நினைவு கூரும் முகமாக கோதுமைப் பண்டங்களும் பழங்களும் உண்ணப்படும். அத்துடன் கடந்த வருடத்தில் செய்த தவறு களை நினைத்து எதிர்காலத்தில் அவற்றைச் செய்யாது வாழ்க்கையை நல்லமுறையில் அமைக்கப் புதுவருடநாளில் எண்ணுவார்கள்.

ஈரானில் இயற்கையின் மறுமலர்ச்சிக்கு அமைவாக, எப்போதும் வசந்தகாலத் தொடக்கமே வருடத் தொடக்கமாகக் கருதப்படுகிறது. அதனால், மார்ச் மாதத்தில் அவர்கள் *Noruz* என்ற புதுவருடத்தைக் கொண்டாடுவார்கள். புதுப்பித்தலைக் குறிக்கும் வண்ணம் வீட்டைப் புதுமுறையில் ஒழுங்குசெய்து, புத்தாடைகள் தைத்து, புதுவருடம் நெருங்க, கோதுமை அல்லது பார்லியைச் சிறு பாத்திரத்திலிட்டு, நீர் தெளித்து வைப்பார்கள். புதுவருடத்தன்று, முளைத்த தானியங்கள் வசந்தத்தின் வரவையும் செழுமைநிறைந்த புதுவருடத்தையும் நினைவுபடுத்தும். புதுவருடக் கொண்டாட்டத்

திற்கு *The Book of Kings* என்ற ஈரானிய இதிகாசத்தில் ஒரு கதை கூறப்படுகிறது. *Jamshid* என்ற அரசன், அசுரர்களை வென்று அவர்களது பொக்கிஷத்தைக் கவர்ந்துகொண்டான். மேலுலகையும் வெல்ல எண்ணி, தான் வென்ற பொன், வைரம் போன்றவற்றைக் கொண்டு தனது சிம்மாசனத்தை அமைத்து, அதில் அமர்ந்து, அசுரர்களை அதை விண்ணுக்குத் தூக்கி உயர்த்தும்படி கட்டளை யிட்டான். அவ்வாறு உயர்த்தியபோது, சூரிய ஒளி பட்டு வைரங்களும் ரத்தினங்களும் விண் முழுவதையும் வர்ணமயமாக்கின. அந்தநாளே புதுவருடமாகக் கொண்டாடப்படுவதாக ஈரானியர் நம்புகின்றனர்.

பகாய் மக்களது நாட்காட்டி 19 நாள்கள் உள்ள, 19 மாதங்களைக் கொண்டது. ஆயினும், அவர்கள் வசந்தகாலத்தின் வருகையின் போதே புதுவருடம் கொண்டாடுகிறார்கள். எகிப்தில் புதுவருடம் எப்போது வருகிறது என்று தெரிந்தாலும், பிறையைக் கண்டு உத்தியோகபூர்வமாக அறிவிக்கப்பட்ட பின்னரே அது கொண்டாடப் படுகிறது.

இந்தியாவின் பல பகுதிகளில் தீபாவளியின்போது புதுவருடம் கொண்டாடப்படுகிறது. தென்னிந்தியாவில் உள்ள இந்துக்கள் வசந்தகாலத்தின் வருகையுடன் தமது புதுவருடத்தை அமைத்துள் ளனர். கேரளத்தில் ஏப்பிரல் 14ஆம் தேதி சூரியன் மேடத்தில் பிரவேசிக்கும் நாளில் விஷுத எனப்படும் புதுவருடம் கொண்டாடப் படுகிறது. விடியலில் கோயிலுக்குச் சென்று விஷுதகணி எனப்படும் மங்களக் காட்சியைக் காண்பதுடன், அவர்களது கொண்டாட்டம் ஆரம்பிக்கின்றது. பின்னர் விஷுத கைநீதம் எனப்படும் கிரியையில் வறியவர்களுக்கு நாணயங்கள் வழங்குவார்கள். மக்கள் புத்தாடை அணிந்து, குடும்ப அங்கத்தவர்களுடனும் நண்பர்களுடனும் விருந்துண்பார்கள்.

ஆந்திரப் பிரதேசத்தில் உகாதி என்றழைக்கப்படும் புதுவருடக் கொண்டாட்டம் ஏப்ரில் 13ஆம் தேதி கொண்டாடப்படுகிறது. வீடுகளைத் துப்புரவுசெய்தல், புத்தாடை தரித்தல், கோயிலுக்குச் சென்று பஞ்சாங்க ஸ்ரவணம் எனப்படும் புதுவருடப் பஞ்சாங்கத் தின் விளக்கங்களைக் கேட்டல் ஆகியன அவர்களது முக்கிய கொண்டாட்டங்களாக அமைகின்றன. அதே நாளில் பெங்காலியர், அஸாமியர், சீக்கியர் ஆகியோரும் தத்தமது புதுவருடப்பிறப்பைக் கொண்டாடுகின்றனர். அதேநேரம் காஷ்மீரியர் மார்ச் 10ஆம் தேதியும், நேபாளியர் மார்ச் 21ஆம் தேதியும் புதுவருடத்தை ஆரம்பிக்கின்றனர்.

பௌத்த கலண்டரும் இந்துக்களுடையதைப் போன்றதே. ஆயினும், பௌத்தம் பல இடங்களில் பரவியுள்ளதால், அந்தந்த இடத்திற்குத் தக அவர்கள் தமது புதுவருடத்தைக் கணித்துக் கொண்டாட்டங்களை அமைத்துக்கொள்கின்றனர். இலங்கையில் உள்ள தேரவாத பௌத்தர் ஏப்ரில் 13, 14 அல்லது 15ஆம் தேதி

(தமிழ்ப் புத்தாண்டு தினத்தன்றே) வருடப்பிறப்பைக் கொண்டாடு வதை நாமறிவோம்.

சூரியனின் போக்கை அடிப்படையாகக்கொண்டே எமது புதுவருடம் கணிக்கப்படுகிறது. பூமி சூரியனை வலம் வரும் ஒரு வருடத்தில், சூரியன் பூமத்திய ரேகைக்கு நேராக இரண்டு தடவைகள் வருகிறது. ஒன்று பங்குனி, சித்திரை காலத்தில், மற்றது புரட்டாசி, ஐப்பசி காலத்தில். இரண்டாவது காலகட்டம் மழைக்காலத்தின் ஆரம்பமாகையால், பூமத்திய ரேகைக்கு அருகிலுள்ள நாடுகள் சித்திரையைத் தமது புத்தாண்டுப் பிறப்பாகக் கொண்டுள்ளனர். இக்காலத்தில் குளிர் நீங்கிச் சூரியனது கதிர்கள் நேராகப் பூமியில் படிய ஆரம்பிக்கின்றன. அத்துடன், வசந்த காலமும், அதன் காரணமாகத் தாவர உலகில் புது உயிர்ப்பும் ஏற்படுகின்றது. அதாவது, இலைகளை உதிர்த்து நின்ற தாவரங்கள் புதுத்துளிர் வந்து மலர ஆரம்பிக்கின்றன. இது ஒரு புது ஆரம்பமாகக் கொள்ளப்பட்டது. மனிதரும் இக்காலத்தில் புதிய காலகட்டத்தில் நுழைவதாகக் கருதியதால், புதுவருடம் அப்போது ஆரம்பிப்பதாகக் கொண்டனர். அத்துடன், அக்காலகட்டத்தில் பகலும் இரவும் சமமாக வரும். இக்காலமே விஷத புண்ணியகாலம் எனப்படுகிறது.

மேற்குலக சோதிடப்படியும், இந்திய சோதிட முறையிலும் இப்பிரபஞ்சம் ஒரு மனிதனாகக் கருதப்படுகிறது. அதன்படி, ராசி மண்டலம் புருஷனின் உடல் அம்சங்களாகக் கொள்ளப் படுகிறது. முதலாவது ராசியான மேஷம் அவனது தலையாகவும், கடைசி ராசியான மீனம் அவனது பாதங்களாகவும் சொல்லப் படுகிறது. இடையில் உள்ள ஏனைய ராசிகள் அவனது ஏனைய அங்கங்களாக உள்ளன. இதன்படி, தலையான மேட ராசியில் காலத்தைக் கணிக்க ஆதாரமாகவுள்ள சூரியன் வரும் காலத்தில், வருடம் பிறப்பதாக நமது முன்னோர் கணித்திருக்கலாம்.

தமிழ் இந்துப் புதுவருடக் கொண்டாட்டங்களில் வீடுகளைத் தூய்மைப்படுத்துதலும், ஆலய வழிபாடும், விசேட உணவும், முதலில் வீட்டுப் பெரியவரிடமிருந்து நல்ல நேரத்தில் பணம் பெறுதலும், அதாவது கைவிசேஷமும், நல்ல நாளில் உறவினர் வீடுகளுக்குச் செல்லுதலும் முக்கிய அம்சங்களாகக் காணப்படுகின் றன. இலங்கையில் புதுவருடத்தை ஒட்டிப் பல விளையாட்டுகள் நடைபெறுவதும் வழக்கம். இலங்கைப் பௌத்தர்கள் மத்தியில் மிக அதிகமான விளையாட்டுகள் காணப்படுவதை நாம் அறிவோம்.

உலகின் ஒவ்வொரு பகுதியும் வேறுபட்ட கணிப்பு முறைகளைப் பயன்படுத்துவதாலேயே, புதுவருடம் வேறுபட்ட தினங்களில் கொண்டாடப்படுகிறது. ஒன்றில் சூரியனது அல்லது சந்திரனது அல்லது இரண்டினதும் போக்கைக் கருத்தில் கொண்டு காலம் கணிக்கப்படுகிறது. புதுவருட மரபுகள் பண்பாட்டுக்குப் பண்பாடு வேறுபடுகின்றன. ஆயினும், அடிப்படையில் அதிக மாறுபாடுகள்

இல்லை என்றே கூறலாம். பபிலோனியாவில் ஏறக்குறைய நாலா யிரம் வருடங்களின் முன்னர் கொண்டாடப்பட்ட புதுவருடம், வசந்தத்தின் வருகையையும், அப்போது நடப்படும் பயிர்களையும், அதனால், புது நம்பிக்கையையும் ஏற்படுத்துவதாக நம்பப்பட்டது. அது இன்றுவரை மாறவில்லை.

நாம் இதுவரை புதுவருடத்தின் வரவையொட்டி உலகெங்கும் கொண்டாடப்படும் சமய, சமூக விழாக்கள் பற்றிப் பார்த்தோம். அத்துடன், பெரும்பான்மையான பண்பாடுகளில் புதுவருடம் வசந்தகாலத்தில் பிறப்பதாகக் கொள்ளப்படும் மரபையும் கவனித் தோம். குளிரில் உறைந்து கிடந்த இயற்கை, வசந்தகாலத்தில் புதுமலர்ச்சி பெறுவதைக் கவனித்த மனிதன் தனக்கும் அக்காலத் தில் ஒருவித மீளமைப்பு இடம்பெறுவதாக நினைத்து அக்காலத்தில் புதுவருடம் பிறப்பதாகக் கொண்டான். அதாவது, ஒரு சுழற்சியின் ஆரம்பமாக அதனைக் கருதினான். பிறப்பு, வளர்தல், இறப்பு என்ற இயற்கையின் சுழற்சியில் பிறப்பான வசந்தகாலத்தை மனிதன் வருடத்தின் தொடக்கமாகக் கொண்டதில் நியாயமுண்டு.

ஒரு வருடத்தின் ஓட்டத்தில் களைப்படைந்த மனிதர்களுக்கு உள்ளத்தைப் புதுப்பித்தல் அவசியமானது. அதனையே புதுவருடக் கொண்டாட்டங்கள் செய்கின்றன. தன்னடக்கத்தை ஊக்குவித்தல், வினைகளைத் தூய்மைப்படுத்துதல், உயிர்ப்பூட்டுதல், வாழ்வின் புதுப்பித்தலையிட்டு மகிழ்ச்சி கொள்ளுதல், ஆகியவற்றை வெளிப் படுத்தும் கிரியைகளையும் சடங்குகளையும் இப்புதுவருட விழாக்கள் உள்ளடக்கியுள்ளன. சமய, சமூக, கலாரீதியாகவும் இம்மீளப் புதுப்பித்தல் நடைபெறுகிறது. இவ்வாறு மீளப் புதுப்பித்தலே புதுவருடக் கொண்டாட்டங்களின் சாராம்சமாகும். அத்துடன், இக்கொண்டாட்டங்களின் மூலம் சமூகத்தை ஒன்றுபடுத்தி உறுதிப் படுத்துவதும், தோல்விகளாலும் கஷ்டங்களாலும் நலிந்தவர்களுக்கு வாழ்வில் புது நம்பிக்கை ஏற்படுத்துவதும் புதுவருடத்தின் முக்கிய மான குறிக்கோள்களாகும்

புலம்பெயர்ந்த நாடுகளில், சிறப்பாக அவுஸ்திரேலியா, நியூசிலாந்தில் உள்ள நாம இதனை இலங்கையில் கொண்டாடப் படும் அதே தினத்தில் கொண்டாடுவதில் ஏதும் அர்த்தம் இருக்கிறதோ தெரியவில்லை. இலங்கையில் வசந்தகால ஆரம்பத் தில் கொண்டாடப்படும் இதனை, இங்கு இலையுதிர்காலத்தில் கொண்டாடுவதில் அர்த்தம் ஏதும் உண்டா? இந்தக் கேள்வியுடன், உங்கள் அனைவருக்கும் என் புத்தாண்டு வாழ்த்துக்களைக் கூறி இந்தக் கட்டுரையை நிறைவு செய்கிறேன்.

•

நவராத்திரி

நவராத்திரி என்றதும் யாழ்ப்பாணத்தில் அதையொட்டி இடம்பெறும் விழாக்களும் ஆரவாரங் களும்தான் நினைவுக்கு வருகின்றன. கோயில்கள், பாடசாலைகள், சங்கங்கள், வீடுகள் ஆகிய அனைத்து இடங்களிலும் கொண்டாடப்படும் ஒரேவிழா என்ற வகையில் இது மிகவும் முக்கியம் வாய்ந்தது. வாசல் நிறைத்துக் கோலங்களும், வாழை மர, தென்னந் தோரண அலங்காரங்களும், தெவிட்டத் தெவிட்ட உண்ணும் பிரசாதங்களும், கொண்டாட்டத்திற்கும் குதூகலத்துக்கும் குறைவேது? பத்தாவது நாளில் காலையில் ஏடு தொடக்குதல் என்ற வித்தியாரம்ப மும், தமது தொழிலுக்குரிய ஆயுதங்களைப் பூசிக்கும் ஆயுத பூஜையும், மாலையில் வாழை மரமாக நிற்கும் மகிஷாசுரனைக் கொல்வதற்காக ஊர்வலமாக வரும் சக்தி, ஆக்ரோஷத்துடன் அவனைக் கொல்லும் மானம்பூவும் என்று ஒரே ஆரவாரம்தான். பத்து நாட்களும் யாழ்ப்பாணம் முழுவதுமே கொண்டாட் டம்தான், ஆரவாரம்தான். கிறிஸ்தவர்களுக்கு கிறிஸ் மஸ்போல இந்துக்களுக்கு நவராத்திரி. புலம்பெயர்ந்து வாழும் இலங்கைத் தமிழ் இந்துக்கள், ஆரவாரத்தை யும் குதூகலம் நிறைந்த கொண்டாட்டங்களையும் தமது பிறந்த மண்ணில் விட்டுவிட்டு, இங்கு கோயில் களிலும் வீடுகளிலும் அமைதியாக நவராத்திரியை அநுஷ்டிக்கிறார்கள். இந்த நவராத்திரியின் முக்கியத் துவம்பற்றிச் சிறிது பார்ப்போம்.

கொண்டாட்டம் என்பது மகிழ்ச்சியை ஒருவரு டன் ஒருவர் பகிர்ந்துகொள்ளுதலாகும். இந்தியாவில் பல்வேறுபட்ட இனங்களாகப் பல்வேறு மாநிலங்களில் மக்கள் வாழ்ந்தபோதும், அனைத்து இந்துக்களாலும் கொண்டாடப்படும் நீண்ட சமய விழா நவராத்திரி ஒன்று மட்டுமே. மாநிலத்துக்கு மாநிலம் விரதம்

அநுஷ்டிக்கும் முறையிலும் கொண்டாடப்படும் முறையிலும் மாறுபாடுகள் இருந்தபோதும், அடிப்படையில் அனைத்தும் சக்தியை வழிபாடு செய்வது என்பதில் ஒன்றுபடுகின்றன. தைரியம் அல்லது வீரம், செல்வம், அறிவு ஆகியவற்றைத் தமக்கு வழங்கும்படி, இவ்வழிபாட்டின்போது பக்தர்கள் சக்தியை யாசிப்பார்கள். அதாவது, முதல் மூன்று நாட்கள் துர்க்கையாகவும், அடுத்த மூன்று நாட்கள் லக்ஷ்மியாகவும், கடைசி மூன்று நாட்கள் சரஸ்வதியாகவும் சக்தியை வழிபடுவார்கள். சில இடங்களில் ஒன்பது நாட்களும் துர்க்கை வடிவில் மட்டுமே வழிபடப்படுகிறது. அத்துடன், வழிபாட்டின் மூலம் தம்மைச் சக்தியுடன் இணைத்துக்கொள்வதும் நவராத்திரியின் முக்கிய நோக்கங்களில் ஒன்று. நவராத்திரி புரட்டாசியில் வரும் அமாவாசைக்கு அடுத்த நாள் ஆரம்பமாகி, பத்தாம் நாள் விஜயதசமியில் நிறைவெய்துகிறது.

சூரியனது கதிர்வீச்சில் கோடைகாலத்தின் ஆரம்பமும், குளிர் காலத்தின் ஆரம்பமும் இரண்டு முக்கிய காலகட்டங்கள். இந்த இரண்டு காலப்பகுதிகளிலும் மனிதருக்கு நோய்கள் வரக்கூடிய ஆபத்து இருப்பதால், அந்தக் காலங்களில் சக்தியை வழிபட்டு வந்தார்கள். இதனையே பங்குனியும் புரட்டாசியும் யமனின் இரு தாடைகள் போன்றவை, அவற்றில் அகப்படாமல் தப்பவேண்டு மானால், இந்த இரு காலங்களிலும் சக்தியை வழிபட வேண்டும் என்று கூறுகிறது 'அக்கினி புராணம்'. 'தேவி பாகவதமும்' இக் கருத்தைக் கூறுகிறது. இதனாலேயே, வருடத்தில் இரு தடவைகள் நவராத்திரி கொண்டாடப்படுகின்றது. ஒன்று சித்திரையில், அதாவது வசந்த நவராத்திரி, மற்றது சரத்காலத்தில், அதாவது புரட்டாசி ஐப்பசியில், கொண்டாடப்படும் சாரத நவராத்திரி.

எவ்வாறு ஒருவர் இந்த விரதத்தை அநுஷ்டிக்க வேண்டும், எவ்வாறு இக்காலத்தில் சக்தியைத் தியானிக்க வேண்டும் என்று 'தேவி பாகவதம்' விரிவாகக் கூறுகிறது. இதனை அது மகாவிரதம் என்று குறிப்பதுடன், பல சித்திகளை இது அளிக்கவல்லது என்றும் கூறுகிறது. எதிரிகளை அழிக்கவும், பல நன்மைகளை, சிறப்பாக வெள்ளம் ஏற்படுகிற காலத்தில், அளிக்கவும் அதற்குச் சக்தி உள்ளது என்றும் அது கூறுகிறது. இந்தப் பூசையைப் பக்தியுடனும் நம்பிக்கையுடனும் செய்கின்றவர் தேவியின் அருளால் கஷ்டங்கள் விலகி, பெரிய பொருட் செல்வத்தையும் தானியங் களையும் அடைவார் என்று 'தேவி பாகவதம்' மேலும் கூறுகிறது. இந்த விரத காலத்தில் ஒருவர் 'தேவி பாகவதம்', 'தேவி மகாத்மியம்' ஆகியன படிக்கவேண்டும் என்ற மரபும் நீண்டகாலமாகக் காணப் படுகிறது.

சிவன், விஷ்ணு, அக்கினி போன்ற தெய்வங்களிடம் இருந்து தேவி தேஜஸைப் பெற்றுக்கொண்டதாகவும், சிவன் வழங்கிய திரிசூலம், விஷ்ணு வழங்கிய சக்கரம், இந்திரன் வழங்கிய வஜ் ராயுதம் ஆகியவற்றால் பல அசுரர்களை அவள் கொன்றதாகவும்

'தேவி மகாத்மியம்' கூறுகிறது. தெய்வங்கள் ஆவணி மாதத்தில் வரும் கிருஷ்ண பக்ஷத்தில் வேறுவேறு தினங்களில் உறங்க ஆரம்பிப்பதாகவும், நான்கு மாதங்கள் தொடர்ந்து அவர்கள் உறங்குவார்கள் என்றும் 'வாமன புராண'த்தில் உள்ள சில பாடல்கள் கூறுகின்றன. நவராத்திரி காலத்தில், உறங்கும் தேவியை விழிக்கச் செய்வதற்காகப் பூசைகள் செய்யப்படுவதாக இதில் கூறப்பட்டுள் ளது.

சக்தி வழிபாடென்பது மிக ஆரம்பத்திலேயே காணப்பட்டது. இருக்கு வேத்தில் உள்ள தேவிசூக்தத்தில் இடம்பெற்றுள்ள வாக், அதாவது பேச்சு என்ற தெய்வம், சக்தியுடன், அதாவது உயர் தெய்வத்தின் சக்தியுடன் (*power, energy*), அடையாளம் காணப்பட்டு அது தெய்வங்கள், மனிதர், விலங்குகள், உலகம் அனைத்திலும் நிறைந்துள்ளதாக நம்பப்பட்டது. கேன உபநிடத்தில் இத்தாய்த் தெய்வம் இந்திரன் முதலிய தேவர்களுக்கு அறிவூட்டிய துடன், தேவர்கள் அசுரரைக் கொல்வதாயின் பரம்பொருளின் சக்தியாகிய பராசக்தியின் உதவியின்றிச் செய்யமுடியாது என்று கூறியதாகச் சொல்லப்படுகிறது. இதனாலேயே, சக்தி தனது பக்தர்களுக்கு அறிவூட்டுபவள், அதாவது அவர்களது ஆன்மா பற்றிய அறிவூட்டுபவள், என்ற கருத்து உருவாகியது. இறைவனின் உயர்சக்தியே பெண்ணாக உருவகப்படுத்தப்பட்டுள்ளது. அச்சக்தி பல்வேறு வகையில், அதாவது அறிவாக, செயலாக, வைராக்கியமாக, வெளிப்படுகிறது. அதுவே சக்தி என்ற பெண் தெய்வம். புராணங் களில் திரிமூர்த்திக் கோட்பாடு சிறப்புப் பெற்றபோது சிவன், விஷ்ணு, பிரம்மா ஆகிய மும்மூர்த்திகளின் சக்திகளாக மூன்று பெண் தெய்வங்கள் கொள்ளப்பட்டனர். கிரியா சக்தி, இச்சா சக்தி, ஞான சக்தி எனப்பட்ட அந்த மூன்று சக்திகள்பற்றிய கருத்தே பின்னர் வீரம், செல்வம், கல்வி என்ற மனிதருக்கு அவசியமான மூன்றையும் வழங்கும் சக்திகளாக, அதாவது துர்க்கை, மகாலக்ஷமி, சரஸ்வதி என்று கொள்ளும் கோட்பாடு உருவாக, வழிவகுத்தது எனலாம். ஆயினும், அடிப்படையில் சக்தி ஒன்றே. அது ஆதிசக்தி அல்லது பராசக்தி எனப்படும்.

இராமாயணம், மகாபாரதம் ஆகிய இதிகாசங்கள் எழுந்த காலத்திலேயே நவராத்திரி என்ற கோட்பாட்டுக்கான வித்து இடப்பட்டுவிட்டது. சரத் காலத்திலேயே, அதாவது புரட்டாசி, ஐப்பசி காலத்திலேயே, இராமன் இராவணனுடன் போர் தொடுத்து அவனைக் கொன்றதாகக் கூறப்படுகிறது. பாண்டவர் தமது அஞ்ஞாதவாசத்தின்போது மறைத்து வைத்திருந்த ஆயுதங்களை அருச்சுனன் க்ஷமி மரத்தில் இருந்து மீண்டும் எடுத்து, விராடனின் மகனான உத்தர ராஜகுமாரனது மந்தையைக் கவர்ந்த துரியோதன னைத் தோற்கடித்ததும் இக்காலத்திலேயே. சரத் காலம் பிரயாணத் திற்கேற்ற காலமாகையால் பண்டைக்காலத்தில் அரசர்கள் இக் காலத்திலே துர்க்கையை வழிபட்டுப் போருக்குப் போனார்கள்.

நவராத்திரி காலம், இசையும் நடனமும் இடம்பெறும் காலம். சக்தியின் அம்சங்களான துர்க்கை, லக்ஷ்மி, சரஸ்வதி ஆகியோரை இக்காலத்தில் இசையால் வழிபாடு செய்வதற்காகப் பல கீர்த்தனங்கள், கிருதிகள், பஜனைகள் இயற்றப்பட்டுள்ளன. முத்துஸ்வாமி தீக்ஷிதர், சியாம சாஸ்திரி, ஊத்துக்காடு வேங்கட சுப்பையர், சுவாதித் திருநாள் மகாராஜா, கம்பர் ஆகியோர் பாடல்களை இயற்றியுள்ளனர். கம்பர் இயற்றிய சகலகலாவல்லிமாலை, தமிழரது கோயில்களிலும் வீடுகளிலும் நவராத்திரியின்போது பாடப்படுகிறது. மகாராஜா சுவாதித் திருநாள் இயற்றியுள்ள தேவி நவராத்திரி கீர்த்தனைகள் இன்றுவரை கேரளாவில் திருவனந்தபுரத்தில் நவராத்திரி காலத்தில் பாடப்பட்டு வருகின்றன.

இதனுடன் தொடர்பாக ஒரு கதை கூறப்படுகிறது. கம்பர் பத்மநாபபுரத்தில் உள்ள கோயிலில் உள்ள சரஸ்வதியை வழிபட்டு வந்ததாகவும், ஒருதடவை அவர் சுகவீனமுற்றபோது சேர அரசர்களை அணுகி, நவராத்திரி விழா எந்தத் தடங்கலும் இன்றி அக்கோயிலில் ஒவ்வொரு வருடமும் நடைபெற வேண்டும் என்று கேட்டுக்கொண்டதாகவும், அவர்களும் அதை ஏற்று வருடந்தோறும் செய்து வந்ததாகவும் கூறப்படுகிறது. இதுநாள்வரை திருவாங்கூரில் உள்ள அரச குடும்பத்தைச் சேர்ந்தவர்கள், வருடந்தோறும் அதனைச் செய்து வருகின்றனர். சுவாதித் திருநாள் மகாராஜா தனது ஆட்சிக் காலத்தில், தற்போது தமிழ் நாட்டின் எல்லைக்குள் அமைந்திருக்கும் பத்மநாபபுரத்திலிருந்த தலைநகரைத் திருவனந்தபுரத்திற்கு மாற்றினார். அங்கும் நவராத்திரி மிக ஆடம்பரமாக வருடந்தோறும் கொண்டாடப்பட்டது; கொண்டாடப்படுகிறது. சரஸ்வதி, உற்சவ விக்கிரகமாக அமையாததால், அது நவராத்திரியன்று நகர்வலம் செல்ல எடுத்துச்செல்லப்படும்போது, அது திரும்பும் வரை அதன் இடத்தில் ஒரு விளக்கு ஏற்றப்படும்.

முந்திய காலத்தில் நவராத்திரியின்போது பக்தி இசை, நடன உபசாரம், வேதம் ஓதுதல், கிரந்த பூசை, ஆயுத பூசை, அறிஞர்களின் கலந்துரையாடல் ஆகியன நடைபெற்று வந்தன. ஆனால், இப்போது பூஜையையும் இசை விழாக்களையும் தவிர ஏனையவை மறைந்து விட்டன. சரஸ்வதியின் முன்னிலையில் ஒன்பது நாட்களும் பாடுவதற்காக மகாராஜா சுவாதித் திருநாள் ஒன்பது பாடல்களை இயற்றியுள்ளார். சங்கராபரணம், கல்யாணி, சாவேரி, தோடி, பைரவி, பந்துவராளி, சுத்தசாவேரி, நாட்டைக்குறிஞ்சி, ஆரபி என்று ஒருநாளைக்கு ஒரு ராகம் என, ஒன்பது ராகங்களில் அப்பாடல்கள் அமைந்துள்ளன.

அதிக மகிழ்ச்சிக்குரிய பிரம்மாண்டமான நவராத்திரிக் கொண்டாட்டங்களைத் தமிழ்நாடு, குஜராத், வங்காளம் (Bengal), கர்நாடகா ஆகிய மாநிலங்களில் காணலாம். நவராத்திரி காலத்தில் பல வட இந்திய மாநிலங்களில் ஆண்களும் பெண்களும் அழகான ஆடையணிந்து கோலாட்டம், கர்பா போன்ற நடனங்களை

ஆடுவர். வங்காளத்தில் ஒன்பது நாட்களும் துர்க்கா பூஜை பரவலாக எல்லா இடங்களிலும் நடைபெறுவது வழக்கம். சிவன் தனது மனைவியான துர்க்கையை இக்காலத்திலே, அதாவது நவராத்திரியின்போது, அவளது தாயைச் சந்திக்க அனுப்புவதாக இங்கு நம்பப்படுகிறது. அதை நினைவுகூரும் வகையில் பெண்கள் துர்க்கையைத் தாய்மை அன்புடன் வரவேற்று, இறுதி நாள் மகளைக் கணவன் வீட்டுக்குத் திருப்பி அனுப்பும்போது செய்யப்படும் சகல சடங்குகளையும் செய்து, கண்களில் கண்ணீருடனும் துர்க்கையின் உருவத்தை வழியனுப்பி வைப்பார்கள். அத்துடன், தொலைவில் வசிப்பவர்கள் தங்கள் குடும்பங்களைச் சந்திக்க இக்காலத்தில் செல்வதும் அவர்களது வழக்கம். அவர்கள் வருடம் முழுவதும் சேர்க்கும் பணத்தை இக்காலத்தில் பூஜையில் செலவு செய்வார்கள். கொண்டாட்டங்களில் கலந்துகொள்வதற்காகக் குடும்பங்கள் மாறிமாறி ஒவ்வொரு வீட்டுக்கும் செல்வார்கள். துர்க்கா பூஜைக்காகச் செய்யப்படும் பிரம்மாண்டமான உருவங்கள் ஊர்வலமாக எடுத்துச் சென்று பத்தாம் நாளின் இறுதியில் நீரில் மூழ்கடிக்கப்படும்.

மைசூரில் தசராவின்போது விளக்கு அலங்காரங்கள், இசை நடனங்கள் ஆகியவற்றால் அந்நகரம் உயிரூட்டப்படுகிறது. அனை வரும் சாமுண்டி மலையில் உள்ள சாமுண்டீஸ்வரி கோயிலில் வழிபாட்டுக்காக ஒன்றுகூடுவர். அரச குடும்பம், இசை நடன நிகழ்ச்சிகளுடன் கொண்டாடுவது வழக்கம். அப்போது நகரில் உள்ள பெண்களுக்குச் சேலைகளும் அலங்காரப் பொருள்களும் வழங்கப்படும். யானை போன்றவற்றுடன் நடைபெறும் ஊர்வலங்கள் ஆடம்பரமும் அழகும் வாய்ந்தவை. அரண்மனையும் பிருந்தாவனத் தோட்டமும் மின்விளக்குகளால் அலங்கரிக்கப்படுவதால், அதனைப் பார்க்கப் பல உல்லாசப் பிரயாணிகள் வருவதுண்டு.

குஜராத்தில் நவராத்திரி மிக விமரிசையாகக் கொண்டாடப்படுகிறது. சக்தி வழிபாட்டுடன் இரவு முழுவதும் நடனங்களும் நடைபெறும். எங்கும் குச்சிகளை அடித்து ஆடும் தாண்டியா நடனம் எனப்படும் கோலாட்டச் சத்தம் கேட்டுக்கொண்டிருக்கும். துர்க்கையை வழிபட்ட பின்னர் இளம் பெண்களும் ஆண்களும் அழகான ஆடை ஆபரணங்களை அணிந்து இரவில் ஒரு திறந்த வெளியில் கூடி, விடிய விடிய நடனமாடுவார்கள். நன்மையால் தீமை அழிக்கப்பட்ட வெற்றியைக் கொண்டாடுவதே இந்தக் கொண்டாட்டத்தின் நோக்கம். அனைவரையும் வருத்திய மகிஷாசுரனைத் துர்க்கை அழித்ததும், இராமன் இராவணனைக் கொன்றதும் இக்காலத்தில் நினைவுகூரப்படுகிறது. வாணங்களாலும் வைக்கோலாலும் செய்யப்பட்ட இராவணனது உருவம் ஒரு மைதானத்தின் மத்தியில் வைக்கப்பட்டு தீயுடன்கூடிய அம்புகள் அதனை நோக்கி எய்யப்படுகிறது. உருவம் தீப்பற்றி எரியத் தொடங்கியதும் அனைவரும் இராமன் தீமையை வென்று

விட்டதைக் குறிக்கும் வகையில் இராம நாமத்தை மகிழ்ச்சியுடன் கோஷமிடுவார்கள். குஜராத்திகள் அமெரிக்காவில் வசித்தாலும், உலகின் எப்பகுதியில் வாழ்ந்தாலும், இதே ஆரவாரத்துடன் கொண்டாடுகிறார்கள்.

உத்தரப்பிரதேசத்திலும் பஞ்சாப்பிலும் தசரா, இராவணனை இராமர் வென்றதைக் குறிப்பதாகும். இந்தப் பத்து நாட்களும் விரதம் அனுஷ்டிக்கப்படுகிறது. ஏழாவது, எட்டாவது நாட்கள் சிறு பெண்கள் வரவழைக்கப்பட்டு பூரி, அவிக்கப்பட்ட கடலை பருப்பு, கேசரி ஆகியன வழங்கப்படும். அத்துடன், தட்சணையாக ஒரு நாணயம் வழங்கப்படுகிறது. தேவி வணங்கப்பட்டாலும் பத்து நாட்களும் இராமாயணக் கதை, இசை நடனத்துடன் சொல்லப்படுகிறது. நாடகமாகவும் நடிக்கப்படுவதுண்டு. இராம் லீலாவின் இறுதி நாள் இராவணன், கும்பகர்ணன், இந்திரஜித் ஆகியோரது உருவங்கள் செய்யப்பட்டு வாணங்களால் எரிக்கப்படும்.

தமிழ்நாட்டில் நவராத்திரி வேறு வகையில் கொண்டாடப் படுகிறது. வீடுகள்தோறும் கொலுவைத்து, ஒவ்வொரு இரவும் பக்திப் பாடல்கள் பாடிக் கொண்டாடுவார்கள். கொலு என்பதன் கருத்து பலர் அறியக் காட்டுவது என்பதாகும். கர்நாடகா, ஆந்திரா, தமிழ்நாடு போன்ற மாநிலங்களில் பொம்மைக் கொலு எனப்படும் கொலு நவராத்திரியின்போது வைக்கப்படுகிறது. இந்த இடங்களில் கொலு என்பது நவராத்திரியின் முக்கிய அம்சமாகத் திகழ்கிறது.

குறைந்தது கடந்த 500 வருடங்களாக, அதாவது தமிழ்நாட்டை விஜயநகர மன்னர்கள் ஆண்ட காலம் முதல், இந்த மரபு காணப் படுவதாகக் கூறப்படுகிறது. சில கல்வெட்டுக்களில் கொலுபற்றிய குறிப்புகள் காணப்படுகின்றன. தஞ்சாவூர் சரஸ்வதி மஹால் நூலகத்தில் காணப்படும் பண்டைய மராட்டி ஆவணம் ஒன்று, 18 வேறுபட்ட சாதிகளைச் சேர்ந்தவர்கள் நவராத்திரிக் கொலுவுக் குப்பொம்மைகளை வழங்கியதாகக் கூறுகிறது. தஞ்சாவூர், புதுக்கோட்டை அரச குடும்பங்களில் கொலுவைக்கும் மரபு காணப்பட்டதாக நம்பப்படுகிறது. *Hina Masturi* எனப்படும் கொலு விழா ஜப்பானிலும் காணப்படுவதாகக் கூறப்படுகிறது.

நவராத்திரிக் கொலு ஒற்றை எண்ணிக்கையில், அதாவது ஐந்து அல்லது ஏழு அல்லது ஒன்பது, படிகள் கொண்டதாக அமைக்க வேண்டும் என்று கூறப்படுகிறது. அதில் வைக்கப்படும் பொம்மைகள் பெரும்பான்மையாகக் களிமண்ணில் செய்யப் பட்டவையாக அமைந்திருக்கும். *Rosewood* தந்தம், சந்தன மரம் ஆகியவற்றில் செய்யப்பட்ட பொம்மைகளும் சிறுபான்மையாகக் காணப்படுவதுண்டு. கொலுவில் ஆகக் கீழே உள்ள படியில் செட்டியார் தம்பதிகள், மரக்கறிகள், தானியம், அதாவது கிராமிய வாழ்வைப் பிரதிபலிக்கும் விஷயங்கள் இடம்பெறும். அதற்கு மேல் உள்ள படியில் ஆன்மீகத்தில் உயர்ந்த மனிதர்கள், அதாவது

மீரா பாய், காந்தி, பாரதியார், ராமகிருஷ்ண பரமஹம்சர், விவேகானந்தர், ஆதி சங்கராச்சாரியார் போன்றவர்களின் சிலைகள் வைக்கப்படும். மேலேயுள்ள படிகளில் தெய்வச் சிலைகள் வைப்பது வழக்கம். இராமர், சீதை, லக்ஷ்மணன், அநுமார் சேர்ந்த ராமாயணக் குழு, விஷ்ணுவின் பத்து அவதாரங்களையும் பிரதிபலிக்கும் சிலைகள், துர்க்கை, லக்ஷ்மி, சரஸ்வதி என முத்தேவியர் சிலைகள், அஷ்டலக்ஷ்மி உருவங்கள் (திலக்ஷ்மி, தான்யலக்ஷ்மி, தைரியலக்ஷ்மி, கஜலக்ஷ்மி, சந்தானலக்ஷ்மி, விஜயலக்ஷ்மி, வித்யாலக்ஷ்மி, தனலக்ஷ்மி) போன்றவை இடம்பிடித்துக்கொள்கின்றன. கோயில் காட்சிகள், வாகனங்கள், தேர் ஊர்வலம், போன்றனவும் அழகிய நிறமூட்டப் பட்டுக் கொலுவில் வைக்கப்படுகின்றன. இந்தச் சிலைகளைக் குடும்பங்களில் காலங்காலமாகப் பேணிச் சந்ததி சந்ததியாக உபயோகிப்பதுமுண்டு.

தற்காலத்தில் மரப்படிகள் மறைந்து, புத்தக *shelves* ஆகப் பின்னர் மாற்றிப் பயன்படுத்தக்கூடிய இரும்புப் படிகளின் பாவனை வந்துவிட்டது. இப்போதெல்லாம் பொம்மைகளும் மாறிவிட்டன. இந்தியாவின் வேறுவேறு மாநிலங்களை, பிறநாடுகளைப் பிரதிநிதித் துவப்படுத்தும் பொம்மைகள் மரபுரீதியான பொம்மைகளுடன் இடம்பிடிக்க ஆரம்பித்துவிட்டன. அவை மட்டுமல்ல, அழகான வர்ணப் புத்தகங்கள், முத்திரைகள், நாணயங்கள், பதக்கங்கள் *(medals)* போன்றனவும் இடம்பெறுகின்றன. அலங்கார விளக்குகள், *computer graphics*உம் கொலுவை அலங்கரிக்கப் பயன்படுத்தப்படு கின்றன. அத்துடன், ஒரு கருத்துப் பாங்கை *(theme)* அடிப்படை யாகக்கொண்டு கொலுவைக்கும் முறையும் இப்போது காணப் படுகிறது. இந்திய சுதந்திரத்தின் ஐம்பதாவது ஆண்டு கொண்டாடப் பட்டபோது, சுதந்திரப் போராட்டம் பலரது வீட்டுக் கொலுவின் கருத்தாக அமைந்தது. தமது வீடுகளில் கொலுவைக்க முடியாத பெண்கள், ஒரு பொது இடத்தில் கொலுவைக்கும் சமூகக்கொலு முறையும் பிரபலம்பெற்று வருகிறது. இதனால், பலரது கற்பனைகள் ஒன்றிணைந்து அழகான கொலுவாகப் பரிணமிக்கிறது. சமூகத் தின் தேவைக்கேற்ப கொலு மாறிவருவதை இவை காட்டுகின்றன. பத்தாம் நாள் இரவு கொலு கலைக்கப்பட்டு அடுத்த வருடக் கொலுவுக்காகப் பொம்மைகள் பாதுகாப்பான முறையில் பேணப் படுகின்றன.

பெண்கள் கொலுவுக்கு அழைக்கப்பட்டு வெற்றிலை, பாக்கு, மஞ்சள், குங்குமம், வளையல்கள், கண்ணாடி, சீப்பு, *blouse* துணி, அலங்காரப் பொருட்கள் என அவரவர் சக்திக்கேற்ப வீட்டுக்காரர்களால் வழங்கப்படுகிறது. பெண்கள் இணைந்து தேவி பாடல்கள் பாடுவது வழக்கம். பின்னர் பிரசாதம் பொதுவாகச் சுண்டல், சக்கரைப் பொங்கல், அவல் போன்றன வழங்கப்படும். பெண்கள் இவ்வாறு நவராத்திரி காலத்தில் பிற வீடுகளுக்கும்

கோயிலுக்கும் செல்லும்போது அணிவதற்கெனப் புதிய டிசைனில் பட்டுச் சேலைகள் நெய்யப்படுவதும் வழக்கம்.

சரஸ்வதி பூஜையின்போது படிக்கும் புத்தகங்கள், இசை வாத்தியங்கள் என்பன பூசை அறையில் வைக்கப்பட்டு வணங்கப் படும். அன்று அவற்றைப் பயன்படுத்துவதில்லை. விஜயதசமி அன்று பூசை அறையில் அமர்ந்து, புத்தகங்களில் சில பக்கங்களை வாசித்தும், இசைக்கருவிகளை இசைத்த பின்னருமே அவை அங்கிருந்து அகற்றப்படும். விஜயதசமி அன்று ஆயுத பூஜை நடத்தப்படும். துர்க்கை, மகிஷாசுரனைக் கொன்ற கதையில் இருந்து உருவானதே ஆயுத பூஜை. அதாவது, அசுரனைக் கொன்ற ஆயுதங்களுக்கு நன்றி தெரிவிக்கும் வகையில் அவற்றைப் பூசிப்ப தாகும். ஆயினும், இன்று பல தொழிற்சாலைகள், அலுவலகங்கள் போன்றவற்றில் உபயோகிக்கும் அசுர யந்திரங்கள் முதற்கொண்டு கணினி, *screwdriver* வரை சகல பொருட்களும் பூசையில் வைக்கப் படுகின்றன. அவற்றுக்குப் பிரசாதங்கள், மலர்கள் அர்ப்பணிக்கப் பட்டு, நன்றி தெரிவிக்கப்படுகிறது. வடக்கில் இதுபோன்ற விஷ்வகர்ம நாள் தீபாவளியின் பின்னர் கொண்டாடப்படுகிறது என்பது குறிப்பிடத்தக்கது.

இவ்வாறு, இந்தியா முழுவதும் நவராத்திரி காலம் என்பது வண்ணங்களும் ஆடலும் பாடலும் கொண்டுள்ளதுடன், மனிதர் கள் வருடம் முழுவதும் வாழ்வின் ஓட்டத்தில் இழந்துபோன நம்பிக்கையை மீளப் புதுப்பிக்கிறது. அது, அனைத்து மக்களையும் சக்தி வழிபாடு என்ற பக்தி நிறைந்த நம்பிக்கையில் எந்தவித வேறுபாடுகளின்றி இணைக்கிறது.

நவராத்திரி காலத்தில் சக்தியை வழிபடுவதற்கு வீரம், செல்வம், கல்வி என்ற மூன்று உலகியல் நோக்கங்களைப் பெறுவதே காரணம் என்றபோதும், ஆன்மீகநோக்கில் அது மனித நிலையிலிருந்து கடவுளை அடையும் உயர்நிலையை அடைவதற்குக் கடந்துசெல்ல வேண்டிய மூன்று கட்டங்களைக் குறிப்பதாகக் கொள்ளப்படுகிறது. ஆன்மீகரீதியில் மனித வாழ்வின் மிக முக்கிய நோக்கம், தன்னை உணர்ந்து இறைநிலையை அடைய முயற்சித்து, இறுதியில் அதனை அடைவதே. இதற்கு ஒருவரைத் தயார்ப்படுத்துவதே சமயங்களின் நோக்கம். முதலாவது கட்டமாக, இப்பிறவியில் வந்து தன்னுடன் இணைந்த அழுக்குகள் *(impurities)*, அசுர இயல்புகள் ஆகியவற்றை நீக்குதல். அழித்தற்கு சக்தி கொண்ட துர்க்கை, ஒருவரிடமுள்ள தீய இயல்புகளை அழித்தொழிக்க உதவுவாள். இவ்வாறு எதிர்மறை இயல்புகளை அழித்த பின்னர் உயர் ஒழுக்கம், தெய்வீகக் குணங்கள் ஆகிய சார்பான இயல்புகள் என்ற செல்வத்தைப் பெற முயலுத லையே லக்ஷ்மி வழிபாடு குறிக்கிறது. இவ்வாறு தூய்மையடைந்த பின், ஒருவர் ஞானத்தைப் பெறத் தயாராகிறார். அந்த இறைய றிவானது அமைதியான குளத்திலுள்ள நீரில் சூரிய கிரணங்கள்

பளிங்காகப் பிரதிபலிப்பது போலப் பிரகாசிக்கும். அந்த மேலான அறிவைப் பெற சரஸ்வதி வழிபாடு உதவுவதாகக் கூறப்படுகிறது. சரஸ்வதி ஏந்தியுள்ள வீணை உயர் உண்மையைப் பெறுவதைக் குறிக்கிறது. அவளது தூய வெள்ளை ஆடை அறிவின் தூய்மையைக் குறிக்கிறது. பத்தாவது நாளான விஜயதசமி இவ்வாறு தீய குணங்களை அகற்றி, நல்ல குணங்களை விருத்திசெய்து, தூய இறையறிவைப் பெற்ற வெற்றியைக் குறித்து நிற்கின்றது.

ஆயினும், நவராத்திரிக்குரிய ஒன்பது நாட்களும் சக்தி வழிபாட்டுக்குரிய நாட்களாகத் திகழ்ந்தபோதும், அத்துடன் ஆடல் பாடல்களும் கொண்டாட்டங்களுமே அதிகம் மேலோங்கி நிற்கிறது. மக்கள் அவற்றிலேயே அதிக கவனம் செலுத்துகின்றனர். எனவே, பெரும்பான்மையோர் ஆன்மீகரீதியாக உள்ள முக்கியத்துவம்பற்றி அதிகம் சிந்திப்பதில்லை. அதற்கான தேவையும் ஏற்படுவதில்லை. இந்த உலகில் ஓரளவு நிம்மதியாகவும் சௌகரியமாகவும் வாழ்வதற்குத் தைரியமும் பொருட் செல்வமும் கல்வியுமே தேவைப்படுகின்றன. எனவே, அவற்றையே மிகப் பெரும்பான்மையோர் நவராத்திரி காலத்தில் யாசிக்கின்றனர். யாழ்ப்பாணத்தில் கல்வியே அடிப்படையான மூலதனம் என்பதால், கல்வி குறித்ததே மிக அதிகமானோரின் கவனம் குவிந்துள்ளது. இதன் காரணமாகக் கடைசி மூன்று நாட்களான சரஸ்வதி பூஜை அவர்களுக்கு மிக முக்கியமானது. அதனைக் கொண்டாடாத இந்து வீடுகளே இல்லை என்று கூறுமளவிற்கு, அது பரவலாக யாழ்ப்பாணம் முழுமையும் கொண்டாடப்படுகிறது.

●

தீபாவளித் திருநாள்

யாழ்ப்பாணத்திலே தீபாவளி இந்தியாவைப் போல பெரியளவில் கொண்டாடப்படுவது இல்லை யாயினும், புத்தாடை அணிவதும், ஆலயத்திற்குச் செல்வதும், வாழ்த்துகள் கூறுவதும், அனுப்புவதும் இடம்பெறுவது வழக்கம். உறவினர் வீடுகளுக்குச் செல்வதும் உண்டு. யாழ்ப்பாணத்தில் தீபாவளிக்கு விளக்கேற்றும் நடைமுறை இல்லை. அதனைக் கார்த் திகை விளக்கீட்டுக்கென்று ஒதுக்கிவைத்துள்ளனர். கார்த்திகை விளக்கீடு நன்கு இருண்ட, குளிர்காலத் தில் வருவதால் அக்காலத்தில் விளக்கேற்றுதலே அதிகம் உகந்தது என்று அவர்கள் நினைத்திருக்கலாம். தீபாவளியை இன்னொருவிதமாகக் கொண்டாடுபவர் களும் இருக்கிறார்கள். ஆடடித்து, இறைச்சியுடன் விருந்துண்பதும், பின்னர் மது அருந்துவதும் இவர்க ளது கொண்டாட்டத்தின் முக்கிய அம்சங்கள். தீபா வளிக்கு மறுநாள் கந்த சஷ்டி விரதம் வருவதால், பெரும்பாலானவர் சைவ உணவுடன் கொண்டாடு வதே வழக்கமாகி வருகிறது. தீபாவளியின் வரலாறு அதன் முக்கியத்துவம்பற்றிச் சிறிது நோக்குவோம்.

மேற்குலகில் நன்றித் திருநாள், நத்தார், புதுவருடம் *(Thanksgiving, Christmas, New Year)* போல இந்தியா வில் தீபாவளியும் ஐந்து நாள் கொண்டாட்டங்களைக் கொண்டுள்ளது. உறவினர்கள் தீபாவளியைக் கொண் டாடவும், குடும்ப பூஜைகளில் பங்குகொள்ளவும் ஒன்றுகூடுவர். புத்தாடைகள் வாங்கப்படும். பரிசுகள் பரிமாறப்படும். பட்டாசுகள் கொளுத்தப்படும். விருந்துகள் அளிக்கப்படும். நண்பர்கள் சந்திப்பார்கள். இந்துக்களுக்கு நவராத்திரியைப்போலத் தீபாவளியும் மிக விமரிசையான கொண்டாட்டமாகும். வயது, அந்தஸ்து வேறுபாடுகளின்றி தீபாவளி அனைவரது கொண்டாட்டத்திற்கும் உரியதாகும். இந்தியாவில்

இடம்பெறும் கொண்டாட்டங்களில் ஒளியும் அழகும் வண்ணமும் நிறைந்தது தீபாவளியே. வாழ்வில் இருள் நீங்கி ஒளி பிறக்க வேண்டுவது, அல்லது தீமை அழிந்து நன்மை மலர வேண்டுவது, அல்லது அறியாமை என்ற இருள் நீங்கி அறிவு என்ற ஒளி சூழ வேண்டுவது இதன் அடிப்படை நோக்கமாகும். தீய சக்தி அழிந்து சாம்பரானதைக் குறிக்கும் வகையில் பட்டாசுகளும் வாணங்களும் கொளுத்தப்படுவதாக நம்பப்படுகிறது. இந்துக்கள் அனைவரும் தீபாவளியைக் கொண்டாடியபோதும் மாநிலத்துக்கு மாநிலம் இனத்துக்கு இனம் அதனைக் கொண்டாடும் முறைகளில் வேறுபாடுகளுண்டு. சமணர்களும் தம் குருவான மகாவீரர் உடலைவிட்டுச் சுவர்க்கம் புகுந்த நாளை நினைவுகூரும் வகையில் தீபாவளியைக் கொண்டாடுகிறார்கள். வட இந்தியாவில் தீபாவளி தசரா முடிந்த கையுடன் ஆரம்பமாகிவிடும்.

தீபாவளி என்ற சமஸ்கிருதச் சொல் தீப்+ஆவளி என்று பிரிக்கப்பட்டுக் கருத்துக் கூறப்படுகிறது. அதன் கருத்து தீப வரிசைகள் என்பதாகும். தீபங்களை வரிசை வரிசையாக ஏற்று தல், இந்தியாவில் தீபாவளிக் கொண்டாட்டங்களில் முக்கிய அம்சமாகும். தீபாவளி, ஐப்பசிக் கடைசியில் அல்லது கார்த்திகை ஆரம்பத்தில் வரும் அமாவாசை நாளில் கொண்டாடப்படுகிறது. இந்த நாளே இந்தியாவில் மிக நீண்ட இரவை உடைய நாளாகும். அதனாலேயே, இந்நாளில் கணக்கற்ற தீபங்களை வீடுகளிலும் வீதிகளிலும் முக்கிய கட்டிடங்களிலும் ஏற்றுகிறார்கள். உலகின் வடபகுதியில் உள்ளவர்கள் கிறிஸ்மஸ்ஸின்போது ஒளியேற்றுவதும் இதை ஒத்ததே. பண்டைய இந்தியாவில் தானியக் கையிருப்புக் குறையக் குறைய விரதங்களின் தொகையும் கடுமையும் அதிகரித்தது போலவே, சூழலில் குளிரும் இருளும் அதிகரிக்க, அதிகரிக்க ஒளியேற்றும் பண்டிகைகள், சமய விழாக்கள் ஆகியன அதிகரிக் கின்றன.

வட இந்திய மாநிலங்களில் தீபாவளியுடன் பல ஐதீகங்களும், உள்ளூர் வழக்கங்களும் இணைந்துள்ளன. ஒரு கதையின்படி, ஹிமா என்ற அரசனின் மகன் திருமணமாகி நான்காம் நாள் பாம்பு கடித்து இறந்துவிடுவான் என அவனது சாதகத்தில் தெரி விக்கப்பட்டிருந்தது. எனவே, அந்த நாள் அவனது இளம் மனைவி வாசலில் பொற்காசுகளைக் குவித்து வைத்ததுடன், தனது பொன் நகைகளையும் ஆங்காங்கே பரப்பி வைத்தாள். அத்துடன், வீட்டின் வெளியேயும் உள்ளேயும் விளக்குகளை ஏற்றி வைத்தாள். பின், உள்ளே அமர்ந்து பஜனைப் பாடல்களைப் பாடத் தொடங்கினாள். பாம்பு வடிவில் வந்த யமனுக்கு, பொற்காசுகளில் பட்ட விளக் கொளியால் கண்கள் கூசவே, வாசலில் உள்ள பொற்காசுகளின் மேல் அமர்ந்து உள்ளே இருந்து வந்த இனிய பாடல்களைக் கேட்டுக் கொண்டிருந்தான். விடிந்ததும் அரசகுமாரனின் உயிரை எடுக்காதே அவன் திரும்பிவிட்டான். எனவே, இந்த நாளில்

யமனைப் போற்றும் வண்ணம் இரவு முழுவதும் தீபங்கள் எரிக்கப்படுகின்றன.

இந்தியாவில் தீபாவளி கொண்டாடும் எல்லோருக்கும் உள்ள பொதுவான வழக்கம் விளக்கேற்றுதல் ஆகும். வீடுகள் ஆலயங்கள், அரச கட்டிடங்கள், வழிகள் என்று எங்கும் சிறிய அகல் விளக்குகள் ஏற்றப்படுகின்றன. யமனைப் போற்ற மட்டுமன்றி லக்ஷ்மியை வரவேற்கவும் விளக்குகள் எரிக்கப்படுகின்றன. கெட்ட ஆவிகளை விலகியோடச் செய்ய சீனவெடிகளும் பரவலாக எங்கும் வெடிக்க வைக்கப்படுகின்றன. இதனால், இது சிறுவர்களுக்குப் பிடித்த பண்டிகையாக அமைந்துள்ளது. தீபாவளியன்று நடைபெறும் வியாபாரத்தைப் பொறுத்தே, அந்த வருடம் இலாபம் வரும் என்ற நம்பிக்கையில் மதியம்வரை கடைகள் திறந்திருக்கும். வெள்ளி நாணயங்கள், உலர்ந்த பழங்கள், இனிப்பு வகைகள் என்பன சாதாரணமாகப் பரிசுப் பொருட்களாகப் பரிமாறிக் கொள்ளப்படுகின்றன. பணம் உள்ளவர்கள், வேறு வெள்ளிப் பொருட்களைப் பரிமாறிக்கொள்வதும் வழக்கம். தீபாவளி யின்போது பல இடங்களில் தற்காலிக மேடைகள் அமைக்கப்பட்டு இராம லீலை நாடகம் நடத்தப்படும். இது பல நாட்களுக்குத் தொடர்ந்து நடத்தப்பட்டு, இராமன் இராவணனை வெல்வதுடன் நிறைவுபெறும். பஞ்சாப், ஹரியானா, டெல்கி போன்ற இடங்களில் சீட்டாட்டம் தொடர்ந்து பல நாட்களுக்கு நடைபெற்று, தீபாவளி அன்று முடிவடையும்.

சீக்கியர்கள் தீபாவளி கொண்டாடாதபோதும், தமது ஆறாவது குருவான ஹர்கோவிந்ஜீ (Guru Hargovindji) சிறந்த வெற்றியின் பின் நாடு திரும்பிய நாளை நினைவுகூரும் வகையில், குருத்துவாரா வுக்குச் சென்று விளக்குகள் ஏற்றிப் பட்டாசுகள் வெடித்து இந்நாளில் கொண்டாடுகின்றனர்.

இந்தியாவின் சில பகுதிகளில் தீபாவளி ஐந்து நாட்களுக்குக் கொண்டாடப்படுகிறது. முதல் நாள் நரக சதுர்த்தசி எனப்படுகிறது. இது நரகாசுரனைக் கிருஷ்ணரும், அவரது மனைவியான சத்தியபா மாவும் கொன்ற நாளாகும். அந்தக் கதை பின்வருமாறு கூறப்படு கிறது. நரகாசுரன் பூதேவியின் மகன். அவன் தெற்கு நேபாளத்தில் உள்ள ஒரு மாநிலமான ப்ரக்ஜ்யோதிஷ்புரத்தை (Pragjyotispur) ஆண்டுவந்தான். அவன் கடும் தவத்தினால் பிரம்மாவிடம் அதிக சக்தியை வரமாகப் பெற்றிருந்தான். விரைவில், அவன் அச்சக்தி யைத் துஷ்பிரயோகம் செய்ய ஆரம்பித்துத் தேவர்களைப் பெரிதும் துன்புறுத்த ஆரம்பித்தான். அவன் இந்திரனை வென்று, தாய்த் தெய்வமான அதிதியின் விலைமதிக்கமுடியாத தோடுகளைப் பறித்துச் சென்றுவிட்டது மட்டுமல்ல, தேவர்களின் 16 ஆயிரம் மகள்களையும் கொண்டு சென்று சிறை வைத்துவிட்டான். இதனால், தேவர்கள் தமது குலத்தைக் காப்பாற்றும்படி கிருஷ்ணரி

டம் முறையிட்டனர். ஆயினும், அசுரனைக் கொல்லுதல் என்பது இலேசான காரியமன்று. அவன், தனது தாயான பூதேவியால் மட்டுமே கொல்லப்படத் தக்கவன் என்று வரம் பெற்றிருந்தான். எனவே, பூதேவியின் அவதாரமான தனது மனைவி சத்தியபாமாவை நரகாசுரனுக்கு எதிராக, தான் செய்யப்போகும் போரில் தேர்ச் சாரதியாகப் பணியாற்றும்படி கிருஷ்ணர் அழைத்துச் சென்றிருந் தார். நரகாசுரனின் அம்பு தாக்கி கிருஷ்ணர் மயக்கமடைந்தபோது, சத்தியபாமா வில்லை எடுத்து நரகாசுரன் மேல் அம்பை எய்ததும், அவன் உடனே கொல்லப்பட்டான். இக்கதை சமூகத்தின் நன்மைக் காக ஒருவர் தனது தனிப்பட்ட பந்தத்தைப் பார்க்கக்கூடாது என்பதைக் குறிப்பதாகவும் கொள்ளலாம். அதிதியின் தோடுகளை மீட்டதுடன், அசுரனை வெற்றிகொண்டதற்கு அடையாளமாக, அவனது ரத்தத்தை எடுத்துக் கிருஷ்ணர் நெற்றியில் திலகம் இட்டதாகக் கதை செல்கிறது. விடுவிக்கப்பட்ட தேவமகளிரை ஏற்று, அவர் திருமணம் செய்துகொண்டார் என ஐதிகம் கூறுகிறது. நரகாசுர சதுர்த்தசி அன்று அதிகாலையில் கிருஷ்ணர் வீடு திரும்பியதாகவும், அப்போது பெண்கள் அவரது உடலில் வாச னைத் தைலத்தைப் பூசிப் பின்னர் நீராட்டினர் என்றும், அதிலி ருந்தே தீபாவளியன்று அதிகாலையில் நீராடும் வழக்கம் ஆரம்ப மாகியது என்றும் சொல்லப்படுகிறது. இந்த வழக்கம் தமிழ்நாட்டில் மட்டுமன்றி மகாராஷ்ட்ரா போன்ற பகுதிகளிலும் காணப்படுகிறது. மகனின் மரணம் துன்பத்துக்குரிய நாளாக இருக்கக்கூடாது, அனைவரும் மகிழ்ச்சியாகக் கொண்டாடும் நாளாக இருக்க வேண்டும் என்று நரகாசுரனின் தாயான பூதேவி கேட்டுக் கொண்டதாகவும், அதன்படியே தீபாவளிப் பண்டிகை ஆரம்ப மாகியது என்றும் மரபு சொல்கிறது.

இரண்டாவது நாள் அமாவாசை தினமாகும். அன்று லக்ஷ்மி பூசை செய்யப்படும். லக்ஷ்மி விஷ்ணுவின் பெண் சக்தியாகும். இலட்சியம் அல்லது இலக்கு என்ற அர்த்தமுள்ள 'லக்ஷய' என்ற சமஸ்கிருதச் சொல்லில் இருந்தே லக்ஷ்மி என்ற சொல் உருவாகியது. மனிதர்களின் இலக்கான பொருட்செல்வத்தையும் அருட் செல்வத் தையும் அவள் வழங்குகிறாள் என்ற கருத்திலேயே இச்சொல் உருவாகியிருக்கிறது. லக்ஷ்மியையும் செல்வத்தையும் வரவேற்பதற் காக வாசலில் அழகிய ரங்கோலிக் கோலங்கள் வரையப்படுகின்றன. அவள் வீட்டுக்குள் வந்ததைக் குறிக்கும்வகையில் மஞ்சள் கலந்த அரிசிமாவால் சிறு காலடிகள் அமைக்கப்படும். இரவு முழுவதும் விளக்குகள் எரிக்கப்படும். இந்த நாள் மங்களகரமானது எனக் கருதப்படுவதால், பெண்கள் ஓரிரண்டு தங்க அல்லது வெள்ளி நகைகளை வாங்கிக்கொள்வார்கள். அல்லது ஓரிரண்டு வெள்ளிப் பாத்திரங்களையாவது வாங்கிக்கொள்வார்கள். இது, நல்லதிர்ஷ்டத் தைக் கொண்டுவரும் என்ற நம்பிக்கை அவர்களுக்குள்ளது. தீய சக்திகளை அகற்றும் பொருட்டு வீட்டைச் சுற்றி அகல் விளக்குகள்

எரிக்கப்படுகின்றன. லக்ஷ்மியைப் போற்றும் பஜனைகளும் பாடப் படுகின்றன.

லக்ஷ்மி பூசையன்று, அவள் தனது பக்தர்களின் விருப்பங்களை நிறைவேற்றும் வண்ணம் அருளை வாரி வழங்குவாள் என்று நம்பப்படுகிறது. ஒரு கருத்தின்படி, தேவர்களும் அசுரர்களும் பாற்கடலைக் கடைந்தபோது அதிலிருந்து லக்ஷ்மி தோன்றிய தினமே அது எனப்படுகிறது. இன்னொரு கருத்தின்படி, விஷ்ணு வாமன ரூபத்தில் ஈரடியால் மூவுலகையும் அளந்தபோது, மூன்றா வது அடியை மாபலி என்ற அரசனின் தலையில் வைத்ததாகவும், அப்போது அவன் பாதாளத்திற்குத் தள்ளப்பட்டதாகவும் கூறப்படு கிறது. மாபலியின் தயாளத்தைக் கண்டு விஷ்ணு அவனுக்கு வரமளித்தபோது, அவன் பதிலுக்கு விஷ்ணுவைத் தனது பாதாள உலகத்தைப் பாதுகாக்கும்படி கேட்டுக்கொண்டான். அவரும் சம்மதித்து, அவ்வாறே காவல் செய்துவந்தார். இதனால், அவரைப் பிரிந்த லக்ஷ்மி மிகவும் கவலையடைந்ததால், பூவுலகில் பல விஷயங்கள் பாதிக்கப்பட்டன. இதைக் கண்ணுற்ற சிவனும் பிரம்மாவும் விஷ்ணுவின் காவல் தொழிலைத் தாம் ஏற்றுக்கொண்டு, அவரை லக்ஷ்மியிடம் அனுப்பிவைத்ததாகவும், அவர் வந்து அவளுடன் இணைந்தது இந்த நாளே என்றும், அதனால் மகிழ்வுற்ற அவள், அன்று தன்னை வழிபடும் பக்தர்களுக்கு அருளையும் பொருளையும் வாரி வாரி வழங்குகிறாள் என்றும் நம்பப்படுகிறது.

வீடுகள் சுத்தப்படுத்தப்பட்டு, அலங்கரிக்கப்பட்டு, லக்ஷ்மி பூஜை நடத்தப்படுகிறது. சில வீடுகளில் பாலுக்குள் வெள்ளி நாணயம் போடப்பட்டு, வளத்திற்காக வீடு முழுவதும் அப்பால் தெளிக்கப்படுகிறது. இரவு முழுவதும் பிரசாதங்கள் லக்ஷ்மி படத்தின் அல்லது விக்கிரகத்தின் முன் வைக்கப்படுகிறது. மல்லி யைச் சர்க்கரையுடன் கலந்து, நைவேத்தியமாக வழங்குவது மகாராஷ்ட்ராவில் காணப்படுகிறது. குஜராத்தியர்களுக்கும் மார்வாடிகளுக்கும் மற்றைய வர்த்தக சமூகங்களுக்கும் லக்ஷ்மியை வழிபாடுசெய்வதும், புது நிதியாண்டை ஆரம்பிப்பதுமான நாளே தீபாவளியாகும். அவர்கள் தமது புதிய கணக்குப் புத்தகங்களை ஆசிர்வதிக்குமாறு லக்ஷ்மியை வணங்குவார்கள்.

மூன்றாவது நாளில், மாபலி பாதாள லோகத்திலிருந்து வந்து பூவுலகை ஆளுவதாக நம்பப்படுகிறது. நான்காவது நாளில், கோவர்த்தன பூசை செய்யப்படுகிறது. கிருஷ்ணர் கோவர்த்தன மலையைக் குடையாகக்கொண்டு இந்திரனது கல்மழையிலிருந்து இடையர்குல மக்களைக் காப்பாற்றியதை நினைவுகூரும் வகையில் இது கொண்டாடப்படுகிறது. இந்த நாளில் உணவு மலை என்று கருத்துப்படும் அன்னகூற், மதுரா, நாதத்வார் போன்ற வடபகுதி இடங்களில் கொண்டாடப்படுகிறது. கோயிலில் தெய்வ விக்கிரகங் கள் பாலால் அபிஷேகம் செய்யப்பட்டு, பட்டும் பீதாம்பரமும், தங்க, வைர நகைகளும் அணிவிக்கப்படுகின்றன. நூற்றுக்கணக்கான

வகை இனிப்புகள் தெய்வத்துக்குப் படைக்கப்பட்டுப் பின் பக்தர்களுக்கு வழங்கப்படுகின்றன. பெண்கள் தத்தமது கணவன்மாருக்கு ஆரத்தி எடுத்து, மாலை அணிவித்துத் திலகமிட்டு, நீண்டகாலம் வாழவேண்டுமென்று வாழ்த்துவார்கள். அதற்குப் பதிலாக, கணவன்மார் விலையுயர்ந்த பரிசுகளை மனைவிமாருக்கு வழங்குவார்கள். இந்நாளில் சகோதரிகள், சகோதரர்களைத் தமது வீட்டுக்கு வரும்படி அழைப்பார்கள்.

வனவாசம் முடிந்து, இராவணனைக் கொன்ற பின் இராமன், சீதை, இலக்ஷ்மணன் ஆகியோருடன் அயோத்திக்குத் திரும்பிய நாளிலே, அங்குள்ள மக்கள் நகரை விளக்குகளால் அலங்கரித்து, வெடிகள் கொளுத்தி மகிழ்ந்தனர் என்றும், அந்த நாளை நினைவு கூரும் வண்ணமே வட இந்தியாவில் உள்ளவர்கள் அதைத் தீபாவளியாகக் கொண்டாடுகிறார்கள் என்றும் கூறப்படுகிறது. அத்துடன், அது கோதுமையை அறுவடை செய்யும் காலமாகையால், இந்நாளில் நிறைய தான தர்மமும் செய்வார்கள்.

ஹிமாச்சலப் பிரதேசத்தில் ஒரு பெரிய விளக்கு, பூசை அறையில் அல்லது கோயிலில் ஏற்றப்பட்டு இரவு முழுவதும் அணையாது காக்கப்படும். பீகார், உத்தரப்பிரதேசம் ஆகிய இடங்களில் நான்கு சிறிய விளக்குகள் ஏற்றப்பட்டு, விடியும்வரை அணையாது பாதுகாக்கப்படும். வீடுகளுக்கு வெளியே உள்ள விளக்குகளும் இவ்வாறு அணையாது பேணப்படும்.

பெங்காலியருக்கு தீபாவளி, காளியை வழிபாடுசெய்யும் நாளாகும். நவராத்திரியின் முடிவில் மகிஷாசுரனைக் கொன்ற பின்னரும் கோபம் தணியாது, அவள் வாலிய தாண்டவத்தை ஆடிக்கொண்டிருந்தாகவும், அவளது கோபத்தைத் தணிப்பதற்காகச் சிவன் தன்னை அவளிடம் ஒப்படைத்ததாகவும் நம்பப்படுகிறது. அந்த நாளையே அவர்கள் தீபாவளியாகக் கொண்டாடுகிறார்கள். நவராத்திரியின் பின் வங்காளத்தில் இடம்பெறும் முக்கிய விழா, தீபாவளியின்போது நடைபெறும் மாகாளி வழிபாடாகும். வெடி, வாணச் சத்தங்களின் மத்தியில் இரவில் இந்தக் காளி பூசை இடம்பெறும். இதன் பின் பத்ரித்விதியா (Bhatridwitiya) எனப்படும் சகோதரர்கள் விழா நடைபெறும். அதில் சகோதரிகள், தமது சகோதரர்களின் நெற்றியில் சந்தனத் திலகமிட்டு, அவர்கள் நீண்டகாலம் வாழவேண்டும் என்று வாழ்த்துவார்கள். அப்போது இனிப்பு வகைகள் பரிமாறிக்கொள்ளப்படும்.

தென்னிந்திய மாநிலங்களில், நரகாசுரனை விஷ்ணு கொன்றொழித்த நாளை நினைவுகூரும் வண்ணம் தீபாவளி கொண்டாடப்படுகிறது. வீடுகள் துப்புரவு செய்யப்பட்டு, வாசலில் கோலம் போடப்பட்டு, பூசை அறையில் வெற்றிலை, பாக்கு, பழங்கள், பூக்கள் என்பன வைக்கப்படும். விடிகாலையில் அனைவரும் எழுந்து வயதுக்கு மூத்தவர் அனைவரது தலையிலும் நல்லெண்

ணெய் தடவிய பின்னர், இளையவர் முதல் அனைவரும் நீராடுவர். அன்று நீராடுவது கங்கையில் நீராடுவதுபோலக் கருதப்படுவதால், அது கங்காஸ்நானம் எனப்படுகிறது. பின் புத்தாடை தரித்து, இறை தரிசனம் முடிந்த பின்னர் விருந்துண்பர். அத்துடன், வீடுகளுக்குச் சென்று இனிப்பு வகைகளையும், பரிசுப் பொருட்களை யும் பரிமாறிக்கொள்வார்கள். பழைய பகைமைகள் மறைந்து, புது உறவுகள் இந்நாளில் மலரும். அதன்பின் பட்டாசுகள் கொளுத்தி மகிழ்வார்கள். திருமணம் முடித்த பின்னர் வரும் முதல் தீபாவளி யான தலைத்தீபாவளிக்குத் தம்பதியினர் பெற்றோரிடம் வந்து ஆசிர்வாதம் பெறுவது வழக்கம்.

கேரளத்தில் தீபாவளியின்போது சூரியன் துலா ராசிக்குச் செல்வதாகக் கருதப்படுவதால், அது வர்த்தகத்தைக் குறிப்பதாகக் கொண்டு, வர்த்தகத்தில் ஈடுபட்டடோர் அதைக் கொண்டாடுவார் கள். கேரள மக்களைவிட, அங்குள்ள மற்றைய இனத்தோரே தீபாவளியை விமரிசையாகக் கொண்டாடுகிறார்கள். கர்நாடகத்தில் மாவலியை விஷ்ணு வெற்றி கொண்டமையைக் குறிக்கும் முகமா கவே தீபாவளி கொண்டாடப்படுகிறது. இருளை அகற்ற, எங்கும் ஒளியேற்றப்படுகிறது. ஆந்திரப் பிரதேசத்தில், மக்கள் கோயில்களுக் குச் சென்று, வீடுகளில் விளக்கேற்றிக் கொண்டாடுவார்கள். அக் காலத்தில் பட்டுச் சேலைகளும் நகைகளும் பெருமளவில் வாங்கப் படுகின்றன.

விஷ்ணு, நரகாசுரனைக் கொன்றதாகவும், இறக்கும் தறுவாயில் அவன், தான் இறந்த நாளை மக்கள் கங்கா ஸ்நானம் செய்து, தீபம் ஏற்றி, பட்டாசு வெடித்துக் கொண்டாட வேண்டுமென்று கேட்டுக்கொண்டதாகவும், அதன்படியே தீபாவளி கொண்டாடப் படுவதாகவும் தென்னிந்தியாவில் நம்பப்படுகிறது. கிழக்கிந்தியாவில் காளி, பஸ்மாசுரனைக் கொன்ற நாளே தீபாவளியில் நினைவுகூரப் படுகிறது. அனைத்துக் கதைகளும் தீமையை நன்மை வெல்வதும், அறியாமையை அறிவு போக்குவதுமே தீபாவளி என்கின்றன.

தீபாவளி, மனிதர்களை ஒன்றுபடுத்தும் நாள். மாலையில் லக்ஷ்மியை வீட்டுக்கு அழைக்கும் வண்ணம் ஒளித் தீபங்கள் ஏற்றுவார்கள். எண்ணெயில் லக்ஷ்மி வாழ்வதாக நம்பிக்கை உள்ளதால், மண்ணால் செய்யப்பட்ட சுட்டி விளக்குகளில் எண்ணெய் விட்டுத் திரி வைத்து ஒளி ஏற்றுவார்கள். இந்த விளக்குகள் அமைதியாக ஒளிவீசி இருளைப் போக்குவதுடன், பல நல்ல செய்திகளையும் வழங்குகின்றன.

ஒளிக்கும் நீருக்கும் உள்ள முக்கிய வேறுபாடு என்னவெனில், நீர் எடுக்க, எடுக்கக் குறையும். ஆனால், ஒளி அல்லது தீ எடுக்க, எடுக்கப் பரந்துகொண்டே செல்லும். உதாரணமாக, ஒரு மெழுகுதிரி அல்லது அகல்விளக்கில் உள்ள தீயிலிருந்து ஆயிரக்கணக்கில் மெழுகுதிரிகள் அல்லது அகல்விளக்குகள்

ஏற்றலாம். இறைவனது அருள் எடுக்க, எடுக்கக் குறைவின்றிவரும் என்பதை உருவகமாகக் காட்டவே, நாம் வழிபாட்டிடங்களில் மெழுகுதிரியையோ, விளக்குகளையோ ஏற்றிவைக்கிறோம். தீபாவளி நாளில் விளக்கேற்றுவதும் இதனையே குறிக்கிறது. இதனுடன் வேறு பல விஷயங்களையும் விளக்கேற்றுதல் குறிக்கின்றது.

1. உபநிடதத்தில் 'தமசோ மா ஜ்யோதிர் கமயா' என்றொரு வாக்கியம் உள்ளது. 'தமஸ்' என்ற சமஸ்கிருதச் சொல்லுக்குக் கருத்து இருள். 'ஜ்யோதி' என்பது ஒளி. எனவே, அந்த வாக்கியத்தின் கருத்து இருளில் இருந்து ஒளிக்குச் செல்லுதல் என்பதாகும். ஆன்மீகரீதியில் அதன் விளக்கம், இருளாகிய இவ்வாழ்விலிருந்து ஒளியாகிய இறைவனை அடைதல் என்பதே. உலகியல்ரீதியிலும் அதற்குக் கருத்துள்ளது. ஒரு விளக்கு, சிறிதளவு இருளையே நீக்கும். அதேபோல ஒருவரால் சமூகத்தில் உள்ள இருளாகிய துன்பத்தை நீக்க முடியாது. அதற்குப் பலர் இணைய வேண்டும். அதனையே பல நூறு விளக்குகள் குறித்து நிற்கின்றன. அவை அனைத்தும் இணையும்போது, அதிக இருள் அகல்கிறது. அதுபோல, பலர் இணையும்போது சமூகத்தின் இருள் மறைகிறது.

2. இரண்டாவது கருத்து: பல அளவுகளில் விளக்குகள் கொளுத்தப் பட்டபோதும், அனைத்து விளக்குகளின் ஒளியும் ஒன்றாக இணையும்போது, அதில் பெரியது, சிறியது என்ற வேறுபாடு மறைந்துபோகிறது. அந்த உண்மையே, அந்த விளக்குகள் மனிதருக்கு உணர்த்தும் செய்தி. அதாவது, மனிதரில் உயர்ந்தவர் தாழ்ந்தவர் என்ற வேறுபாடு கிடையாது. அனைவரும் ஒன்றே.

3. மூன்றாவதாகப் பணமுள்ளவர் தனது வீட்டில் விளக்குகள் ஏற்றும்போது, அயலவர்கள் விளக்கெரிக்க பணமின்றியிருந்தால், அவர்கள் விளக்கெரிக்க எண்ணெயோ, திரியோ, சுட்டி விளக்கோ வழங்கி உதவலாம். முன்னர் குறிப்பிட்டதுபோல, ஒரு விளக்கி லிருந்து பல விளக்குகள் எரிய உதவலாம். அந்தச் சிறிய உதவி பலருக்கு மகிழ்ச்சியை ஏற்படுத்தும்.

4. நான்காவதாக, வீட்டுச் சுவர்களிலும் வாசல்களிலும் வீதிகளிலும் ஏற்றும் விளக்குகள் வீதியில் செல்பவர்களுக்கு வழிகாட்டுவது டன், அவர்கள் மழைக்கால அமாவாசை இருளில் நடந்துபோய்த் தமது இருப்பிடத்தைப் பாதுகாப்பாக அடைய உதவுகிறது. அத்துடன், விளக்கேற்றுதல் வெளியே மட்டுமல்ல, உள்ளொளி பெருக்கவும் உதவும். அதாவது, அன்பையும் தயையையும் நம்முள்ளே இருந்து வெளியே பரவச் செய்தல் வேண்டும்.

5. ஐந்தாவதாக, விளக்கின் சுடர் எப்போதும் மேல்நோக்கிச் செல்வது. அது ஆன்மா, கடவுளை நோக்கிச் செல்லும் பய ணத்தில் ஈடுபட்டிருப்பதைக் குறிப்பதுடன், மனிதர்கள் எப்போ

தும் தமது இயல்புகளிலும் குணங்களிலும் மேல்நோக்கிச் செல்ல வேண்டும் என்பதையும் குறிக்கிறது.

6. விளக்கேற்றல் என்பது வெறும் புறச்செயல் மட்டுமல்ல. இதயம் என்ற சுட்டி விளக்கில் மனம் என்ற திரியிட்டு, அன்பென்ற எண்ணெய் வார்த்துத் தியாகம் என்ற தீக்குச்சியால் அதனை ஏற்றுதல் வேண்டும். அதுவே, உண்மையான, ஆத்மார்த்தமான விளக்கேற்றுதலாகும்.

7. அத்துடன் நரகாசுரனின் தலைநகராக ப்ரக்ஜ்யோதிஷபுரம் சொல்லப்படுகிறது. 'ப்ராக்' என்பது முந்திய, 'ஜோதி' என்பது ஒளி, 'ஆஷ' என்பது மறத்தல், 'புரம்' என்பது உடல். அதன் உள்ளார்ந்த கருத்து மனிதன், தன் உள்ளே உள்ள ஜோதியை மறந்திருக்கிறான் என்பதாகும். எனவே, புற விளக்கேற்றுவதன் கருத்து, அவன் தன்னுள்ளே உள்ள ஜோதியை நினைவுகூர்வ தற்கே. அத்துடன், ஒரு விளக்கால் பல விளக்குகளை ஏற்றுவதன் அர்த்தம், கடவுள் என்ற ஒளி பல உயிர்களில் ஒளிர்கிறது என்பதே.

பசித்த வயிறுகளுக்கு உணவளிப்பதன்மூலம் அவர்களது மனத் தில் ஒளியை ஏற்றுதலும், கஷ்டப்படுபவர்களுக்கு உதவுவதுமே தீபாவளியின் உண்மையான நோக்கங்களாகும்.

பல நூற்றாண்டுகள் பழமை வாய்ந்த புராணக் கதைகள், இன்றும் பல சமூக நடைமுறை நோக்கங்களை உற்சாகப்படுத்துகின் றன. பகிர்தல் *(sharing)*, ஒருவரில் ஒருவர் அக்கறைகொள்ளுதல் *(caring)*, மன்னித்தல், அன்பு கொள்ளுதல் ஆகியன தீபாவளியின் போது ஏற்படுகின்றன. பண்டைய கதைகளில் தெய்வங்களுக்கும் அசுரர்களுக்கும் இடையில் நடந்த போரில் தெய்வங்கள் அசுரரைக் கொல்வதாகக் கூறியமை, நமது நல்லியல்புகளுக்கும் தீய இயல்பு களுக்கும் இடையில் இடம்பெறும் போரில் நல்லியல்புகள் வெல்லு தலே. நாம் நல்லவர்களாக வேண்டும் என்ற எண்ணத்தைத் தீபாவளி போன்ற பண்டிகைகள் நினைவூட்டுவதால், அவை எமது வாழ்வில் முக்கியமானவை. அத்துடன், வீடுகளையும் சுற் றுப்புறத்தையும் துப்புரவு செய்தல், உடலை எண்ணெய் நீராட்டல், தூய்மை செய்தல் என்பன சுற்றுப்புற, உடல் தூய்மையின் அவசி யத்தை நினைவூட்டுகின்றன. அதேநேரம் உள்ளத் தூய்மையையும், அன்பைப் பெருக்குதலையும் தீபாவளி நினைவுபடுத்துகிறது. எனவே, பண்டிகைகள் என்பன வெறும் கொண்டாட்டங்கள் மட்டுமல்ல, அவை அவற்றினூடே உள்ளத்தைப் பண்படுத்தி, நாம் வாழவேண்டிய முறையை எமக்கு நினைவூட்டுகின்றன.

•

கிறிஸ்மஸ் கொண்டாட்ட மரபுகளின் வரலாறு

மாதங்களில் நான் மார்கழியாக இருக்கிறேன் என்று பகவத் கீதையில் கிருஷ்ணர் கூறுவதுபோல, மார்கழி மாதம் பலவிதங்களில் இனிமையானதுதான். எமது நாட்டில் விடியலில் உடலை நடுக்கும் பனிக் குளிரும், அதனிடையே வீதியில் திருவெம்பாவை பாடிச் செல்லும் பஜனைக் கோஷ்டியின் சங்கொலி யும், தொலைவில் கேட்கும் கோயில் மணியோசையும், வீட்டு வாசல்களை அலங்கரிக்கும் கோலங்களும், அவற்றின் மேல் வீற்றிருக்கும் செம்பரத்தம்பூக்களும், பகலில் குளிருக்கு இதமான வெய்யிலும், நத்தாரன்று இரவு ஆராதனைக்குத் தேவாலயம் போய்விட்டுத் திரும்பும் மக்கள் கூட்டமும், பக்கத்து வீட்டுக் கிறிஸ் தவ நண்பர்கள் *tray*யில் ஏந்திவரும் கிறிஸ்மஸ் கேக்கும் பலகாரங்களும், பாடசாலை விடுமுறையில் வீட்டில் நிற்கும் பிள்ளைகள் அடிக்கும் லூட்டியும், விடுமுறைக் குக் கொழும்பிலிருந்து வந்து நிற்கும் உத்தியோகத்தர் களுமாக அந்த நாட்களில் மகிழ்ச்சிக்குக் குறைவேது. இலங்கையை விட்டு வெளியேறியதும் அந்தச் சிறிய, சிறிய சந்தோஷங்களை எல்லாம் இழந்தபோதும், இங்கு கிறிஸ்மஸ் காலத்தில் ஏற்படும் புதிய ஆரவாரங் கள் மனதுக்கு வேறுவித மகிழ்ச்சியை அளிக்கின்றன.

டிசெம்பர் மாதம் பிறந்ததும் ஆரவாரமும், கடைத் தெரு எங்கணும் அலங்காரங்களும், அலங்கார விளக் குகளும் நிறைந்து கிறிஸ்மஸ் வருகிறது என்று கட்டியம் கூறுகின்றன. கிறிஸ்மஸ் கீதங்கள் எங்கணும் காதை இனிமையாக நிறைக்கின்றன. *Santa Claus* எனப்படும் கிறிஸ்மஸ் பப்பா சிவப்பு நிறப் பை நிறையப் பரிசுப் பொருட்களுடன் வரப்போகிறார் என்று பிள்ளைகள் ஆவலுடன் காத்திருக்கும் காலம் இது. அவருடன் பிள்ளைகள் புகைப்படம் எடுத்துக்கொள்வதற்காக,

கிறிஸ்மஸ் அலங்காரங்களு டன் புதிய சிறு கூடங்கள் ஆங்காங்கே முளைத்திருக்கின்றன. வீடுகள், மின் விளக்கு அலங்காரப் போட்டிக்காகத் தம்மை அலங்கரித்துக்கொள்ள ஆரம்பித்திருக் கின்றன. சிறிதும் தயக்கமும் மனச் சஞ்சலமும் இன்றிப் பணத்தைச் செலவு செய்வதற்கு மக்கள் தயாராகிக் கடைத் தெருவை முற்றுகையிடுகிறார்கள். எங்கும் மகிழ்ச்சிக்குக் குறைவில்லை. எனவே, இன்று நத்தார் என்று தமிழில் வழங்கப்படும் கிறிஸ்மஸ்ஸின் வரலாறுபற்றியும், அதன் முக்கியத்துவம்பற்றியும் சற்று நோக்குவோம்.

கிறிஸ்மஸ்ஸின் வரலாறு 4,000 வருடங்களின் முன்னரே ஆரம் பித்து விட்டது. கிறிஸ்து பிறக்கப் பல நூற்றாண்டுகளுக்கு முன்னரே கிறிஸ்மஸ் கொண்டாட்டங்களில் உள்ள பல மரபார்ந்த பகுதிகள் தொடங்கிவிட்டன. 12 நாள் கிறிஸ்மஸ், பிரகாசமான தீ, *yule log*, பரிசளித்தல், களியாட்ட ஊர்வலங்கள், வீடுவீடாகச் சென்று பாடும் *Carole*, விடுமுறை விருந்து, அத்துடன் தேவாலய ஊர்வலங் கள் என்பன ஆரம்பகால மொசப்பத்தேமியரிடம் காணப்பட்டன. இந்த மரபுகள் மொசப்பத்தேமியரின் புதுவருடக் கொண்டாட்டங் களுடனே ஆரம்பித்தன. அவர்கள் பல தெய்வங்களில் நம்பிக்கை கொண்டிருந்தனர். அவர்களது பிரதான தெய்வம் *Marduk*. ஒவ் வொரு குளிர்காலத்திலும், இந்தத் தெய்வம் குழப்பம் விளைவிக்கும் அசுரருடன் போராடுவதாகவும், அதற்கு உதவுவதற்காகவே மொசப் பத்தேமியர் புதுவருடத்தன்று கொண்டாட்டங்களை நடத்தினர் என்றும் கூறப்படுகிறது. *Zakmuk* எனப்படும் இந்த புதுவருடக் கொண்டாட்டங்கள் 12 நாட்கள் நீடித்தன. பேர்ஷியரும் பபிலோனி யரும் இதேபோன்ற விழாவைக் கொண்டாடினர். அது *Sacea* எனப்பட்டது. கொண்டாட்டங்களின் ஒரு பகுதியாக, அடிமைகள் எஜமானர்களாகவும், எஜமானர்கள் அடிமைகளாகவும் இடம் மாறுவார்கள்.

ஆரம்ப ஐரோப்பியர், கெட்ட ஆவிகள், பேய்கள், அசுரர் ஆகிய வற்றில் நம்பிக்கைகொண்டிருந்தனர். நீண்ட குளிர் இரவுகளையும், குறுகிய பகல்களையும்கொண்ட குளிர்காலம் வரும்போது, சூரியன் இனித் திரும்பவும் வராது எனப் பலர் அச்சமுற்றனர். பின்னர் சூரியன் வரும்போது, அதனை வரவேற்கும் பல கிரியைகளும் கொண்டாட்டங்களும் நடைபெற்றன. ஸ்கந்திநேவிய நாடுகளில், குளிர்கால மாதங்களில் சூரியன் பல நாட்களுக்கு முற்றாக மறைந்திருக்கும். 30 நாட்களின் பின் சாரணர்கள், சூரியனது வருகையைப் பார்ப்பதற்காக மலை உச்சிகளுக்கு அனுப்பப்பட் டனர். முதல் வெளிச்சத்தைக் கண்டதும் சாரணர்கள் நல்ல செய்தியுடன் ஊர் திரும்புவார்கள். பின்னர் *Yuletide* எனப்படும் பெரிய விழா கொண்டாடப்படும். *Yule Log* எரிக்கப்படும் தீயில் விசேட விருந்து வழங்கப்பட்டது. வசந்தகாலமும் கோடைகாலமும் மீண்டும் வரும் என்பதை நினைவூட்டச் சில இடங்களில் மரங்க

ளில் அப்பிள் பழங்களைக் கட்டித் தொங்கவிட்டனர். தமது தெய்வமாகிய Kronos, Zeusஉடன் செய்யும் போருக்கு உதவுவதற்காகக் கிரேக்கரும் இவற்றைப் போன்ற விழாக்களை இக்காலத்தில் கொண்டாடினர்.

ரோமர் தமது தெய்வமான Saturnக்கு, Saturnalia என்ற விழாவைக் கொண்டாடினர். அது, டிசெம்பர் மாத நடுப்பகுதியில் ஆரம்பமாகி, ஜனவரி முதலாம் தேதி முடிவடைந்தது. இக்கொண்டாட்ட காலத்தில் விழாக்கால விருந்து, நண்பர் வீடுகளுக்குச் செல்லல், அதிர்ஷ்டமளிக்கவல்ல பரிசுப் பொருட்களைப் பரிமாறுதல் ஆகியன இடம்பெற்றன. அத்துடன், தழைகளாலான மாலைகள், மெழுகுதிரிகளால் ஒளியூட்டப்பட்ட பச்சை மரங்கள் ஆகியவற்றைத் தமது வீட்டுக் கூடத்துள் நிரப்பினர். கூடவே, அக்கொண்டாட்ட காலத்தில் அடிமைகள் எஜமானராகவும், எஜமானர் அடிமைகளாகவும் இடம்மாறி, மற்ற நிலைகளில் உள்ள சந்தோஷங்களை அல்லது அதிகாரத்தை, கஷ்டம் அல்லது துன்பத்தை உணர்ந்தனர்.

ஆரம்ப கிறிஸ்தவர்கள், தமது கிறிஸ்து குழந்தையின் பிறந்ததின விழாவை ஆரவாரமும் கொண்டாட்டங்களும் இல்லாத, அமைதியான சமய விடுமுறையாகப் பேண விரும்பினர். ஆயினும், கிறிஸ்தவம் பரவப் பரவ மதம் மாறியவர்களிடையே பண்டைய Saturnalia கொண்டாட்டங்களும் வழக்கங்களும் தொடரக்கண்ட கிறிஸ்தவர்கள் கலவரமடைந்தனர். ஆரம்பத்தில், தேவாலயம் இத்தகைய கொண்டாட்டங்களைத் தடை செய்தது. ஆனால், அது பயன்தராது போகவே, காலப்போக்கில் கொண்டாட்டங்கள் மாற்றப்பட்டு, கிறிஸ்துநாதரின் பிறந்த தினத்துக்கு ஏற்றவகையில் அமைக்கப்பட வேண்டும் என்று ஏற்றுக்கொள்ளப்பட்டது. 25ஆம் தேதி ரோமர்களுக்கு மட்டும் முக்கியமானதல்ல. மித்திரன் என்ற சூரிய தெய்வத்தை வழிபட்டுவந்த பேர்ஷியர்களுக்கும் அது முக்கியமான நாளாகும். மித்திர வழிபாடு ஆரம்பகாலத்தில் கிறிஸ்தவர்களுக்குச் சவாலாக இருந்துவந்தது என்று கூறப்படுகிறது. காலப்போக்கில் கிறிஸ்தவம் Saturnalia சமயத்திலிருந்து விழா ஆரவாரத்தையும், விளக்கு ஏற்றுதலையும், பரிசுப் பரிமாற்றத்தையும் பெற்று, அவற்றைக் கிறிஸ்மஸ் கொண்டாட்டமாக மாற்றுவதில் வெற்றிகண்டது. கிறிஸ்து குமாரர் பிறந்த உண்மையான திகதி ஒருபோதும் குறிப்பிட்டுச் சொல்லப்பட்டதில்லை. கிபி 98ஆம் ஆண்டிலிருந்து கிறிஸ்துவின் பிறப்பு கொண்டாடப்பட்டு வருவதாக மரபுகள் தெரிவிக்கின்றன. கிபி 137ஆம் ஆண்டு ரோம் நகர Bishop, கிறிஸ்துவின் பிறப்பு அமைதியாகக் கொண்டாடப்பட வேண்டுமென்று கட்டளையிட்டார். 350இல் இன்னொரு Bishop ஆன முதலாவது Julius, டிசெம்பர் 25ஆம் தேதியை கிறிஸ்மஸ் தினமாக அறிவித்தார்.

கிறிஸ்மஸ் சின்னங்களிலும் மரபுகளிலும் *Santa Claus* எனப்படும் கிறிஸ்மஸ் பப்பாவே அதிகம் விரும்பப்படுபவர். மகிழ்ச்சி மிகுந்த முதியவர் *raindeers*ஆல் இழுக்கப்படும் *sleigh* எனப்படும் வண்டியில், உலகம் முழுவதும் உள்ள பிள்ளைகளுக்குப் பொம்மைகளும் விளையாட்டுப் பொருட்களும் வழங்குவதாகப் பிள்ளைகளால் நம்பப்படுகிறது. இந்த *Santa Claus*பற்றிக் கடந்த வருடம் வானொலியிலும், தொலைக்காட்சிச் செய்திகளிலும், பத்திரிகைகளிலும் அடிபட்ட விவாதம்பற்றி நீங்கள் அறிந்திருப்பீர்கள். கற்பனை உலகில் வாழாது, கடவுளுண்மைபற்றிப் பிள்ளைகள் இப்போதே சிந்திக்க வேண்டும் என்ற கருத்தும், கிறிஸ்மஸ் பப்பாவை இம்முறை அனுமதிப்பதில்லை என்ற *Childcare Center* ஒன்றின் முடிவுமே, இதுபற்றிய வாதப்பிரதிவாதங்கள் உருவாவதற்குக் காரணம். அதற்கு முந்திய வருடமும், கிறிஸ்மஸ் பப்பா உண்மையில் இல்லை என ஒரு ஆசிரியை கூற, அதற்கு ஏற்பட்ட எதிர்ப்பின் காரணத்தால், பின்னர் அவர் மன்னிப்புக் கேட்க வேண்டியதாயிற்று. சிறிய பிள்ளைகளை அவர்களது கற்பனை உலகில் சிலகாலம் வாழ நாம் அனுமதிக்க வேண்டும் என்றே பலரும் வாதிட்டு வருகிறார்கள். இந்த நிதர்சன உலகின் கஷ்டங்களுக்குள், சிறு பிள்ளைகள் ஏன் பலாத்காரமாக இழுக்கப்பட வேண்டும். அந்த அற்புதமான கற்பனை மன உலகில் அவர்கள் வாழவிடப்பட வேண்டும். இத்தனை வாதப்பிரதிவாதங்களுக்கு ஆதாரமான கிறிஸ்மஸ் பப்பாபற்றிய கருத்து எவ்வாறு உருவாகி வளர்ந்தது என்று பார்ப்போம்.

*Santa Claus*பற்றிய வரலாறு சின்னாசியாவில் *Myra* (இந்த இடம் இப்போது *Turkey*யில் உள்ளது) என்ற இடத்தில் வாழ்ந்த *Saint Nicholas* என்பவருடன் ஆரம்பமாகிறது. அவர் தொண்டுக்கும் ஞானத்திற்கும் *(wisdom)* பெயர்போனவர். அவர் ஒரு செல்வந்தக் குடும்பத்தைச் சேர்ந்தவர் என்றும், தனது செல்வம் அனைத்தையும் ஏழைகளுக்கு வழங்கி மகிழ்ந்தார் என்றும் கூறப்படுகிறது. அவர் மந்திர சக்திகளைக் கொண்டிருந்தார் என்றும் நம்பப்படுகிறது. அவர் கிபி 340இல் காலமாகியபோது மைராவிலேயே புதைக்கப்பட்டார். 11ஆம் நுற்றாண்டின் பிற்பகுதியிலே சமயப் போர்வீரர்கள், அவரது உடலின் எஞ்சிய பகுதியைத் தம்முடன் இத்தாலிக்கு எடுத்துச் சென்றார்கள். தென் இத்தாலியில் உள்ள துறைமுக நகரமான *Bari*யில், அவரைக் கௌரவிக்க ஒரு தேவாலயம் கட்டினர். விரைவில் உலகமெங்கனும் இருந்து கிறிஸ்தவ யாத்திரிகர்கள், *Saint Nicholas* தேவாலயத்தை வழிபடச் செல்ல ஆரம்பித்தனர். அவர்கள் *Saint Nicholas*பற்றிய கதையைத் தத்தமது நாடுகளுக்கு எடுத்துச் சென்றனர். அக்கதைகள் அந்தந்த நாடுகளுக்குரிய இயல்புகளுடன் இணைந்து ஆங்காங்கு நிலைபெற்றன.

ஐரோப்பாவில் 12ஆம் நூற்றாண்டில் *Saint Nicholas*க்குரிய தினம் பரிசு வழங்கல், வறியவருக்கு உதவுதல் என்பவற்றுடன் இணைந்த

தினமாகியது. ஜேர்மனி, பிரான்ஸ், ஹொலன்ட் ஆகிய நாடுகள், டிசெம்பர் 6ஆம் தேதியைச் சமய விடுமுறை தினமாக்கியதுடன், பிள்ளைகளுக்கும் வறியவருக்கும் அத்தினத்தில் பரிசுப் பொருட்கள் வழங்கினர். டச்சுக் குடியேற்றவாதிகள் அமெரிக்காவுக்குச் சென்ற போது, *Bishop* அணிவதுபோன்ற சிவப்பு ஆடையை அணிந்து வெள்ளைக் குதிரையில் செல்லும் *Sinterklaas* என்ற கருத்தையும் தம்முடன் எடுத்துச் சென்றனர். அமெரிக்காவில் இந்த எளிமையான *Sinterklaas* படிப்படியாக மகிழ்ச்சி நிறைந்த, முதிர்ந்த, குள்ளத் தோற்றம் உடைய உருவமாக மாறியது. *Washington Irving* என்பவர், தனது *History of New York* என்ற வேடிக்கை நூலில், *Sinterklaas*ஐ மொத்தமான, சந்தோஷம் நிறைந்த டச்சு மனிதராக வர்ணித்துள்ளார். *Sinterklaas, St Nicholas*இன் இந்த உருமாற்றம் 1823இல் *Clement Moor* என்பவரின் கவிதையான *A Visit from St. Nicholas (T was the night before Christmas)*இலும் தொடர்ந்தது. 1863இல், *cartoon* வரைபவரான *Thomas Nast* என்பவர், *Harper's Weekly* என்ற சஞ்சிகையில், மொத்தமான இரக்கம் கொண்ட *Santa Claus*இன் படங்களை வரைந்து வெளியிட்டார். இந்த வடிவம், அமெரிக்க மக்களின் மனத்தில் இடம்பெறவே, காலப்போக்கில் *Santa Claus*இன் இந்த வடிவம் பிரபலம் அடைந்து உலகம் எங்கனும் பரவியது. *Sinterklaas*ஆக டச்சுக்காரரால் கொண்டுவரப்பட்ட வடிவம், புது உருவம் பெற்று மீண்டும் ஐரோப்பாவில் பரவியது. ஆயினும், பல நாடுகள் தத்தமது சொந்த நடைமுறைகளையும் மரபுகளையும் இன்றும் பேணிவருகின்றன.

சில பண்பாடுகளில், *Santa Claus*இற்கு உதவுவதற்கு ஓர் உதவியாளரும் இணைக்கப்பட்டுள்ளார். ஹொலண்டில் *Sinterklaas* கப்பலில் பிரயாணம் செய்து, டிசெம்பர் 6ஆம் தேதி நாட்டை வந்தடைவார். அவர், முடிந்த வருடத்தில், டச்சுப் பிள்ளைகள் எவ்வாறு நடந்துகொண்டார்கள் என்று தெரிவிக்கும் ஒரு பெரிய புத்தகத்தையும் கொண்டுவருவார். நல்ல முறையில் நடந்துகொண்ட பிள்ளைகள், அதற்கு வெகுமதியாகப் பரிசுகளைப் பெறுவார்கள். அவ்வாறு நடக்காத பிள்ளைகளை, அவரது உதவியாளரான *Black Peter* பிடித்துச்செல்வார். ஜேர்மனியில் *Santa Claus*, தனது உதவியாளருடன் *(Knecht Ruprecht, Krampus, or Pelzbock)* பிரயாணம் செய்வார். அவர் வரும்போது, முதுகில் ஒரு பையையும், கையில் ஒரு பிரம்பையும் கொண்டுவருவார். நல்ல பிள்ளைகள் பரிசினைப் பெற, குழப்படிப் பிள்ளைகள் உதவியாளரிடமிருந்து சில பிரம்படிகளைப் பெறுவார்கள்.

இத்தாலியில் *La Befana* ஒரு நன்மையளிக்கும் சூனியக்காரி. அவள் கறுப்பாடை அணிந்து, ஜனவரி மாதம் 6ஆம் தேதி பிள்ளைகளுக்குப் பரிசுப் பொருட்களைக் கொண்டுவருவாள். ஸ்பானிய நாடுகளான ஸ்பெயின், *Puerto Rico*, மெக்ஸிக்கோ, தென் அமெரிக்கா ஆகியவற்றில் பிள்ளைகள், *Three Kings* தமக்குப்

பரிசுப் பொருள் கொண்டுவருவார்கள் என்று ஆவலுடன் காத்திருப்பார்கள். பிரான்ஸில் *Father Christmas (or Pere Noel)* பிள்ளைகளுக்குப் பரிசு கொண்டுவருவார். சுவிற்சர்லாந்தில் *Christkindl* அல்லது கிறிஸ்து குழந்தைப் பரிசு கொண்டுவருவார். சில இடங்களில் *Christkindl* என்பது விண்ணிலிருந்து பரிசுகளுடன் இறங்கிவரும் ஓர் இளம் பெண் தேவதை என்று கருதப்படுகிறது. ஸ்கந்திநேவிய நாடுகளில், பரிசுகள் கொண்டுவரும் ஒரு குள்ள உருவம் *Julenisse* அல்லது *Juletomte* என்று கொண்டாடப்படுகிறது. இங்கிலாந்தில் எளிமையான, மெலிந்த உருவமுடைய *Father Christmas* பரிசு கொண்டுவருவார். வட அமெரிக்காவில் நல்ல மொத்தமான உருவம் கொண்ட *Santa Claus* ஹோ, ஹோ, ஹோ என்று கூறியபடி எட்டு *Raindeer*களால் இழுக்கப்படும் *sleigh* என்ற வண்டியில் பறந்து, உலகம் முழுமையும் உள்ள பிள்ளைகளுக்குப் பரிசளிப்பதாகக் கருதப்படுகிறது. அமெரிக்காவில், *Santa Claus*பற்றி எடுக்கப்பட்ட பல திரைப்படங்கள் அவரைப் பற்றிய பல கற்பனை விஷயங்களை உண்மைபோலக் காட்டி, பிள்ளைகளை மகிழ்வூட்டுகின்றன.

இனி, கிறிஸ்மஸ் *tree* எனப்படும் கிறிஸ்மஸ் மரம்பற்றிப் பார்ப்போம். பொது இடங்களில் பிரம்மாண்டமான மரங்கள் வைக்கப்பட்டு, அவை வர்ண விளக்குகளாலும், அலங்காரப் பொருட்களாலும் அழகுபடுத்தப்பட்டுக் காண்பவர் மனத்தைக் கொள்ளைகொள்கின்றன. அதில் கண்சிமிட்டும் வர்ண மின்விளக்குகள், கிறிஸ்மஸின் நீண்டகால இனிய நினைவுகளை மனத்தின் மேற்றளத்திற்குக் கொண்டுவருகின்றன. இப்போதெல்லாம் செயற்கை மரங்கள் வந்துவிட்டன. ஆயினும், பலர் வீடுகளில் பச்சையான உண்மை மரக்கிளைகளையே வைக்க விரும்புகின்றனர்.

Christmas tree அனைவரதும் விருப்பத்துக்குரிய பொருளாகவும், விடுமுறையைக் குறிக்கும் அடையாளச் சின்னமாகவும் இப்போது மாறியுள்ளது. இந்த மரம்பற்றிய மரபுகள் மிகப் பண்டைக்காலம் முதல் காணப்படுவதுடன், அது பல நூற்றாண்டுகாலமாக, குளிர் காலக் கொண்டாட்டங்களில் மிக முக்கிய பங்கை வகித்துவந்துள்ளது. தமது கடவுளரையும் ஆவிகளையும் கௌரவிப்பதற்காக, கிறிஸ்தவத்திற்கு முந்திய பல சமயங்களின் கொண்டாட்டங்களில் இம்மரங்கள் பயன்படுத்தப்பட்டன. குளிர்காலத்தின் இருளும் குளிரும் முடிவடையும். அத்துடன், வசந்தகாலத்தின் பச்சை, எங்கும் பரவும்படி மீண்டும் வரும் என்பதை நினைவூட்டும் ஒரு சின்னமே, பச்சையாக உள்ள இந்த *evergreen* மரம் என்றும் *Vikings* கருதினர். பண்டைய இங்கிலாந்து, பிரான்ஸ் நாடுகளைச் சேர்ந்த *Druids*, தமது அறுவடைத் தெய்வங்ளைக் கௌரவிப்பதற்காக ஓக் *(Oak)* மரங்களைப் பழங்களாலும் மெழுகுதிரிகளாலும் அலங்கரித்தனர். ரோமர்கள் தமது *Saturnalia* கொண்டாட்டங்களில், மரங்களை மெழுகுவர்த்திகளாலும், சிறு அணிமணிகளாலும் *(trinkets)* அலங்கரித்தனர்.

கிறிஸ்மஸ் மரத்தைப் பற்றிப் பல பண்டைய கதைகள் உள்ளன. ஒரு கதையின்படி, ஒரு தடவை பண்டைய மதவாதிகள் ஒரு குழந்தையைப் பலி வழங்குவதற்காக, ஓர் ஓக் மரத்தைச் சுற்றி நின்றபோது, *Saint Boniface* என்ற ஆங்கிலப் பாதிரியார் அங்கு சென்றார். பலியை நிறுத்திக் குழந்தையைக் காப்பாற்றுவதற்காக, அவர் தனது முஷ்டியால் குத்தி அந்த ஓக் மரத்தை வீழ்த்தினார். அந்த இடத்தில் உடனே ஓர் ஊசியிலை மரமான *fir* தோன்றியது. அதனை அவர் வாழ்வு மரம் *(tree of life)* என்றும், அது கிறிஸ்துவின் வாழ்வைப் பிரதிநிதித்துவப்படுத்துகிறது என்றும் அங்கே கூடி நின்றவர்களுக்குக் கூறினார். இன்னொரு கதையின்படி, புரொட்டஸ்ரன்ற் சமயத்தை உருவாக்கிய *Martin Luther*, ஒரு பின்னிரவில் மரங்களிடையே நடந்து சென்றார். வானம் அன்று நிர்மலமாக இருந்ததால், மரக் கொப்புகளிடையே தெரிந்த மின்னும் தாரகைகள், அவருக்குக் கொப்புகளில் விளக்குகள் கண்சிமிட்டுவதுபோலத் தெரிந்தன. அந்த அபரிமிதமான அழகால் கவரப்பட்ட அவர், ஒரு பச்சை ஊசியிலை மரக் கொப்பொன்றைத் தறித்து, வீட்டிற்கு எடுத்துச் சென்றார். அதனை எரியும் மெழுகுதிரிகளால் அலங்கரித்ததன்மூலம், தான் கண்ட காட்சியை மீண்டும் உருவாக்கினார்.

வீட்டிற்குள் கிறிஸ்மஸ் மரத்தை வைக்கும் மரபு ஜேர்மனியில் ஆரம்பிக்கப்பட்டதாகக் கூறப்படுகிறது. கடும் குளிரிலும் மாறாத பச்சை இலையுடன் கூடிய மரங்களுக்கு அமானுஷ்ய சக்திகள் உள்ளனவாகக் கருதப்பட்டது. இவற்றை வீட்டுக்குள் வைப்பதால், குளிர்காலத் தெய்வங்களின் கோபத்திலிருந்து தப்பலாம் என்ற நம்பிக்கையும் அவர்களிடையே இருந்தது. ஜேர்மனிய கிறிஸ்தவர்கள் அலங்கரிப்பதற்காக இம்மரக் கிளைகளை வீட்டுக்குள் கொண்டு வந்தனர். சில இடங்களில் இந்த ஊசியிலை மரக் கொப்புகளைப் பெறமுடியாததால், வீட்டிற்குள் ஒரு பிரமிட்டை உருவாக்கினார்கள். எளிமையான மர அமைப்பின் மேல் சிறிய மரக் கொப்புகளாலும் மெழுகுவர்த்திகளாலும் அலங் கரித்தனர். இந்த கிறிஸ்மஸ் மரம் வைக்கும் மரபு காலப்போக்கில் ஐரோப்பா முழுவதும் பரவியது. 1841ஆம் ஆண்டு *Windsor Castle*லில் முதலாவது கிறிஸ்மஸ் மரத்தை அலங்கரித்ததன்மூலம் அரச குடும்பத்தினர் இதனை இங்கிலாந்தில் பிரபல மாக்கினார்கள். விக்ரோறியா மகா ராணியின் கணவரான இளவரசர் அல்பேட், இந்த முதலாவது கிறிஸ்மஸ் மரத்தை மெழுகுவர்த்திகள், பழங்கள், இனிப்புகள், *gingerbread* ஆகியவற்றால் அலங்கரித்தார்.

ஜேர்மனியர், அமெரிக்காவில் குடியேறியபோது தமது கிறிஸ்மஸ் மரபுகளையும் உடன் கொண்டுசென்றிருந்தனர். 1830களில், பல அமெரிக்கர் அதனை விசித்திரமாகவே பார்த்தனர். ஜேர்மனியக் குடியேற்றவாசிகள், முதல் பொது இடக் கிறிஸ்மஸ் மரத்தை, அதாவது *first public display of a Christmas tree;* பென்சில்வேனியா

வில் அமைத்தனர். அந்த நேரத்தில் பல அமெரிக்கர்கள், அதனைப் பண்டைய சமயத்தவரின் சின்னமாகவே பார்த்தனர். 1,800களின் பின் அமெரிக்கர் சிறிது சிறிதாகக் கிறிஸ்மஸ் மரத்தை ஏற்க ஆரம்பித்தனர். ஆரம்ப கிறிஸ்மஸ் மரங்கள் அப்பிள், nuts, cookies, நிறமூட்டப்பட்ட சோளப் பொரி, மெழுகுவர்த்தி ஆகியவற்றால் அலங்கரிக்கப்பட்டன. 20ஆம் நூற்றாண்டின் ஆரம்பத்தில் மின் சாரம் கண்டுபிடிக்கப்பட்ட பின்னர், அலங்கார மின்விளக்குகள், கிறிஸ்மஸ் மரம் வைக்கும் வழக்கத்தை அதிகம் பரப்பியது. இன்று, அமெரிக்காவில் எல்லாச் சமூகத்தவரும் தமது சமூகப் பிரதிநிதித்து

சந்திரலேகா வாமதேவா

Juletomte *Julenisse*

வமாகப் பொது இடத்தில் ஒரு கிறிஸ்மஸ் மரத்தை வைக்கின்றனர். ஒவ்வொரு வருடமும் அமெரிக்க ஜனாதிபதி, Washingtonஇலும் New Yorkஇலும் தேசிய கிறிஸ்மஸ் மரங்களை, ஒளியூட்டுவதன்மூலம் திறந்துவைப்பார். ஐரோப்பா முழுவதும், ஏன் உலகம் முழுவதும், கிறிஸ்மஸ் மரம் ஏற்றுக்கொள்ளப்பட்டதுடன், இன்று மிகவும் விரும்பவும்படுகிறது.

இனி கிறிஸ்மஸ் ஸ்ரொக்கிங்ஸ் எனப்படும், பரிசுப் பொருட்களை நிறைப்பதற்காகக் கிறிஸ்மஸின்போது தொங்கவிடப்படும், உறைகள் பற்றிப் பார்ப்போம். இவை கிறிஸ்மஸ் பப்பா விரைவில் அங்கு வருவார் என்ற நம்பிக்கையுடன், புகைக்கூட்டருகில் தொங்கவிடப் படுகிறது. இந்த வழக்கம் தோன்றியமை குறித்து ஒரு சம்பவம் கூறப்படுகிறது. ஓர் உயர்குடி மனிதரின் மனைவி, நோயின் காரண மாக, அவரையும் மூன்று மகள்களையும் துன்பத்தில் தவிக்கவிட்டு இறந்துபோனாள். தவறான இடங்களில் முதலீடு செய்ததால், பணத்தையும் அவர் இழந்துபோக, மூன்று பெண்களும் அவரும் ஒரு சிறிய வீட்டில் வசிக்க நேர்கிறது. அங்கே அவர்களே சமையல், தையல், துப்புரவு செய்தல் ஆகிய வேலைகளைச் செய்ய நேர்ந்தது. அப்பெண்கள் திருமண வயதை அடைந்ததும், அவர்களுக்குத் திருமணம் செய்து கொடுக்கப் பணமில்லாததால், தந்தை பெரிதும் விரக்தியடைந்தார். ஒருநாள் இரவு, பெண்கள் தமது ஆடைகளைக் கழுவிய பின், ஸ்ரொக்கிங்ஸ் எனப்படும் காலுறைகள் காய்வதற்கா கத் தீ வளர்க்கும் இடத்திற்கு மேலாகப் புகைக்கூட்டருகில் தொங்கவிட்டிருந்தனர். Saint Nicholas அந்தத் தந்தையின் துக் கத்தை அறிந்தவராக, அவர்களது வீட்டருகில் வந்தார். யன்னலி

சுழலும் தமிழ் உலகம்

னூடாகப் பார்வையிட்டபோது, அனைவரும் நித்திரைக்குச் சென்றுவிட்டதையும், பெண்களின் காலுறைகள் தீ வளர்க்கும் இடத்திற்கு மேலாகத் தொங்குவதையும் அவதானித்தார். அவர்க ளுக்கு உதவ எண்ணிய அவருக்குத் திடீரென்று ஓர் எண்ணம் உதயமாயிற்று. தனது பையிலிருந்து மூன்று சிறிய பொன் நாணயங் கள் நிறைந்த பொதிகளை எடுத்துக் காய்ந்துகொண்டிருந்த பெண்க ளின் காலுறை மூன்றுக்குள் புகைக்கூண்டினூடாகப் போட்டார். அவை நேராகக் காலுறைகளுள் சென்று விழுந்தன. மறுநாள் காலை, தமது திருமணத்திற்குப் போதுமான பொன் நாணயங்கள், அக்காலுறைகளுள் இருப்பதை அப்பெண்கள் கண்டனர். அந்தப் பொன் நாணயங்களைக் கொண்டு தந்தை, தனது மூன்று பெண் களுக்கும் திருமணஞ்செய்து கொடுத்தார். அவர்கள் திருமணஞ் செய்து சந்தோஷமாக நீண்டகாலம் வாழ்ந்தனர். இந்தச் சம்ப வத்தின் காரணமாக, கிறிஸ்மஸ்ஸின்போது புகைக் கூண்டுக்குக் கீழே காலுறைகளைத் தொங்கவிடும் பழக்கம் ஆரம்பமாகியது.

கிறிஸ்மஸ் பப்பா பரிசுகளைப் போடுவார் என்ற எதிர்பார்ப்பில், உலகம் முழுவதும் உள்ள பிள்ளைகள் கிறிஸ்மஸின்போது புகைக் கூண்டின் கீழே, காலுறை வடிவில் அமைந்த பைகளைத் தொங்க விடுகின்றனர். பிரான்ஸில் அதிக காலத்தின் முன்னர் சிறுவர்கள், விவசாயிகள் அணியும் *boots* அணிந்ததால், இன்றும் அவற்றையே புகைக்கூண்டின் கீழ் வைக்கின்றனர். ஹொலண்டில் *Sinterklass*இன் குதிரைக்காக பூட்ஸ்களுள் வைக்கோலையும் கரட்களையும் பிள்ளைகள் நிரப்பி வைக்கின்றனர். ஹங்கேரியில் உள்ள பிள்ளைகள் வாசலருகில் அல்லது யன்னலருகில் வைப்பதன் முன்னர், *Boots* களுக்கு பொலிஷ் போட்டுப் பளபளப்பாக்குகின்றனர். ஜனவரி ஐந்தாம் தேதி இரவு இத்தாலியப் பிள்ளைகள் *La Befana* என்ற நல்ல சூனியக்காரிக்காகத் தமது சப்பாத்துகளை வெளியே வைக்கின் றனர். *Puerto Rico*வில் உள்ள பிள்ளைகள் *Three Kings* ஏறிவரும் ஒட்டகங்களுக்காக, இலைகளும் பூக்களும் நிறைத்த பெட்டியைத் தமது படுக்கைக்குக் கீழ் வைக்கின்றனர்.

கிறிஸ்மஸ் காலத்தில் பலவித செடிகளின் இலைகள் அலங்காரத் திற்காகப் பயன்படுத்தப்படுகின்றன. இவை அனைத்தும் வடதுருவ நாடுகளில் காணப்படுபவை. அநேகமான செடிகள் அங்கு குளிர் காலத்தில் முற்றாக மறைந்து, வசந்தகாலத்தின்போது மீண்டும தலைகாட்டுவன. ஆயினும், கிறிஸ்மஸ்ஸின்போது பயன்படுத்தப் படும் செடிகள் அனைத்தும் கடும் குளிர்காலத்திலும் மறையாதது டன், பச்சை நிறமுடையதாகவும் இருக்கும். அதனால், அவற்றிற்கு அமானுஷ்ய சக்தி இருப்பதாகப் பழைய காலத்தில் நம்பப்பட்டது. அதனால், மரக்கிளைகளை வெட்டிவந்து வீட்டிற்குள் வைத்தனர். காடுகளில் தாவர வாழ்வை உறுதிப்படுத்துவதற்காகவும், வீடுகளைக் குளிர்காலத் தெய்வங்களின் கோபத்திலிருந்து பாதுகாப்பதற்காக வுமே, இவ்வாறு செய்தனர் என்று கூறப்படுகிறது.

அநேகமான கிறிஸ்மஸ் வாழ்த்து அட்டைகளை அலங்கரிக்கும் இன்னுமொரு கிறிஸ்மஸ் அலங்காரமானது, பசிய முள் செறிந்த இலைகளையும், வெள்ளைப் பூக்களையும், சிவப்பு நிறப் பழங்களையும் கொண்ட *holly* என்ற தாவரம் ஆகும். இவை கெட்ட ஆவிகளை அகற்றும் என்ற நம்பிக்கை, பண்டைய சமயங்களில் காணப்பட்டது. முதன்முதலாக, ரோம் நாட்டில் நடைபெற்ற விவசாயத் தெய்வத்துக் குரிய கொண்டாட்டமான *Saturnalia* வில், தெய்வத்தின் சிலை களை அலங்கரிப்பதற்கு இவை பயன்படுத்தப்பட்டன. அத்துடன் அந்த இலைகள் அயலவருக்குப் பரிசளிப்பதற்காக, வளையங்களா கப் பின்னப்பட்டன. கிறிஸ்தவத்தைப் பின்பற்றியவர்கள் கொல்லப் பட்டபோது, அதிகாரிகள் சந்தேகிக்காத வண்ணம் மக்கள் தமது வீட்டு வாசல்களில் இந்த இலைகளால் ஆக்கப்பட்ட வளையங்களைத் தொங்கவிட்டனர் என்று கூறப்படுகிறது. கிறிஸ்தவம் பின்னர் ரோம சாம்ராஜ்யம் முழுவதும் பரவியபோது, வாசலில் தொங்க விடப்பட்ட இந்த வளையங்கள், அதன் அடையாளச் சின்னமாகின. இன்றும் இந்த ஹொலியின் இலைகளாலான செயற்கை வளையங் கள் வாசலில் தொங்கவிடப்படும் மரபை நாம் காணலாம். முன்னர் இதன் பழங்கள் வெள்ளை நிறமாக இருந்தன என்றும், யேசுநாதரின் ரத்தத்தாலேயே இவை சிவப்பாக மாறின என்றும் நம்பப்படுகிறது.

கிறிஸ்மஸ் காலத்தில் உபயோகிக்கப்படும் இன்னொரு தாவர மான வெள்ளைப் பழங்களைக் கொண்ட குருவிச்சையினமான *mistletoe* என்பதும் பண்டைய வாழ்வுடன் தொடர்புடையது. இதன் தொடர்பாகப் பல கதைகள் உள்ளன. இது மரத்தின் மேற்கொப்புகளில் இருந்து கீழ்நோக்கி வளர்ந்ததால், இது எங்கி ருந்தோ வளர்ந்துவருகிறது என்று கருதி, அதற்கு மந்திர சக்தி உள்ளதென்று நினைத்தனர். அத்துடன், நோய் நீக்கும் தன்மையும், தீமையை ஓட்டும் சக்தியும் இருப்பதாக எண்ணினர். ட்டுயிட் இனத்தவர் இத்தாவரம் ஆரோக்கியத்தையும் நல்லதிர்ஷ்டத்தையும் கொண்டுவரும் என்று நம்பினர். இத்தாவரத்தின் கீழ் முத்தமிடுதல் பற்றிய நம்பிக்கை, வளத்துடன் தொடர்பாக ஆரம்பிக்கப்பட்டிருக்க லாம். அத்துடன், இது இளமையில் திருமணம் நடக்கும் சந்தர்ப் பத்தை அதிகரிக்கும் என்றும் நம்பப்பட்டது. இந்த இலைகள் முற்காலத்தில் பிள்ளைகள் அற்ற பெண்களுக்கு மருந்தாகவும் பயன்படுத்தப்பட்டது.

கிறிஸ்மஸ்ஸின்போது எல்லோரும் இணைந்து பாடும் வழக்கமும், பண்டைய மரபான குளிர்கால முடிவையிட்டுச் செய்யப்பட்ட இன்னொரு விவசாய நடவடிக்கையுடன் தொடர்புபட்ட களியாட் டத்தில் ஆரம்பிக்கப்பட்டதாகக் கருதப்படுகிறது. இங்கிலாந்தில் குடும்பங்கள் இணைந்து பாடியபடி அப்பிள் தோட்டத்திற்குச் சென்று, அப்பிள் பழச்சாற்றிலான குடிவகையை, அப்பிள் மரங் களின் வேர்களில் தெளித்தனர். இது நல்ல அப்பிள் பழ அறுவடை யைத் தரும் என்ற நம்பிக்கையில் செய்யப்பட்டது.

வாழ்த்து இல்லாத கிறிஸ்மஸா? இன்று கோடிக் கணக்கில் உலகெங்கும் அனுப்பப்படும் இந்த வழக்கம், 1846ஆம் ஆண்டளவில் உருவானது என்று கூறப்படுகிறது. கிறிஸ்மஸ் என்றதும் நினைவுக்கு வரும் இன்னொரு முக்கிய விடயம் கிறிஸ்மஸ் விருந்தாகும். ஒவ்வொரு பண்பாட்டினரும் தமது நாட்டின் வளமைக்கும், சுவாத்தியத்திற்கும், தமது சுவைக்கும், அந்தந்த இடங்களில் கிடைக்கும் உணவு வகைகளுக்கும் ஏற்ப விருந்தைத் தயார் செய்கிறார்கள்.

ஜேர்மனிய மரபின்படி கிறிஸ்மஸ்ஸின் முதல்நாள் நன்றாக உண்ணாவிடின், அவர்கள் அசுரர்களால் பாதிக்கப்படுவார்கள். இதனால், மிக அதிகமான உணவு வகைகளுடன் பெரிய விருந்து தயாரிக்கப்படுகிறது. அவர்களது சுவைக்கேற்ப, எல்லாவித இறைச்சி வகைகளையும் தயாரிப்பார்கள். அத்துடன், வீட்டு வடிவில் செய்யப் பட்ட இஞ்சிப் பாண் உட்பட, நிறைய இனிப்பு வகைகளையும் இந்த விருந்துக்கெனச் செய்வார்கள். பிரான்சியர் நடு இரவு ஆராதனையின் பின் *le Reveillon* என அழைக்கப்படும் உணவை உண்பார்கள். ஒருகாலத்தில் இந்தோ சீனா, பிரான்ஸின் ஆட்சியின் கீழ் இருந்ததால், பல கிறிஸ்தவ வியட்நாமியரும் இந்த உணவையே கிறிஸ்மஸ் விருந்தின்போது உண்கின்றார்கள். கனடாவிலுள்ள பிரான்சியரும் இந்த உணவைக் கிறிஸ்மஸின்போது உண்பார்கள். ஆயினும், பிரான்ஸில் உணவு இடத்துக்கு இடம் மாறுபடும். தென் பிரான்ஸில் *pain calendeau* எனப்படும் விசேட பாணைத் தயாரிப்பார்கள். அதன் முதல் *slice*ஐ வறியவர் ஒருவருக்குக் கொடுத்த பின்னரே, வீட்டுக்காரர் அதனை உண்ண முடியும். சொக்கலேட் *yule log* கிறிஸ்மஸ் காலத்தில் உண்ணப்படும் ஒரு மரபுரீதியான உணவு. பண்டைய காலத்தில் குளிர்காலத்தின் நடுப்பகுதியில் கொண்டாடப்பட்ட விழாவின்போது, வீடுகளில் எரிக்கப்பட்ட *yule log*ஐ நினைவுகூரும் விதமாகவே, இந்த இனிப்பு செய்யப்படுகிறது.

ஆங்கிலம் பேசும் உலகில் உள்ள மிக விசேட கிறிஸ்மஸ் உணவு *Christmas pudding*. அதில் நூற்றுக்கணக்கான மாறுபட்ட வகைகள் உள்ளன. மரபுரீதியான *pudding*, *bake* செய்யப்படுவதில்லை; ஆவியில் வேகவைப்பதே. இது 14ஆம் நூற்றாண்டில் கிறிஸ்மஸ்ஸின் முன்னர் உண்ணப்பட்ட பழக்கூழிலிருந்து உருவாகியது. கிறிஸ்மஸ் ராஜா அல்லது ராணியைத் தெரிவு செய்வதற்காக *Pudding*க்குள் ஒரு நாணயத்தைப் போடும் ஆரம்பகால மரபு, பெரும்பாலும் பண்டைய சமயத்தில் காணப்பட்ட மரபிலிருந்து உருவாகியிருக்க லாம். அவர்கள் கதிர் திருப்பத்தின் ஆட்சியாளன் யார் எனக் கண்டுபிடிப்பதற்காக, ஒரு நாணயம் அல்லது அவரை விதையைப் பாண் அல்லது பிஸ்கட்டுக்குள் வைத்துத் தயாரித்தார்கள்.

ஐரோப்பியர் முதலில் அவுஸ்திரேலியாவிற்கு வந்தபோது, அவர்கள் தமது கிறிஸ்மஸ் மரபுகள் அனைத்தையும் கொண்டு

வந்தனர். ஆனால், அவற்றில் பெரும்பான்மையானவை குளிர் சுவாத்தியத்திற்கு ஏற்ற மரபுகளே. பிரித்தானியாவில் இருந்து வந்தவர்கள், கிறிஸ்மஸ்ஸின்போது சூடான உணவுகளை அகற்றிக் குளிரான இறைச்சி, கடலுணவு, salads ஆகியவற்றை உண்கிறார்கள். ஆயினும் turkey, pudding, fruit minced pies ஆகிய மரபுணவுகளும் இடம்பெறாது போகவில்லை. இங்கு குடியேறியவர்களால் அறிமுகம் செய்யப்பட்ட பல உணவு வகைகளும் கிறிஸ்மஸ் விருந்துகளில் இடம்பெறத் தவறவில்லை. கோடை காலத்தில் வரும் கிறிஸ்மஸ் பலரால் Beach இல் கொண்டாடப்படுவதுடன், கடலுணவும் விருந்தில் அதிகம் சேர்க்கப்படுகிறது

இவையே கிறிஸ்மஸ்பற்றிய மரபுகள். கிறிஸ்மஸ், உலகம் முழுவதிலுமுள்ள கிறிஸ்தவர்களால் கொண்டாடப்பட்டபோதும், பல அம்சங்கள் பண்டைய ஐரோப்பிய சமயங்களின் சமய மரபிலிருந்து எடுக்கப்பட்டு, தமது நாட்டிற்கேற்ப மாற்றப்பட்டனவே. உலகின் வட பகுதியில் உள்ள நாடுகளில் ஏற்படும் கடுங்குளிர், அதற்கேற்ற முறையில் கொண்டாட்டங்களை அமைத்துக்கொள்ள வேண்டிய அவசியத்தை ஏற்படுத்தியது. குளிர் இடத்தில் உருவான கிறிஸ்தவம் செல்வாக்குப் பெற்றபோது, பண்டைய மரபிலிருந்த பல அம்சங்களை ஏற்றுக்கொள்ளுதல் தவிர்க்க முடியாததே. புதிய சமயம் பரவும்போது, மக்களிடையே ஏற்கெனவே உள்ள வழிபாட்டு அம்சங்களை ஏற்றுக்கொள்ளுதல் என்பது, உலக நாடுகள் பலவற்றின் சமய வரலாற்றில் பல தடவைகள் நடைபெற்றதொன்றே. எந்த வழிபாட்டு முறையும் அதனதன் சுவாத்தியம், விவசாய முறைமைக்காகவே தனது சமயக் கொண்டாட்டங்களை அமைத்துக்கொள்ளும். குளிரும் இருளும் அதிகரிக்க, அதிகரிக்க ஒளியூட்டும் விழாக்கள் அதிகரிப்பது என்பது எந்தப் பண்பாட்டுக்கும் உரிய வழக்கமாகும். இதனால், கிறிஸ்மஸ் குளிர்காலத்தில் வருவதால், ஒளியூட்டுதல், அதன்மூலம் சிறிது வெப்பமூட்டுதல், என்பது கொண்டாட்டங்களின் அடிப்படையாயிற்று.

கிறிஸ்தவம் உருவான இஸ்ரேலில் காணப்படும் யூத சமயத்தில், இந்தக் காலத்திலேயே Chanukah என்ற festival of lights கொண்டாடப்படுகிறது. பண்டைய சமயத்தவரிடம் இருந்து தமது பெரிய கோயிலை மீட்டு, உடனே ஏற்றிய விளக்கு ஒரு நாளுக்கு அளவான எண்ணெயில் எட்டு நாட்கள் எரிந்தமையை நினைவுகூரும் முகமாக, இந்தக் கொண்டாட்டத்தின்போது menorah என்ற விளக்கை ஏற்றுவார்கள். இந்து சமயத்தில் தீபாவளி, கார்த்திகை விளக்கீடு என்பன இருள் காலத்தில் ஏற்றப்படும் ஒளி விழாக்கள் என்பதை இங்கு நினைவுகூரலாம். குளிர் இடங்களில் எண்ணெய் உறைந்து கல்லாகப் போய்விடும் என்பதால், மெழுகுதிரியை அவர்கள் உருவாக்கி, அதனால் ஒளியூட்டினர். வெப்பமான இடங்களில் எண்ணெய் விளக்கேற்றினர்.

கிறிஸ்மஸ்ஸின்போது ஏற்றப்படும் ஒளி அலங்காரத்தின் அழகைப் பார்க்கவேண்டுமானால், வட துருவநாடுகளில் ஒரு நாட்டுக்குப் போக வேண்டும். கடைத் தெருக்களிலும், வீடுகளின் வாசல்களிலும், யன்னல்களிலும் காணப்படும் வெளிச்ச அலங்காரத்தைக் காணக் கண் கோடி வேண்டும். எங்களூர்க் கோயில் வாசலில் கற்பூரம் எரியும் stand போன்றவற்றில், வழியெங்கும் குளிரைப் போக்குவதற்காக எண்ணெய் விளக்குகள் ஏற்றப்பட்டிருக்கும். அவுஸ்திரேலியாவில் கடுங்கோடையில் கிறிஸ்மஸ் வருவதால், அதனுடன்கூடிய வெளிச்சங்களையும் அலங்காரங்களையும் வட உலகில் ரசிப்பதைப் போல, இங்கு ரசிக்க முடியாது.

இன்று கிறிஸ்மஸ், பரிசளிப்பதற்கும் அலங்கரிப்பதற்கும் மட்டும் உரிய ஒரு காலம் என்று எண்ணும்படி, வர்த்தகர்கள் அதனை மாற்றித் தமது பொருள்களை அதிகமாக விற்பதற்கேற்ற வகையில் ஆடம்பரமாக்கியுள்ளனர். அவர்களுக்கு Advent calendar பற்றியோ, கிறிஸ்மஸ் கூறும் நற்செய்திபற்றியோ அக்கறை கிடையாது. Christmas tree, அலங்கரித்தல் என்பன கிறிஸ்மஸ்ஸின் அடிப்படைச் சமயக் கருத்துக்களுடன் தொடர்புபடாதுவிடினும், தீவிரவாதிகளின் தாக்குதல்பற்றிய அச்சுறுத்தலின் மத்தியில், மக்களுக்கு இந்த மினுங்கும் அலங்காரங்கள் ஒருவித நம்பிக்கையை அளிக்கின்றன என்பதில் சந்தேகமில்லை. ஆயினும், Shakespeare கூறியதுபோல, கிறிஸ்மஸ் புனிதமானதும் உள்ளுணர்வுபூர்வமானதுமான ஒரு காலமாகும். கடவுள் யேசுபிரானாக மனித வடிவில் அவதரித்ததைக் குறிக்கும் முகமாகவே, கிறிஸ்தவர்கள் கிறிஸ்மஸ் கொண்டாடுகிறார்கள். கிறிஸ்துவின் பிறப்பு உலகத்திற்குக் கிடைத்த பெருங் கொடையாகவே நோக்கப்படுகிறது. உதாரணமாக, கிறிஸ்தவர்கள் பரிசுப் பொருட்களைக் கிறிஸ்மஸ் காலத்தில் கொடுப்பதற்குக் காரணம், கடவுள் கிறிஸ்மஸின் ஆரம்பத்தில் தன்னை மனுக்குலத்திற்குக் கொடையாக வழங்கினார் என்பதையும், மூன்று ஞானிகள் குழந்தை யேசுவுக்கு வழங்கிய பரிசுகளையும் நினைவுகூர்வதற்காகவே. கிறிஸ்மஸ் காலத்தில் இடம்பெறும் வர்த்தகமயமாக்கலையிட்டுச் சினங்கொள்ளாது அனைவரும் இக்காலத்தில் நல்லெண்ணத்தையும் சமாதானத்தையும் பரப்புதல் வேண்டும் என்று கூறப்படுகிறது. முதலாம் உலக யுத்தத்தின்போது, எதிரிகளான பிரித்தானிய இராணுவ வீரர்களும், ஜேர்மானிய இராணுவ வீரர்களும் கிறிஸ்மஸ்ஸின்போது தமது மறைவிடங்களில் இருந்து எழுந்து சிகரெட்டுகளையும் சொக்கலேட்டுக்களையும் பரிமாறிக் கொண்டதுடன், முன்னேற்பாடில்லாத உதைபந்தாட்ட விளையாட்டை விளையாடியதையும், அதனால் போரின் மத்தியில் ஏற்பட்ட சமாதானத்தையும் நாம் நினைவுகூருதல் வேண்டும்.

பலர், கிறிஸ்தவ சமயம் குறிப்பிடும் பல நல்லெண்ணச் செய்திகளை மறந்து, வெறும் மரபார்ந்த கொண்டாட்டமாகவே அதனை நோக்குகின்றனர். கிறிஸ்மஸின் உண்மையான தாத்பரியம், உலகை

ரட்சிக்கவந்த கிறிஸ்துநாதரின் பிறப்பை நினைவுகூருதலுடன், மகிழ்ச்சியையும் அன்பையும் ஒருவருக்கொருவர் பகிர்ந்துகொள் வதே. குடும்பங்கள் ஒன்றிணைந்து விருந்துண்பதன்மூலம், குடும்ப ஒற்று மையையும், ஒருவருக்கொருவரான கரிசனையையும் மீளமைப் பதே. நண்பர்களும் மற்றவர்களும் இந்த வருடம் முழுவதும் செய்த உதவிகளுக்கு நன்றி தெரிவிப்பதே. அதேநேரம், தீமை அல்லது தவறு செய்தவர்களைப் பெரிய மனத்துடன் மன்னிப்பதே. இந்த வர்த்தக ஆடம்பரங்களுக்கு மத்தியில் கிறிஸ்மஸ்ஸைக் கொண்டாடுவதற்குப் பணமும் வசதிகளும் இல்லாதவர்களுக்கும், கண்களில் கனவுகளை மட்டும் தேக்கிநிற்கும் வறிய குழந்தைகளுக்கும் வழங்கி, அவர்களது முகத்தில் மகிழ்ச்சியைக் காண்பதே. இவையே, உண்மையில் கிறிஸ்மஸ் கொண்டாட்டத்தின் தாத்பரியங்கள். அத்துடன், இவையே இன்பமும் திருப்தியும் தரும் செயல்களாகும்.

மனத்தை நெகிழவைக்கும் ஒரு குட்டிக் கதையுடன் கிறிஸ்மஸ் பற்றிய கட்டுரையை நிறைவு செய்வோம். இது ஒரு சிறுமியின் நிபந்தனையற்ற *(unconditional)* அன்பைப் பற்றியது. இந்தக் கதை உண்மையில் நடைபெற்ற ஒரு நிகழ்ச்சியை அடிப்படையாகக் கொண்டு எழுதப்பட்டது. இச்சம்பவம் கிறிஸ்மஸ் காலத்தில், குடும்ப அங்கத்தவர்கள் தம்முள் பரிசுகள் பரிமாறிக்கொள்ளும் நேரத்தில் இடம்பெற்ற ஒரு நிகழ்ச்சி.

பீற்றரின் குடும்பத்தில் அந்தக் கிறிஸ்மஸ்ஸின்போது பண வசதி வெகுவாகக் குறைந்திருந்தது. மிக மிகச் சிக்கனமாகப் பணத்தைச் செலவழிக்க வேண்டியிருந்தது. பண வசதி குறைந்திருந்தாலும், கிறிஸ்மஸ் காலத்தில் குடும்ப அங்கத்தவர்களிடையே பரிசுப் பொருள்களைப் பரிமாறிக்கொள்ளாமல் இருக்கமுடியாதே. எனவே, பீற்றர் பரிசுகளைச் சுற்றுவதற்காக ஒரு பொன்னிறக் காகிதச்சுருளை வாங்கி வந்து மிகக் கவனமாக ஓரிடத்தில் வைத்திருந்தார். ஆன் என்ற அவரது மூன்று வயது மகள், தன் பங்கிற்குத் தந்தைக்கு ஏதாவது பரிசளிக்க விரும்பினாள். தான் அளிக்க விரும்பிய பரிசை ஒரு பெட்டியில் வைத்து, அழகாகச் சுற்றி கிறிஸ்மஸ் மரத்தின் கீழ் வைக்க விருப்பம் கொண்டாள். எனவே, பரிசுப் பெட்டியைச் சுற்றுவதற்காகக் காகிதத்தைத் தேடியபோது, தந்தை வாங்கி வைத்திருந்த காகிதச்சுருளைக் கண்டாள். எனவே, அதை எடுத்து அதன் ஒரு பகுதியைத் தனது பரிசுப் பொருளைச் சுற்றுவதற்குப் பயன்படுத்தினாள்.

பீற்றர், தான் மிக அவதானமாகத் தெரிவுசெய்து, வாங்கி வந்திருந்த சிறிய பரிசுப் பொருள்களைச் சுற்றுவதற்காகத் தான் ஏற்கெனவே வாங்கிவைத்திருந்த காகிதச்சுருளை எடுத்தபோது, அதன் ஒரு பகுதி கிழிக்கப்பட்டிருந்ததைக் கண்ணுற்று மிகுந்த கோபம் கொண்டார். 'யார் அதைக் கிழித்தது?' என்று அவர் கோபத்துடன் கேட்டபோது ஆன், 'டடி, நான்தான் கிழித்தேன்'

என்று ஒப்புக்கொண்டாள். 'என்னைக் கேட்காமல் யார் உன்னைக் கிழிக்கச் சொன்னது?' என்று அவர் அவளை வெகுவாகக் கோபித்தார்.

ஆயிற்று, கிறிஸ்மஸ் வந்தது. பரிசுப் பொருள்களைப் பரிமாறிக் கொள்ளும் நேரமும் வந்தது. ஆன், பொன்னிறத் தாளால் சுற்றிக் கிறிஸ்மஸ் மரத்தின் கீழ் மறைவாகத் தான் வைத்திருந்த பரிசுப் பொருளை எடுத்துவந்து தந்தையிடம், 'டடி, நான் உங்களுக்கு ஒரு பரிசு வைத்திருக்கிறேன்' என்று முகமும் விழிகளும் மலர அவள் நீட்டியபோது, பீற்றர் மிகவும் மகிழ்ச்சி அடைந்தார். தனது சின்னஞ்சிறிய மகள் தனக்கு ஒரு பரிசைத் தருவாள் என்று அவர் எதிர்பார்த்திருக்கவில்லை. தனக்கு, அவள் தந்த பரிசு பொன்னிறத் தாளால் சுற்றப்பட்டிருப்பதைக் கண்டதும், அத்தாளை எடுத்ததற்காகத் தான் முன்னர் மகளை அதிகம் கோபித்ததையிட்டு மனம் வருந்தினார். மகள் தந்த பரிசுப் பொருள் மனத்தில் ஏற்படுத்திய சந்தோஷத்துடன், பெட்டியின் தாளைக் கவனமாக அகற்றி, பெட்டியை ஆவலுடன் திறந்தார். அப்போது பெட்டிக்குள் பரிசு எதுவுமே இல்லாதிருப்பதைக் கண்ணுற்றபோது, அவர் மிகுந்த ஏமாற்றம் அடைந்ததுடன் பெருங்கோபமும் அடைந்தார்.

'யாருக்காவது பரிசளிக்கும்போது, பெட்டிக்குள் ஏதாவது பரிசு வைக்கவேண்டுமென்பதுகூட உனக்குத் தெரியாதா, என்ன?' என்று பெரிய குரலில் சத்தமிட்டு மகளைக் கோபித்தார். தந்தையின் கோபத்தைக் கண்டு மிகவும் பயந்துபோனாள், ஆன். ஒரு கணத்தில் அவளது ஆவலும் சந்தோஷமும் இருந்த இடம் தெரியாதுபோயின. அவளது கண்களில் கண்ணீர் நிறைந்து தேங்கியது. மிகவும் பயத்துடனும் தயக்கத்துடனும் தந்தையை நோக்கி, அழுகையால் உடைந்த குரலில் கூறினாள். 'டடி, கோபிக்க வேண்டாம். நான் அதற்குள் பரிசு வைத்திருக்கிறேன்.' இதைக் கேட்டதும் பீற்றரின் கோபம் இன்னும் அதிகரித்தது. 'என்ன எனக்குக் கண் இல்லை என்று நினைத்தாயா? பொய் வேறு சொல்லப் பழகியிருக்கிறாய். இங்கே எங்கிருக்கிறது பரிசு? உன் கண்களை நன்றாகத் திறந்து பார்' என்று சொல்லி, வெறும் பெட்டியை அவள் கண்கள் எதிரே தூக்கிக் காட்டினார்.

தந்தையின் அதிகரித்த கோபத்தைக் கண்டதும் ஆன் மேலும் பயந்துபோனாள். அவள் மீண்டும் உடைந்த குரலில் கூறினாள். 'டடி, அந்தப் பெட்டியை நான் என் முத்தங்களால் நிறைத்திருக்கிறேன். அவை அனைத்தும் உங்களுக்குத்தான்.' அதைக் கேட்ட பீற்றர், மனம் உடைந்தேபோனார். மூன்றே வயது நிரம்பிய அவளின் அன்புக்கு முன்னால், தான் வெறும் தூசி என்று உணர்ந்தார். அவரது கால்கள் தள்ளாடின. கண்களிலிருந்து கண்ணீர் பெருகியது. மண்டியிட்டு அமர்ந்து, தன் மகளை நெஞ்சோடு அணைத்து, தழுதழுத்த குரலில் கூறினார். 'ஆன், என்னை மன்

னித்துவிடம்மா. உன் அன்பைப் புரிந்துகொள்ளாமல் நான் உன்னுடன் கோபித்துவிட்டேன். உன் அன்பான பரிசுக்கு நான் எதை ஈடாகத் தர முடியும்? என் வாழ்நாள் முழுவதும் உன் பரிசு என் வாழ்வுக்கு உயிர்ப்பளிக்கும்.' அவரது கண்களிலிருந்து தாரை தாரையாகக் கண்ணீர் பெருகியது.

தனது மகள் வழங்கிய பரிசுப் பெட்டியை, அன்று முதல் பீற்றர் தனது கட்டிலின் அருகே உள்ள மேசையில் வைத்திருந்தார். மனத் தைரியம் குன்றும்போதெல்லாம், அந்தப் பெட்டிக்குள் நிறைந்திருக்கும் கற்பனையான முத்தங்களில் ஒன்றை எடுத்துத் தனது மகளின் எதிர்பார்ப்பற்ற, தூய அன்பை நினைவுகூருவார். அந்தக் கற்பனை முத்தத்தில் நிறைந்திருக்கும் அன்பு, அவர் இழந்த தைரியத்தை மீளக் கொண்டுவரும். தனது மகள் மூன்று வயதில் பரிசளித்த அந்தப் பெட்டி, நெடுங்காலத்தின் பின் அவர் இறக்கும் வரை, அவரது கட்டிலருகிலேயே இருந்தது. இதுவே, அந்த நெஞ்சை நெகிழ்விக்கும் கதை.

•

பொது

அவுஸ்திரேலியாவில் தமிழரது வாழ்க்கைமுறை

நாம் அவுஸ்திரேலியாவில் சத்தியப்பிரமாணம் செய்து, அதன் பிரஜைகளாகிவிட்டோம். எனவே, நாம் அதற்கு மட்டுந்தான் விசுவாசமாக இருக்க வேண்டும்; எம்மைத் துரத்திய தாய்நாடு எமக்குத் தேவையில்லை என்று கூறும் சிலர் ஒருபுற மிருக்க, மறுபுறத்தில் தாய்நாட்டில் வாடும் தமிழருக்குப் பணமும் பொருளும் சேர்த்து அனுப்புவதற்காகத் தமது பொழுதையெல்லாம் அதற்குச் செலவழித்து வருபவர்கள் இருக்கிறார்கள். இன்னொரு புறத்தில் சங்கங்கள் அமைத்துத் தமிழையும் கலைகளையும் வளர்க்கிறோம் என்று கூறி, மாறிமாறி இந்தியக் கலைஞர்களை அழைத்து நிகழ்ச்சிகள் வைத்து, அதற்குப் பணம் சேர்ப்பவர் இருக்க, மறுபுறத்தில் வேறு சிலர் பொதுத் தொண்டுகளுக்காகத் தம் வாழ்வை அர்ப்பணித்துள்ளனர். ஆனால், பெரும்பான்மையான தமிழர் இவை எதிலும் அக்கறை கொள்ளாது, தமது பிள்ளைகளின் தமிழுக்குப் பயன் தரக்கூடியது தமிழ்ப் படங்களும், தொலைக்காட்சி நாடகங்களும் மட்டுமே என்று கங்கணம் கட்டிக் கொண்டு, போட்டிபோட்டு அவற்றைப் பார்த்து வருகிறார்கள். ஒருவரையொருவர் சந்திக்கும்போது, நீங்கள் இந்தப் படம் பார்த்துவிட்டீர்களோ, இந்த நாடகம் பார்த்து விட்டீர்களோ என்று ஆளையாள் கேட்டுத் தாம் ஒன்றையும் தவறவிடாது பார்த்து விட்டோமா என்று உறுதிப்படுத்திக்கொள்கிறார்கள். ஆம். அவுஸ்திரேலியா இவ்வாறு பல்வேறு வகைத் தமிழர்களைக் கொண்ட ஒரு கண்டம்.

மகாகனம் பொருந்திய அவுஸ்திரேலியத் தமிழர்கள்பற்றிச் சொல்வதற்கு நிறையவே விஷயங்கள் உள்ளன. பிற நாடுகளுக்குப் புலம்பெயர்ந்த தமிழர்க

ளுள் ஆங்கிலம் பேசும் நாடுகளுக்குச் சென்றவர்கள் இரண்டு வகையில் அதிர்ஷ்டசாலிகள். ஒன்று, புதிய மொழி ஒன்றை ஆரம்பத்திலிருந்து படித்துப் பேச வேண்டிய தேவை அவர்களுக்கு இருக்கவில்லை. மற்றது, ஆங்கிலத்தில் தமிழருக்கு இயல்பாக இருக்கும் மோகத்தால், தமது பிள்ளைகள் அந்ததந்த நாட்டு உச்சரிப்புடன் ஆங்கிலம் பேசும்போது, தங்களுக்கு ஏற்படும் பெருமிதத்தை அனுபவிக்க முடிந்தது. அவுஸ்திரேலியக் கண் டத்துக்கு வந்தவர்கள் இவற்றுடன் மேலதிகமாக ஓர் அதிர்ஷ் டத்தையும் பெற்றிருந்தனர். ஏனைய ஆங்கிலம் பேசும் நாடுகளான பிரித்தானியாவுக்கோ, கனடாவுக்கோ போனவர்கள், தாம் முன்ன ரெப்போதும் அனுபவித்திராத கடுங்குளிரைத் தாங்கிக்கொள்ள வேண்டியிருந்தது. அவுஸ்திரேலியக் காலநிலை ஏறக்குறைய தாய் நாட்டுக் காலநிலையையே ஒத்திருக்கிறது. குளிர்காலத்தில் இலங் கையைவிடச் சற்று அதிகரித்த குளிரை அனுபவிக்கவேண்டியிருந் ததே தவிர, மற்றும்படி வேறு அதிக மாற்றங்கள் இல்லை. அத்துடன், இலங்கையில் உண்ட இராசவள்ளிக் கிழங்கு முதற்கொண்டு பாலைப்பழம் (பெருமளவில் அதனை ஒத்தது) ஈறாக, இங்கு பறித்தவுடன் உண்ணக்கூடியதாக, அவையவை அந்தந்தப் பருவங் களில் கிடைக்கின்றன. மாம்பழத்துக்குச் சொல்லவே வேண்டாம். கோடைகாலத்தில் பெருவாரியாகப் பேரங்காடிகளிலும், ஏனைய அங்காடிகளிலும் குவிந்துகிடக்கின்றன.

ஏனைய புலம்பெயர்ந்த நாடுகளில் வாழும் தமிழரைவிட, அவுஸ்திரேலியாவில் வாழ்வோர் சிறிது வேறுபட்டவர். ஆரம்ப காலத்தில் இங்கு வந்து குடியேறிய உயர் கல்வி கற்றவர்களைவிட, 80களிலும் பின்னரும் இங்கு வந்தோரில் பெரும்பான்மையோர் கல்வித் தகமை, வேலை அனுபவம் போன்றவற்றின் அடிப்படையில் தீர்மானிக்கப்பட்ட புள்ளி அடிப்படையில் குடியேறும் உரிமை பெற்றவர்கள். அத்துடன், இவர்களின் இரத்த உறவினர் பலர் மீளக் குடும்பத்துடன் இணைதல் என்ற திட்டத்தின் கீழ் இங்கு குடியேறியுள்ளனர். மற்றும் அகதி அந்தஸ்து பெற்றவர்களும் இருக்கின்றனர். 45 ஆயிரம் தமிழரே அவுஸ்திரேலியாவில் வாழ்வ தாக, அவுஸ்திரேலிய அரசு சனத்தொகைக் கணிப்புக் கூறியபோதும், உறுதிப்படுத்தாத தகவல்கள் 80 ஆயிரம்பேர் வாழ்வதாகக் குறிப் பிடுகிறது. வீட்டில் தமிழ் பேசாதவர்களைத் தமிழர் என்று அரசு சனத்தொகைக் கணிப்புக் கொள்ளாததாலே, இந்த வேறுபாடு. அவுஸ்திரேலியாவின் சகல மாநிலங்களிலும் இலங்கைத் தமிழர் வாழ்ந்தாலும், மேற்கு அவுஸ்திரேலியாவில், குறிப்பாகப் பேத்திலும் *(Perth)*, விக்ரோறியா மாநிலத்திலுள்ள மெல்பேர்னிலும் *(Melbourne)*, நியூ சவுத் மாநிலத்தில் உள்ள சிட்னியிலுமே அவர்கள் குவிந்து வாழ்கிறார்கள். குயின்ஸ்லாந்து மாநிலத்தின் தலைநகரான பிறிஸ் பேர்ணில் இவற்றைப்போல அதிகளவில் இல்லாவிடினும், ஓரள வில் அங்கும் தமிழர் வாழ்கின்றனர். ஆயினும், சிட்னியில் சர்வதேச

விமான நிலையம் உள்ளதாலும், அங்கு வேலை வாய்ப்புகள் அதிகமென்பதாலும், அவுஸ்திரேலியாவில் உள்ள தமிழர் தொகையில் ஏறக்குறைய பாதிப்பேர் இங்கேயே வாழ்கின்றனர்.

இதனால், சிட்னியில் கிடைக்கும் தகவல்களை அடிப்படையாகக் கொண்டே இக்கட்டுரை அமைகிறது. தமிழர் அவுஸ்திரேலியாவின் எந்த மாநிலத்தில் வாழ்ந்தபோதும், அவர்கள் வாழும் முறையில் அதிக வேறுபாடுகள் கிடையாது. தமிழ்ச் சங்கங்கள், கோவில்கள், தமிழ்ப் பாடசாலைகள், கலாசார நிகழ்ச்சிகள், பலசரக்குக் கடைகள் என்பவை தமிழரின் குடியிருப்பை ஓரிடத்தில் வெளிக்காட்டும் அம்சங்கள். சனத்தொகையின் மாறுபாட்டுக்குத் தக அவற்றின் எண்ணிக்கை கூடும், குறையும். ஆனால், அவற்றின் வடிவமைப்பில் அதிக வேறுபாடுகள் இல்லை என்றே சொல்லாம். தமிழர் எந்த நாட்டுக்குப் போனாலும், தமது உணவுமுறையை விடாப்பிடியாகக் கொண்டுசெல்பவர் என்பதால், ஓரிடத்தில் தமிழர் அதிகளவில் வாழ்கிறார்கள் என்பதை அங்குள்ள இலங்கைச் சாப்பாட்டுக் கடைகளின் எண்ணிக்கையே உறுதிப்படுத்தும். நமது உணவகம் ஓரிடத்தில் இல்லை என்றால், நம்மவர் அங்கு குறைவாக வாழ்கிறார்கள் என்று சொல்லமலே புரிந்துகொள்ளலாம். இங்குள்ள SBS தேசிய வானொலியின் தமிழ் ஒலிபரப்பு, தமிழர் வாழும் பிரதேசங்களில் எல்லாம் ஒலிக்கிறது. அதில் வரும் தமிழ் மாநிலச் செய்திகள் அநேகமாக ஒரே மாதிரியாகவே அமைந்திருக்கும். கோயில் விழாக்கள், கலாசார விழாக்கள், தமிழ்ப் பாடசாலைப் போட்டிகள், தென்னிந்திய இசைக் கலைஞர்களின் நிகழ்ச்சிகள், நடன அரங்கேற்றங்கள் பற்றியே அதிகமாகச் செய்திகள் இருக்கும். வாழும் இடங்கள் மாறினாலும், நாம் மாறிவிடவில்லை என்பதைப் பறைசாற்ற இவை போதுமானவை.

சிட்னியில் ஏறக்குறைய 30 ஆயிரம் தமிழர் வாழ்கின்றதாகக் கூறப்பட்டபோதும், பலரைப் பலருக்குத் தெரியாது. ஆரம்பத்தில் வந்து குடியேறியோர் பெருமளவில் ஆங்கிலமயமாகிப் பின்னர் வந்தவர்களுடன் பெரிதும் கலக்காது தனிக் குழுவாக வாழ்கின்றனர். ஒவ்வொரு காலத்தில் வந்தவரும், தத்தமது காலத்தில் வந்தவருடனேயே அதிகம் பழகிவருகின்றனர். இதனால், இங்கு வாழும் தமிழர் ஓரளவில் தனித்தனிக் குழுக்களாக, குழுவாக வாழ்கிறார்கள் என்று சொல்லாம். அத்துடன், Strathfield, Homebush ஆகிய இடங்களில், பெருமளவில் தமிழர் குவிந்து வாழ்கின்றனர். அடுத்ததாக Pennant Hills, Wentworthville போன்ற இடங்களிலும் அதிகளவில் உள்ளனர். இங்கு குடியேறியோர், வேலை கிடைத்ததும் செய்யும் முதல் முயற்சி, வீடு வாங்குவதே. சொந்த வீட்டில் வாழாத தமிழர் இங்கு மிகக் குறைவே. வருமான வரியாகக் கட்டப்படும் பணத்திலிருந்து அதிகளவு பணத்தை மீளப் பெறுவதற்காகப் பலர் இரண்டாவது வீட்டையும் வாங்கியுள்ளனர்.

பொதுவாகப் பெரும்பாலானோர் காரியாலயங்களில், பல தரங்களில் வேலை செய்கின்றனர். தலைநகர்களைவிட்டு வேறு பிராந்தியங்களில் தொழில் பார்ப்பவர்களில் அநேகமானோர் பொறியியலாளர்களே. இவர்கள் நாடு முழுவதும் பரந்துள்ள மாநகர சபைகளில் கடமையாற்றுகின்றனர். இதனால், எந்தச் சிறிய ஊருக்குச் சென்றாலும், அங்கே ஒரு தமிழ் முகத்தை அநேகமாகச் சந்திக்கலாம். ஆனால், வைத்தியர்களைப் பொறுத்தளவில், அவர்கள் இங்கு வேலை செய்வதற்குத் தகமைபெறச் சில முறைகளுக்கூடாகச் செல்லவேண்டியிருந்தபோதும், அவர்கள் அதனை வெற்றிகரமாகக் கடந்து, பெரும்பாலும் மாநிலத் தலைநகர்களில் உள்ள அரச வைத்தியசாலைகளிலேயோ, தனிப்பட்ட மருத்துவமனைகளிலோ கடமையாற்றுகிறார்கள். பல் மருத்துவர்கள் பொதுவாகவே தமக்கெனத் தனிப்பட்ட சிகிச்சை நிலையங்களை அமைத்துள்ளனர். பெண்களில் மிகப் பெரும்பான்மையினர் அலுவலகங்களில் தொழில் பார்க்கின்றனர். குழந்தைகளைப் பார்க்கும் *(child minding)* தொழிலும் பெண்களிடையே சிறப்புப் பெற்றிருக்கிறது. தலைநகர்ப் பிராந்தியமாகிய கன்பராவில் வாழ்பவர்களில் பெரும்பான்மையானோர் மத்திய அரச நிறுவனங்களில் கடமை புரிபவர்கள்.

இந்தக் குறிப்புகளிலிருந்து அவுஸ்திரேலியாவில் குடியேறியோர், மத்தியதர வர்க்கத்தினர் என்பதை, நாம் சொல்லாமலே நீங்கள் புரிந்துகொண்டிருப்பீர்கள். அதனால், இலங்கையில் அவர்களுக்குள்ள அனைத்துக் குணங்களும் இங்குள்ளோருக்கும் உண்டு என்பதில் சிறிதும் சந்தேகமில்லை. போட்டி மனப்பான்மைக்கும், அதன் காரணமாகத் திடீர்திடீரென முளைக்கும் சங்கங்களுக்கும் இங்கு குறைவேயில்லை. தமிழ்ச் சங்கங்கள், மூத்த பிரஜைகள் சங்கங்கள், சமய, இலக்கிய, கலை, இசைச் சங்கங்கள் என்று பலவிதமான சங்கங்கள் மூலைக்கு ஒன்றாக இயங்குகின்றன. ஒரு சங்கத்தில் இருப்பவருள் பிரச்சினை எழுந்தவுடன், அதிலிருந்து சிலர் பிரிந்து ஒரு புதிய சங்கம் அமைத்துக்கொள்வார்கள். இது அவுஸ்திரேலியத் தமிழ்ப் பெருமக்களுக்கு மட்டும் சிறப்பான குணமன்று. தமிழர் குடியேறி வாழும் நாடுகள் அனைத்திலும் நடப்பதுதான். பல சங்கங்கள் இயங்குவதால், ஒவ்வொரு சனி ஞாயிறும் இங்கு இசை, பண்பாட்டு நிகழ்ச்சிகளுக்கும் குறைவில்லை. அதனால், பெரும்பான்மையோர் ஒருவரையொருவர் இந்த நிகழ்ச்சிகளில் சந்தித்துக்கொள்கின்றனரே தவிர, வீடுகளுக்குச் சென்று சந்திக்கும் மரபு இங்கு குறைவாகவே இருந்துவருகிறது.

இருப்பினும், ஊரில் கஷ்டப்படும் தமிழருக்கு உதவி புரியும் அமைப்புகள் இங்கு திறமையாக இயங்கிவருகின்றன. பலர் அதற்காகத் தமது ஓய்வு நேரம் முழுவதையும் பயன்படுத்தி உழைத்துவருகின்றனர். இதற்காகப் பணம் சேகரிப்பதற்காகப் பலவகை நிகழ்ச்சிகளை நடத்திவருகிறார்கள். இவ்வாறு உழைக்கும்

நிறுவனங்களில் ஈழத்தமிழர் கழகம், தமிழர் ஒருங்கிணைப்புக் குழு, பல்கலைக்கழக நிதியுதவித் திட்டம், தமிழர் மருத்துவ உதவி, தமிழர் புனர்வாழ்வுக் கழகம், அபயகரம் ஆகியன குறிப்பிடக் கூடியன. தமிழரில் பெரும்பான்மையானவர், தமது அறிவுக்கும் ஆத்மாவுக்கும் எந்தவிதத்திலும் உதவாத படங்களையும் நாடகங் களையும் பார்ப்பதில் தமது பொழுதைக் கழித்துவர, இவர்கள் எமது நாட்டில் கஷ்டப்படுவோருக்காகத் தமது பொழுதை ஆக்கபூர்வமாகக் கழித்துவருவது அனைவராலும் பாராட்டப்பட வேண்டியதாகும்.

தான் வழமையாகச் சாய்ந்து அமரும் தூணில் இன்னொருவர் அமர்ந்துவிட்டாரென்பதற்காகப் புதிதாகக் கோயில் கட்டும் பரம்பரையில் வந்தவர்களாயிற்றே நாம். குடியேறிய நாட்டில், இந்த அரிய குணத்தை விட்டுக்கொடுப்போமா, என்ன! ஏறக்குறைய 200 குடும்பங்கள் வாழும் கன்பராவில் இரண்டு கோயில்கள் உள்ளன என்றால், தமிழர் அதிகம் செறிந்து வாழும் இடங்கள்பற்றிச் சொல்லவே வேண்டியதில்லை. அவுஸ்திரேலியாவில் வாழும் இலங்கை இந்துக்கள் மட்டுமல்ல, இந்திய இந்துக்களும் கோயில்கள் பல அமைத்துள்ளனர். சிட்னியில் Mays Hill என்ற இடத்தில் அழகான முருகன் கோயில் உள்ளது. பல்வேறு வசதிகளுடன், வருடம் முழுவதும் பல்வேறு கிரியைகளை நடத்தும் இந்தக் கோயில், மனித நடமாட்டம் குறைந்த வேளைகளில் வருபவர் மனத்திற்கு அளவில்லாத அமைதியைத் தருகின்றது என்பதில் சந்தேகம் எதுவுமில்லை. அதைவிட சிட்னியின் தெற்கே ஹெலன்ஸ் பேர்க் (Helensburgh) என்ற இடத்தில் பிரம்மாண்டமான வெங்கடேஸ் வரர் கோயில் அமைந்துள்ளது. அங்கே, இந்துத் திருமணங்கள் காலத்துக்குக்காலம் நடைபெறுவதுண்டு. அதைவிட, இந்தியரால் நடத்தப்படும் ஸ்ரீ சிவ மந்திர் என்ற கோயிலும் Minto என்ற இடத்தில் அமைந்துள்ளது. தற்போது, தற்காலிகமான இடங்களில் குடியேறித் தமிழரின் கோயில் கட்டும் ஆற்றலில் அயராத நம்பிக்கை கொண்ட வேறு இரண்டு தெய்வங்களும் உள்ளன. அவர்கள் விரைவில் கோயில் கொண்டுவிடுவார்கள் என்பதில் யாருக்கும் இங்கு சந்தேகம் கிடையாது. தமிழில் ஆராதனைகளை நடத்தும் சிட்னி தமிழர் கத்தோலிக்க ஒன்றியம், கிறிஸ்தவ திருச்சபை, நியூ சவுத் வேல்ஸ் தமிழ்த் தேவாலயம்போன்ற கிறிஸ்தவ சமய அமைப்புக்களும் உள்ளன. விக்ரோறியா மாநிலத்தில் மூன்று கோயில்களும், தமிழர்கள் வாழும் ஏனைய மாநிலங்களிலும் ஒன்றிரண்டு கோயில்கள் உள்ளன.

சங்கங்கள், கோயில்கள்போலத் தமிழர் குடியேறியுள்ள இடங் களில் எல்லாம் உள்ள இன்னொரு அமைப்பு, தமிழ்ப் பாடசாலை. பிள்ளைகள் தமிழ் படிக்கிறார்களோ, இல்லையோ தமிழர் குடியிருக் கும் இடமெல்லாம் தமிழ்ப் பாடசாலைகள் உள்ளன. எதனையும் பணப் பெறுமதியை அடிப்படையாகக்கொண்டே அளவெடுக்கும்

எம்மினம், பிள்ளைகள் தமிழ் படிப்பதால் என்ன நன்மை வரப் போகிறது, என்று கேட்பதில் ஆச்சரியம் எதுவுமில்லை. சில பெற்றோராவது ஆதரவளிப்பதால்தான் பாடசாலைகள் ஓரளவில் இயங்கி வருகின்றன. பலர் தமது பிள்ளைகளுக்குத் தமிழ் விளங்கு கிறது, இதுவே பெரிய விஷயம், இதற்குமேல் நாம் அவர்களிடமி ருந்து எதிர்பார்ப்பது சரியல்ல என்று விலகிக்கொள்ள, வேறு சிலர் தமிழ்ப் படங்களை அவர்கள் விளங்கிக்கொள்கிறார்கள், எனவே, அதனை அவர்களுக்கு ஒழுங்காகக் காட்டிவருகிறோம் என்று கூறுகின்றனர். தமிழ் எங்கள் தாய்மொழி, நாம் அதைப் பணத்தைக் கொண்டு அளப்பது சரியல்ல என்றும், அது எங்களைப் பண்பாட்டுடனும் மண்ணுடனும் இணைப்பதுடன் அது எங்களுக் குப் பெருமிதத்தைத் தரும் ஒரு சிறந்த மொழி என்றும், எதிர்காலச் சந்ததி தம்மைத் தமிழர் என்று அடையாளம் காண்பதில் அது பெரிய பங்கை வகிக்கும் என்றெல்லாம் கூறுவது, செவிடன் காதில் ஊதிய சங்காகத்தான் முடியும். பலர், நீச்சலும் நடனமும் கிரிக்கெட்டும்தான் முக்கியமானவை, தமிழ் அல்ல என நினைக்கின் றனர். அவையும் முக்கியம்தான். ஆயினும், தமிழைப் படிப்பது அதைவிட அவசியம் என்று கூறி அவர்களை மாற்றமுடியும் என்று யாரும் நம்பவில்லை. இங்கே *HSC*இல் தமிழை ஒரு பாடமாகப் படிக்கமுடியும். அதற்கான பயிற்சியை ஹோம்புஷ் கல்வி நிலையம் வழங்கி வருகிறது. அதிலும் அண்மையில் யாழ்ப் பாணத்திலிருந்து வந்த பிள்ளைகளே பெருமளவில் படிக்கிறார்கள் என்பது குறிப்பிடத்தக்கது.

சிட்னியில் ஏறக்குறைய எட்டுத் தமிழ் போதிக்கும் அமைப்புக் கள் இருந்தபோதும், தமிழ் கதைக்கும் பிள்ளைகள் குறைவாகவே காணப்படுகின்றனர். தமிழில் கேட்டாலும், மிகப் பெரும்பான்மை யான பிள்ளைகள் ஆங்கிலத்திலேயே பதிலளிக்கின்றனர். இலங்கை யில் தமிழில் படித்து, நன்கு தமிழ் கதைத்துவந்த பிள்ளைகள்தான், அவுஸ்திரேலியா வந்தபின், முதலில் தமிழை முற்றாகக் கைவிடுபவர் கள். வீட்டில் மற்றைய அங்கத்தவர்களுடனும், வீட்டிற்கு அடிக்கடி வரும் தம்மினத்தவருடனும் தமிழ் பேசுகிறவர்களையே, தமிழர் என அவுஸ்திரேலிய அரசு கொள்வதை அடிப்படையாகக்கொண்டு பார்த்தால், அவுஸ்திரேலியாவில் ஏறக்குறைய 35 ஆயிரம் தமிழர் வீட்டில் தமிழ் பேசுவதில்லை என்று தெரிகிறது. இந்த சனத் தொகைக் கணிப்பு, தமிழ்பேசாதவர் தமிழர் இல்லையா என்ற கேள்வியைப் பலரின் மத்தியில் எழுப்பியதுடன், அப்படியாயின் தமிழர் என்பவர் யார் என்ற கேள்வியை ஆளுக்காள் கேட்டு, விடை தேடி, தலையைப் பிய்த்துக்கொள்ள வைத்துள்ளது.

இங்கு அகதிகளை நடத்தும் முறை, ஓயாது உலக மன்னிப்புச் சபையின் கண்டனத்துக்குள்ளானபோதும், அரசு இதுபற்றிய தனது கொள்ளைகயைச் சிறிதும் மாற்றிக்கொள்வதாயில்லை.

தொலைக்காட்சியில் அகதிகள் மனிதாபிமானமற்று நடத்தப்படு வதை அப்பட்டமாகக் காட்டும் பல நிகழ்ச்சிகள் இடம்பெற்ற போதும், அரசு இதுகுறித்துச் சிறிதும் அலட்டிக்கொள்வதில்லை. அதனால், கிறிஸ்மஸ் தீவில் அகதி முகாமிலிருந்த 18 தமிழர், தாம் விரும்பியே இலங்கைக்குத் திரும்பிவிட்டனர். சிறையில் வாடுவதைப் போல அகதி முகாமில் வாடுவதைவிடச் சொந்த நாட்டில் சுதந்திரமாக வாழ்வது எவ்வளவோமேல் என்று அவர்கள் நினைத்தனர் போலும். அரசின் இந்தக் கெடுபிடிகளால் தமிழர் இங்கு அரசியல் தஞ்சம்கோரி வருவது மிகக் குறைவு.

கலைகள் என்றால் பெரும்பாலான தமிழருக்குத் தெரிந்தது பரத நாட்டியமே. பரதநாட்டியம் போதிப்பதற்குப் பல பள்ளிகள் உள்ளன. ஆயினும், கலாசார நிகழ்ச்சிகளில் தமது பிள்ளைகள் மேடையில் ஆடுவதைப் பார்ப்பதற்காகவே, பலர் நடனம் பயிற்று விக்கின்றனரே ஒழிய, உண்மையில் கலையில் உள்ள ஆர்வத்தால் இல்லை என்பது அனைவருக்கும் தெரிந்த உண்மை. சிறு வயதில் ஆரம்பிக்கும் இந்தப் பயிற்சி, பிள்ளைகள் பத்தாம் வகுப்புக்கு வந்ததும் அநேகமாக நின்றுவிடும். அதற்குக் காரணம், பின்னர் கல்வி ஒன்றிலேயே பிள்ளைகளின் கவனம் பதியவேண்டும் என்று பெற்றோர் எண்ணுவதே. இதற்குக் காரணம், யாழ்ப்பாணத்தில் இருந்து கொண்டுவந்த ‘கல்வியே கருந்தனம்’ என்ற கொள்கையை அனைவரும் மிகத் தீவிரமாகக் கைக்கொள்வதே. அதிலும் யாழ்ப் பாண சமூகத்தில் ஒருவரை மேல்தட்டு அந்தஸ்துக்கு உயர்த்த உதவிய வைத்தியம், பொறியியல் போன்றவையே பெற்றோரின் தெரிவாக இன்றும் உள்ளது. ஆயினும், இங்கு கைநிறையச் சம் பளம் எடுக்கக்கூடிய வேலைகளிலும் அவர்களுக்கு நாட்டம் இல்லாமல் இல்லை. இலங்கையைப் போலன்றிச் சட்டம் பயில இங்கு அதி உயர் புள்ளி எடுக்க வேண்டும். *Information Technology* முன்னர் பலரைக் கவர்ந்தபோதும், தற்போது வேலை வாய்ப்பும் சம்பளமும் அதற்குக் குறைந்துவிட்டதால், பலருக்கு அதில் நாட்டம் குறைந்துவிட்டதாகவே தோன்றுகிறது. எதுவாயினும், உத்தியோக உத்தரவாதத்தைத் தரும் *courses* ஐயே தமது பிள்ளைகள் படிக்க வேண்டும் என்பதே பல பெற்றோரின் விருப்பமாகவுள்ளது.

இவையனைத்தும் இலங்கையில் இருந்து வந்த நடுத்தர வயதினர், தமது திருப்திக்காக நடத்துகிறார்களே தவிர, எதிர்கால சந்ததிக்கு இவற்றில் எவ்வெவற்றை வழங்கியுள்ளனர் என்பது இன்னும் புரியாத புதிராகவே இருக்கிறது. பெற்றோருக்கும் பிள்ளைகளுக்கும் இடையில் புரிந்துணர்வில் பெரிய இடைவெளி உள்ளது. பல வருடங்களுக்கு முன்னர் வந்த குடும்பங்களில், வளர்ந்த பிள்ளை களுக்கும் பெற்றோருக்கும் இடையில் பேச்சுவார்த்தையே மிகக் குறைவாக இருக்கிறது. சில பெற்றோர் கோயில், சங்கம் என்று

பொது வேலைகளில் பொழுதைக் கழிக்க, பிள்ளைகள் தமக்கென அமைத்துக்கொண்ட வேறு உலகில் வாழ்கின்றனர். அவர்கள் தமது காரியங்களில் பிள்ளைகளைச் சிறு வயதுமுதல் ஈடுபடுத்தாது விட்டதாலேயே, இந்த இடைவெளி பெரிதாக இருக்கிறது. இந்தப் போக்குத் தொடருமானால், இந்த நாட்டில் எதிர்காலத்தில் வாழும் தமிழர், தமிழ் பேசாத, தமிழ்ப் பண்பாட்டைப் பின்பற்றாத, இலங்கையை மறந்த, வேரற்ற ஓர் இனமாகிப்போவரோ என்ற அச்சம் பலரின் மனத்திலும் உண்டு. எனவே, நாம் இதுபற்றி அதிகம் சிந்திக்க வேண்டியுள்ளது.

●

அழகென்ற சொல்லுக்கு...

அழகு என்றால் என்ன? அழகானவற்றை நாம் ஏன் வேறுவிதமாக அணுகுகிறோம்? அழகு என்பது ஒரு பண்பாட்டில் எத்தகைய இடத்தைப் பெற்றுள்ளது? அழகுபற்றி நாம் சிந்திக்கும்போது, இவ்வாறான பல கேள்விகள் எம்முள் எழுகின்றன. ஆயினும், இவ்வினாக்களுக்கு நாம் விடை கூறுவது என்பது இலகுவான காரியமில்லை. அத்துடன், அவற்றிற்கு நிச்சயமான பதிலோ, வரைவிலக்கணமோ கிடையாது. ஒருவர் தான் சிறுவயதுமுதல் *perceive* செய்து வைத்துள்ள கருத்துகளின் அடிப்படையில் தான், அழகு என்பதை வரையறை செய்கிறார். எனவே, அது ஒரு *subjective* ஆன விஷயம். ஒருவருக்கு அழகாக இருப்பது, மற்றவருக்கு அழகாக இருக்க வேண்டிய அவசியமில்லை. ஆயினும், பொதுவாகச் சில பொருள்கள் அல்லது மனிதர்கள் எல்லோரது வரைவிலக்கணப்படியும் அழகாக இருந்தால், அதனை அல்லது அவர்களை அழகு என்று பலரும் ஏற்றுக் கொள்கின்றனர். காண்பதற்குக் கண்களுக்கும் மனத் துக்கும் அமைதியையும் மகிழ்ச்சியையும் தருவது எதுவோ, அதனை நாம் அழகு என்று கொள்ளலாம் போலத் தெரிகிறது.

அழகு என்பது உலகின் பல அம்சங்களில் விரவிக் கிடக்கிறது. இயற்கையாக உள்ளவை மட்டுமல்ல, மனிதனால் ஆக்கப்பட்ட பல விஷயங்களும் அழகு வாய்ந்தவை. இயற்கை, பருவத்துக்குப் பருவம் புதுவித மாக அழகுக் கோலம் காட்டும். மலைத் தொடர்ச்சி கள் ஒருவித அழகைத் தந்தால், நீர்நிலைகள் இன்னொ ருவித அழகையும், காடுகளும் புல்வெளிகளும் வேறு வகை அழகையும் காட்டுகின்றன. மனித அழகுணர்ச் சியை விளக்கும் ஓவியங்களும் சிற்பங்களும், நடனம் போன்ற மற்றைய கலைகளும் ஆதிகாலம் தொடக்கம்

ஒவ்வொரு பண்பாடுட்டிலும் காணப்பட்டே வந்துள்ளன. அவை காலம் மாறும்போது மாறுவதில்லை. அவற்றிற்குரிய ரசனையும் மாறுவ தில்லை. பலகாலத்துக்கு முன்னர் படைக்கப்பட்ட ஓவியங்களையும் சிற்பங்களையும் காலங்காலமாக, மனித இனம் மாறாத ரசனையுடன் பார்த்து, ரசித்து வந்தது; இன்றும் ரசித்துவருகிறது. எனவே, இயற்கையில் கொட்டிக்கிடக்கும் அழகையும், மனிதனால் ஆக்கப்பட்ட அழகுக் கலைகளையும்விட்டு, மனிதரின் தோற்றத்தில் காணப்படும் அழகுபற்றி இன்று கவனிப்போம். இந்த மனித அழகுபற்றிய கோட்பாடு, பண்பாட்டுக்குப் பண்பாடு காலத்துக்குக் காலம் வேறுபடுகிறது; மாறுகிறது.

என்னதான் நாம் உள்ளத்தின் அழகு அல்லது மனத்தின் அழகுபற்றிப் பேசினாலும் வெளித்தோற்றம், அதாவது உடல் அழகு, என்பது எல்லோராலும் விரும்பப்படுகிறது; ரசிக்கப்படுகிறது. இந்த உடல் அழகு என்பது எமது முன்னோர், தமது *genes*மூலம் எமக்கு வழங்கியதே. *Human Beauty* என்ற தலைப்பில் கட்டுரை எழுதியுள்ள *Michael Sones* என்பவர், மற்றவர்கள் ஒருவரைப் பற்றிக் கருத்தைக் கொள்வதில், அவரின் உடல் தோற்றம் செல் வாக்குச் செலுத்துகின்றது என்று கூறுவதுடன், அதற்கு நிறையவே உதாரணங்கள் உள்ளன என்கிறார். இது, வாழ்வின் பல அம்சங்களில் காணப்படுகின்றது என்று கூறுகிறார். அழகான பிள்ளைகளின்பால் பெற்றோர் அதிகம் கவரப்படுகிறார்கள் என்றும், அழகான மாண வர்கள் மற்றவர்களுடன் நன்கு பழகுவார்கள் என்பதுடன், புத்திக் கூர்மை வாய்ந்தவர்கள் என்று கருதி, ஆசிரியர்கள் சிறந்த புள்ளி களை அவர்களுக்கு வழங்குகிறார்கள் என்றும், வழக்குகளில் அழகானவர்களுக்கு நீதிபதிகள் குறைவான தண்டனையே அளிக்கி றார்கள் என்றும் கூறுகிறார்.

அவருடைய சில கருத்துக்களை நான் இங்கு தருகிறேன். ஒரு புத்தகத்தின் அட்டைப்படத்தைக்கொண்டு, அதன் தரத்தைக் கூற முடியாது என்பது உண்மைதான். ஆயினும், மனித மனோதத் துவம் என்பது, பல நூற்றாண்டுகாலமாகப் பழங்களைப் பொறுக்கி உண்ட ஆதி மனிதனில் இருந்து உருவாகி, வளர்ந்து வந்துள்ளது. பழங்கள், கிழங்குகள் போன்றவற்றின் தரத்தை, அவன் அவற்றின் புறத்தோற்றத்தில் இருந்தே தீர்மானித்தான். அது, இன்றுவரை தொடர்கிறது. நாம் பழங்கள், *nuts*, காய்கறிகள் போன்றவற்றை வாங்கும்போது, அவற்றின் வெளித்தோற்றத்தைக்கொண்டே தரத்தை இன்றும் தீர்மானிக்கிறோம்.

ஒருவரின் வெளித்தோற்றம் என்பது, அவர் உள்ளே எப்படிப் பட்டவர் என்று அறிய உதவாது என்பது உண்மையே. ஆயினும், ஓரளவில் அவரின் வயதையும், அவரது உடல் ஆரோக்கியத்தையும் அறிய உதவும். மிக ஆதிகாலத்தில் திருமணத்துக்கு ஆணையோ, பெண்ணையோ தெரிவுசெய்யும்போது உடல் ஆரோக்கியமே,

உடலின் தோற்றத்தை அடிப்படையாகக்கொண்டு கணிக்கப்பட்டது. ஆயினும், மனிதரிலோ, இயற்கையிலோ வெளித்தோற்றம் சில வேளைகளில் ஏமாற்றுவதாகவும் அமைந்திருக்கும். பழங்கள் உள்ளே பூச்சியரித்திருப்பதோ, அழுகியிருப்பதோ வெளியே தெரியாமல் இருப்பதுபோல, மனிதரின் ஆரோக்கியம் குன்றியிருப்பதும் வெளியே தெரியாது போகலாம்.

பூக்கள், மிருகங்கள் முதற்கொண்டு மனிதர்கள்வரை அழகாயிருப்பது என்பதன் அடிப்படை உயிரியல் நோக்கமானது, கவனத்தை ஈர்ப்பதும் அதன் மூலம் இனப்பெருக்கத்துக்கான கவர்ச்சியை அளிப்பதுமாகும். அழகான முகங்கள் அல்லது உடல் அங்கங்கள் ஆரோக்கியமான இனப்பெருக்கத்திற்கு உதவும் என்று பரிணாமம் எமது மூளையையும் மனத்தையும் உருவாக்கியுள்ளது. அழகாகக் காட்சியளிப்பது என்பது ஆரோக்கியமான, நோயின்மையின் அடையாளம். மனோதத்துவ வல்லுநரான David Buss என்பவர் பல பண்பாடுகளை ஆராய்ந்தவர். சில பண்பாடுகளில் வசீகரமானவர், ஆரோக்கியமானவர் என்றால், அந்தப் பண்பாட்டில் பலருக்குள்ள ஒருவித ஒட்டுண்ணி நோய் அற்றவர் என்பது கருத்தாகும். இன்னொரு வகையில் கூறுவதாயின், எந்தப் பண்பாடுகளில் ஒட்டுண்ணி நோய் உள்ளதோ, அதனைச் சார்ந்தவர்கள் வெளித்தோற்றத்திற்கு அதிக முக்கியத்துவம் கொடுப்பார்கள். இதே விஷயம் பாடும் பறவை இனங்களில் காணப்பட்டுள்ளது. ஒட்டுண்ணி நோய் உள்ள அந்தப் பறவை இனங்களில், ஆரோக்கியமான பறவைகள் மிக அழகான நிறம் உள்ளனவாக வந்துள்ளமை அவதானிக்கப்பட்டுள்ளது.

மூன்றுமாதக் குழந்தைகள், கவர்ச்சியற்ற முகங்கள் உள்ள படங்களைவிட, அழகான முகங்கள் உள்ள படங்களையே அதிக நேரம் பார்ப்பதாக ஆய்வுகள் தெரிவிக்கின்றன. அழகான முகங்களும் கண்களும் குழந்தைகளுக்கு அதிக கவர்ச்சிகரமாக இருப்பதால், அவர்களது கவனத்தை ஈர்க்கின்றன. அழகான முகங்களால் கவரப்படுதல் என்பது நாம் வளர்ந்த பண்பாட்டால் பெறப்படவில்லை என்றும், அது மனித மனோதத்துவத்தில் இணைந்துள்ளது என்றும் கூறப்படுகிறது. பொதுவாக, எல்லாப் பண்பாடுகளிலும் பெண்களின் முகம் பின்வருமாறு அமைந்திருப்பதே அழகென்று கொள்ளப்படுகிறது. சிறிய நாடியுடன்கூடிய சிறிய கீழ்ப்பகுதி முகம் (small lower face with smallish chins), அழகான தாடைகள், உயரமான கன்ன எலும்புகள் (high cheekbones), முழுமையான உதடுகள் (full lips), முகத்தின் நீளத்திற்குப் பொருத்தமான பெரிய கண்கள், அகலமான சிரிப்பு.

மிகக் கவர்ச்சி வாய்ந்த ஆண்களின் முகம் பின்வருமாறு அமைந்திருக்கும். முகத்தில் ஆண்தன்மையைப் பிரதிபலிக்கும் வகையில் வலிமையான நாடி, ஆதிக்கத்தையும் உறுதியையும் காட்டும் புருவமும் நெற்றியும். அதேநேரத்தில் பெண்களைப்போலச்

சில மென்மையான அம்சங்களும் இணைந்திருக்கும். இப்படியான மென்மையான அம்சங்கள் அந்த ஆண், அரவணைக்கும் தன்மை யும், பிள்ளைகளில் விருப்பமும் உடையவர் என்பதைக் காட்டுவ தால், பெண்களுக்கு அந்த முகம் அதிக கவர்ச்சியை அளிக்கும் என்று கூறப்படுகிறது. ஆண்கள் உயரமாக இருத்தல் என்பது, அவர்களது ஆற்றலையும் அந்தஸ்தையும் அதிகாரத்தையும் காட்டு வதால், அவை பணம், உழைக்கும் சாத்தியத்தைக் காட்டுவன என்று கொள்ளப்படுகிறது.

பொதுவாகவே, குழந்தைகள் அழகாகவே இருப்பார்கள். அதிலும் அழகான குழந்தைகள் இன்னும் அழகாக இருப்பார்கள். அழகான குழந்தைகளின் தாய்மார் தத்தமது குழந்தைகளின் கண்களை நேராகப் பார்த்து, அதனுடன் அதிக நேரம் கதைப்பார்கள் என்று மனோதத்துவ நிபுணர்கள் கண்டுள்ளனர். சாதாரண குழந்தைகளின் தாய்மார், அதன் உடல் தேவைகளை நிறைவேற்று வதில் மட்டுமே அதிக கவனம் செலுத்துவார்கள்.

எவ்வாறாயினும், ஒரு பண்பாட்டில் அல்லது ஓர் இனத்தில் அழகென்று கருதப்படும் அம்சங்களில் பலவற்றைக் கொண்டிருப்ப வரையே, அழகானவரென்று அது அங்கீகரிக்கின்றது. அந்த அழகு அம்சங்கள், பொதுவாக அந்த இனத்தின் ஆரோக்கியத்துடனும், அது வாழும் சூழலுடனும் தொடர்புடையதாகவே அமைந்திருக் கும். ஆயினும், வேற்று இனங்களுடன் கலப்பு ஏற்படும்போது அந்த அழகு என்ற கோட்பாடு மாற்றமுறும். சீரான (symmetrical) உடலும் முக அம்சங்களும் இருப்பதே, ஆணுக்காயினும் பெண் ணுக்காயினும் அழகு என்று கருதப்படுகிறது.

உடல் அழகு என்பது இரு பக்கம் கூர்மையான வாளை ஒத்தது. மேலைத்தேயப் பண்பாட்டைச் சேர்ந்த மிக அழகான இளம் பெண்களில் பலர், தங்கள் அழகுக்காக மட்டுமே ஆண்கள் தங்களை விரும்புகிறார்கள் என்றும், அவர்களை வசீகரிக்கக்கூடிய வேறு எதுவும் தங்களிடம் இல்லை என்றும் கருதுகிறார்கள். அதே நேரம் அழகான பெண்கள்பால் ஆண்கள் அதிகம் கவரப்படு கிறார்கள் என்று மற்றைய பெண்கள் அவர்கள்மேல் பொறாமை கொள்கிறார்கள். மிக அழகான பெண்கள், ஏனைய பெண்களுடன் நட்பைப் பேணுவதற்கு மிகவும் சிரமப்படுகிறார்கள்.

What Do You See When You Look In The Mirror? என்ற கட்டுரையில் *Monica Mehta* என்பவர், அழகுபற்றிய விஷயத்தில் அமெரிக்காவில் வசிக்கும் இந்தியப் பெண்களுக்கும், அமெரிக்கப் பெண்களுக்கும் இடையில் உள்ள வேறுபாட்டை விளக்குகிறார். வெவ்வேறு நிறமான அட்டைகளையும், அவற்றில் கவர்ச்சிகரமான முகங்களை யும் படங்களையும் கொண்ட அமெரிக்க *ideal of beauty*யைச் சித்தரிக்கும் நூல்களைத் தனது சக இந்தியப் பெண்கள் வாங்கிப் படிப்பதைக் கண்டு, தான் வியப்புற்றதாகக் கூறுகிறார். மிக,

மிக மெல்லிய உடலைக்கொண்ட, உண்மையற்ற தோற்றம் என்பதே அமெரிக்காவின் இன்றைய அழகு என்பதன் வரைவிலக்கணம். The Beauty Myth என்ற நூலில், பெண்களைப் பற்றிய இத்தகைய அழகுக் கோட்பாட்டுக்குக் கண்டனம் தெரிவிக்கப்பட்டுள்ளது. Naomi Wolf போன்றவர்கள் பல ஆண்டுகாலமாகக் கண்டனம் தெரிவித்துவருகிறார்கள்.

தனது பாரம்பரியமும், தோல் நிறமும் இந்த அமெரிக்க இலட்சிய அழகிலிருந்து தன்னைப் பாதுகாத்துவருகிறது என்று கூறும் இவர், பல இளம் அமெரிக்கப் பெண்களுக்கு உள்ளதுபோல self image பிரச்சினைகளும், உணவு உண்பதில் குழப்பங்களும் (eating disorders) தனக்கோ, தனது நண்பிகளுக்கோ இல்லை என்கிறார். 1982இல் Thin Thighs in Thirty Days என்ற நூல், ஏழு வாரங்களுள் 425ஆயிரம் பிரதிகள் விற்றுத் தீர்ந்தன. உணவைக் கட்டுப்படுத்துவதும், cosmatic surgery ஆகியனவும் நடிகைகளுக்குரியன. அவை சாதாரண பெண்களுக்கு அவசியமற்றவை என்று, தான் முற்றாகப் புறக்கணித்ததாக, அவர் தனது கட்டுரையில் கூறுகிறார்.

அமெரிக்காவில் உள்ள இந்தியப் பெண்கள் பலர், தமது நேரத்தில் பல மணித்தியாலங்களை ஒப்பனை செய்வதிலும், கூந்தலைப் பராமரிப்பதிலும், தோற்றத்தை மெருகுபடுத்தும் நடவடிக்கைகளிலும் செலவழிக்கிறார்கள். பலர் self-esteem பிரச்சினைகளால் வதைபடுவதுடன், தமது கல்வி, உத்தியோகம், குறிப்பாக சமூகத் தளங்களில் ஏற்படும் வெற்றி என்பன, தாம் எப்படித் தோற்றமளிக்கிறோம் என்பதில்தான் தங்கியிருக்கிறது என்று நம்புகிறார்கள். மிக ஆபத்தானது என்னவெனில், பலருக்கு உணவு உண்ணுவதில் கோளாறு உள்ள anorexia உள்ளது.

தென்னாசியப் பெண்களின் தோற்றத்தில் மூன்று அடிப்படை வேறுபாடுகள் உள்ளன. முக அமைப்பு, தோல் நிறம், உடல் பருமன், உயர விகிதாசாரம். மானிடவியல்ரீதியாகப் பேசுவதாயின் பூமத்திய ரேகைக்கு அண்மையில் உள்ள நாடுகளில் வசிக்கும் மக்கள் பொதுவாகக் கருமை அல்லது மண்ணிறமான தோலும், வெப்பமான, ஈரலிப்பான சூழலுக்கு ஏற்பச் சுவாசிக்கும் வகையில் அகலமான மூக்கும் கொண்டவர்கள். இதனால், அமெரிக்க அழகு சஞ்சிகைகள், மெல்லிய மூக்குத்தான் அழகு என்று கூறும் போது, அமெரிக்காவில் உள்ள தென்னாசியப் பெண்கள் தமது அகன்ற மூக்கு குறித்து மிகவும் கவலையடைவதுடன், அதிகம் பாதுகாப்பற்றவர்களாகவும் உணர்கிறார்கள். தென்னாசியர்களிடையே வெள்ளைத் தோல் கொண்டிருப்பதென்பது அழகு என்று கருதப்படுவது, அந்நாடுகளில் வாழும் யாவரும் அறிந்த ஒன்று. பல இந்திய மொழிகளில் fair skin என்பது, அழகு என்பதைக் குறிக்கும் இன்னொரு சொல். fashion modelsஇன் 5 அடி 8 அங்குலம் உயரமும், 110 இறாத்தல் நிறைபற்றியும் fashion சஞ்சிகைகள் எடுத்துக்கூறுவதால், பெண்கள் அதையே சரியான

அளவாகக்கொண்டு, தங்களை வதைத்து அந்த நிறைக்குத் தமது உடலைக் கொண்டுவர முயல்கிறார்கள். 1920ஆம் ஆண்டில், பெண்கள் மெல்லிதாக இருப்பதே அழகு என்ற கருத்து அமெரிக்காவில் உருவானது. மெலிதல் என்பது ஒரு நோய்போலத் தொடர்ந்து, 21ஆம் நூற்றாண்டுவரை சென்றுள்ளது மட்டுமல்ல, சமூக, பொருளாதார, இன வேறுபாடின்றி அனைவரையும் பாதித்துள்ளது. பிளேக் *(Plague)* வருத்தம்போல, அமெரிக்காவில் உள்ள இந்திய சமூகத்தில் உள்ள இளம் பெண்களையும் இது பாதித்துள்ளது. சுருக்கமாகச் சொல்வதானால் அமெரிக்கப் பெண்கள் தவறான தரங்களைப் பார்க்கின்றனர்.

இந்திய *fashion* சஞ்சிகையின் அட்டைப்படத்தை அலங்கரிக்கும் இந்தியப் பெண்கள் பொன் நிறத்தையும் நீலக்கண்களையும் கொண்டுள்ளதுடன், அவர்களது அங்கங்கள் முழுமையாக மேற்கத்தைய தோற்றத்தைக் கொண்டிருக்கின்றன. அந்த *fashion* இதழ்களில் கணக்கற்ற *models* இவ்வாறே காட்டப்பட்டிருக்கின்றனர். ஆபத்தான அளவில் கண்கள் நீலமாக்கப்பட்டுள்ளன. *Miss Beautiful Skin* போட்டியில் வென்ற பெண்ணுக்கு, இந்தியப் பெண்போலல்லாது மேற்கத்திய நிறம் காணப்படுகிறது. இது காட்டும் செய்தி, வெள்ளை நிறமே சிறந்தது என்பதாகும். இந்தியாவில் உள்ள பெண்கள் பலர், அமெரிக்கப் பெண்கள்போலத் தோற்றமளிப்பதையே விரும்புகிறார்கள். இது, அவர்களது *self-esteem*இற்கும், உடல் நலத்துக்கும் நல்லதல்ல என்று *Monica Mehta* தனது கட்டுரையில் கூறுகிறார்.

காலங்காலமாக எல்லாப் பண்பாடுகளிலும் பெண்கள் போகப் பொருளாகவே பார்க்கப்பட்டு வந்துள்ளனர். அதிலும் மேல்நாட்டுப் பண்பாடுகளில் இது இன்னும் அதிகமாக உள்ளது. அந்த வலையில் சிக்கிக்கொண்ட பெண்கள் தாங்களாகவே, ஆண்களைக் கவரும் வண்ணம் தாம் அழகாயிருக்க வேண்டும் என்று தம்மை வதைப்பது மட்டுமல்ல, தம்மை அலங்கரிக்கப்பதற்கு நிறையப் பணத்தையும் நேரத்தையும் செலவழித்து வருகிறார்கள்.

பெண்ணைப் போகப்பொருளாக எண்ணுவதாலேயே, ஆண் கவிஞர்கள் பெண்களின் அழகைக் கவிதைகளில் விலாவாரியாக வர்ணித்து வந்துள்ளனர், இன்றும் வருகின்றனர். பண்டைய தமிழ் இலக்கியங்களில் பெண்பற்றிய வர்ணனைகளில் முக அழகு மட்டுமல்ல, உடலின் பல்வேறு அந்தரங்க அங்கங்களும் வர்ணிக்கப்பட்டன. மேகம் போன்ற கூந்தல், பிறைபோன்ற நெற்றி, வில்போன்ற புருவங்கள், கயல் மீன்கள், அம்பு அல்லது குவளை மலர்கள் போன்ற விழிகள், குமிழ மலர்போன்ற மூக்கு, கொவ்வை இதழ்கள், மூங்கில்போன்ற வழுவழுப்பான தோள்கள், துடி அல்லது மின்னல் இடை என்று பொதுவாகப் பெண்கள்பற்றிய வர்ணனை இலக்கியங்களில் இவ்வாறே செல்கிறது. பக்தி இலக்கியங்

களும் இதற்கு விதிவிலக்கல்ல. தேவாரங்களில் சிவனைப் பற்றிய உடல் வர்ணனைகள் மிகக் குறைவு. ஆனால், பார்வதியின் அழகு பற்றிய வர்ணனைகள் சில வேளைகளில் சங்கடப்படுத்தும் வகையில் அமைந்துள்ளன. பக்தி இலக்கியங்களில் தமிழில் மட்டு மல்ல, சமஸ்கிருத்திலும் பல சந்தர்ப்பங்களில் நாம் இவற்றை எதிர்கொள்ள வேண்டியுள்ளது. வடமொழிப் புராணங்களில் சிவனும் பார்வதியும் தத்தமது நிறங்கள் குறித்து வேடிக்கையாகச் சண்டையிட்டுக்கொண்ட சம்பவங்கள் கூறப்பட்டுள்ளன. தேவ லோக நடன மாதர்களான ரம்பை, ஊர்வசி, திலோத்தமை, மேனகை போன்றோர் மிக அழகான பெண்களாக வர்ணிக்கப் படுகின்றனர். பிரம்மா திலோத்தமையைப் படைத்ததும் அந்த அழகால் கவரப்பட்டு, அவள் நடந்துபோகும் அழகைக் காண்பதற் காகத் தனக்கு நான்கு திசைகளிலும் நான்கு முகங்களை உரு வாக்கி, நாலு பக்கங்களிலும் பார்த்து மகிழ்ந்ததாகவும், அதனால் அவன் நான்முகனானதாகவும் ஒரு கதை உண்டு. மனிதர் தங்கள் அழகுபற்றிய கருத்துக்களைத் தெய்வங்களின் மேலேற்றிக் கூறியதே இதற்குக் காரணம்.

அழகும் அழகுபடுத்துதலும் காலத்துக்குக் காலம் மாறிவருவதை நாம் தமிழ் சினிமாவில் காணலாம். நாம் பத்மினியையும் தேவிகா வையும் வைஜந்திமாலாவையும் அழகு என்பதைப்போல, எமக்கு முந்தியவர்கள் ராஜகுமாரியை அழகென்பார்கள். மேற்கத்தைய பெண்கள்போல நீலம் அல்லது *brown* கண்களாக மாற்றுவதற்கான *contact lenses*உம், கறுப்பல்லாத நிறமுடைய கூந்தலும், மேற்கத்தைய ஆடைகளும் கொண்ட நடிகைகளையே இந்தக்கால இளைஞர்கள் அழகென்பார்கள். இப்போது உலகம் சுருங்குவதால், ஒரு பண்பாட் டின் அழகுபற்றிய கருத்து, மற்றப் பண்பாட்டைப் பாதிக்கிறது. அதுவே, இந்த மாற்றங்களுக்கான ரகசியம்.

●

வண்ணங்கள் சொல்வதென்ன?

இந்த உலகில் நிறங்களே இல்லையென்று கற்பனை செய்வோமானால் வாழ்வு எவ்வளவு வெறுமையாகிப்போகும் என்பதை நாம் உணர்ந்துகொள்வோம். வானத்தினதும் கடலினதும் நீலமும், புல்வெளிகளினதும் மரங்களினதும் பச்சையும், பூக்களின் அழகிய வண்ணங்களும் இல்லாத வாழ்வு ஒரு வாழ்வா என்று நினைப்போம். அதனால், வெள்ளை, கறுப்பு நிறங்களில் அழகில்லை என்று அர்த்தமில்லை. இரவின் கருநீலவானப் பட்டில் வைரம் பதித்ததுபோல மின்னும் தாரகைகளின் அழகையும், வெள்ளைப் பனி, பஞ்சுத்துகள்களாக வானிலிருந்து மிதந்து, மிதந்து கரும் பூமியில் விழுந்து வெள்ளைப் படுக்கை விரிப்பதையும் முழுமையாக வர்ணிக்க வார்த்தைகள் உண்டா? இந்த நிறங்கள் மனிதருக்குச் சொல்லும் சேதி என்ன?

இயற்கை அன்னை அழகிய வண்ணங்களை உலகம் முழுவதும் கடைபரப்பி வைத்திருப்பதால், அதில் வாழவந்த மனித இனத்தை, அந்த வண்ணங்கள் கவராத காலமே இல்லை எனலாம். அதனால், மனித இனம் தோன்றிய காலத்திலிருந்து, அது வளர்த்தெடுத்த ஒவ்வொரு நாகரிகத்திலும் வண்ணங்கள் ஏதோவகைகளில் இணைந்து வந்துள்ளன. ஆதி மனிதர், தாம் வரைந்த குகை ஓவியங்களுக்கு வண்ணங்கள் தீட்டப் பச்சிலைச் சாறுகளைப் பயன்படுத்த ஆரம்பித்த காலத்திலிருந்தே, தமது கற்பனைக் கதைகளில் நிறங்களை இணைத்து வந்துள்ளனர். ஆயினும், ஒரு நாகரிகம்கூடப் பல்வேறு நிறங்களைக் குறிப்பிடவில்லை என்பது மிகவும் வியப்புக்குரிய விஷயம். 1960களில் மானிடவியலாளர்களான *Brent Berlin, Paul Kay* ஆகியோர் உலகம் முழுவதிலுமுள்ள மொழிகளில் நிறத்தைக் குறிக்கும் சொற்கள் குறித்து

ஆராய்ந்தார்கள். பல மொழிகள் வெள்ளை, கறுப்பு ஆகிய இரண்டு நிறங்களுக் குச் சமமான சொற்களையே கொண்டிருந்தன. 98 மொழிகளை அவர்கள் ஆராய்ந்ததில் ஆங்கிலத்தில்தான் நிறங்களைக் குறிக்கும் அதிக அடிப்படைச் சொற்கள், அதாவது 11 சொற்கள், காணப்படுகின்றன என்ற உண்மையைக் கண்டறிந் தனர். *black, white, red, orange, yellow, green, blue, purple, pink, grey and brown* ஆகியனவே அவை. மற்றைய கோடிக்கணக்கான நிறங்களைக் குறிக்கக் கடன் வாங்கப்பட்ட சொற்களே பயன்படுத்தப்படுகின்றன. உதாரணமாக *avocado, grape, peach, tan, gold* போன்றன இயற்கையில் விளையும் ஒன்றின் நிறத்தைச் சார்ந்து கடன் பெறப்பட்ட சொற்கள். அதாவது, *peach* என்பது *peach* பழத்தின் நிறத்தை ஒத்த நிறத்துக்குப் பெயர். இவ்வாறே எண்ணிக்கையற்ற நிறங்கள் பெயர் பெற்றுள்ளன. தமிழிலும் நாம் இவ்வாறு பல நிறச் சொற்களைப் பயன்படுத்துகி றோம். மண்ணிறம், பொன்னிறம், வெள்ளி நிறம், நாவல் நிறம் என்பன இவ்வாறான சொற்கள்.

கிமு நான்காம் நூற்றாண்டில் வாழ்ந்த சிறந்த தத்துவாசிரியரான அரிஸ்ரோட்டல் நீலமும் மஞ்சளுமே உண்மையான அடிப்படை நிறங்கள் என்று கொண்டார். இருளில் தெரியும் முதல் நிறம் நீலம் என்றும், ஒளியில் முதலில் தெரிவது மஞ்சள் என்றும் கருதினார். உதாரணமாக, நாம் சூரியனது வெள்ளை ஒளியை மஞ்சளாகக் காண்கிறோம். வெறும் ஆகாய வெளியை நீலமாகக் காண்கிறோம். இந்த இரு நிறங்களை வாழ்வின் எதிரெதிரான அம்சங்களான சூரியன்/சந்திரன், இரவு/பகல், ஆண்/பெண், தூண்டுதல்/எழுச்சியின்மை, விரிதல்/சுருங்குதல், உள்/வெளி போன்ற வற்றுக்கு அரிஸ்ரோட்டல் ஒப்பிட்டார். அத்துடன் தீ, நிலம், நீர், வாயு போன்ற இயற்கை அம்சங்களுடன் நிறங்களைத் தொடர்புபடுத்தினார். உலகெங்கும் உள்ள ஓவியர்கள் அவரது அந்தக் கோட்பாட்டை 2,000 வருடங்களுக்கு, 17ஆம், 18ஆம் நூற்றாண்டுகளில் நியூட்டனின் பொதுவான நிறம்பற்றிய கண்டு பிடிப்புகள் செல்வாக்குப் பெறும்வரை, பயன்படுத்திவந்தார்கள். அரிஸ்ரோட்டலின் காலத்தைச் சேர்ந்த வைத்தியமுறையின் தந்தை யாகக் கருதப்படும் *Hippocrates* என்பவர் *purple violet*ஐவிட, வெள்ளை *violet*இன் நோய் குணமாக்கும் தன்மை வேறுபட்டது என்று கண்டறிந்து, ஏற்ற நிறங்களை மருத்துவத்தில் பயன்படுத்தினார். தற்போதைய ஈரானில் 11ஆம் நூற்றாண்டில் வாழ்ந்த இன்னொரு வைத்தியரான *Avicenna* என்பவர், நோயைக் கண்டுபிடிப்பதில் எப்போதும் ஒருவரின் உடல் நிறத்தைக் கவனத்தில் கொள்ளவேண் டும் என்றும் கருதினார்.

நிறம்பற்றிய புரிந்துகொள்ளலுக்கு அதிக பங்களிப்புச் செய்தவர் கள் விஞ்ஞானம், கணிதம் ஆகியவற்றை ஓவியம், நுண்பொருள் கோட்பாட்டியல் *(metaphysics)* மற்றும் *theology* ஆகியவற்றுடன்

இணைத்தவர்களே. ஆயினும், 15ஆம் நூற்றாண்டில், சிந்தனைப் போக்கில் ஏற்பட்ட மாற்றங்களின் காரணமாக, விஞ்ஞானமும் கலையும் பிரிக்கப்பட்டபோது, நிறம்பற்றிய ஆய்வு விஞ்ஞானத்துடனேயே தங்கிவிட்டது. 1672இல், *Sir Isaac Newton* நிறம்பற்றிய தனது முதல் கருத்து முரண்பாட்டுக்குரிய கட்டுரையை வெளியிட்டார். ஒளி அலைகளாகப் பயணிக்கின்றன என்றும், அவற்றை ஒரு முக்கோண *prism*க்கு ஊடாகப் பார்க்கும்போது, வானவில்லின் நிறங்களை அதில் காண முடியும் என்றும் Newton நிரூபித்தார். அவர் முக்கோண *prism* ஒன்றினுள் வெள்ளை ஒளியைப் பாய்ச்சிய போது, ஒளி வேறுபட்ட கோணங்களில் கதிர் சிதர்வுறுவதை அவதானித்தார். அது நிறங்களின் தனிப்பட்ட கூறுகளை அவர் அவதானிக்க உதவியது.

1920களில் ஜேர்மனியில் உள்ள பிரசித்திபெற்ற *Bauhaus* பிரிவைச் சேர்ந்த அறிஞர்கள், தொழில்நுட்பத்தையும் கலையையும் முற்றாக இணைத்ததுடன், உணர்ச்சிகளுக்கும் நிறங்களுக்கும் உள்ள தொடர்பு பற்றி ஆய்வு செய்தனர். *Jonannes Itten* என்பவர் எழுதிய *The Art of Colour* என்ற நூல், நிறம்பற்றி அறிய நாட்டங்கொண்டவர்கள் அனைவரும் படிக்கும் ஒரு நூலாகத் திகழ்கிறது. எவ்வாறிருந்த போதும், 1970இன் மத்தியில் *Angela Wright* என்பவர் நிறங்களின் பாதிப்புகள்பற்றி ஆழமாக அறிய முற்பட்டார். வேறுபட்ட நிறங்கள் மனிதரில் ஏற்படுத்தும் உளவியல் பாதிப்புகள்பற்றிய தகவல்களுக்குக் குறைவிருக்கவில்லை. ஆயினும், கண்டுபிடிப்புகள் ஒன்றுக்கொன்று முரணாயிருந்ததுடன், உறுதியான கோட்பாடுகள் எதுவும் எழுந்திருக்கவில்லை. எனவே, அவை நிச்சயமான முடிவுகளை எடுக்க எந்தவகையிலும் உதவவில்லை. உளவியல் தாக்கங்களை ஏற்படுத்துவதற்கு நிற இயைபு (*colour harmony*) பெருமளவில் உதவுவதாக அவர் உணர்ந்தார். எனவே, அவர் கலிபோர்னியாவில் *Lorea Shearing* (இவர் *Technicolour*ஐ கண்டுபிடித்த *Kalmus* குடும்பத்தைச் சேர்ந்தவர்.) என்பவருடன் இணைந்து, நிற ஒருமைப்பாடு குறித்து ஆய்வு செய்தார். ஆளுமை (*personalities*) வகைகளுக்கும் நிறங்களுக்கும் தொடர்பிருப்பதாக அறிந்தார். அரிஸ்ரோட்டல் கூறிய நீலமும் மஞ்சளும் அடிப்படை நிறங்கள் என்று கொண்டு, குளிர்மையான நிறங்கள், வெப்பமான நிறங்கள் என நிறங்களை வகுத்தார். அவற்றை மேலும் உப பிரிவுகளாக வகுத்தார். இதன் பெறுபேறாக நான்கு நிறப்பிரிவுகளை வகுத்து, அவற்றை நான்கு வகை ஆளுமை வகைகளுடன் தொடர்புபடுத்தினார். அவர் உருவாக்கிய *Colour Affects* முறையில், ஒரு குறிப்பிட்ட நிறச் சேர்க்கையால் ஒருவர் எவ்வாறு தாக்கமடைகிறார் என்பதை உறுதியாகக் கண்டறிய முடிந்தது. இதனால், நிற உளவியலை ஒருவித நிச்சயத்தன்மையுடனும், உறுதியான விளங்கிக்கொள்ளலுடனும் பயன்படுத்த முடிந்தது. இங்கிலாந்தின் *Derby* பல்கலைக் கழகத்திலுள்ள *Colour & Imaging* நிறுவனம், *Colour Affects* முறையில்

வகைப்படுத்தப்பட்ட நிறங்கள், முன்னர் எப்போதும் இல்லாத வகையில் கணித அடிப்படையில் அமைந்துள்ளன என்று உறுதிப் படுத்தியுள்ளது.

இந்த *Colour Affects* முறை நிற உளவியல்பற்றிய வேறுபட்ட அணுகுமுறையைக் கொண்டுள்ளதுடன், தெளிவானதும் தர்க்கபூர்வ மானதுங்கூட. வர்த்தகரீதியாகக் கட்டிடங்களின் உட்பக்க அலங்கா ரம், இணைய வடிவமைப்பு, சீருடைகள், பொதிகளைக் கட்டுதல், பொருள்களின் குறியீடுகள் *(brands)* ஆகியவற்றில் இம்முறை பயன் படுத்தப்பட்டுவருகிறது. பெரிய கூட்டுறவு வர்த்தக நிலையங் கள், தமது வியாபாரத்தில் இதன் பயன்பாட்டை உறுதிப்படுத்தியுள் ளனர். தனிப்பட்டவர்கள், தமது வாழ்வு இந்த நிற முறையால் மாற்றமடைந்ததைக் குறிப்பிட்டுள்ளனர். நிறக் கோட்பாடு மனநிலை யைப் பாதிப்பதுடன், நடத்தையைச் செல்வாக்குக்கு உட்படுத்து கிறது என்பது பலகாலமாக ஏற்றுக்கொள்ளப்பட்டுள்ளது.

ஒரு விஷயத்தை நாம் அவதானிக்கும்போது, எம்மை முதலில் கவர்வது அதிலுள்ள நிறமே. பல்லாயிரவருடப் பரிணாம வளர்ச் சியில் நிறத்தின் மொழி, விஷம் கலந்த உணவுகளை அடையாளம் காண்பதற்கும், சகலவித ஆபத்து சமிக்ஞைகளை அறிவதற்கும் உதவி, மனித இனத்தைப் பாதுகாத்து வந்துள்ளது. பண்டைய மனிதனைப்போன்ற உணர்வு தற்போதைய மனிதனுக்கு இல்லாத போதும், நிறத்தின் சக்தி குறைவடையவில்லை. ஒளி கண்ணுக்குள் செல்லும்போது, வேறுபட்ட நீளலைகளை *(wavelengths)*, கண் வேறுபட்ட வகைகளில் சரிசெய்கிறது. நிறம் சிக்கலான உடல்ரீதி யான மாறுபாடுகளுக்கு உட்படுத்தும் அதேவேளையில் உளத் தாக்கங்களையும் ஏற்படுத்துகிறது. இவ்வுலகில் உள்ள உயிர்கள் அனைத்தும் ஒளி, நிறம் ஆகியன தெரிவிக்கும் செய்திகளுக்கு ஏற்பச் செயற்படுகின்றன. நிறங்களும் அவற்றிற்கிடையிலான ஒத்திசைவுத் தொடர்புகளும் மிகவும் முக்கியமானவை. மனிதருக்கு அவசியமானது சமநிலை. கண் 30 வினாடிகளுக்கு ஒரு நிறத்தையோ, உருவத்தையோ நோக்கினால், பின்னர் கண்ணை மூடினாலோ அல்லது வேறு பக்கத்திற்குத் திரும்பினாலோ, சாதகமான அந்த நிறம் கண்ணுக்குள் சில விநாடிகள் தேங்கிநிற்கும். சத்திர சிகிச்சை செய்யும்போது அங்குள்ள வைத்தியர், தாதிமார் அனைவரும் பச்சை நிறத்தில் ஆடை அணிகிறார்கள். ஏனெனில், கடும் சிவப்பு ரத்தத்தைப் பார்ப்பதால், அவர்களது கண்களில் ஏற்படும் தாக்கம், மீண்டும் பச்சையைப் பார்ப்பதால் அமைதியடைகிறது. சமநிலை யுள்ள நீளலைகள்கொண்ட நிறங்களே சிறந்த நிறங்கள்.

நிற உளவியல் எவ்வாறு தொழிற்படுகிறது? நிறம் என்பது வெளிச்சம். அது சூரியனிலிருந்து அலைகளாக எம்மை நோக்கிப் பயணிக்கிறது. அவை வானொலி, தொலைக்காட்சி அலைகள், *Microwave, X-ray* போன்றவற்றை ஒத்த மின்காந்த அலைகள்.

ஒரு நிறத்தில் ஒளி விழும்போது, அது தனக்குரிய நிறத்தை மட்டும் எடுத்துக்கொண்டு, மிகுதியை வெளியே தெறிக்கச் செய்கிறது. அதனாலேயே, நாம் தனித்தனியாக நிறங்களைக் காண்கிறோம். நமது கண்களும் இவ்வாறே தொழிற்படுகின்றன.

நிறம் என்பது ஒரு சக்தி. அது எம்மில் உடல்ரீதியாகத் தாக்கத்தை ஏற்படுத்துகிறது என்பது மீண்டும், மீண்டும் பல பரிசோதனைகளால் நிரூபிக்கப்பட்டுள்ளது. பார்வையற்றவர்களை, அவர்களது விரல் நுனிகளால் ஸ்பரிசிப்பதன் மூலம் நிறங்களைக் கண்டுபிடிக்கும்படி கேட்டபோது, அவர்கள் எவ்வித சிரமமும் இன்றி நிறங்களைக் கண்டுபிடித்தனர். கணினி, 16 மில்லியன் நிறங்களைத் தருகிறது. எந்த இயந்திரத்தையும்விட, எமது கண்கள் எண்ணிக்கையற்ற நிறங்களை இனங்காணும் வல்லமை கொண்டுள்ளன. எது எவ்வாறாயினும் நிறங்களின் சக்திகள் எமது உடலுள் புகும்போது, அது தாக்கங்களை ஏற்படுத்துகின்றன. நிறத்தைக் காணமாட்டா தவர்களிலும் (colour blind) அவை தாக்கங்களை ஏற்படுத்துகின்றன. பதினொரு அடிப்படை நிறங்களின் எந்த shade, tone, tint ஆயினும், அவற்றுக்கு அடிப்படை உளவியல் கூறுகள் உள்ளன. அவை ஒவ்வொன்றும் சாதகமான அல்லது பாதகமான உளவியல் தாக்கங்களை மனிதரில் ஏற்படுத்துகின்றன. சிவப்பு, நீலம், மஞ்சள், பச்சை என நான்கு அடிப்படை உளவியல் நிறங்கள் உள்ளன. அவை உடல், உள்ளம், உணர்வுகள், அவற்றிற்கிடையிலுள்ள முக்கிய சமநிலை ஆகியவற்றுடன் தொடர்புறுகின்றன.

சிவப்பு உடலியல் தாக்கத்தை ஏற்படுத்தும் ஒரு நிறமாகும். நீண்ட நீளலைகொண்ட சிவப்பு மிகவும் சக்திவாய்ந்த அடிப்படை நிறம். தொழில்நுட்பரீதியாக அது நன்கு காணக்கூடிய நிறம் அல்லவாயினும், அது பார்வைக்கு அண்மையில் உள்ளதுபோலத் தோற்றமளிக்கும் இயல்புள்ளது. அதனால், அது எமது கவனத்தைக் கவரும் சக்தி வாய்ந்தது. அதனுடைய சக்தியை நாம் உலகெங்கு முள்ள traffic lightsஇல் காணலாம். அதனுடைய தாக்கம் உடல் சார்ந்தது. அது, காண்பவரைத் தூண்டுகிறது, நாடித் துடிப்பை அதிகரிக்கச் செய்கிறது, நேரம் விரைவாகச் செல்வதாக எம்மை நினைக்கத் தூண்டுகிறது. அது, ஆண்மைக் கோட்பாட்டுடன் தொடர்புபடுவதால், செயற்படுத்தும் இயல்பு கொண்டது. அது உயிர்ப்புள்ளதுடன், நட்புறவுள்ள நிறமாகும். அதேநேரம் கடின மானதுடன், துன்புறுத்தும் இயல்பும் கொண்டுள்ளதுள்ளது.

நீலம் அறிவுத் திறமை (intellectual) நிறமாகும். நீலம் என்ற நிறம் மனம் சார்ந்தது, அமைதிப்படுத்த வல்லது. அது சிவப்பைப் போல உடல்ரீதியாக அல்லாது உளரீதியாகத் தாக்கமடையச் செய்கிறது. கடும் நீலம் தெளிவாகச் சிந்திக்கத் தூண்டுகிறது. மெல்லிய நீலம் மனத்தை அமைதிப்படுத்தி, ஒருமுகப்படுத்த உதவுகிறது. தொடர்ந்து மனத்தை ஆறுதல்படுத்துகிறது. தெளிவான

தொடர்புகளுக்குரிய நிறம் இதுவே. நீலநிறப் பொருட்கள் சிவப்பைப் போல எமக்கு அண்மையில் உள்ளதுபோன்ற தோற்றத்தை வழங்காது. பல ஆய்வுகளின்படி, நீலமே பலருக்குப் பிடித்த நிறம். ஆயினும், அதற்கு நட்பின்மை, உணர்ச்சியின்மை போன்ற குணங்களும் உண்டு.

மஞ்சள் உணர்ச்சிபூர்வமானது. அதாவது *emotional* நிறமாகும். மஞ்சள் நிறத்தின் நீள் அலை சிவப்பைப்போல நீளமானதுடன், தூண்டக்கூடியது. ஆனால், இதில் தூண்டுதல் உணர்வுபூர்வமானது. அதனால், உளவியல்ரீதியாக மஞ்சள் வலிமை வாய்ந்த நிறமாகும். சரியான மஞ்சள், தன்மதிப்பை உயர்த்தவல்லது. தவறான *tone*, தன்மதிப்பைச் சரியச்செய்து, பயத்தையும் ஏக்கத்தையும் ஏற்படுத்த வல்லது.

பச்சை சமநிலை (*balance*) உள்ள நிறமாகும். பச்சை நிறம் எந்தவிதமாகவும் பார்வையைச் சரிப்படுத்துதல் செய்யாது. அதாவது, *adjustment* இல்லாது பார்க்கக்கூடிய நிறம். அதனால், ஆறுதல் தருவது. வண்ணங்களின் அமைப்பில் பச்சை நடுவில் இருப்பதால், அது சமநிலையுள்ளது. இதனால், அந்த நிறம்பற்றி மனிதர் நினைப்பதைவிட, அது முக்கியம் வாய்ந்தது. உலகில் நிறைந்துள்ள பச்சை நிறம் நீர் உள்ளமையை, வறட்சியின்மையை, பஞ்சமின்மை யையும் குறிப்பதால், அது எமக்கு மீள் உறுதிசெய்கிறது. பச்சையைத் தவறான *tone*இல் உபயோகித்தால், அது தேக்கத்தையும் வெறுமை யையும் குறிக்கும்.

இவையே நான்கு அடிப்படை நிறங்கள். இவற்றைவிட *violet* நிறம் ஆன்மீக உணர்வுபற்றிய எழுச்சியைத் தூண்டும் என்று கூறப்படுகிறது. இதன் நீளலை மிகவும் குறுகியது. இது, உயர்ந்தளவில் விழிப்புணர்வை ஏற்படுத்தவல்லது. ஆழ்ந்த சிந்தனை அல்லது தியானம்செய்ய ஊக்குவிக்கும். மிகச் சிறந்த தரங்களுடன் தொடர்பு ஏற்படுத்தும். இந்த நிறத்தை அதிகம் உபயோகித்தால், தன்னைப் பற்றித் தானே உள்ளாய்வு செய்தல் மிக அதிகரிக்கும். தவறான *tone*, மற்ற எந்த நிறத்தையும்விட அதிகமாகக் கெட்டவை அல்லது மலிவான விஷயங்களுடன் தொடர்பு ஏற்படுத்தும்.

ஒறேஞ் என்ற நிறம் சிவப்பு மஞ்சள் நிறங்களின் சேர்க்கையால் உருவாவதால், இதன் தாக்கமும் உடல், உணர்வு ஆகிய இரண்டும் சேர்ந்ததாகும். உடல் சௌகரியம், உணவு, உறைவிடம் ஆகிய வற்றில் நாட்டம் ஏற்படுத்தும். இது ஒரு மகிழ்ச்சி ஏற்படுத்தும் நிறமாகும். இதன் தவறான உபயோகம், உதாரணமாகக் கறுப் புடன் இணைத்து உபயோகித்தால், எதிர்மறையான தாக்கங்களை உருவாக்கும். அதிகளவு ஒறேஞ்சை உபயோகித்தால், சிறுமைத்தனத் தையும் புத்திபூர்வமான பெறுமதிகளில் குறைவையும் ஏற்படுத்தும்.

பிங்க், சிவப்பின் ஒரு மென்னிறம் ஆகும். அதனால், சிவப்பைப் போல உடல்ரீதியான தாக்கத்தை ஏற்படுத்தினாலும், ஊக்கப்படுத்து

வதற்கு மாறாக அமைதிப்படுத்தும். பிங்க் உளவியல்ரீதியாக மிகவும் சக்திவாய்ந்த நிறமாகும். அது பெண்மைக் கோட்பாட்டை பிரதிநிதித்துவப்படுத்துகிறது. அது அரவணைப்பதுடன், உடலை அமைதிப்படுத்தும். அதிகளவு பிங்க் உடலைக் களைப்படைய வைக்கும்.

அனைத்து வண்ணங்களும் முழுமையாக உறிஞ்சப்பட்டால், அது கறுப்பாகும். அதன் உளவியல் தாக்கங்கள் அதிகமாகும். அது பாதுகாப்பு வேலிகளை உருவாக்குவதுடன், தன்னை நோக்கி வரும் அனைத்து சக்திகளையும் உறிஞ்சுவதுடன், ஆளுமையை முற்றாக மூடி மறைக்கிறது. அது வெள்ளையுடன் நன்கு இணைந்து செயற்படுகிறது. கறுப்பு என்பது ஒளியற்ற நிலையாகும்.

கறுப்பு நிறம் அலைகளை முற்றாக உறிஞ்சுவதைப்போல, வெள்ளை நிறம் அலைகளை முற்றாகத் தெறிக்கச் செய்கிறது. அது வெள்ளைக்கு எதிராகத் தடைகளை அமைக்கிறது. அதை எப்போதும் பார்ப்பது, கண்களைச் சோர்வடையச் செய்யும். என்னைத் தொடாதே என்ற செய்தியை அது தெரிவிக்கும். வெள்ளை என்பது தூய்மையானது. கறுப்பைப்போல இயைபுறாதது. வெள்ளை சுத்தமானது, சுகாதாரமானது. இந்தத் தூய்மை, எதிர் மறையான செய்தியைத் தெரிவிக்கவல்லது. வெப்பமான நிறங்களில் வெள்ளை பொருத்தமற்றதாகத் தோற்றமளிக்கும்.

மனிதரின் உட்புறம் ஒரேமாதிரியாகவும், அதில் ஓடும் குருதியின் நிறம் சிவப்பு நிறமுள்ளதாகவும் காணப்பட்டபோதும், உடலை மூடும் தோலின் நிறத்தை அடிப்படையாகக்கொண்டு அவர்கள் காலங்காலமாக முரண்பட்டுவருவதை நாம் அறிவோம். வெள்ளைத் தோல் கொண்டவர்கள் மண்ணிற அல்லது கறுப்புநிறத் தோல் கொண்டவர்களைக் கீழானவராகப் பார்ப்பது இன்று நேற்றல்ல, காலங்காலமாகத் தொடர்ந்து வருகிறது. ஆரியர் இந்தியாவிற்குள் நுழைந்தபோது, அங்கே கறுப்பு நிறத் தோலுடன் வாழ்ந்தவர்களை எதிரிகளாக மட்டுமல்ல, கீழானவர்களாகவும் நினைத்தார்கள். சமஸ்கிருதத்தில் வர்ண என்றழைக்கப்படும் இந்த நிறம்பற்றிய அடிப்படையே சாதிப் பாகுபாட்டுக்கு வழிவகுத்தது. இருக்கு வேதத்தின் பிற்பகுதியில் உள்ள புருஷ ஸூக்தத்தில், புருஷனின் தலையிலிருந்து பிராமணரும், தோள்களில் இருந்து க்ஷத்திரியரும், தொடைகளிலிருந்து வைசியரும், கால்களிலிருந்து சூத்திரரும் தோன்றியதாகக் கூறப்பட்டுள்ளது. இங்கே சூத்திரர் என, கீழான வேலைகளுக்கு உரியவராகக் கூறப்பட்டவர், இந்தியாவில் வசித்த கறுப்புத் தோல் நிறமுள்ள இந்தியர். இதன் அடிப்படை வெள்ளை நிறமுடையவர் மேலானவர், கறுப்பு நிறமுடையவர் கீழானவர் என்பதே. இங்கே விதைக்கப்பட்ட வர்ணம் என்ற விஷம், காலப்போக்கில் பல்வேறு சாதிப் பிரிவு என்ற சகதிக்குள் இந்தியர் வீழ்வதற்கு வழிவகுத்தது. தர்ம சாஸ்திரங்களில் இந்த

நான்கு வர்ணங்களும் மாறி, மாறி இணைந்ததால் ஏற்பட்ட சாதிகளாக ஏராளமானவை கூறப்படுகின்றன. இந்தியாவில் பிற்காலத்தில் எண்ணற்ற சாதிகள் வந்ததற்கு இதுவே அடிப்படை. ஆரம்பத்தில், தமிழர்கள் எவ்வித ஏற்றத்தாழ்வுகளும் இன்றி, தாம் வாழ்ந்த நிலங்களுக்குரிய தொழில்களைச் செய்து வந்தனர். ஆயினும், ஆரியச் செல்வாக்கு ஏற்பட, ஏற்படச் சாதி என்ற பிரிவினை தமிழ்நாட்டிலும் ஏற்பட்டது.

வெள்ளை உயர்ந்தது, கறுப்புத் தாழ்ந்தது என்ற எண்ணம் இந்தியாவில் மட்டுமல்ல, உலகெங்கும் உள்ளதே. கறுப்பின மக்களை, வெள்ளையர் அடிமைகளாகவும், அருவருப்புக்கு உரியவராகவும் கருதியது அமெரிக்காவிலும் உலகெங்கும் நடந்தது, இன்றும் நடக்கிறது. அவுஸ்திரேலியாவில் பழங்குடி மக்களுக்கு நடந்ததை, இன்றும் நடப்பதை நாம் அறிவோம். புலம்பெயர்ந்துள்ள தமிழரும் இந்த நிற வேறுபாடுகளால் ஏற்படும் பிரச்சினைகளுக்கு முகங் கொடுக்க வேண்டியுள்ளது. அதேநேரத்தில் கறுப்புத் தோல் உள்ளவர்களுக்கு, வெள்ளை நிறத்தில் ஒரு மோகம் இருப்பதை நாம் ஒத்துக்கொள்ள வேண்டியுள்ளது. வெள்ளையர்களது நாகரி கத்தை எங்களுடையதைவிடச் சிலசமயங்களில் மேலானதாகக் கருதி, அதில் உள்ள பலவற்றை ஏற்றுக்கொள்ள விழைகிறோம். ஆனால், வெள்ளையினத்தவர் கறுப்புநிற மக்களின் பண்பாடுகளில் மோகம் கொண்டு, அவற்றைப் பின்பற்றுவதை நாம் காண்பது அரிது.

திராவிடரான எமது தோலின் நிறம் மண்ணிறமாயினும், நாம் அதற்குள்ளும் வெளுப்பான தோல் இருக்க வேண்டும் என்று விரும்புகிறோம். சிறப்பாகப் பெண்களுக்கு அந்த நிறமே அழகு தரும் என்று நினைக்கிறோம். இது, வெள்ளைத் தோல் நிறத்தில் எமக்குள்ளே இருக்கும் மோகத்தின் ஒரு பக்கவிளைவே. இவ்வாறு, தோலின் நிறம் என்பது, மனித இனத்தை ஆட்டிப் படைக்கும் ஒன்றாக விளங்குகின்றது. என்று மனிதர் புறத்தோற்றத்தைவிட்டு அக அழகை ரசிக்கவும் ஏற்கவும் தொடங்குகிறார்களோ, அன்று மனிதர் தம்மையிட்டு உண்மையில் பெருமை கொள்ளலாம்.

●

எம்மைச் சூழவுள்ள வண்ண ஒளி கூறுவது என்ன?

முன்னர் ஒரு கட்டுரையில் நிறங்கள் மனிதரில் ஏற்படுத்தும் உளவியல் தாக்கங்கள்பற்றிப் பார்த்தோம். இப்போதெல்லாம் பலர் 'ஓரா' (Aura) என்ற மனிதர்களைச் சூழவுள்ள நிற ஒளிபற்றிப் பேசுவதைக் கேட்கிறோம். அதனைப் படம்பிடித்துக் காட்டக்கூடிய புகைப்படக் கருவிகள் வந்துவிட்டன. இவ்வாறு படம் பிடிப்பது Kirlian Photography எனப்படுகிறது. ஓராவை வெறும் கண்களால் காணக்கூடியவர்கள் இருக்கிறார்கள் என்றும், அந்தத் திறமையை அனைவரும் விருத்திசெய்ய முடியும் என்றெல்லாம் கூறப்படுகிறது. இந்த ஓரா என்பது என்ன? அது எவ்வாறு எமது இயல்புகளை வெளிப்படுத்துகிறது என்பது பற்றிச் சிறிது நோக்குவோம்.

இங்கே அவுஸ்திரேலியாவில் மேற்கு கிம்பலியில் (West Kimberley) வரலாற்றுக்கு முற்பட்ட, அதாவது பல்லாயிரம் வருடங்கள் பழமையான, குகை ஓவியங்களில் தலையைச்சுற்றிப் பொன்னொளி வீசும் மனித உருவங்கள் காணப்படுகின்றன. யேசு கிறிஸ்து, புத்தர் ஆகிய கடவுளரின் படங்களில், அவர்களது தலைகளைச் சூழ ஒரு பொன்னிற ஒளிவட்டம் இருப்பதை நாங்கள் கண்டிருக்கிறோம். கோயில்களில் மூலஸ்தானத்தில் உள்ள தெய்வ விக்கிரகத்தின் திருமுடியின் பின்னால் இதனைப் பிரதிபலிக்கும் வகையில், சுற்றி வரக் கண்ணாடிகள் அமைக்கப்பட்டு, நடுவில் தீபம் உள்ள ஓர் அம்சம் உண்டு. நடுவில் உள்ள தீபம் ஏற்றப்படும்போது, அந்த ஒளி கண்ணாடிகளில் பிரதிபலித்துத் தலையைச் சூழ ஒளிவட்டம் பிரகாசிப்பதுபோலக் காணப்படும். திரைப்படங்களிலும் சித்திரங்களிலும் தெய்வங்கள் தோன்றும் காட்சி அமைக்கப்படும்போது, அவர்களைச் சுற்றிப் பொன்

னொளி பிரகாசிக்கும் வகையில் அமைக்கப்பட்டிருப்பதை நாம் கண்டிருக்கிறோம். தெய்வங்களின் பின்னால் ஒளிவட்டம் இவ்வாறு அமையக் காரணமாக அமைந்தவர் யார்? இவற்றை வரைந்த ஓவியருக்கு இந்த ஓராபற்றிய அறிவிருந்ததா அல்லது இந்த மகான்கள் வாழ்ந்த காலத்தில், வாழ்ந்த எவருக்கோ அவர்களி லிருந்து பிரவகித்த இந்த ஒளியைக் காணும் ஆற்றல் இருந்து, பின் சந்ததிசந்ததியாக அது தெரிவிக்கப்பட்டு, பின் அவற்றை வரைந்த ஓவியருக்கு அறிவிக்கப்பட்டதா? எது எவ்வாறாயினும், தெய்வத்தன்மை வாய்ந்த மகான்களிலிருந்து இந்த மஞ்சள் கலந்த ஒளி பிரவகிப்பதை இப்போது நிச்சயத்தன்மையுடன் கண்டறிந்திருக்கிறார்கள். நான் படித்த தகவல்களை அடிப்படை யாகக் கொண்டு ஓராபற்றிய விபரங்களை இங்கு தருகிறேன்.

Leadbeater என்பவர், 1925ம் ஆண்டில் Man Visible and Invisible என்ற தனது நூலில், மனிதரில் காணப்படும் ஓராபற்றிய தனது அனுபவங்களை மிக விரிவாகக் கூறுகிறார். அது அவரது புதிய கண்டுபிடிப்பல்ல. பல நூற்றாண்டுகாலமாக எல்லாச் சமயங்களி லும் இதுபற்றிய அறிவு, குரு சீட முறையில் இரகசியமாகப் பாதுகாத்து வழங்கப்பட்டு வந்தது. Leadbeaterஉம், அவரது சகாக் களான Annie Besant, Madam Blavatsky ஆகியோருக்கும் இந்த அறிவு இருந்ததுடன், இவர்களே மனித ஓராபற்றிய விஷயங்களை முதலில் எழுத்தில் அமைக்க முற்பட்டவர்கள் என்று கூறப்படுகிறது. அதே காலத்தில் இந்தியாவில் இருந்து சுவாமி வித்யாரண்யா என்பவர் 1921இல் அமெரிக்காவுக்குச் சென்று, The Human Aura என்ற தலைப்பில் ஒரு நூலை வெளியிட்டார்.

Barbara Brennan என்பவருக்கு இயல்பிலேயே இந்த ஓராவைக் காணும் ஆற்றல் இருந்தது. அவர் Atmospheric Physicsஇல் முதுமாணிப் பட்டம் (Master's degree) பெற்றுப் பல வருடங்கள் NASAவில் கடமையாற்றினார். அந்த வேலையில் அவர் திருப்தி அடையாத தால், அதைவிட்டு ஒரு counsellor ஆகப் பயிற்சிபெற்று, மனிதர் களுக்கு உதவிவந்தார். அப்போது அவர் மனிதர்களில் இருந்து பிரவகிக்கும் ஓராவைக் கண்டு, முதலில் குழப்பமடைந்தார். அது உண்மையில் காணப்படுகிறதா, அல்லது வெறும் மாயத் தோற்றமா, அவற்றிற்கு ஏதும் அர்த்தம் உண்டா என்று பல கேள்விகள் எழுந்ததால், C W Leadbeater என்பவரின் நூலைப் படித்தார். அப்போது Barbara தனது அனுபவம் வெறும் மாயையல்ல, உண்மையில் உள்ளதே என்று புரிந்துகொண்டார். இதனால், தனது உதவியை நாடி வருவோரின் ஓராவைப் புரிந்துகொள்வதன் மூலம் அவர்களது உடல், உணர்வு, மன, ஆன்மீகரீதியான பிரச்சினைகளை விளங்கி, அவரால் உதவ முடிந்தது.

ஓரா என்பது என்ன? இந்தப் பிரபஞ்சத்தில் உள்ள அனைத்துக் கும் அதிர்வு (vibration) உண்டு. எமது எண்ணங்களுக்கும் உணர்வு நிலைக்குங்கூட இவ்வாறு அதிர்வுகள் உள்ளன. அந்த அதிர்வினால்

மனிதர்களைச் சூழ ஒருவித ஒளி பிரகாசிக்கிறது. ஒவ்வொரு மனிதரையும் சூழவுள்ள இந்த ஒளி மூன்று தொடக்கம் நான்கு அடிவரை பரந்திருக்கும் என்று கூறப்படுகிறது. ஆத்மீகம் நிறைந்த மனிதர்களில் இது ஐந்து தொடக்கம் ஆறு அடிவரை இருக்கும் என்றும் சொல்லப்படுகிறது. ஒருவரின் மனத்தில் ஏற்படும் எண்ண மாற்றங்களுக்கேற்ப இந்த அதிர்வுகள் மாறுவதால், அது மனிதரின் புறத்தே உள்ள ஒளியின் நிறத்தையும் மாற்றும் எனப்படுகிறது. ஓரா என்ற அதிர்வு ஒளி, உணர்வு மாற்றத்திற்கேற்ப நேரத்துக்கு நேரம், சிலசமயங்களில் மிக விரைவாக, மாறக்கூடியது. உணர்வற்ற பொருள்களில் அது மாறாது நிரந்தரமாக இருக்கும். உதாரணமாக, ஒரு பாறைக்குள்ள ஓரா ஒருகாலத்திலும் மாறாது அப்படியே இருக்கும். ஓராவின் முக்கிய இயல்பு எதுவெனில், அது எதனைச் சூழ்ந்துள்ளதோ அந்தப் பொருளின் அல்லது மனிதரின் இயல் பினைத் தெரிவிக்கும். ரஷ்ய விஞ்ஞானிகள் இந்த ஒளிவட்டம்பற்றிக் கடந்த 60 ஆண்டுகளாக ஆராய்ந்து வருகின்றனர். மனிதரைச் சூழ்ந்துள்ள ஓரா மின்காந்த அலைகளால் பரப்பப்படும் ஆற்றலை, அதாவது electromagnetic radiationஐக் கொண்டுள்ளது. எமது உடல் சமநிலையைப் பேணவும், அது இயங்கவும் குறைந்தளவு சக்தி (low frequency microwave) போதுமானது. ஆனால், எமது உணர்வார்ந்த நிலையுடன் இணைந்த சிந்தித்தல், creativity, நோக்கங்கள், நகைச்சுவை, உணர்ச்சிகள் போன்றவற்றிற்கு அதிகளவு சக்தி தேவை. ரஷ்ய விஞ்ஞானிகள் மனிதரது ஓரா மைக்ரோவே வைச் செல்வாக்குக்கு உட்படுத்துவதன் மூலம், அவர்களது DNAஐ மாற்ற முடியும் என்று கண்டறிந்துள்ளனர்.

நாம் ஏன் ஓராவைப் பார்க்க வேண்டும்? தலையைச் சூழவுள்ள நிற ஒளியும், அதன் அதிகரிப்பும் தனித்தன்மையான கருத்தைக் கொண்டுள்ளது. அதைப் பார்ப்பதன் மூலம், ஒருவர் சொல்வதற்கு முன்னரே, அவரது மன எண்ணங்களை அறிந்துகொள்ள முடியும். அவர் மனத்தில் நினைப்பதைச் சொல்கிறாரா, இல்லையா என்பதை, அவரைச் சூழ்ந்துள்ள ஒளிவட்டத்தின் நிறத்தைக் கொண்டு அறிந்துகொள்ள முடியும். மன எண்ணத்தை மறைக்கும் முறையில், அதைப் பிரதிபலிக்கும் ஓராவை நாம் மாற்ற முடியாது. எனவே, ஓராவைக் காணமுடிந்தவர், மற்றவர் பொய் சொல்வதை உடனே அறிந்துகொள்கிறார். ஓரா ஒருவரின் உண்மையான இயல்பையும் நோக்கங்களையும் வெளிப்படையாகக் காட்டுகிறது. ஓரா ஒருவரது ஆன்மீகத்தில் முதிர்ச்சியுடையவர் என்பதையும் காட்டும். புகை நிறமும், கடும் நிறமும் கொண்ட ஓரா உடைய ஒருவர், எவ்வளவு திறமை வாய்ந்தவராகவும், பேச்சுவன்மை கொண்டவராகவும், மிகச் சிறந்த ஆடைகளை அணிந்தவராகவும் காணப்பட்டாலும், அவரது நோக்கங்கள் நல்லனவல்ல என்று அறிந்துகொள்ளலாம். சமயத் தலைவர்கள், ஆன்மீக ஆசிரியர்களது தலைகளைச் சுற்றிப் பொன்னிற ஓரா இல்லாவிடின், அவர்கள்

உண்மையில் சமயத்தில் முதிர்ச்சி அடையவில்லை என்று கண்டு கொள்ளலாம்.

அமெரிக்கவில் உள்ள Arizona State Universityயைச் சேர்ந்த பேராசிரியரான Dr. Frank Baranowski என்பவர் கண்களால் ஓரா வைப் பார்க்கும் ஆற்றல் வாய்ந்தவர். அவர் இந்தியாவில் உள்ள ஞானிகளின் ஓராவை ஆராயும் எண்ணத்துடன் 1979இல் இந்தியா போயிருந்தார். அவர் சந்தித்த பலர், தம்மைப் பற்றிய உணர்வும், தமது நிறுவனம் குறித்த கரிசனையும் கொண்டவர்களாக இருந்த காரணத்தால், அவர்களது ஓரா 25 அல்லது 50 செ.மீ. அளவே இருந்ததாகவும், சாயி பாபாவின் ஓரா மட்டும் வானளாவப் பிரவகித்ததுடன், அங்கிருந்த அனைவரையும் சூழ்ந்திருந்தாகவும் குறிப்பிட்டுள்ளார்.

ஓராவை எவ்வாறு அறிவது என்பதுபற்றி தொழிற் பட்டறைகள், விரிவுரைகள் ஆகியன அமெரிக்காவில் நடத்தப்படுகின்றன. மனிதர் களது ஓராவைக் கண்டறியும் ஆற்றல் அனைவரும் கொண்டிருப் பாராயின், தமது உள்ளுணர்வை மற்றவர் கண்டறிந்து விடுவார்கள் என்ற அச்சத்தில், அவர்கள் நல்லதை நினைக்கவும் பேசவும் முற்படுவார்கள். இதனால், மனித இனத்திற்குப் பெரும் நன்மை ஏற்படும் என்று கூறப்படுகிறது. குழந்தைகள் 5 வயதுவரை மனிதர் களில் உள்ள ஓராவைக் காணும் ஆற்றல் கொண்டவர்களாக இருக்கிறார்கள் என்றும், இதனாலேயே ஒருவரைப் பார்க்கும்போது அவர்கள் முகத்திற்கு மேலே பார்க்கிறார்கள் என்றும் சொல்லப் படுகிறது. தமக்குப் பிடிக்காத ஓரா அல்லது தமது பெற்றோரின் ஓராவுக்கு முற்றிலும் மாறுபட்ட ஒன்றைக் காணும்போது, அவர்கள் அழுகிறார்கள் என்றும், அந்த மாறுபட்ட ஓராவைக் கொண்டவரு டன் சேர மறுக்கிறார்கள் என்றும் கருதப்படுகிறது. சிறுபிள்ளை களுக்கு மிகத் தெளிவான நல்ல ஓரா இருக்குமென்றும், அவர்கள் பெரியவர்களால் இந்தப் பொருளாதார அடிப்படை கொண்ட உலகத்துக்குள் இழுக்கப்படும்போது, அவர்களது ஓரா கலக்கமான நிறமடைகிறது என்றும் சொல்லப்படுகிறது.

இந்த உலகில் பணத்துக்கும் பொருளுக்கும் முக்கியத்துவம் கொடுத்து உலகாயதமாக வாழுவதுடன் பொறாமை, கோபம், போன்ற வேண்டாத இயல்புகளுக்கு இடங்கொடுத்துப் பலர் வாழ்வதால், அவர்களுக்குப் பலவீனமான, பிரகாசமற்ற ஓரா உள்ளது என்று கூறப்படுகிறது. சிறப்பாக, அரசியல்வாதிகள் பணத்துக்கும் அதிகாரத்துக்கும் மட்டும் முக்கியத்துவம் கொடுத்து வருவதால், அவர்களுக்கும் பலவீனமான ஓராவே காணப்படும். சிறப்பாக எங்கள் நாட்டிலும் தமிழ்நாட்டிலும் உள்ள மக்கள் அனைவரும் மற்றவரது ஓராவைக் காணும் ஆற்றல்கொண்டவர்க ளாய் இருந்திருந்தால், பல போலி மனிதர்கள் என்றோ அரசியலில் இருந்து துரத்தப்பட்டிருப்பர்கள்.

மனத்தில் சோர்வும் அழுத்தமும் இருந்தால், அவர்களது ஓரா புகை நிறமுள்ளதாக இருக்கும். ஒருவர் மனித இனம் முழுவதிலும் அன்பு பாராட்டுபவராக இருந்தால், அவரது ஓரா பொன்னிற விழும்பிட்ட மெல்லிய நீல நிறமுடையதாக இருக்கும். ஒருவர் உள்ளார்ந்தமாக மற்றவர்களில் அன்பு பாராட்டாது, போலியாக வெறும் வார்த்தைகளில் கூறுவாரானால், அவரது ஓரா சிவப்புக் கலந்த நிறமாக இருக்கும். கோபிக்கும்போது ஓரா கறுப்புக் கலந்த கடும் சிவப்பு நிறத்தை அடைகிறது. வெள்ளை நிறம் தூய ஆத்மீகத்தையும், கறுப்பு வெறுப்பையும், ஓரேஞ்ச் தொண்டு மனப்பான்மையையும், கடும் சிவப்பு கோபத்தையும், ஒலிவ் பச்சை சுயநல விருப்பங்களையும், கடும் பச்சை பொறாமை யையும், மெல்லிய பச்சை நோய்நீக்கும் தன்மையையும், மருூண் கலந்த மண்ணிறம் காமம் போன்ற உணர்வுகளையும், நீலம் பக்தியையும், மஞ்சள் மிகவுயர்ந்த புத்திக்கூர்மையையும் குறிக்கும் என்று சொல்லப்படுகிறது.

ஓராவைப் பார்ப்பதன் மூலம், வெளியே நோயின் அறிகுறிகள் தெரிவதன் முன்னரே, உடலின் உள்ளே நோய் ஆரம்பிப்பதற்கான அறிகுறிகள் ஆரம்பித்துவிட்டன என்றும் கண்டுகொள்ளலாம். அத்துடன், ஒருவர் ஓராவின் மூலம் தன்னைப் பாதுகாக்க முடியும் என்று சொல்லப்படுகிறது. உதாரணமாகத் தொற்றுநோய்க்குச் சிகிச்சை அளிக்கும் ஒரு வைத்தியசாலைக்குச் செல்ல நேர்ந்தால், ஒருவர் தனக்கு நோய் தொற்றாமல் எவ்வாறு பாதுகாத்துக்கொள் வது? உடல் ஆரோக்கியத்தையும் உறுதியையும் அளிக்கவல்ல நிறமுள்ள ஓராவைத் தனக்குள்ளும் வெளியேயும் பிரவகிக்கச் செய்வதன் மூலம் ஒருவர் தன்னைப் பாதுகாத்துக் கொள்ளலாம் என்று கூறப்படுகிறது. இது அவரை மட்டுமல்ல, அவரைச் சூழ உள்ளவர்களையும் பாதுகாக்கும். இதனை எவ்வாறு சாதிப்பது? ஒருவர் தனது முள்ளந்தண்டின் உள்ளே அடிமுதல் தலைவரை வெள்ளை ஒளி உள்ளதாகக் கற்பனை செய்ய வேண்டும். பின்னர், இந்த வெள்ளை ஒளியிலிருந்து வெதுவெதுப்பான சிவப்பும் *(warm red)*, பிரகாசமான பிங்க் நிறமுமான ஒளி பரவுவதாக மனத்தில் நினைக்க வேண்டும். நோய்நீக்கும் அம்சமாக நோயாளி யின் உடலைச் சுற்றி மெல்லிய பச்சை நிறம் பரவுவதாக மனக்கண் ணில் காண வேண்டும். அத்துடன், அவர் தனது சக்தியை அதிகரிப்பதற்குத் தான் கடும் உடல்ரீதியான வேலை செய்வதாக மனத்தை ஒருமைப்படுத்தி நினைக்கத் தனது உடலில் சக்தி பெருகிவருவதை அவர் உணர்வார். பிரகாசமான ஒரேஞ்ச், மஞ்சள் நிறங்கள் புதிய சக்தியைக் கொண்டுவருவதை அவர் உணர்வதுடன், தனது புத்திக்கூர்மை அதிகரிப்பதையும் உணர்வார். இது மற்றவரது புத்திசாதுர்யத்தால் மழுங்கடிக்கப்படாது அவரைப் பாதுகாக்கிறது. வெட்கம், தயக்கம் போன்றவற்றிலிருந்து விடுபடுவ தற்கும் இதனை உபயோகிக்கலாம். இந்தப் பிரகாசமான ஒரேஞ்ச்,

மஞ்சள் ஓராவினால் சூழப்படும்போது அது ஒருவரது தயக்கத்தை நீக்கி, அவரை நம்பிக்கை நிறைந்தவராக்கி எந்த விவாதத்திலும் எந்தவித தயக்கமும் இன்றிக் கலந்துகொள்ளும் மனோபலத்தை அவருக்குத் தரும் என்று கூறப்படுகிறது. அவர் அமைதியும் நட்பும் நம்பிக்கையும் உள்ள ஒருவராக மிளிர்வார்.

Violetஉம் மெல்லிய வான நீலமும் (sky blue) உணர்ச்சிகளை இயைபுபடுத்தி, அவற்றின் தாக்கத்திலிருந்து பாதுகாக்கும். இந்த நிறங்களை ஒருவர் தனக்குள் உருவாக்குவதன் மூலம் தனது கீழான உணர்ச்சிகளை அடங்கச்செய்வதுடன், அவரைச் சூழவுள்ள வர்களின் எதிர்மறையான மனநிலைகளும் உணர்ச்சிகளும் தன்னைப் பாதிக்காத வண்ணம் எதிர்க்க முடியும். அத்துடன், இந்த நிறங்களைத் தன்னைச் சூழ உருவாக்குவதால், ஒருவர் கோபம், பொறாமை, வெறுப்பு, காமம் போன்ற கீழான உணர்ச்சிகள் எழாத வண்ணம் தன்னைச் சூழ ஒரு பாதுகாப்பு வளையத்தை அமைத்துக் கொள்ளலாம். ஒருவர் தனக்குப் பொருத்தமான நிறங்களைத் தெரிவுசெய்து, தனக்குள்ளும் வெளியேயும் ஏற்படுத்த முடியும். வெற்றிகரமான ஆசிரியர்கள், missionaries, சமூகத் தொழிலாளர் ஆகியோர் இந்த மெல்லிய நீல வைலட் நிற ஓராவைக் கொண்டிருப்பதை அவதானித்துள்ளனர்.

ஒருவரில் ஒருவர் கோபம் கொள்ளும்போது சிவப்பு, கறுப்பு, புகை நிறம், மண்ணிறம் கலந்த பச்சை நிறம் ஆகிய வர்ணங்களைக் கொண்ட சக்திவாய்ந்த அதிர்வுகள் ஏற்படுவதால், அவை இருவரையும் பாதிக்கிறது. எனவே, உள் உணர்வைப் பொன் மஞ்சள், மெல்லிய நீலம், வைலற் ஆகிய நிற ஓராவால் நிறைப்பதால், அவை வெளியேயும் பரவி நல்ல இயல்புகளை ஊக்குவிக்கும் என்று கூறப்படுகிறது. அதை நிரந்தரமாகத் தங்கவைப்பதற்குச் சமய இலக்கியங்களைத் தினமும் படிப்பது, வழிபாட்டிடங்களுக்குச் செல்லுதல், தீர்த்த யாத்திரை செல்லுதல் ஆகியவற்றுடன் எல்லா வற்றிற்கும் மேலாகக் கடவுளுடன் நெருக்கமான தொடர்பு வைத்தல் என்பன உதவும் என்று சொல்லப்படுகிறது.

●

தமிழியல்
TAMILIYAL

இதுவரை வெளியான
தமிழியல் வெளியீடுகள்

1. **ஊரடங்கு வாழ்வு**
('ஈழநாடு' பத்திரிகையில் 1984ஆம் ஆண்டு வெளியான ஆசிரியத் தலையங்கங்கள் 63இன் தொகுப்பு)
ந. சபாரத்தினம்
சென்னை, ஜூன் 1985

2. **அக்கரைக்குப்போன அம்மாவுக்கு**
(31 கவிதைகளின் தொகுப்பு)
ஹம்சத்வனி
சென்னை, ஓகஸ்ட் 1985

3. **மரணத்துள் வாழ்வோம்**
(31 கவிஞர்களின் 82 அரசியல் கவிதைகள்)
யாழ்ப்பாணம், நொவெம்பர் 1985)

4. **இந்துப் பண்பாடு: சில சிந்தனைகள்**
(லேடி இராமநாதன் நினைவுச் சொற்பொழிவு, 1985)
கா. கைலாசநாத குருக்கள்
சென்னை, செப்ரெம்பர் 1986

5. **யுகங்கள் கணக்கல்ல**
(பதின்மூன்று சிறுகதைகளின் தொகுப்பு)
கவிதா
சென்னை, நொவெம்பர் 1986

6. **தேடலும் படைப்புலகமும்**
(ஓவியர் மாற்கு சிறப்பு நூல்)
யாழ்ப்பாணம், ஓகஸ்ட் 1987

7. **இலங்கையின் தோட்டப் பள்ளிக்கூடங்களின் கல்வியமைப்பும் பிரச்சினைகளும்**
சொர்ணவல்லி பத்மநாப ஐயர்
யாழ்ப்பாணம், ஜூன் 1988

8. **நீர்வளையங்கள்**
   (54 கவிதைகளின் தொகுப்பு)
   சண்முகம் சிவலிங்கம்
   சென்னை, நொவெம்பர் 1988

9. **பெண்களின் சுவடுகளில்**
   சாந்தி சச்சிதானந்தம்
   சென்னை, மார்ச் 1989

10. **யதார்த்தமும் ஆத்மார்த்தமும்**
    (பத்துக் கட்டுரைகளின் தொகுப்பு)
    மு. பொன்னம்பலம்
    சென்னை, ஏப்ரில் 1991

11. **மீண்டும் வரும் நாட்கள்**
    (கவிதைத் தொகுப்பு)
    மு. புஷ்பராஜன்
    தமிழியல், காலச்சுவடு
    நாகர்கோவில், ஜூலை 2004

12. **வர்ணங்கள் கரைந்த வெளி**
    (கவிதைத் தொகுப்பு)
    தா. பாலகணேசன்
    தமிழியல், காலச்சுவடு
    நாகர்கோவில், ஜூலை 2004

13. **AJ: The Rooted Cosmopolitan**
    (Festschrift)
    Edited by: Chelva Kanaganayakam
    Tamiliyal, London, UK, July 2008

14. **ஒற்றை மைய உலக அரசியலில் போரும் சமாதானமும்**
    (உலக அரசியல்)
    மு. திருநாவுக்கரசு
    தமிழியல், காலச்சுவடு
    நாகர்கோவில், செப்ரெம்பர் 2008

15. **சுழலும் தமிழ் உலகம்**
    (புலம்பெயர்ந்த தமிழர் வாழ்வு தொடர்பான கட்டுரைகள்)
    சந்திரலேகா வாமதேவா
    தமிழியல், காலச்சுவடு
    நாகர்கோவில், செப்ரெம்பர் 2008

●